நான் ஏன் இந்துவாக இருக்கிறேன்?

சசி தரூர்

திருவனந்தபுரம் மக்களவைத் தொகுதி நாடாளுமன்ற உறுப்பினர். இந்திய அரசின் மனிதவள மேம்பாட்டுத் துறை, வெளியுறவுத் துறை இணை அமைச்சராகப் பணியாற்றியவர். ஐ.நாவின் துணைப் பொதுச் செயலாளராக இருந்தவர். நியூ யார்க் டைம்ஸ், வாஷிங்டன் போஸ்ட் போன்ற பல இதழ்களில் இவருடைய கட்டுரைகள் வெளிவந்துள்ளன. சில நாவல்கள் எழுதியுள்ளார். இந்திய அரசியல், கலாசாரம், வரலாறு, சமூகம், அயல்நாட்டுக் கொள்கை ஆகிய துறைகளில் பல நூல்கள் எழுதி இருக்கிறார். உலகம் அறிந்த ஒரு பேச்சாளரும்கூட.

சத்யானந்தன்

நவீன புனைகதைகள், நாவல்கள், கவிதைகள், கட்டுரைகளை வித்தியாசமாகப் படைப்பவர். வாசிப்பையும் எழுத்தையும் இரு கரைகளாகக்கொண்டு ஆரவாரம் இல்லாத மிக அமைதியான ஆறாக தொடர்ந்து ஓடிக் கொண்டிருக்கும் இவர் சமகால எழுத்துக்களை அலுக்காமல், சளைக்காமல், அமைதியாகத் தன் போக்கில் தொடர்ந்து அறிமுகப்படுத்தி, விமர்சித்து, கவனப்படுத்தி வருகிறார்.

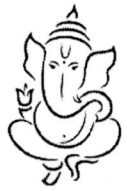

நான் ஏன் இந்துவாக இருக்கிறேன்?

சசி தரூர்

.... ~ ....

தமிழில்: சத்யானந்தன்

கிழக்கு

நான் ஏன் இந்துவாக இருக்கிறேன்?
Naan Yaen Hinduvaaga Irukkiren?

Shashi Tharoor ©

Authorised Tamil translation of "Why I am a Hindu" by
New Horizon Media Private Limited ©

First Edition: December 2018
296 Pages
Printed in India.

ISBN: 978-81-8493-974-3
Kizhakku 1140

Kizhakku Pathippagam
177/103, First Floor, Ambal's Building, Lloyds Road,
Royapettah, Chennai - 600 014. Ph: +91-44-4200-9603
Email : support@nhm.in   Website : www.nhm.in

🅕 kizhakkupathippagam   🄴 kizhakku_nhm

The author has asserted his moral rights. The views and opinions expressed in this book are the author's own and the facts are as reported by him, which have been verified to the extent possible, and the publishers are not in any way liable for the same.

Kizhakku Pathippagam is an imprint of New Horizon Media Private Limited

The views and opinions expressed in this book are the author's own and the facts are as reported by the author, and the publishers are not in any way liable for the same.

All rights reserved. No part of this publication may be reproduced, stored in a retrieval system, or transmitted, in any form or by any means, electronic, mechanical, photo copying, recording or otherwise, without the prior permission of the publishers.

தமது ஐயப்பாடுகளையும் கடந்து
இறை நம்பிக்கை கொண்ட
என் தாயார் லிலி தரூருக்கு

நான் என்ன மாதிரியான பொருள் என்பதை நான் அறியேன்.
தனியனாய், ஒட்டுதல் இன்றி, என் மனத்தின் பாரத்துடன் நான் திரிகிறேன்.
உண்மையின் முதல் வெளிப்பாடு என்னிடம் வந்தடைந்தது
அந்த அசலான அதே சொல்லின் ஒரு பங்கை நான் பெறுகிறேன்.
- ரிக் வேதம் I.164.37

மதிப்பில்லாததும் மிகவும் தாழ்ந்ததுமான புகழ்ச்சிகளால்,
எங்கள் வழிபாட்டின் போது
இறைவனே, நாங்கள் உங்களைக் கோபப் படுத்தாமல் இருப்போமாக.
- ரிக் வேதம் II.33.4

என் சொற்களால் அவர் பெரு மகிழ்ச்சி அடையட்டும்
- ரிக் வேதம் I.25.18

பொருளடக்கம்

முன்னுரை 9

பகுதி ஒன்று - எனது இந்து மதம்

1. என் இந்து மதம் ... 17
2. இந்து வழி 48
3. இந்து வழக்கங்களைக் கேள்விக்குள்ளாக்குதல் 84
4. இந்து மதத்தின் மகாத்மாக்கள் 108

பகுதி இரண்டு - அரசியல் (ஆக்கப்பட்ட) இந்து மதம்

5. இந்து மதமும் இந்துத்துவ அரசியலும் 153
6. புனிதப் பசுக்களைத் தாண்டி 205

பகுதி மூன்று - இந்து மதத்தைத் திரும்பப் பெறுவது

7. இந்து மதத்தைத் திரும்பப் பெறுவது 265

முன்னுரை

இரண்டு முக்கியமான காரணங்கள் இந்தப் புத்தகத்தை என்னை எழுத வைத்தன. முதலாவது, அறுபது ஆண்டுகளுக்கும் மேலாக நான் வாழ்ந்துவந்திருக்கும் மத நம்பிக்கையின் அசாதாரணமான ஞானம் மற்றும் பண்புகளைப் பற்றி நானே மற்றும் ஆர்வம் உள்ளவர்கள் புரிந்துகொள்ள முயற்சி செய்யும் நோக்கில் எழுதியிருக்கிறேன். இதை என் தந்தை மற்றும் பலர் எனக்கு அளித்துச் சென்ற நம்பிக்கைகள் மற்றும் பழக்கங்கள் வாயிலாகவே உள்வாங்கிக் கொண்டேன். அவற்றைத் தவிரவும் இந்து மத நூல்கள் மற்றும் விற்பன்னர்களின் விளக்கவுரைகளின் மொழிபெயர்ப்புகள் வாயிலாகவும் அந்தப் புரிதலைப் பெற்றேன்.

இரண்டாவது முக்கியமான காரணம், 1980கள் முதலே, பன்முகமும், உள்ளடக்கும் விசாலமும், ஈர்ப்பும் விரிவும் ஆன இந்து மதத்தின் தன்மைக்கு எதிராக நிகழ்ந்த ஒன்றைத் தோலுரிப்பது. அதாவது, வெகுஜன உணர்வின் மீது வலிந்து தன்னைத் தானே திணித்துக் கொண்ட இந்துத்துவத்தின் வன்முறையும் சகிப்பின்மையுமான வடிவங்களை அம்பலப்படுத்துவது.

நான் சமஸ்கிருத விற்பன்னனோ இந்து மதத்தில் பண்டிதனோ அல்ல. நான் இவற்றை இந்து மதம் பற்றிய என் கல்வி மற்றும் ஆய்வு அடிப்படையிலான விரிவுரையாக எழுதவில்லை. ஒரு சாதாரண மனிதனின் தரப்பிலானது எனது புரிதல். இந்த நூலில் என் விளக்கங்கள் யாவுமே, வாசகருக்கு இந்து மதத்தைப் பற்றிய எனது புரிதல் மற்றும் அதன் முக்கிய நூல்களின் சாராம்சத்தின் அடிப்படையிலான ஒரு கண்ணோட்டத்தை வாசகருக்கு வழங்க முயல்பவை. இந்து மதத்தின் மிகப் பெரிய ஞானிகள் மற்றும் அறிஞர்களைச் சார்ந்தே அதன் சாராம்சத்தை விளக்க முற்பட்டிருக்கிறேன்.

பொருத்தமான புராதன நூல்கள் மற்றும் ஆய்வு நூல்களின் கவனமான வாசிப்பு மற்றும் தனியனாக நான் கண்டுணர்ந்தவை இவை இரண்டையும்

இணைத்து புதிய புரிதல் ஒன்றை உருவாக்கும் பணியே இந்த நூல். தொன்மையான நூல்களில் உள்ள இந்து மதம் பற்றிய கருத்துகள், அவற்றை முக்கிய சிந்தனையாளர்கள் விரித்துத் தந்தவை, இந்து மதம் என்னும் கருத்தாக்கம் எதிர் கொண்ட சவால்கள், அதன் வழிமுறைகள் இவற்றைத் தொகுத்துத் தர முயன்றிருக்கிறேன்.

தத்துவவியலாளர்கள், வரலாற்றாய்வாளர்கள், சமூகவியல் விஞ்ஞானிகள் இவர்களின் கோட்பாட்டு அடிப்படையிலான அணுகுமுறையை நான் எடுத்துக் கொள்ளவில்லை. மாறாக இந்து மதத்தின் தொன்மையான நூல்கள் மற்றும் சமகால நடைமுறைகள் இவற்றை விரிவாக, அவற்றின் தன்மையை ஒட்டித் தருவதே என் அணுகுமுறை. இவ்வாறாக, உலகின் ஆகத் தொன்மையான மதங்களில் ஒன்றைப் பற்றிய விளக்கத்தையும் இன்றைய அதன் இருப்பு பற்றிய பதிவையும் எளிய வாசிப்புக்கு உகந்த முறையில் தர முயன்றிருக்கிறேன்.

மறுபக்கம் நான் இந்து மதத்தின் பரிபூரண வடிவத்தைக் காட்சிப்படுத்த முயலவில்லை; அது இந்தப் புத்தகத்தின் வரையறைகளுக்கு அப்பாற் பட்டது. மாறாக, நான் இந்து சிந்தனைகளின் எந்தப் பக்கங்கள் எனக்கு முக்கியமானவையோ அவற்றை விளக்குகிறேன்; எனக்கு உவப்பில்லாத செயல்முறைகளைக் கேள்விக்குள்ளாக்குகிறேன்; பின்வரும் தலை முறைகளுக்கென தன்னை வளர்த்துக்கொண்டும், திருத்திக்கொண்டும் தன்னைப் புனரமைத்துக்கொள்ளும் அதன் ஆற்றலைக் கவனப்படுத்து கிறேன்; மேலும் பல மதங்கள் ஒன்றாகச் சங்கமித்திருக்கும் இந்தியாவில் இந்துவாக இருக்கும் உணர்வை முன்வைக்கிறேன். இந்த முயற்சியில் நான் அதைச் சுற்றியுள்ள தத்துவார்த்தமான முரண் விளக்கங்கள் மற்றும் அரசியல் சவால்களுக்கு இணையாக இந்த நூலில், அதன் காலத்துக்கு அப்பாற்பட்டதான சித்தாந்தத்துக்கும் இடம் தந்திருக்கிறேன்.

இந்த நூல் மூன்று பகுதிகளாகப் பிரிக்கப்பட்டுள்ளது. முதல் பகுதி 'என் இந்து மதம்'. இது இந்து மதத்தின் பிரதான சிந்தனைத் தடங்கள், நம்பிக்கைகள், குருமார்கள், அவர் தம் போதனைகள், அதன் கேள்விக் குரிய சில சமுதாய நடைமுறைகள் என ஒவ்வொரு அம்சத்தையும் உற்று நோக்குகிறது.

'அரசியல் (ஆக்கப்பட்ட) இந்து மதம்' என்னும் இரண்டாம் பகுதியில், தமது குறுகிய நோக்கங்களுக்காக எவ்வாறு அரசியல் தலைவர்கள், வியூகம் அமைப்பவர்கள், சிந்தனையாளர்கள் மற்றும் இவர்தம் மதவாத சகாக்கள் எப்படி இந்த மதத்தைக் கடத்திக் கொண்டு போக முயலுகிறார்கள் என்பதை விளக்குகிறது.

மூன்றாம் பகுதியான 'இந்து மதத்தைத் திரும்ப எடுத்துக் கொள்ளுதல்' என்னும் பகுதி, காலகாலமாக இந்து மதத்தின் மீது சுமத்தப்பட்டு வரும் மீறல்கள், வக்கிரங்கள் இவற்றில் இருந்து அதை விடுவித்து, அதன் அசலான மூல வடிவுக்கு மீட்டெடுப்பது என்பதைப் பற்றிப் பேசுகிறது.

அந்த வடிவே இருபத்தோராம் நூற்றாண்டுக்குப் பலவிதங்களிலும் உகந்த மதமாக இருக்கும்.

சில வாசகருக்கோ, என் தலைப்பு - 'நான் ஏன் இந்துவாக இருக்கிறேன்?' ஒரு கேள்வியை எழுப்பலாம். என்னால் குறிப்பிடப்படும் அந்த 'நான்' யார்? அவர் ஆங்கிலக் கல்வி பெற்ற சமகால இந்தியராக, தாம் நம்பும் மதத்தைப் பற்றித் தன்னைத் தானே கேள்விகள் கேட்டுக் கொண்டிருக்கும் சாதாரண மனிதரா? அல்லது, அன்றாட அரசியல் பிரச்னைகளுக்குள் அகப்பட்டு, அந்த மதத்தைப் பற்றிய புரிதல் இல்லாமல் தமது கோட்பாட்டுக் குளறுபடிகளால் கொதிப்படைந்து இருப்போரால் 'இந்து விரோதி' என முத்திரை குத்தப்பட்டு, அதனால் விரக்தி அடைந்து, அதற்கான உடனடி எதிர்வினையாக இதை எழுத்தில் கொணரும் அரசியல்வாதியா?

மத நம்பிக்கைகளைத் தாண்டி விரியக்கூடிய ஓர் அரிய சன்மார்க்கமான இந்து மதத்தை, அரசியல் சமரில் முன் நகரும் நோக்கில், பொதுவெளியில் தமது சின்னமாக்கிக் கொள்ள முயலுவோரின் தாக்கத்தாலேயே நான் ஓர் இந்து என்று அறைகூவி இதை எழுதுகிறேன். மறுபக்கம் அவர்களுக்கு என் மறுப்பை ஒரு மதசார்பற்றவனாகவோ அவர்கள் சுமத்தும் 'போலி மதச்சார்பற்றவன்' என்னும் அடையாளத்தோடோ, மத நம்பிக்கைக்கு வெளியே இருந்தோ நான் கண்டிப்பாகத் தெரிவிக்கவில்லை; இந்து மதத்தின் மீது பூரண அர்ப்பணிப்பான நம்பிக்கை உள்ளவனாகவே நாங்கள் இருவரும் எந்த மதத்தைச் சேர்ந்தவர்களோ, அந்த மதத்தின் எல்லைகளுக்கு உட்பட்டே கண்டனத்தை முன்வைக்கிறேன்.

ஒரு சிலவிதங்களில், நான் அந்தக் காலக் கதைகளில்வருவதுபோல் யானையை, இது தான் அதன் தும்பிக்கை, வால் மற்றும் மத்தகம் எனச் சரியாகக் கூறி, விளக்கத் தெரியாமல் தடுமாறியவரைப் போல் தவறு செய்தவனாகிறேன். இதன் காரணமாகவே நான் அதிக பட்சமாக இந்து மதம் என்னும் முற்றிலுமாக விளங்கிக் கொள்ள முடியாத அளவுள்ள மாபெரும் சத்தியத்தின் ஒரு சில உண்மைகளைப் பற்றிய மிகவும் அணுக்கமான பதிவுகளைச் செய்கிறேன்.

இந்த நூலின் முதல் அத்தியாயத்தில் 'இது தான் இந்து மதம்' என ஏன் அறுதியிட முடியாது என்பதை விளக்கியிருக்கிறேன்: ஒரே ஓர் இறைதூதர், ஒரே ஒரு நிறுவனர், ஒரே ஒரு புனித நூல், ஒரே ஒரு நிறுவனப்படுத்தப் பட்ட வழிபாட்டுத் தலம் என எதுவுமே இந்து மதத்தில் இல்லை; இந்த மதமானது 'விக்கிபீடியா' போல குறிப்பிட்ட நபரால் எழுதப்பட்டதாக இல்லாமல் தன்னுள்ளே விரிவும், பன்முகமுமாக நம்பிக்கைகளும் பல தத்துவங்களும் கொண்டதாக வெளிப்படுகிறது. படிமக் குறியீடுகளாய் இந்து மதத்தை ஆலமரம், வனம், கலைடாஸ்கோப், கதம்பக்கூட்டு என்றுகூட அறிஞர்கள் குறிப்பிட்டுள்ளார்கள்.

ஓர் அறிஞர் உலக நாகரிக பட்டியலில் 'ஹெல்லனிஸம்' போலவே 'இந்துயிஸமும்' ஒன்று என்று சொல்லலாம். அதேநேரம் மதங்களின்

பட்டியலில் இந்துயிஸம் என்பது யூத மதம் போன்றது என்றும் சொல்லலாம் என்கிறார்; இருபதாம் நூற்றாண்டின் அரசியல் தத்துவவியலாளர்கள் அதை தனி 'இனம்' என்றும் அழுத்தமாகக் கூறினார்கள். மறுபக்கம் நம்மைப் பொறுத்தவரை மதம் என்பது பாரம்பரியம், நம்பிக்கை மற்றும் மதம் ஆகிய மூன்றின் கலவையான ஓர் இந்தியப் புரிதலாகும். அந்த 'இந்தியப் புரிதல்', ஆங்கில ஆட்சி, மதச் சார்பின்மைப் போக்கு, நவீனம் மற்றும் உலக சிந்தனைத் தடங்களுடனான உரையாடல் இவற்றின் காரணமாக முற்றிலும் மாற்றம் அடைந்துவிட்டது.

நிச்சயமாகக் கூற முடியாத போதும், என் வாதம் அந்த மாற்றம் ஒரு பொருட்டல்ல என்பதே. ஆங்கிலம் பேசும் இருபத்து நூற்றாண்டு வாசகரின் புரிதலுக்குப் பொருத்தமில்லாத அளவு விளங்கிக் கொள்ள முடியாத மற்றும் பகுத்துக் காட்ட முடியாத ஒன்றை, ஒரு புத்தகத்துக்குள் அடைக்கும் முயற்சி எனச் சிலர் கூறலாம். இரண்டாயிரம் ஆண்டுகளுக்கு முன்பாக, இந்து மதத்தை அர்த்தப்படுத்தி நம்மிடம் கொடுத்த யாஞ்யவல்க்யர் அல்லது ஆதிசங்கரர் இன்று நாம் 'இந்துத்துவம்' என்று அழைப்பதை அங்கீகரிப்பார்களா? மூன்றாயிரம் ஆண்டுகளில், பல நம்பிக்கைகளின் சங்கமமான இந்து மதம் தன்னை விசாரணைக்கு உட்படுத்தியும், ஆய்ந்தும், தன் மீதான தாக்குதல்களை எதிர்த்தும், புனைவு மிகுந்த மாற்றங்களைக் கொண்டு வந்தும் செய்துள்ள பயணங்களிலிருந்தும் அதைப் பிரித்துவிடமுடியுமா? சிந்தனையாளரான ஒரு நண்பர் என்னைக் கேட்கும் கேள்வி இது. ஒருவர் தன்னை 'நான் ஓர் இந்து' என அடையாளப் படுத்திக் கொள்ளும் போது அதை மாற்றமே இல்லாத ஒன்றாகவும், வரலாற்றின் சுயவிளக்கங்களின் தொகுப்பாகவும் மட்டுமே காட்டி அது என்றும் அழியாத நம்பிக்கை என்பதை மறைத்து விட முடியுமா?

சிலர் நானும் இந்த கட்டுக்கடங்காத நம்பிக்கை முறையை 'அடக்க' முற்படும் கூட்டத்தில் சேர்ந்துவிட்டேன் என்று, என் இந்து மத சித்தரிப்பை வைத்து எண்ணிக் கொள்ளலாம். பல விமர்சகர்கள் இந்தியாவின் மதச்சார்பற்ற மற்றும் பரந்த மனமுள்ளவர்கள், மத நம்பிக்கைகளைப் புரிந்து கொள்ள ஏலாதோராய், இதைத் தான் செய்ய விரும்புகிறார்கள் என்று கருதுகிறார்கள். இந்துத்துவவாதிகள் பற்றிக் கேட்கவே வேண்டாம். அவர்களுக்கு மிகவும் பன்முகமான நம்பிக்கைகளின் சங்கமமான ஒரு மதத்தைத் தம் கட்டுப்பாட்டுக்குள் கொண்டு வர இயலாது. இந்த இருவிதமான முயற்சிகளுமே இந்து மதத்தைப் பல வேறு பலன்களைக் கருதி, பன்முகமற்றதானதாக, பிற மதங்களுடன் வரிசைப் படுத்தக் கூடியதாக மாற்றி விடும். ஆனால் அன்றாட நடைமுறைகளில் இந்துக்கள் தீவிரமான பிரார்த்தனை, தியானம் செய்வதும் மறுபக்கம் வன்முறையான ரத்தக்களறியான சடங்குகள் செய்வதும், அடிமை போல குருவிடம் நடந்து கொள்வதும், தத்துவார்த்தத்தில் முடிவில்லாது ஈடுபடுவதும் இவை எல்லாமே உண்டு - இந்த நடவடிக்கைகளின் வரிசை எந்த ஓர் எழுத்தாளருக்கும் இருக்கின்ற, மதத்தின் தன்மையை ஒரு சீராய் கண்டறிந்து எழுதும் ஆசைக்கு எந்த விதமான மரியாதையும் தராதவை.

ஓர் இந்துவாக நான் என் தனிப்பட்ட நம்பிக்கை பற்றித்தான் எழுதுகிறேன். என் வாக்குமூலம் என்னவென்றால் என்னிடம் சம்பிரதாயமாகச் செய்யப்படும் அறிவுபூர்வமான கற்றறியும் முறையிலுள்ள பற்றின்மை என்னிடம் இருக்காது. உண்மையில் என்னுடையது என் மதத்தின் மீது, அதன் சட்ட திட்டங்களுக்குட்பட்டதான, மிகவும் ஒட்டுதலுள்ள பார்வையாகும். அந்தச் சட்டதிட்டங்கள் கண்ணுக்குத் தெரியாத நுட்பம் மிகுந்தவை என்றே நாம் கருதலாம். நான் மேற்கத்தியரின் கல்வி ரீதியான இந்து மத ஆய்வு நூல்களைப் படித்தவனே; இருப்பினும் 'இந்து போபியா' என்று கூறும் அளவுக்கு, கீழை நாடுகள் மற்றும் ஆசிய தீபகற்பம் பற்றிய முன் முடிவுடனான பார்வையில், சமத்துவம், பகுத்தறிவு, மற்றும் சமூக நீதி பற்றிய இருபதாம் நூற்றாண்டின் தீர்மானங்களுடன், வெறி கொண்டு இந்து மதத்தை விமர்சிக்கும் போக்கை ஏற்கிறவனில்லை. உண்மையில் முரண் விளைவுபோல, இந்து மதத்தின் மீது எழுதப்பட்ட மேற்கத்தியக் கருத்துகள், பலரையும் எதிர் உணர்வால் இந்து வெறியரிடம் கொண்டுபோய் சேர்த்தது என அஞ்சுகிறேன். மேற்கத்தியர்களின் கருத்துச் சுதந்திரத்தை நான் நிராகரிக்கவுமில்லை. இந்து மதத்தின் மீது எனக்கு இருக்கும் மரியாதையும், இந்துவாய் இருப்பதில் உள்ள கர்வமும் அதன் மீது எனக்குள்ள விமர்சனங்களைவிட வலுவானவை என்று பதிவு செய்வதில் எனக்கு எந்தத் தயக்கமும் இல்லை.

இதன் பிரதியை வாசித்துத் தம் கருத்துகளையும் பகிர்ந்த, பல அன்பு உள்ளங்களின் உதவியின்றி இந்த நூலை எழுதுவது சாத்தியம் ஆகி இருக்காது. என் முன்னாள் உதவியாளரும் சகாவுமான மனு எஸ். பிள்ளை, அவர் ஓர் அரிய வரம் பெற்ற சரித்திர ஆய்வாளர். அவர் எனக்குப் பயனுள்ள பல வழிகாட்டுதல்களைத் தந்தார். 'Indian Council of Historical Research' நிறுவனத்தின் டாக்டர். நந்திதா கிருஷ்ணா என் உடன் பிறவாச் சகோதரி போன்றவர். இந்து தர்மத்தின் பல அம்சங்கள் பற்றி நிறைய நூல்களை எழுதியவர் (அவர் நான் காணும் இந்து தர்மத்தின் வடிவத்தை ஏற்பதாகவும், அதேசமயம் இந்துத்துவத்தை நான் நிராகரிப்பதில் அவருக்கு உடன்பாடில்லை என்றும் குறிப்பிடச் சொல்லி இருந்தார்). தமது மொழிபெயர்ப்பான 'நசதிய சூக்தத்தை' (பிரம்ம சூக்தம்) பயன் படுத்துவதற்கு என்னை அனுமதித்ததற்காக நந்திதாவுக்கு என் நன்றி.

கீர்த்திக் சசிதரன், வங்கி அதிகாரியாகப் பணிபுரியும் அறிவுஜீவி. முன்னுரையில் நான் தொகுத்துள்ள பல கேள்விகளை எழுப்பியவர் அவரே. தேவ்தத் பட்நாயக், ஐயத்துக்கு அப்பாற்பட்டு இந்தியாவின் தலைசிறந்த இந்து தர்ம அறிஞர். அவர் பல ஆணித்தரமான பரிந்துரைகளை என் முந்தைய பிரதியை வாசித்த பின் தந்தார். இந்த நூலின் இறுதி வடிவம் அதன் மூலம் உருவானதுதான். இந்துயிசம் பற்றிய பல விவரங்களைச் சேகரிக்க பேராசிரியர் ஷீபா தாட்டிலின் ஆராய்ச்சி உதவியது. பல அச்சில் இல்லாத நூல்களும் இதில் அடக்கம்.

டாக்டர் கரண் சிங் மீரா பஜனின் தமது மொழிபெயர்ப்பைப் பயன்படுத்திக் கொள்ள அனுமதித்ததற்காக அவருக்கு என் நன்றி. எப்போதும்போல,

குடும்பம் தமது பங்களிப்பைச் செய்தார்கள். என் மகன் கனிஷ்க் தரூர் மற்றும் என் சகோதரரின் மகள் டாக்டர் ராகிணி தரூர் ஸ்ரீனிவாசன் இருவரும் என் கையெழுத்துப் பிரதியை மிகவும் கவனத்துடன் வாசித்து, தமது பரிந்துரைகளையும் விமர்சனங்களையும் முன்வைத்தார்கள். ராகிணியின் தேடல் மிகுந்த கருத்துக்களும் விமர்சனங்களும் என் அனுமானங்கள், வாதங்கள் ஆகியவற்றை மறு பரிசீலனை செய்து கொள்ள உதவின. அவருக்கு மிகவும் நன்றியுள்ளவனாக இருக்கிறேன். முதல் பிரதிகளை வாசித்துத் தம் எண்ணங்களை என் சகோதரிகள் ஷோபா ஸ்மிதா பகிர்ந்தனர். இறுதிவரை அவர்களின் ஆதரவு தொடர்ந்தது.

எப்போதும்போல், என் பதிப்பாசிரியர் டேவிட் தாவிதார், அவரது ஆசிரியர் குழுவின் சிமர் புனித் இருவரும் இந்த நூல் என் மனதுள் உருவாகிக் கொண்டிருந்த நாளில் இருந்து, அச்சில் வெளிவரும் நாள் வரை வழிகாட்டிகளாக இருந்தனர். சிமரின் பொறுமையான, துல்லியமான வாசிப்பு, ரோஸ்மேரி தரக்கனின் நுட்பமான தரவுகளைச் சரிபார்த்தல் இவையே என் எழுத்துப் பிரதி பிழையற்றதாக இருக்கப் பெரிதும் உதவின. டேவிட்டின் அறிவுக் கூர்மை, நோக்கு, மனிதத் தன்மை எப்போதும் என் பல நூல்களில் என் துணையாய் நின்றன. பல அன்றாட அலைக் கழிப்புக்களின் நடுவே, குறிப்பிட்ட இலக்கான நாளுக்குள் பணிகளை முடிக்கும் அவரது முனைப்பு சில சமயம் என்னை அயர வைக்கும். அதுவே என்னை என் வேலையின் மீது கவனமாயிருந்து உங்கள் முன்னே கொண்டு வந்து நிறுத்தி இருக்கிறது. நூலின் இறுதி வடிவத்தில் அவரது பங்களிப்பு மகத்துவமானது. எனவே அவருக்கு சிறப்பான நன்றிகளைப் பதிவு செய்கிறேன்.

பலரின் அறிவார்ந்த பங்களிப்பு இந்தப் புத்தகத்தின் உள்ளடக்கத்தில் இருந்தாலும், இதில் முன்வைக்கப் பட்டிருக்கும் வாதங்கள், விளக்கங் களுக்கு நானே முழுப்பொறுப்பேற்கிறேன். ஒருவேளை, இதை வாசித்த பின், இந்து மற்றும் இந்து அல்லாதோர் நான் கொண்டாடும் மதம் பற்றிய ஒரு புதிய சிறப்பைக் கண்டடைவார்களென்றால், அந்த தர்மம் சமகால இந்தியாவில் எதிர்கொள்ளும் சவால்களையும் சீர்தூக்கிக் காண்பார்கள் என்றால், 'நான் ஓர் இந்து' நூல் உருவானதன் நோக்கம் நிறைவேறியதாக அர்த்தம்.

சசி தரூர்
புது டெல்லி
டிசம்பர் 2017.

பகுதி ஒன்று

~

என் இந்து மதம்

அத்தியாயம் 1

என் இந்து மதம்

நான் ஏன் ஓர் இந்துவாக இருக்கிறேன்?

இதற்கான நேரடியான பதில், நிச்சயமாக, நான் ஓர் இந்துவாகவே பிறந்தேன் என்பதே. பெரும்பாலானோருக்குத் தாம் எந்த மதத்தோடு வளரப்போகிறோம் என்பதைத் தேர்ந்தெடுக்கும் வாய்ப்பு இல்லை; தற்செயலாக ஒருவர் பிறக்கும் இடம், பெற்றோரின் பண்பாட்டுப் பின்னணி ஆகியவற்றைச் சார்ந்து, தானாகவே தேர்வாகிவிடுகிறது. இந்துக்களில் கிட்டத்தட்ட அனைவரும் எனக் குறிப்பிடும் அளவு, பிறப்பாலேயே இந்துக்கள். மிகவும் சொற்ப எண்ணிக்கையில் சிலர், இந்துக்கள் பலருக்கும் பரிச்சயமற்ற, 'மத மாற்றம்' என்னும் வழியில், திருமணம், நாடு பெயர்தல் அல்லது தத்துவப் பிடிமானம் இவற்றால் இந்து மதத்தைத் தழுவி இருப்பார்கள். மிகவும் குறைந்த எண்ணிக்கையிலான அந்தச் சிறுபான்மையினர் தவிர, நான் வேறு எதுவாகவும் இல்லை: நான் ஓர் இந்துவாகப் பிறந்தேன், இந்துவாகவே வளர்ந்தேன் மற்றும் என்னை வாழ் நாளெல்லாம் இந்துவாகவே உணர்கிறேன்.

ஆனால் ஓர் இந்துவாக இருப்பது என்பதன் பொருள் என்ன? எண்பதுகளின் முடிவில் உலகு முதன் முதலில் 'இந்து அடிப்படைவாதம்' எனப் பேசவும் எழுதவும் தொடங்கிய பிறகே நாம் இந்தக் கேள்வியை நம்முள் எழுப்ப லானோம். அது விசித்திரமாயிருந்தது. ஏனெனில் நாம் இந்து தர்மத்தை இறுக்கமான அடிப்படைகள் அற்ற மதமாகவே அறிந்திருந்தோம்: எந்த நிறுவனரோ இறை தூதரோ கிடையாது. நிறுவனப்படுத்தப்பட்ட ஒரே புனித வழிபாட்டுத் தலம் என்பது கிடையாது. கட்டாயமான நம்பிக்கைகளோ சடங்குகளோ கிடையாது. 'தர்மம் சார்ந்த நல் வாழ்க்கை'

இதுதான் என எல்லோருக்கும் ஒரே மாதிரியான கருத்தோ ஒரே ஒரு புனித நூலோ கிடையாது.

என் இந்து மதம் வாழப்பட்ட மதம்; அது அனுபவத்திலும் வளர்ப்பிலுமான இந்து தர்மம். அவதானிப்பிலும் உரையாடல்களிலும் நான் கண்டது; ஆழ்ந்த மத நூல் வாசிப்போடு பிணைக்கப்பட்டதல்ல (இரண்டும் ஒன்றை ஒன்று விலக்கி விடுபவை அல்ல என்றபோதும்). எனக்கு சில மந்திரங்கள் தெரியும், வேத உச்சாடனங்களின் சின்னஞ் சிறிய பகுதிகள் தெரியும் ஆனால் நடைமுறையில் அதைத்தாண்டி எந்த சமஸ்கிருதமும் தெரியாது: இந்துப் புனித நூல்கள், தத்துவங்கள் பற்றிய என் அறிவு அவற்றை ஆங்கில மொழிபெயர்ப்பில் வாசித்ததால் உருவானதுதான் (நான் ஒரு கோவிலுக்குப் போயிருந்தபோது, ஆங்கிலம், சமஸ்கிருதம், என் 'தாய் மொழி' மலையாளம் இவற்றைக் கலந்தே பிரார்த்தனை செய்தேன். கடவுள் இயல்பிலேயே பன்மொழி வல்லுனராயிருப்பார் என்று உறுதியாக நம்புகிறேன்!).

ஒரு சரித்திர மாணவனாக எனக்கு எப்போதுமே இந்தியப் பாரம்பரியங்கள், நம்பிக்கைகளின் மீது ஆர்வம் இருந்து வந்தது. பகவத் கீதையின் பல மொழிபெயர்ப்புகள் உட்பட, இந்து சிந்தனை மீதான கணிசமான நூல்களைச் சேகரித்து வைத்திருந்தேன். சுவாமி விவேகானந்தரின் சிந்தனைகளையும் உரைகளையும் தீவிரமாகப் பின்பற்றுபவனாக இருந்தேன் (பின்வரும் பக்கங்களில் அது தெளிவாகும்). என் மதம் பற்றி சர்வப்பள்ளி ராதாகிருஷ்ணன், ஆனந்த குமாரசாமி ஆகியோரின் ஞானத்தை ஆங்கிலத்தில் வாசித்து உள் வாங்கினேன். சுவாமி விவேகானந்தர், ராம்கிருஷ்ண பரமஹம்சர், பரமஹம்ச யோகானந்தர் போன்ற மேலோரின் வாழ்க்கை வரலாற்றை வாசித்தேன். செவ்விலக்கியப் பொக்கிஷங்களாக ஏ.எல்.பாஷம் மற்றும் ஆர்.சி.ஜானேரின் எழுத்துகளில் தொடங்கி, ராய்மான் பணிக்கர், கரண் சிங் ஆகியோரின் அற்புதமான மொழிபெயர்ப்புகளையும் படித்தேன். இவர்களிடமிருந்தும் என் தந்தையாரிடமிருந்தும் தனிப்பட்ட சில புரிதலின் அடிப்படையிலான நம்பிக்கைகளைப் பெற்று 'எனது' இந்து மதம் உருவானது. ஆனால் எனது மதத்துடன் சம்பந்தமே இல்லாத வடிவத்தில், தீவிரமான புது இந்துத் தன்மை பற்றி அறுதியிடப்படும் காலகட்டத்தை எதிர்கொள்ள அவை போதுமா?

இந்து மதத்தை விளக்குவது

விளக்கம் தருவதே முதல் சவால். 'இந்து' என்னும் பதம் மதம் என்பதைத் தாண்டிய பொருளைத்தான் பல இடங்களில் தருகிறது. பல மொழிகளில், குறிப்பாக ஃப்ரெஞ்ச் மற்றும் பாரசீக மொழிகளில் 'இந்தியன்' என்று சொல்லப் பயன்படுத்திய வார்த்தை 'இந்து'! ஆதி காலத்தில் 'இந்து' என்போர் சிந்து அல்லது இண்டஸ் நதிக்கு கீழ்ப் பகுதியில் இருப்போரே.

ஆனால், சிந்து நதி இப்போது இஸ்லாமிய நாடான பாகிஸ்தானில் இருக்கிறது; நிலையை இன்னும் மோசமாக்குவதோ இந்து என்னும் சொல் வெளி நாட்டவர் இந்தியர்களுக்கு சுய விளக்கம் தருவதற்காகப் பரிசளித்த சொல். இந்துக்கள் எப்போதுமே எந்த மொழியிலுமே தமக்கு ஒரு பெயரிட்டு முத்திரை குத்திக் கொள்ளவே இல்லை; வெளி நாட்டவர் ஒரு பெயரை இட்டு அழைத்தபோது, மிகவும் மகிழ்ச்சியுடன் அதைத் தமதாக்கிக் கொண்டார்கள் (உண்மையில் பலரும் 'சனாதன தர்மம்' என்னும் ஓர் அடையாளத்தின் வழியேதான் இந்து மதம் அழைக்கப்பட வேண்டும் என்று விரும்புகிறார்கள். என்றும் நிலைத்திருக்கும் மதம் என்பதே அதன் பொருள்.

'இந்துயிஸம்' இவ்வாறாக, இந்தியாவில் மட்டுமே இருக்கும் ஒரு மதத்துக்கு வெளி நாட்டவர்கள் பயன்படுத்திய பெயரே ஆகும். அது மின்சார வேகத்தில் பல அடையாளங்களை இந்த மதத்துக்குத் திறக்கிறது. இந்து மதத்தில் எங்கும் நிறைந்தவர், எல்லாமே கடவுள் என்னும் தத்துவத்துக்கும், கடவுள் உண்டா இல்லையா என்பது தருக்கத்தால் நிறுவப்பட முடியாது என்று அறிவால் மட்டுமே அடையாளம் காணும் சிந்தனைக்கும், கடவுளின் அவதாரங்கள் மற்றும் ஜாதி பேதம் என ஏகப்பட்டவற்றுக்கு இடமுண்டு. ஆனால் இவை யாவுமே கட்டாயமான இந்து மதத்தின் ஓர் அம்சமாகாது: எந்தக் குறிப்பிட்ட தன்மையுமே கிடையாது. நமக்குக் கட்டாயமான மதக் கட்டுப்பாடுகள் இல்லை.

உண்மையில் இது பழக்கத்தில் இல்லாத ஒன்றே. ஒரு கத்தோலிக்கர் தம்மை ஏன் கத்தோலிக்கர் என அழைத்துக்கொள்கிறார் என்றால், அவர் ஏசுபிரானை கடவுளின் மகன் என்றும் மனிதனுக்காகத் தம் உயிரைத் தந்தவர் என்றும் நம்புகிறார்; அவர் தூய கருத்தரிப்பு மூலம் கன்னி மேரிக்குப் பிறந்தார் என நம்புவார்; பாவ மன்னிப்புக் கோருவார். சர்ச்சில் மண்டியிட்டுத் தொழுவார்; அவருக்குப் பிரம்மச்சரிய விரதத்தில் இருக்க வேண்டிய பாதிரிகளும் போப்பாண்டவருமே வழிகாட்டிகள்.

ஒரு முஸ்லீம் அல்லா தவிர வேறு கடவுள் இல்லை என்றும் முகம்மது நபி தமது இறை தூதர் என்றும் நம்புகிறார். ஒரு யூதர் டோரா, பெண்டாச்சு ஆகிய மத நூல்களின் கட்டளைகளையும் அதன் தால்மூத் என்னும் வழிமுறைகளையும் நம்புகிறார். ஒரு பார்ஸி நெருப்பை கோயிலில் வழிபடுகிறார்; ஒரு சீக்கியரோ 'குரு கிரந்த சாஹிப்' என்னும் நூலின் போதனைகளையே வேறு எதை விடவும் மேலானதாகக் கருதுகிறார். இந்த மதங்களின் நம்பிக்கைகளுடன் சமமானதாக நாம் கண்டு ஒப்பிடக்கூடிய நம்பிக்கை எதுவும் இந்து மதத்துக்குள் இல்லை. ஏதேனும் ஒரு கடவுளை நம்பியாகவேண்டும் என்ற விதிமுறைகூட இந்து மதத்துக்குள் கிடையாது.

நான் ஓர் இந்துக் குடும்பச் சூழலில்தான் வளர்ந்தேன். வீட்டில் ஒரு பூஜையறையில் கடவுள்களின் ஓவியங்களும் பல தலைமுறைப் பெரியவர்களின் படங்களும் இருக்கும். சற்றே மங்கி, பக்தி மிகுந்த என் பெற்றோர் ஏற்றி வைக்கும் ஊதுவத்திப் புகையால் சாம்பல் படலத்துடன்

அவை இருக்கும். நான் ஏற்கெனவே குறிப்பிட்டபடி என் தந்தையாரை பிரார்த்தனையில் பார்த்தே நான் பக்தி மிகுந்தவனானேன் என்று குறிப்பிட்டிருக்கிறேன். ஒவ்வொரு நாள் காலையிலும், தலை குளித்து, ஈரமான தலையை சீப்பால் சீவிக் கொள்ளாமல், ஈரத்துண்டுடன் பூஜையறையில் சமஸ்கிருத மந்திரங்கள் சொல்லி என் தந்தை வழிபடுவார். அவர் என்னை அவரோடு சேர்ந்து பிரார்த்தனை செய்ய அழைத்ததே இல்லை; 'உனக்கும் நீ எந்த வடிவத்தில் வழிபட விரும்புகிறாயோ அந்தக் கடவுளுக்கும் இடைப்பட்ட அந்தரங்கமான ஒன்றே பிரார்த்தனை' என்னும் இந்து மதத்தின் கருத்தை வாழ்ந்து காட்டினார். இந்து வழி முறைப்படி நானே எனக்காக சத்தியத்தைக் கண்டறிய வேண்டும்.

❈ எனது உண்மை ❈

எனது உண்மை ஒன்று என்னிடம் உண்டு என எண்ணுகிறேன். நான் கடவுள் நம்பிக்கை உள்ளவன்; பள்ளிக்கூடப் பிராயத்தில் நாத்திக எண்ணங்கள் குறுகிய காலம் இருந்தது. அது பகுத்தறிவைக் கண்டறிந்ததும் வரும்; பகுத்தறிவின் எல்லைகளை உணர்ந்ததும் மறைந்தும்விடும். நான் நம்பிக்கை உடைய ஓர் இந்து என என்னை வர்ணிப்பதில் மகிழ்ச்சி அடைகிறேன்; நான் பிறப்பால் இந்து என்பதால் மட்டுமன்றி, மேலும் பல காரணங்களாலும்தான் அந்த மகிழ்ச்சி. நம்பிக்கைக்கு எந்தக் காரணமும் தேவையே இல்லை என்பது வேறு விஷயம்.

நான் ஓர் இந்து என்று சொல்லிக்கொள்வதற்கான முக்கியமான ஒரு காரணம் பண்பாட்டின் அடிப்படையிலானது: ஓர் இந்துவாக நான் என் சொந்த மக்களின் புராதனமான அபார அறிவாற்றலைப் பறைசாற்றும் மதத்தை நம்புகிறேன். என் சொந்த மண்ணில் என் மதத்தின் மகத்தான வரலாற்றின் மீது கர்வம் கொள்கிறேன்: ஆதிசங்கரர் என் பெருமைக்குக் காரணமானவர். அவர் தென் கோடியிலிருந்து வடக்கே காஷ்மீரத்துக்கும், கிழக்கே ஒடிசாவுக்கும் மேற்கே குஜராத் வரைக்கும் சென்று, பல அறிஞர்களோடு வாதிட்டு, தமது நம்பிக்கைகளை போதித்து மடங்களை ஸ்தாபித்தார்.

ஹார்வர்ட் மேதை டயானாக் எக் எழுதிய 'இந்தியா - சேக்ரட் ஜியாக்ரஃபி' என்னும் நூலில் இந்தியா என்பது 'எண்ணற்ற புனிதத்தலங்களால் ஒன்று சேர்க்கப்பட்ட நிலப்பரப்பு' என்னும் கருத்து முன்வைக்கப்பட்டிருக்கும். அது, எனக்கு எனது இந்த இந்து உணர்வு தொடர்பான பழம் பெருமையை மேலும் வலுவானதாக ஆக்கியது.

பெரும் தத்துவ ஞானியும் முன்னாள் குடியரசுத் தலைவரும் ஆன சர்வப்பள்ளி ராதா கிருஷ்ணன் 'இந்துக்கள் தமக்கேயான பொது இலக்கியம், பொது வரலாறு மற்றும் பொதுவான பண்பாட்டுடன் தனித்துவம் மிக்க பண்பாட்டின் அடையாளமும் கொண்டவர்கள்' என்

இந்துக்கள் பற்றி எழுதினார். கால அளவுக்குள் அகப்படாத தொன்மையுள்ள பெருமைமிகு பாரம்பரியத்தின் ஒரு வாரிசாக (பல கோடி வாரிசுகளுள் ஒருவனாக) என்னை நான் அடையாளம் காண்கிறேன்; இந்து மதத்தின் மீது எனக்குள்ள பற்றை மீண்டும் மீண்டும் குறிப்பிடும் போதெல்லாம் நான் நன்கு தெரிந்தே அதன் வரலாறு, பூகோளம், இலக்கியம் என்னுடையவை என உரிமை கோருகிறேன். எனது பல நண்பர்களுக்கும் இந்தியாவின் சக குடிமக்களுக்கும் பல சக இந்துக்களும் இப்படி ஓர் அவசியம் இல்லை என்பது எனக்குத் தெரியும். பல இந்துக்கள் (சில காலமாய்) இந்தியர்கள் இல்லை என்பதும் தான். ஆனால் நான் எனது முன்னோரின் இறந்த காலத்தோடு என்னைப் பின்னிப் பிணைக்கும் இந்த பண்பாட்டு மற்றும் பூகோள அடிப்படையிலான இந்து மதத்தில் நிம்மதி காண்கிறேன்.

இந்து என்ற பதத்தின் மீதான எனது 'நம்பிக்கை'க்கு இன்னொரு காரணம் அதற்கு இணையாக அறிவார்ந்த தளத்தில் 'பொருந்தும்படியான' வேறு வார்த்தை எதுவுமே இல்லை. நான் பிற மத நம்பிக்கைகளைவிட, இந்து நம்பிக்கைகளுடன் மிகவும் நிம்மதியாக இருப்பேன். என்னை நான் பலகாலமாகவே 'தாராள மனப்பான்மை' உள்ளவனாகக் கண்டிருக்கிறேன். அந்த தாராளம் அரசியல் அல்லது பொருளாதாரம் சம்பந்தப்பட்ட பொருளில் அல்ல; நான் வாழ்க்கை பற்றிய ஒரு மனப்பாங்கு என்றே கருதுகிறேன். மக்கள் எப்படி இருக்கிறார்களோ, அப்படியே அவர்களை ஏற்பது, அவர்கள் என்னவாக இருக்க விரும்புகிறார்களோ மற்றும் என்னவாக ஆக விரும்புகிறார்களோ அதற்கு அனுமதிப்பது, அவர்கள் விரும்புவதைச் செய்ய விடுவது (அது பிறருக்கு ஊறு விளைவிக்காத பட்சத்தில்) இவையெல்லாம் என் இயல்பான உள்ளுணர்வாகும். கடுமையான மற்றும் கட்டுப்படுத்தும் நம்பிக்கைகள் எனக்குப் பிடித்தவைகளே அல்ல.

என் தாராளமான உள்ளுணர்வுகளுக்கு நான் வளர்க்கப் பட்ட மதம் மேலும் வலுவேற்றியிருக்கிறது. பல நூற்றாண்டுகளின் என்றும் அழியாத ஞானம் மற்றும் தெய்வீகம் ஆகியவை ஒரே ஒரு புனித நூலுக்குள் அடக்கிவிட முடியாதவை. இந்தக் கருத்தின் மீதே, பல வழிகளில் இந்து மதம் கட்டமைக்கப்பட்டிருக்கிறது; எங்களிடம் பல புனித நூல்கள் உண்டு. அவற்றுள் ஒவ்வொன்றினுள்ளும் ஆழ்ந்து நாங்கள் உண்மையை (அல்லது உண்மைகளைக்) கண்டறியலாம். போப் போன்ற ஒரு பாதிரி மற்றும் நிறுவனப் படுத்தப்பட்ட வழிபாட்டுமையம் எதுவுமே இல்லாமல் நான் ஒரு மதத்துக்கு விசுவாசமாக இருக்கலாம்; அந்த மதத்தின் பழக்கங்களை அல்லது சடங்குகளை நிராகரிக்க எனக்கு உரிமை உண்டு.

வெளிப்படையான அடையாளங்களால் நான் இந்து எனக் காட்டிக் கொள்ள வேண்டும் என அது கட்டாயப்படுத்தவில்லை. என் தனி அடையாளத்தைக் கூட்டத்தில் கலந்து கைவிட வேண்டுமென்று அது நிர்பந்திப்பதில்லை. எந்தக் குறிப்பிட்ட காலம் அல்லது நாள் வரிசையில் வழிபாட்டைச் செய்ய வேண்டும் என்றோ கட்டாயப்படுத்துவதில்லை. இந்து போப், இந்து

வாடிகன், இந்து மத நம்பிக்கைகள் பற்றிய கேள்வி-பதிலான வழிகாட்டி நூல் இவை மட்டுமல்ல, ஓர் இந்து ஞாயிற்றுக் கிழமை என்றும் எதுவும் கூடக் கிடையாது.

பலவேறு வகை உணவு வகைகளையும் வைத்து வேண்டியதை உண்ணலாம் என அளிக்கப்படும் விருந்துபோல் பல்வேறு தெய்வீகங்களில் விரும்பியதைத் தேர்வு செய்யும் வாய்ப்புத் தரும் ஒரு மதத்தையே ஓர் இந்துவாக நான் கடைப்பிடிக்கிறேன். பலவேறு சடங்குகளைச் செய்யலாம் (விட்டுவிடலாம்). பல்வேறு நோன்புகளைக் கொள்ளலாம் (விட்டுவிடலாம்). ஓர் இந்துவாக, புனிதக் கட்டளைகள், தடை செய்யும் மதக் கட்டுப்பாடுகள் இல்லாத, ஒரே ஒரு புனித நூலே என்னும் எல்லை இல்லாத ஓர் இனத்துடன் ஒருங்கிணைகிறேன்.

ஓர் இந்து ஆத்திகராகவோ நாத்திகராகவோ இருக்கலாம்: ஆத்திகம் அல்லது நாத்திகம் என்பது பாரம்பரிய நம்பிக்கையை எதிர்த்து நிற்கும் ஒன்றல்ல. பாரம்பரிய நடவடிக்கையை ஒட்டியதே ஆகும். ஓர் ஆத்திகராக அவர் வேதங்களின் புனிதம், ஆன்மாவின் இருப்பு, கடவுளின் மீது நம்பிக்கை இவற்றை ஏற்கலாம் அல்லது இவற்றுள் ஒன்றையோ அல்லது அனைத்தையுமோ நிராகரித்துவிட்டும் இந்துவாக இருக்கலாம். இந்துத் தத்துவத்தில் நாத்திகத்துக்கும் இடம் உண்டு.

ஓர் ஆத்திகராக அவர் ஆறு பெரும் தத்துவப் பள்ளிகளின் சிந்தனைகளில் ஒன்றை அதாவது ஷட் தர்ஸானாக்களுள் ஒன்றை ஏற்கலாம் (அவை பற்றிப் பின் வரும் பக்கங்களில் விளக்குவேன்). ஒரு நாத்திகராக, ஒருவர், பௌத்தம், சமணம் உள்ளடங்கிய இந்து மதத்தின் ஐந்து தத்துவத் தடங்களுக்குள் ஒன்றின் மீது நம்பிக்கை வைத்து அதைப் பின்பற்றலாம். பௌத்தம், சமணம் இவை இரண்டுமே அந்தக் கால கட்டத்தில் இருந்த சடங்குகளின் அடிப்படையிலான இந்து மதத்தை எதிர்த்து உருவான சீர்திருத்த இயக்கங்களே: அவை நடைமுறையில் மீண்டும் தாய் மதமான இந்து மதத்துக்குள் ஐக்கியமாயின (அம்மதத்தவர் இதை ஏற்காமல் போகலாம்).

ஒரு நாத்திகர் சார்வாகரின் பொருள் மையமான வழியைப் பின் பற்றலாம். அந்த வழியினர் எல்லா மத நம்பிக்கைகள், சடங்குகளைக் கைவிட்டவராகத் தம்மை செல்வம் மற்றும் லாபம் சேர்க்கும் வழியில் ஈடுபடுத்திக் கொள்வார்கள். ஒரு கற்பனை மிகுந்த ஓவியரின் ஓவியத்தட்டு போல, வண்ணமயமானதும் பலவானதுமான தேர்வுகள் ஓர் இந்துவுக்கு உண்டு.

அதே சமயம், இந்து மதம் எந்த இறுதிவாதத்தையும் முன்வைக்கவில்லை என்பதை ஓர் இந்துவாகப் பெருமையுடன் முன்வைக்கிறேன். ஒரே சமயத்தில் சிருஷ்டியை வியக்கவும் மறுபக்கம் அவர் யாவும் அறிந்தவரா என்பதில் ஐயம் கொள்ளவும் இந்து மதத்தில் இடம் உண்டு. 3500 ஆண்டுகளுக்கு முற்பட்ட ரிக் வேதத்தின் நசாதிய சூக்தத்தில் சிருஷ்டி பற்றிய பாடல்களைக் காண்போம்:

பின்னர் அங்கே இருப்போ ஏதுமின்மையோ இருக்கவில்லை,
அங்கே இடைவெளியோ அப்பாற்பட்ட ஆகாயமோ இருக்கவில்லை.
எது அதை மூடிக் கொண்டிருந்தது? எங்கே இருந்தது அது?
எது அதற்கு நிழல் தந்தது?
யாரும் காணாத ஆழத்தில் தண்ணீர் இருந்ததா?

பின்னர் அங்கே மரணமோ அமரத்துவமோ இல்லை
இரவு பகல் பேதமும் இருக்கவில்லை.
அது சுவாசித்தது, சுவாசமில்லாமலும் தன்னைத் தானே நிலைநிறுத்திக்கொண்டு
அந்த ஒன்று அப்போது இருந்தது, வேறு எதுவும் இருக்கவில்லை.

தொடக்கத்தில் அங்கே இருள் மட்டுமே இருந்தது, இருளால் திரையிடப்பட்டு,
அடர்ந்த இருளில், வெளிச்சமில்லாத தண்ணீர் இருந்தது.
அப்போது இருந்தவை வடிவமற்றவை மற்றும் வெற்றிடமானவை
இறுதியில் ஒன்று எழுந்தது, வெப்பத்தின் சக்தியில் பிறப்பெடுத்ததாக.

தொடக்கத்தில் இச்சை எழுந்தது,
தொடக்க கால விதை, மனத்தால் பிறப்பெடுத்தது.
தமது இதயங்களை ஞானத்துடன் துழாவிய தவயோகிகள்
இருப்பவற்றையும் இல்லாதவற்றையும் இணைப்பது எது என்று
கண்டறிந்தார்கள்.

அவர்கள் தம் பார்வையின் கூர்முனையால் வெற்றிடத்தினுள் ஊடுருவினார்கள்
மேலே என்ன இருந்தது? கீழே என்ன இருந்தது?
பின்னர் விதைகள் விதைக்கப்பட்டன அதனால் ஒரு பேராற்றல் மிகுந்த
சக்தி எழுந்தது

கீழே பலமும் மேலே துடிப்பும் இருந்தன.

யாருக்குத் தெரியும்? யாரால் கூற இயலும்?
எல்லாமே எப்போது வந்தன? சிருஷ்டி எப்படி நிகழ்ந்தது?
கடவுள்கள் சிருஷ்டிக்குப் பிறகு வந்தவர்களே,
எனவே யாருக்குத் தெரியும் அந்த மகா சிருஷ்டி எப்போது புலர்ந்தது?

சிருஷ்டியின் மூலம் எப்போது நிகழ்ந்தது என்பது யாருக்குத் தெரியும்?
அவர் அதை வடிவமைத்தாரோ இல்லையோ,
அதி உச்சத்தில் உள்ள சுவர்க்கத்தில் இருந்து எல்லாவற்றையும் விரிந்து
அளவெடுப்பவர்
அவருக்குத் தெரியும் - இல்லை ஒரு வேளை அவருக்குத்
தெரியாமலிருக்கலாம்.

– ரிக் வேதம், 10.129

'ஒரு வேளை அவருக்கும் தெரியாமல் இருக்கலாம்!' பிரபஞ்சத்தையே படைத்த சிருஷ்டிக் கடவுள் பற்றியே, இந்த அடிப்படைக் கேள்வியை எழுப்பும் மதத்தை நான் நேசிக்கிறேன். அவருக்கும் தெரியாமல் இருக்கலாமே, நிஜத்திலேயே. அற்ப ஆயுளுள்ள நாம் யார் அந்த சிருஷ்டிக்

கடவுளுக்கே நிச்சயமாகத் தெரியாததை நமக்குத் தெரியும் என்று பறைசாற்றிக்கொள்வதற்கு?

கடவுள் விளங்கிக் கொள்ள முடியாதவர் என்பதை இந்து சிந்தனை ஒரு விழுமியமாகக் காண்கிறது. உபநிடதங்களில் ஒரு முனிவரிடம் கடவுளின் தன்மை என்ன என்று விளக்கும்படிக் கேட்கப்படுவது பற்றிய அருமையான கதை ஒன்று உண்டு. கலகலப்பாக சீடர்களுடன் பேசும் அந்த முனிவரோ இந்தக் கேள்வி கேட்கப் பட்டவுடன் மௌனமாகிவிடுகிறார்! சீடர்களோ விடை என்ன என்று தெரிந்து கொள்வதில் ஆர்வமாக இருக்கிறார்கள். அவரோ அந்த மௌனம் தான் தமது விடை என்று கூறுகிறார். ஏனெனில் எது முழுமையானதோ அது மௌனம்; தெய்வீகத்தின் மெய் நிலையை பேசும் சொற்களுக்குள் அடைத்துக் காட்டிவிடமுடியாது.

எண்ணங்களோ வார்த்தைகளோ போதவே போதாது: 'விளங்கிக் கொண்டவர்களுக்கு விளங்காதது அது' என்கிறது கேனோப உபநிடதம், 'யார் அதை விளங்கிக் கொள்ளவில்லையோ அவர்களுக்கு விளங்கி விடுகிறது அது'. 'நேதி.. நேதி.. 'இது இல்லை..இது இல்லை' - பூரணமானதைப் பேச்சில் விளக்க முடியாது என்பதை எடுத்துக் காட்டும் சொல் இது. பல தவ யோகிகளுக்கும், அவர்கள் எந்த தெய்வீகத்தை உணர்ந்தார்களோ அது பிறருக்கு மொழி பெயர்த்துக் கூற முடியாத ஒன்றாகவே இருந்தது. அவர்களைப் போன்ற அனுபூதி இல்லாதவர் களுக்கு, அது சைகை மொழியாலோ அல்லது வார்த்தையாலேயோ யாரும் விளக்கி விட முடியாது: அது 'சொற்களால் விளக்கிவிட முடியாதவற்றைச் சேர்ந்தது'.

நான் புரிதலுக்கு அப்பாற்பட்ட ஒரு மதம் பற்றிய என் 'புரிதல்களை'ப் பட்டியலிடுகிறேன். முத்தாய்ப்பானது இது: எல்லாவற்றுக்கும் மேலாக, தான் மற்றுமே ஒரே ஓர் உண்மையான மதம் என்று அறுதியிடாத உலகின் ஒரே ஒரு பெரிய மதத்தவனாக ஓர் இந்துவாக இருக்கிறேன். பிற மதம் சார்ந்த என் சகஜீவிகளைப்போல், இவர்கள் 'ஓர் உண்மையான பாதை'யைத் தவற விட்டுவிட்டுவிட்டார்களே என தமது குறுகிய நம்பிக்கையின் அடிப்படையில் நினைக்கும் பெரிய சுமை என் முதுகின் மீது இல்லை.

இந்தக் கடுமையான நம்பிக்கையே 'செமிட்டிக்' என அழைக்கப் படும் கிறித்துவம், இஸ்லாம், யூத மதத்தின் அடிப்படையாகும்.

'நானே பாதை, ஒரே உண்மை மற்றும் உயிர்; யாருமே என்னைத் தவிர்த்துக் கடவுளிடம் செல்வதில்லை' (John 14:6) இது பைபிளில் வருவதாகும். 'கடவுள் ஒருவரே. அவரே அல்லா. முகம்மதுவே அவரது இறை தூதர்' எனப் பிரகடனம் செய்கிறது குரான். முக்தி அல்லது சுவர்க்கம் பற்றியே விட்டுவிடுவோம். நம்பாதோருக்கு மீட்பே இல்லை என மறுக்கப் படுகிறது. இந்து மதம் நம்பிக்கையின் எல்லாப் பாதைகளும் சமமாக உகந்தவையே என்கிறது. இந்துக்கள் தாமாகவே பிற மதத்தின் புனிதர்கள்,

புனிதப் பொருட்கள் ஆகியோரை வணங்குகிறார்கள். எனது மதத்தை ஏமாற்றாமலேயே என்னால் பிற மதங்களின் புனிதத்துவத்தை மதிக்க இயலும் என்பதில் பெருமை கொள்கிறேன்.

தத்துவவியலாளர் ராய்மன் பணிக்கர் ஆணித்தரமாகத் தமது The Vedic Experience, என்னும் நூலில் குறிப்பிட்டது போல, 'சிந்திப்பதை சாத்திய மாக்குவதும், சிந்திக்காத வெளியிலிருந்து சிந்தனை வெளிவர முடியும் என நம்பச் செய்வது நமது நம்பிக்கையே. நமது ஒழுக்கம் சார்ந்த மற்றும் பிற முடிவுகளை சாத்தியம் ஆக்குவதும், நமது செயல்களை மேலும் பொருளுள்ளதாக்கும் ஓர் எல்லையற்ற தொடுவானத்தை நமக்குத் திறந்து தருவதும் நம்பிக்கையே'. ஓர் இந்துவாக எனது செயல்களின் பொருளை நான் எனது மத நம்பிக்கைக்கு உட்பட்டுத் தேடுகிறேன்.

கட்டாயமான மத நம்பிக்கை இல்லாத மதம்

இருந்தும் இந்து மதம் அடிப்படையில் ஒரு பண்பாடே, அது கட்டாயமான நம்பிக்கைகள் இல்லாத மதம். மதக் குற்றம் என்று இந்து மதத்தில் ஒன்று கிடையாது. தெய்வீகம் என்னும் கற்பனைக்கு ஏற்ப விரியும் கடவுள் பீடத்தைத் தனது கற்பனைகளின் வழி தனது தனிப்பட்ட நம்பிக்கைகளை உருவாக்கிக்கொள்ள ஒருவரை அது அனுமதிக்கிறது. மிகவும் தனித் தன்மையுடன் மதக்குற்றம் என மீற முடியாத நம்பிக்கைகளை முன் வைக்காத மதம் இந்து மதம். 'சில மதக் கட்டளைகளை மீறினால் நீ மதத்தை அவமதித்த குற்றவாளி' எனக் கூறும் கட்டளைகள் எதுவும் இந்த மதத்தில் இல்லை. உண்மையில், எந்த ஒரு மதத்திலும் அடிப்படையாக இருக்கும் 'கடவுளை நம்புவது' என்பது கூட இந்து மதத்தில் கட்டாயமில்லை. சார்வாகரின் சிந்தனைப் பள்ளியில் இந்து மதத்துக்கு உட்பட்டே நாத்திகவாதம் பேசுமளவு போயிருப்பதை ஒருவர் பார்க்க முடியும்.

தொன்மையான இந்து மதத்தில் இருந்த அறிவுத்தளத்தில் பாரம்பரியத்தை மறுக்கும் சுதந்திரம் இருந்ததற்கு சார்வாகர்கள் மிகவும் சரியான உதாரணங்கள். அவர்கள் பொருள் தேடும் உடைமைப் பற்றில் தீவிரமாக இருந்தார்கள். அவர்கள் ஆத்திகர்கள் கொண்டாடும் எல்லாவற்றுக்குமே சவால் விடுத்தார்கள். தமது 'சர்வதர்ஸன சம்கிரகா' என்னும் நூலில் மத்துவாச்சாரியார் சார்வாக சிந்தனைப் பள்ளியின் சிந்தனைகளைத் தொகுத்தார். அது 'சுவர்க்கமில்லை, இறுதி விடுதலை இல்லை, ஆன்மா இல்லை (தொடர்ந்து இருப்பதாகக் கூறப்படும்) மற்றொரு உலகில், ஜாதி அடிப்படையிலான சடங்குகளோ அல்லது எதிர்காலத்தில் நன்மை பயப்பதற்காக இப்போது செய்யப்படுவதான எந்த வழிமுறையும் இல்லை' என்று கூறுகிறது.

புனிதர்கள் மற்றும் அவர்களது செயல் முறைகளை சார்வாகர்கள் கடுமையாக எதிர்த்தார்கள்: 'அக்கினிகோத்திர யாகம், மூன்று வேதங்கள்,

உஞ்சவிருத்தி என்னும் பிச்சை ஏற்பவரின் மூன்று பொருட்கள் (த்ரிதண்டம்) மற்றும் விபூதியை உடல் முழுதும் பூசுதல், இவை படைத்த கடவுளால் பிழைப்புக்காக வேறு எதுவும் செய்ய சக்தி இல்லாதோருக்காக ஏற்படுத்தப்பட்டது' அவர்கள் ஆத்திகர்களின் தத்துவ நிறுவல்களைக் கேள்விக்குள்ளாக்கினார்கள்:

'ஒருவேளை (அது உண்மை என்றால்) ஜ்யோதிஸ்தோமா யாகத்தில் தீயில் இடப்படும் விலங்கு சுவர்க்கத்துக்குப் போகுமென்றால் ஏன் அதன் கர்த்தா தன் அப்பாவையே அந்த அக்னிக்குள் போடக் கூடாது?'

இந்து மதமோ, எல்லா விதமான நம்பிக்கை மற்றும் வடிவங்களில் வழிபடுவதைத் தனக்குள் அனுமதிக்கிறது: ஒன்றைத் தேர்வு செய்து மற்றொன்றை நிராகரிக்கும் அவசியம் இல்லை. மகாத்மா காந்தி இந்து மதத்தின் எந்தத் தன்மையைப் பாராட்டினார் என்பது புகழ் பெற்ற ஒன்று: 'கட்டாய மத நம்பிக்கைகளில் இருந்து விடுபட்டிருக்கிறது என்பதே ஓர் அழுத்தமான அதன் சிறப்பாக எனக்குத் தெரிகிறது' என்றார் காந்தியடிகள். 'பின்பற்ற விழைவோருக்குத் தன்னைத் தானே வெளிப்படுத்திக் கொள்ள அதிக பட்ச வழிவகைகள் உண்டு. எனவே அது, தொன்மையான மற்றும் சமகாலக் கருத்துக்கள் உள்ளடங்கிய, காலத்தால் அளக்க முடியாத ஒரு மதமாகும்.

தன்னுள் அது, ஒன்றோடு ஒன்று ஒத்துப் போக வேண்டும் என்னும் கட்டாயம் இல்லாத எண்ணற்ற புனித நூல்கள், தத்துவங்கள், நம்பிக்கை ஒழுங்குகள் மற்றும் சிந்தனைப் பள்ளிகளைத் தன்னுள் உள்ளடக்கி இருக்கிறது. இவற்றுள் எந்த ஒன்றுமே, விளங்கிக் கொள்ள முடியாத வகையில் ஓர் ஆகப் பெரிய அதிகாரியால் நிராகரிப்படும் என்னும் ஆபத்தே இல்லை. ஏனெனில் அப்படி ஓர் அதிகாரி என்பவர் இந்து மதத்தில் இல்லை. இந்து மதத்துக்குள் மதத் தலைவரால் மத அவமதிப்பு பற்றி விசாரணை என்று ஒன்று கிடையாது; ஏனெனில் எல்லோரையும் கட்டுப்படுத்தும் ஒரு மதத் தத்துவம் இங்கே இல்லை; அதே போல் 'மத அவமதிப்பு பற்றி விசாரிக்கும் விசாரணை அதிகாரி'யை நியமிக்கும் அதிகாரமுள்ள ஆகப் பெரிய அதிகாரம் கொண்ட மதத் தலைவரும் இங்கே இல்லை.

இந்து சிந்தனை என்பது எந்தப் புத்தகமுமே மறு பதிப்பு ஆகாமலில்லை என்ற நிலையில் இருக்கும் ஒரு நூல் நிலையம் போன்றது. ஒரு வேளை மத நூலின் ஓர் அத்தியாயத்தின் பகுதிகள் வாசிக்கப்படவே இல்லை என்றாலும், பல நூற்றாண்டுகளாக அந்த அத்தியாயத்தின் சாராம்சமான மதக் கருத்துக்கள் பின்பற்றப் பட்டிருக்கவில்லை என்றாலும் படிக்கவோ உள்வாங்கிக் கொள்ளப் படவோ இல்லை என்றாலும் அந்தப் புத்தகம் எப்போதும் நுழைவதற்கும், திருத்தம் செய்வதற்கும், புது விளக்கங் களுடன் மறு பதிப்பு அச்சிடுவதற்கும் ஒரு வாசகர் விரும்பும்போது அனுமதிக்கிறது.

பல சந்தர்ப்பங்களில் அந்த நூல்களிலுள்ள சிந்தனைகள் அவற்றுக்குப் பதிலளிப்பதாக வந்த கருத்துகளால் மாற்றமடைந்தோ வேறு சிந்தனைகளுக்குள் ஐக்கியமாகியோ இருக்கலாம்; பலவும் ஓர் இந்துவின் விருப்பப்படி, விவரம் தேடலுக்கும், பயன்பாட்டுக்கும் அல்லது கவனிக்கப்படாமல் விட்டுவிடப் படுவதற்கும் ஆனவை.

'யார் ஓர் இந்து?' என்ற கேள்வி, வேறு வழியில்லாமல் கேட்கப் பட்டாலும், அதற்கு இணையாக வேறு வழியில்லாமல் அந்தக் கேள்விக்கான பதிலை விளக்கமாகக் கொடுக்க அரசியல்வாதிகள் களத்தில் இறங்கி விட்டார்கள். குரானின் அடிப்படையில் இஸ்லாமியருக்கு அங்கீகாரம் (ஒற்றைச் சமுதாயமாக குரானின் கட்டளைகளுக்குட்பட்டு வாழ்கிறவர்கள்) வழங்கப்படுவதுபோல். 'லோகமான்ய' பால கங்காதர திலகர் சனாதன தர்ம சபை என்னும் அமைப்பின் கூட்டத்தில் குறிப்பிட்டார்: 'ஓர் இந்து என்பவர் வேதங்கள் கண்கூடான மற்றும் தன்னைத் தாண்டிய நிரூபணங்கள் தேவைப்படாத விஷயங்களைக் கூறுகிறது என நம்புபவர்' என்று குறிப்பிட்டார். இவ்வாறாக, புனித நூல்களின் அடிப்படையில் ஒரு மத அடையாளத்தை உருவாக்க வேண்டிய அவசியம் இருப்பதாகக் கருதினார்.

இரண்டு தசாப்தங்கள் கழித்து, மகாத்மா காந்தி திலகரின் அடிப்படை கருத்தையும் ஏற்று மேலும் 'இந்துக்கள் என்பவர்கள் வேதங்கள், உப நிடதங்கள் ஆகியவற்றையும் மற்றும் பல புனித நூல்களையும் நம்புகிறவர்கள். கடவுளின் பல்வேறு அவதாரங்களிலும், மறு பிறவி, வர்ணம் என்னும் ஜாதி முறையையும் ஆஷ்ரமா (வாழ்க்கையின் நான்கு நிலைகள், பின்வரும் பக்கங்களில் விவரிப்பேன்), பசுவை வணங்குவதும் பாதுகாப்பதும் மற்றும் உருவ வழிபாட்டின் மீது நம்பிக்கைகொண்டு இருப்பது' என வரையறுத்தார். இது பெரியதும், பல கருத்தை உள்ளடக்கியதுமான பட்டியல். ஆனால் பல இந்துக்கள் (என்னையும் சேர்த்து) இத்தனையும் அவசியம் எனக் கருதவில்லை; இவற்றில் சிலவற்றை விட்டதால் தாம் குறைவான இந்துக்கள் எனத் தம்மைக் கருதிக் கொள்வதுமில்லை.

இந்துத்துவத்தின் அரசியல் தத்துவத்தை நிறுவிய கோட்பாட்டாளர் வி.டி. சாவர்க்கர் (அவரது கருத்துகளைப் பின்னால் ஓர் அத்தியாயத்தில் விரிவாக விவாதிப்போம்), 1920ல் வேதங்களின் மதரீதியான அதிகாரத்தை ஏற்காத ஒருவர் இந்துவாக இருக்க முடியும் என்று ஆணித்தரமாகக் கூறினார்.[5] அவரைப் பொறுத்த அளவில் இந்து மத சிந்தனைகளுக்கு இடைப்பட்ட சர்ச்சைகள் - இருமை இல்லை ஒருமையே என்போருக்கும், அவருக்கு எதிராக பிரபஞ்சமே கடவுள் என்போருக்கும், த்வைதிகளுக்கும் அவருக்கு எதிராக நிற்கும் அத்வைதிகளுக்கும், வேதங்களில் கூறிய சிலவற்றுக்கு எதிராக உப நிடதங்களில் கூறியுள்ள சிலவற்றுக்கும், கடவுள் அறிதலுக்கு அப்பாற்பட்டவர் என்போருக்கும் மற்றும் நாத்திகருக்கும் இடையிலானவை - எல்லாம் இந்து என்னும் அடையாளத்தை எந்த வகையிலும் பாதிக்கக்கூடியவை அல்ல எனக் கருதினார்.

அவர் இந்து மதம் என்பதற்கு பதிலாக 'இந்துத் தன்மை மற்றும் இந்துத்துவம்' என்பதை பாரத வர்ஷம் எனப்படும் இந்தியாவின் புராதன நாட்டின் மக்கள் அனைவரது அடையாளமாகவும், பண்பாட்டு அடிப்படையிலான கட்டமைப்பாக அவர்களை ஒருங்கிணைக்கும் ஒன்றாகவும் கண்டார்.

இந்தியாவின் முதல் பிரதம மந்திரி ஜவஹர்லால் நேரு 'இந்துவாயிருப்பது என்பது எல்லா பொருட்களும் எல்லோருக்கும் என்று பொருள் படும்'[6] என்று சொன்னதில் எந்த ஆச்சரியமும் இல்லை. பிரிட்டிஷ் அரசு ஊழியரும் சரித்திர ஆராய்ச்சியாளருமான சர் ஆல்ஃப்ரெட் லியல் இந்து மதத்தை 'சிக்கலான காடு' என வர்ணித்தார். அது ஒன்றுக்கொன்று மாறுபட்டவையும் முரண்களும் நிறைந்தது. அது ஒரு 'மதக் குழப்பம்' ஆக இந்தியா முழுவதும் பரவி இருக்கிறது. அதைப் புரிந்து கொள்வதும் விளக்குவதும் கடினம் என்றார். மிகவும் கொண்டாடப்பட்ட தமது 'அப்டான் உரைகளில்' டாக்டர் சர்வப் பள்ளி ராதா கிருஷ்ணன் தமது உரையில் 'நம்பிக்கைகளின் அருங்காட்சியகமா? சடங்குகளின் வரிசையா? இல்லை ஒரு வெறும் வரை படமா? அல்லது ஒரு பூகோள ரீதியான மொழிதலா? என்று வினா எழுப்பினார்.'

மிகச் சிறந்தவற்றைத் தொகுத்துக்கொள்ளும் தன்மையின் விளைவாகவே இந்துக்கள் அனைத்து மதங்களையும் தரிசனங்களையும் அரவணைத்துக் கொள்ளும் குணம் கொண்டவர்களாக இருக்கிறார்கள். அதோடு முழுவதும் அவர்களுடைய நலன்சார்ந்தே அதைச் செய்கிறார்கள். பிற மதத்தலங்களை மதிப்பதும், பிற மதங்களின் நினைவுப் பொருட்களையோ புனிதப் பொருட்களையோ சுமந்து செல்வதும் இந்துக்களிடம் சகஜமாகத் தென்படுவதாகும். சரித்திரத்தில், இந்துக்கள் சூஃபி தர்காக்களைப் பெரிய எண்ணிக்கையில் சென்று வணங்குவது, சீக்கியரது குருத்துவாராக்களுக்குச் செல்வது மற்றும் கிறித்துவத் தலங்களுக்குச் செல்வதும் பற்றி நிறையவே பதிவுகள் உண்டு. (குறிப்பாக Basilica of Our Lady of Good Health என்று வழங்கப் படும் தமிழ் நாட்டின் வேளாங்கண்ணி மாதா கோயில். அது Lourdes of the East என்று அழைக்கப்படுவதாம். மும்பையின் பாந்த்ராவின் மவுண்ட் மேரி சர்ச்சும் இந்துக்களால் வழிபடப்படுகிறது). தமது கோயில்களுக்குத் தரும் அதே பக்தி மிகுந்த மரியாதையை அவர்கள் பிற மதத் தலங்களுக்கும் தருகிறார்கள்.

அமரராகி விட்ட என் தந்தை மிகவும் பக்தி சிரத்தையான ஓர் இந்துவாகத் தினமும் இரண்டு முறை குளித்து விட்டுப் பிரார்த்தனை செய்வார். அவர் எங்கள் மாநிலத்தின் எல்லா பெரிய கோயில் மற்றும் மதத் தலங்களுக்கும் பயணம் போய் வருவார். குருவாயூர் கோயிலில் 1960ல் ஒரு பெரிய தீ விபத்து ஏற்பட்டது. அப்போது அவர் மும்பையில் பெரியஅளவில் நிதி திரட்டும் பிரசாரம் செய்தார். அவருடைய சொற்ப சேமிப்புப் பணமும் கோயில் புனரமைப்பு நிதிக்கே போய் விட்டது. இருப்பினும், ஒரு கத்தோலிக்க நண்பரும், அப்பாவின் காப்பீட்டு முகவரும் ஆன ஒருவர்

வாடிகனுக்குப் போயிருந்தார். அவர் அங்கே போப் அவர்களால் ஆசீர்வதிக்கப் பட்ட மேரி அன்னையின் உருவப் பதக்கம் ஒன்றைக் கொண்டு வந்து இவருக்கு அன்பளிப்பாகக் கொடுத்தார். என் தந்தையார் பல காலம் அதை மிகுந்த பக்தியுடன் தம்முடனேயே வைத்திருந்தார். இந்த இந்துயிசமே பல இந்துக்களுக்கும் பரிச்சயமானது: பிறரின் புனிதமான மத நம்பிக்கைகளை மதிப்பதும் ஏன் வழிபடுவதும் கூட.

தெய்வீகம் எந்த அடிப்படையைக் கொண்டிருந்தாலும் அந்த தெய்வீகத்தை வணங்குவது இந்துக்களின் குறிப்பிடத்தக்க பண்பாகும். அது பாரம்பரிய மாகவே வரையறைக்கு உட்படுத்தப் பட்ட ஒரு தத்துவத்துக்கு ஆட்பட விரும்பாத தன்மையின் அடையாளம் ஆகும்.

'இந்த என் மதமே முழுமையானது' என்னும் குறுகிய நோக்குக்கு பலி ஆகாத இந்துவின் பாரம்பரிய விசால மனோபாவமே, பிற மதம் எதுவாயினும் அதற்கு மரியாதையும் ஏன் வழிபாடும் செய்யும் மிகவும் குறிப்பிடத்தக்க சிறப்பு குணத்துக்குக் காரணமாகும். 11.9.189.3 அன்று அமெரிக்காவின் சிகாகோ நகரில், 'பார்லிமெண்ட் ஆஃப் ரிலீஜியன்ஸ்' கூட்டத்தில் சுவாமி விவேகானந்தர் இந்து மதம் சகிப்புத்தன்மையை மட்டுமன்றி ஏற்றுக் கொள்ளுவதையும் கற்பிப்பதாகக் குறிப்பிட்டார். இந்து மதம், தமது, மனம் திறந்த தன்மையினால், பல வகைகளுக்கான மரியாதையினாலும், எல்லா மதங்களை ஏற்பதாலும், பிறரை அச்சுறுத்தாமலேயே தனது செல்வாக்கை விரித்துக் கொள்ளக் கூடியது என்று உரைத்தார். சிகாகோ மாநாட்டில் அவர் தாராளமான மனித நேயம் தனது (மற்றும் தனது) மக்களின் நெஞ்சில் வேரூன்றியுள்ளது என அறுதியிட்டார்.

'சகிப்புத்தன்மையையும் உலகம் முழுவதையும் ஏற்கும் விரிந்த மனப்பாங்கையும் எனக்குக் கற்பித்த ஒரு மதத்தைச் சார்ந்தவன் நான் என்பதில் பெருமை கொள்கிறேன். நாங்கள் உலக அளவு விரிந்த சகிப்புத் தன்மையில் நம்பிக்கை கொண்டிருப்பது மட்டுமல்லாமல், எல்லா மதங்களும் சத்தியமானவை என ஏற்கிறோம்'[8] என்ற அவர் ஒரு ஸ்லோகத்தை மேற்கோள் காட்டினார். பள்ளிப் பருவ நாட்களிலிருந்தே அவர் நெஞ்சில் பதிந்திருந்த துதி அது: 'நதி மூலங்கள் பலவாயினும் அவை யாவும் சாகரத்தில் சென்று சங்கமிப்பது போல, இறைவா, வெவ்வேறு மனோபாவங்களால் மனிதர்கள் தேர்வு செய்யும் பல பாதைகள், பல்வகைப் பட்டவையாக நேரானவையாகவும், திரிபுடையவையாகவும் தென்படினும், அவை யாவற்றின் சேருமிடம் நீயே ஆவாய்.. வியத்தகு தத்துவமாக பகவத் கீதை இந்தத் தத்துவத்தை எதிரொலிக்கிறது' என்னிடம் யார் வந்தாலும், எந்த வடிவில் என்றாலும், நான் அவரைச் சென்றடைகிறேன். பல விதமாகப் போராடும் எல்லா மானுடரின் எல்லாப் பாதைகளும் முடிவில் என்னையே சென்றடைகின்றன'.

சுவாமி விவேகானந்தர் வாழ்நாள் முழுவதும் போதித்தவற்றுக்கு, இதுவே மிகவும் அடிப்படையான கருத்தாகும். சகிப்புத்தன்மை என்பதன் பொருள்

‘உன்னிடம் இருப்பது உண்மையே; மறுபக்கம் சகிப்புத்தன்மை அந்த உண்மையை ஏற்காதவரையும் அரவணைத்துக் கொள்கிறது; சகிப்புத் தன்மையின் செயல் முறையில் நீ அடுத்தவருக்குத் தவறாக இருக்கும் உரிமையை மட்டுமே அளிக்கிறாய். ஆனால், ஏற்றுக் கொள்ளுதல் என்பதோ, அதில் இருந்து மாறுபட்டு, உன்னிடம் இருப்பது உண்மையே; மற்றொருவரிடம் இருப்பதும் உண்மையாகவே இருக்கலாம்; அவரது உண்மையை நீ ஏற்று மதிப்பதோடு, அவரும் உனது உண்மையை மதிக்கவும் (ஏற்கவும்) செய்யலாமே என எதிர்பார்க்கிறாய். வேறுபாட்டை ஏற்றுக் கொள்ளும் இந்தப் பண்புதான் - அதாவது பிற வழிகளில் நம்பிக்கை வைப்பதும், செல்வதும் என் நம்பிக்கைக்குச் சமமானவையே- இந்து மதத்தின் மற்றும் இந்தியாவின் ஜனநாயகப் பண்பாட்டின் அடிப்படை அம்சமாகத் திகழ்கிறது.

‘நான் உலகுக்குச் சவால் விடுகிறேன்’ என்ற கர்வத்துடன் தமது மற்றொரு சிகாகோ உரையில் சுவாமி விவேகானந்தர் பிரகடனம் செய்தார். ‘சமஸ்கிருதத் தத்துவத்தின் முழு அமைப்பிலும் இந்துக்கு மட்டுமே முக்தி (மீட்சி) உண்டு மற்றொருவருக்கு இல்லை என்னும் ஒரு பதிவைக் காட்டுங்கள் பார்க்கலாம் என்று கர்ஜித்தார். வியாசர் கூறுகிறார் ‘அப்பழுக்கற்ற மனிதரை நாம் நமது ஜாதி மற்றும் இனத்தைத் தாண்டியும் காணமுடியும்’.

சிலர் பலவீனம் எனக் கருதினாலும் இந்து மதத்தின் பெரிய பலங்களுள் ஒன்று, அதனுள் எல்லாக் காலத்துக்கும் பொருத்தமானவை என்று கட்டாயமாகக் கூறப்பட்ட கருத்துகள் எதுவும் இல்லை என்பதே. அந்த மதம் வெவ்வேறு மக்களுக்கு வெவ்வேறு வித்தியாசமான பாதைகள் இறுதியான இலக்கை நோக்கி இருக்க முடியும் என்றே உத்தேசிக்கிறது; இந்து மதத்துக்கு உள்ளேயும் கூட, எல்லோருக்கும் ஒரே விஷயங்கள் தேவைப்படும் என்னும் கருத்து இல்லை. தெய்வீகத்தை நோக்கி முன்னேறும் வெவ்வேறு ஆன்மிக, ஞானப் பாதைகளில் மக்கள் பலரும் வெவ்வேறு வழிகளைப் பயன்படுத்துவார்கள் என்பது ஏற்கப் படுகிறது.

ஏகப்பட்ட தெய்வீகங்கள்

மேற்குறிப்பிட்டவற்றின் விளைவாக, இந்துக்கள் தெய்வத்தைப் பல்வேறு உருவங்களில் வழிபட, தம்மைத் தாமே அனுமதித்துக் கொள்கிறார்கள்; முப்பத்து மூன்று கோடியே முப்பது அற்புதக் கடவுள்கள் (சிலர் மூன்று கோடி, முப்பத்து மூன்று கோடி என்றும் கூறுகிறார்கள்: இந்த எண்ணிக்கையிலும் நாம் விட்டுக் கொடுக்கும் மன நிலையே கொண்டுள்ளோம்!) என்பது அளப்பரிய முடியாத தெய்வீகத்தின் ஒரு பிரதிபலிப்பு மட்டுமே.

பிற மதங்கள் கடவுள் என்னும் கருத்துக்கு உருவம் ஒன்றைக் கொடுக்க முற்படுகின்றன. இந்து சிந்தனை ஒரு பக்கம் பிற மதங்களை ஒப்பிட

மிகவும் எளியதாகவும், மறு பக்கம் மிகவும் சிக்கலானதாகவும் இருக்கிறது. இந்துவுக்குக் கடவுள், எங்கும் இருக்கிறார், கண்ணால் காணமுடிபவ ராகவும், காண முடியாதவராகவும், நமக்கு உள்ளேயும், வெளியேயும் இருக்கிறார். கடவுளுக்கு ஆதியுமில்லை - அந்தமுமில்லை. அதேபோல் வடிவமுமில்லை - உருவமுமில்லை. எனவே அவரை எப்படிவேண்டு மானாலும் உருவகப்படுத்திக்கொள்ளமுடியும். கடவுள் இல்லாத இடமுமில்லை, இருக்க முடியாத இடம் என்று எதுவுமில்லை. கடவுளின் ஆக உயர்ந்த வடிவம் பிரம்மம், பூரணமானவர்; பிரபஞ்சத்தின் ஆன்மாவாக எல்லா உயிர்களிலும் நிறைந்து இருக்கிறார்.

மைத்ரேய உபநிடதத்தின் ஒரு சுலோகம் அதை விளக்குகிறது:

> தொடக்கத்தில் எல்லாமே பிரம்மமாகவே இருந்தன. அவர் ஒருவராக, அளவிட முடியாதவராகக் கிழக்கிலும், அளவிட முடியாதவராக மேற்கிலும், அளவிட முடியாதவராக வடக்கிலும், அளவிட முடியாதவராக தெற்கிலும், மேலும், கீழும், எங்கெங்கும் அளவிட முடியாதவராக இருந்தார். கிழக்கு, மேற்கு, தெற்கு, வடக்கு என எதுவும் அவருக்கு இல்லை. குறுக்காகவோ, கீழாகவோ மேலாகவோ எதுவும் இல்லை. அனைவரிலும் உயர்ந்த அவரது சுயம் நிச்சயித்துக் கூறமுடியாதது; அவருக்கு அளவே இல்லை, அவர் பிறக்கவே இல்லை, அவர் தருக்கங்களுக்கு அகப்படாதவர், கருத்துக்குள் அடைத்து விட முடியாதவர்.
>
> அவர் நறுமணம் போன்றவர் (எங்கெங்கும்). பிரபஞ்சம் அழியும்போது அவர் மட்டுமே விழித்திருப்பார். அந்த நறுமணத்திலிருந்து அவர் உலகம் முழுவதையும் விழித்து எழச் செய்வார். அவ்வுலகம் எண்ணங்களால் மட்டுமே நிரம்பியதாகும்; அவரால்தான் இவை அனைத்தும் தியானிக்கப்படுகின்றன, அவருக்குள்ளேயே இது கரைந்து போகும். அவரின் பிரகாசத்திலிருந்தே சூரியன் சுடர்விடுகிறது, அவர் புகையற்ற நெருப்பின் எண்ணற்ற கங்குகள் ஆவார். வயிற்றில் உணவை பஸ்பமாக்கும் நெருப்பும் அவரே. இவ்வாறாக அது சொல்லப் படுகிறது:
>
> ‘யார் நெருப்பில் இருப்பாரோ, யார் இதயத்தில் இருப்பாரோ, யார் சூரியனில் இருப்பாரோ இவர்கள் அனைவருமே ஒரே ஒருவரே ஆவர்’

இந்துத் தத்துவத்தின் பிரசித்தி பெற்ற உரையாடல்களுள் ஒன்று சாந்தோக்ய உபநிடதத்தில், கடவுளின் இருப்பு பற்றி ஒரு ரிஷியும் அவரது மகனும் செய்வதாகும். ஸ்வேதகேது என்னும் அந்த இளைஞன், தனது தந்தையான உத்தாலக ஆருணியைப் பார்த்து, கடவுள் இருப்பதற்கான எந்த நிரூபணமும் தென்படாதபோது எப்படி அவரது இருப்பை விளக்க இயலும் என்று கேட்கிறான்.

இந்துப் பாரம்பரியத்துக்கே உரிய கல்விமுறைப்படி, உத்தாலகர் தமது மகனை, ஆலம் பழம் ஒன்றைக் கொண்டுவரும்படிப் பணிக்கிறார். அவர்

அந்தப் பழத்தை உடைத்து அதனுள் என்ன இருக்கிறது என்று காணும் படிக் கூறுகிறார்; அதனுள் விதைகளே நிறைந்திருக்கின்றன. உத்தாலகர் தமது மகனிடம் அவன் காணக் கூடியதெல்லாம் ஒரு சிறு விதைகளே; ஆனால் அந்தச் சின்னஞ் சிறு விதைகளுக்குள் மிகவும் பெரிய ஓர் ஆல மரத்தின் ஆற்றல் மறைந்து இருக்கிறது. அதேபோல், கடவுள் கண்ணுக்குத் தென்படாவிட்டாலும் இருக்கிறார்; அவரிடமிருந்தே உலகம் வளர்ந்து பிரம்மாண்டமாக இருக்கிறது.

மகனோ ஓரளவுக்குத்தான் அந்த பதிலை ஏற்கிறான். எனவே தந்தையார் அவனை ஒரு கிண்ணத்தில் உப்பையும் தண்ணீரையும் கலக்கும்படிக் கூறுகிறார். பிறகு அந்த உப்பு நீரைக் கிண்ணத்தின் வெவ்வேறு விளிம்புகளில் சுவைத்துப் பார்க்கும்படியும் உப்பையும் நீரையும் தனித்தனியே பிரித்தெடுக்கும்படியும் கூறுகிறார். அவ்வாறு செய்த மகன், அந்த நீரில் எங்கே இருந்து பருகினாலும் உப்புக் கரிக்கிறது; கலந்துவிட்ட பின் உப்பையும் நீரையும் தனித்தனியே பிரிக்கவியலாது என்றும் கூறுகிறான்.

ஆஹா என்கிறார் உத்தலகர்: நீ அந்தக் கிண்ணம் முழுவதும் உப்பு நிறைந்திருப்பதைக் காண்கிறாய்; அதுபோன்றதே பிரபஞ்ச ஆன்மா, சிருஷ்டியில் அது எங்கெங்கும் நிறைந்தது. நமது வாழ்க்கையின் முடிவில் மானுடர்கள் ஆகிய நாம் பிரம்மத்துடன் இணையும் போது, எப்படி உப்பை கிண்ணத்தில் உள்ள நீரினின்றும் பிரித்து எடுக்க முடியாதோ அதேபோல, நாமும் பிரம்மத்திடமிருந்து பிரிக்க முடியாதபடி ஐக்கியமாகிவிடுகிறோம்.

கடவுள் எல்லா இடங்களிலும் இருப்பவர் யாவுமாயிருப்பவர் என்பதால், இந்தப் பிரபஞ்ச ஆன்மாவானது குணங்களற்றது, பாலற்றது, வடிவமற்றது. இந்துக்களால் நிர்குண பிரம்மத்தை 'அவன்' என்று அழைக்க இயலாது; ஏனெனில் கடவுளால் 'அவள்' ஆகவும் 'அது' ஆகவும் இருக்க முடியும், இருக்கவும் செய்கிறார். வேதங்கள், கடவுளைக் குறிப்பிட, கேள்விப் படர்க்கையாய் 'க' (யார்?) என்ற பதத்தைப் பயன்படுத்துகிறார்கள். அல்லது இன்னும் குறிப்பாக காஸ்மி (யாருக்கு?) என்பதையும் குறிப்பிடுகிறார்கள். தன்னிலை அற்ற பிரதிப் பெயராகக் கடவுளை சமஸ்கிருதத்தில் அதிகமும் 'தத்' என அழைக்கிறார்கள். 'தட்' என்னும் ஆங்கிலச் சொல்லுக்கு நிகரானது அது; வேறுவிதமாகக் கூற வேண்டுமென்றால், எது இருக்கிறதோ அது.

இந்து தியானம் 'ஓம் தத் சத்' என்னும் உச்சாடனத்துடன் துவங்கும். மூலாதாரமான ஒலியான ஓம், இறந்த காலம், நிகழ் காலம் மற்றும் எதிர் காலம் யாவற்றையும் உள்ளடக்கியது; தத், எது இருக்கிறதோ அது. சத், உண்மை. சாந்தோக்ய உபநிடதம், ஸ்வேதகேதுவின் கதையைக் கூறுகிறது. அதில் அவனது தந்தை பிரபஞ்சத் தத்துவம் பற்றி, தொடர்ச்சியாய்ப் பல பாடங்கள் எடுக்கும் போது, ஒவ்வொரு பகுதியின் முடிவிலும் 'தத் த்வம் அசி' - 'நீயே அது' - நீயே எல்லா உலகங்களையும் உள்ளடக்கிய பிரம்மனாவாய்' என்கிறார்.

ஓ, பூமியின் தந்தையே, மாறாத சட்டங்களால் ஆள்பவரே
ஓ, சுவர்க்கங்களின் தந்தையே, எங்களைக் காப்பீர் எனப்
பிரார்த்திக்கிறோம்
ஓ பிரம்மாண்ட ஒளிரும் சாகரங்களின் தந்தையே!
எங்கள் புகழ்ச்சிகளால் நாங்கள் எந்தக் கடவுளைப்
போற்றுவோம்?

- ரிக் வேதம், ஐ.121.9

ஆனால், சாதாரண மக்களால் இதை எளிதில் புரிந்துகொள்ள இயலாது என்பது ரிஷிகளுக்குத் தெரிந்திருந்தது. நிர்க்குண பிரம்மம் என்பதே இந்து மதத்தின் இதயமான தத்துவம். ஆனால், சாதாரண மக்களுக்கோ அவர்களால் கற்பனை செய்ய முடிந்த ஒன்றை வணங்கும் தேவை அவர்களுக்கு உண்டு. எனவேதான் சகுண பிரம்மம் - பூரணத்துவ மானவருக்கு ஒரு வடிவம், குண நலன்கள் மற்றும் பெருமைகளைச் சேர்த்து ஈஸ்வரன் அல்லது பகவான் என அழைத்தார்கள். அல்லா என இஸ்லாமியரும், கர்த்தர் என கிறித்துவரும் குறிப்பிடும் கடவுளின் பெயருக்கான பொருத்தமான மொழி பெயர்ப்பு இந்த ஈஸ்வரன் என்பதே. ஏனெனில், பிரம்மன் என்னும் பொருள்படும் கடவுள்தன்மைக்கு இணையான கருத்தாக்கம் அவர்களிடம் இல்லை.

இந்து ஈஸ்வரன் பல வடிவங்கள் எடுப்பார். பிரம்மா (படைப்புக் கடவுள்), விஷ்ணு (காக்கும் கடவுள்) மற்றும் சிவன் (அழிக்கும் கடவுள்) என கடவுள் தத்துவத்தின் மூன்று தரிசனங்கள்; வேறு பல உருவகங்கள்; அவதாரங்கள், தமது துணைவி அல்லது துணைவிகளுடன், மற்றும் கணங்களுடன் என வழிபடுபவரின் தேர்வுக்கு ஏற்பக் காட்சி தருகிறார் ஈஸ்வரன். 'நேதி, நேதி' என்ற இந்துத் தத்துவமானது 'கடவுள் இதுவும் அல்ல; அதுவும் அல்ல' என்ற அடிப்படையைக் கொண்டது. இதனால் அவதாரம் என்ற கருத்தாக்கமானது இந்து மதத்தில் ஒவ்வொருவரும் தமது தனிப்பட்ட விருப்பத்துக்கு ஏற்ப ஒரு மனித வடிவக் கடவுளை (ராமர் கிருஷ்ணர் போல) வழிபடும் சுதந்தரத்தைத் தருகிறது. குணங்களற்ற அரூபமான பிரம்மனை மனித அவதாரமாக, ஒரு வடிவத்தில் வழிபடும்போது அதை விளங்கிக்கொள்ளுதல் எளிதாகிறது. புதிராகவும் விளங்கிக்கொள்ள முடியாததாகவும் தென்படும் இந்துத் தத்துவத்தை அணுக, ஒருவரால் அடையாளம் காண முடியும்படியான உருவ வழிபாடு உதவுகிறது.

தமக்குத் தனிப்பட்ட கடவுள் வேண்டும் என்னும் வெகுஜனக் கோரிக்கைக்கு இணங்கியே அவதாரம் என்னும் கருத்து உருவானது. நம்புவோரின் வாழ்க்கையில் அவதாரக் கடவுள் மீண்டும் மீண்டும் தென்படுவார். கிருஷ்ணர் பகவத் கீதையில் கூறுவதுபோல (4.7-8) : எப்போதெல்லாம் தர்மம் குறைந்து அதர்மம் மேலோங்குகிறதோ அப்போதெல்லாம் நான் அவதரிப்பேன். நல்லோரை ரசிக்கவும் தீயோரை அழிப்பதற்கும் ஒவ்வொரு யுகத்திலும் நான் அவதரிப்பேன்'.

அதே சமயம் விஷ்ணுவின் பத்து அவதாரங்களும் கிட்டத்தட்ட மனித பரிணாம வளர்ச்சியை விவரிப்பதுபோல் (டார்வினுக்கு இரண்டாயிரம் ஆண்டுகளுக்கு முன்பாகவே) இருப்பது சுவாரசியமானது. முதலில் மச்யம் (மீன்), பிறகு கூர்மம் (ஆமை) வராக (பன்றி), பின் நரசிம்மர் (பாதி மனிதன் - பாதி சிங்கம்); இவற்றுக்குப் பின் இன்னும் பரிச்சயமான மனித வடிவங்கள் அவதாரங்கள் ஆகின்றன; வாமனர் (குள்ள மனிதர், பரசுராமர் (பெரிய கோடரி வைத்திருப்பவர், அதன் பின்னர் முழுமையான தன்மைகள் உள்ள மனிதர்களாய் வணங்கப்படும் ராமரும் கிருஷ்ணரும், பின்னர் புத்தர் (மிகவும் ஆர்வத்தைத் தூண்டும் சேர்ப்பு- அவர் பற்றிப் பின்னர் நிறையவே பேசுவோம், மற்றும் இறுதியாக கல்கி.

கல்கி இன்னும் பிறக்காதவர். தேஜஸ் மிகுந்த இளைஞராக, ஒரு வெள்ளைக் குதிரையின் மேலே, பேரழிவு செய்யும் ஆற்றலுள்ள கத்தியின்மீது தீ ஜுவாலைகள் எழும்பும் உருவத்தில் வருகிறார். கல்கி அவதாரம் உலகம் அழியும்போதுதான்.

சிலர் எளிதாக புனிதமான மும்மூர்த்திகளான பிரம்மா, விஷ்ணு, சிவன் மூவருமே தனிக் கடவுள்கள் என்று கருதுகிறார்கள். ஆனால் அம்மூவருமே, புரிந்து கொள்ளச் சிக்கலான ஒரே கடவுளின் மூன்று குணங்களே. அவரே உத்தம புருஷன், முழுமையான ஆளுமை. கடவுள்களையும் அசுரரையும் படைத்தவர் ஒரே கடவுள்தான்: அவர் தான் பிரஜாபதி. எல்லா உயிரினங்களின் கடவுள்.

கணக்கிலடங்கா ஆண், பெண் கடவுள் வடிவங்கள் இந்து உருவ வழிபாட்டில் உண்டு. வேத காலத்துப் பண்பாடு, அது உருவாகி வளர்வதற்கு முன்பிருந்தே வழிபடப்பட்ட, பல பழங்குடிகள் மற்றும் நாட்டுப்புறக் கடவுள்களைத் தன்னுள் ஐக்கியப்படுத்திக் கொண்டது. அனைத்தையும் தழுவும் இந்துப் பண்பாடு அந்தந்த இடங்களில் உள்ள ஆண் அல்லது பெண் தெய்வத்தைத் தனது அனைத்தையும் தழுவும் வழிபாட்டு முறைக்குள் ஏற்று விரிந்து கொண்டது. அது பல பிரதேசங்களுக்கும் பரவியபோது, அங்கே முன்பே இருந்த வழிபாட்டு முறையைத் தூக்கி எறியாமல் அதையும் தனக்குள் ஏற்றுக்கொண்டது.

பல பழங்குடிகள் விலங்குகளை மதித்து, வழிபடவும் செய்தனர். அந்த தெய்வ உருவங்களை அவமதிக்காமல் அந்த விலங்குகளைக் கடவுளர் களின் நண்பனாகவோ அல்லது வாகனங்களாகவோ இந்து மதம் ஏற்றுக் கொண்டது. அதனாலேயே வேத காலக் கடவுள்கள் சிங்கம் மீது, மயில் மீது பயணிப்பார்கள். அன்னத்தின் மீது இளைப்பாறுவார்கள். அல்லது காளை மீது அமர்ந்து தரிசனம் தருவார்கள். அணைத்துச் செல்லும் இயல்புடன், தான் எதிர் கொண்ட நம்பிக்கைகளை நிராகரிக்காமல் அல்லது உதறித் தள்ளாமல் அவற்றையும் இவ்விதமாகவே தன்வயமாக்கிக் கொண்டது.

எனவே, செறிவு மிகுந்த உருவ வழிபாட்டு முறைக்கு இந்து மதம் தாய்போல் ஆனது. இறைவனின் உருவம், அவரது கடவுட் தன்மை

ஆகியவை எந்தவிதத்தில் அந்த இறைவன் புராணங்களில் பாடப் படுகிறாரோ அதை ஒட்டியே அமைந்தது. அதாவது சாந்த சொரூபியா, சம்ஹார மூர்த்தியா அல்லது அந்தக் கடவுள் 'தம்மை'யே ஒரு குறிப்பிட்ட நோக்கத்துக்காக உரு மாற்றிக்கொண்டாரா (உதாரணத்துக்கு, விஷ்ணு, பாதி சிங்கமும் பாதி மனிதனுமாக மனிதர்களால் கொல்ல முடியாத ஓர் அரக்கனைக் கொன்றார்) என்ற அடிப்படையில் உருவகப்படுத்தப் படுகிறார்.

விஷ்ணு, சிவன், 'விக்னங்களை நீக்குபவர்' ஆன விநாயகர் ஆகியோர் மிகவும் புகழ் பெற்ற இறை வடிவங்கள். அறியாமையை அகற்றுவதும், தீய சக்திகளைத் தோற்கடிப்பதும், அழிப்பதும் மீண்டும் உருவாக்குவதும் போன்ற உலகின் பல அம்சங்களை மையப்படுத்தியே, கடவுளர்களின் உருவங்களும் வடிவங்களும் உருவாக்கப்பட்டன. அதனாலேயே எந்த ஓர் இறை உருவத்துக்கும் பின்னே ஒரு காரணமும் அவரது சக்தியை உருவப்படுத்தும் முயற்சியும் இருக்கும்.

இப்படியாக, படைப்புக் கடவுளான பிரம்மா எப்போதும் நான்கு தலைகளுடனேயே வழிபடப்பட்டார். ஏனெனில், அவர் நான்கு திசைகளையும் பார்த்துக்கொண்டிருக்கிறார். அவருடைய ஒரு கையில் வேதங்கள் இருக்கின்றன. இன்னொன்றில் கமண்டலம். எந்தச் சேறிலிருந்து பூத்ததோ அதன் கறையே படியாத தாமரையின் மீது அமர்ந்திருக்கிறார்.

உலகம் உருவான மூல ஒலியான ஓம், பிரபஞ்சத்தின் இசை ஆகும். அந்த இசை மற்றும் கல்வியின் கடவுளே, பிரம்மாவின் பத்தினியான சரஸ்வதி. அவர் கையில் எப்போதும் இருக்கும் வீணை அதையே நமக்குப் புரிய வைக்கிறது. ஒரு கையில் அவர் ருத்ராட்ச மாலையை வைத்திருப்பது பிரார்த்தனை மற்றும் தியானத்தின் முக்கியத்துவத்தைப் புரியவைக்கவே. கல்வியின் குறியீடாகவே அவர் மற்றொரு கரத்தில் ஓலைச்சுவடிகளை ஏந்துகிறார். அவரும் தாமரை மீது அமர்பவரே. ஆனால் சிலநேரங்களில் அவருக்கு மயில் வாகனமும் உண்டு. மயில் என்பது அகத்தைக் குறிக்கும் ஒரு வடிவம். அதை அடக்கும்விதமாகவே அதன் மேல் அமர்ந்து காட்சி தருகிறார். அவரது வாகனம் அழகிய அன்ன பட்சியே.

பிரம்மாவுக்கு வழிபாடு குறைவுதான். விரல் விட்டு எண்ணக்கூடிய அளவில்தான் அவருக்குக் கோயில்கள் உண்டு. ராஜஸ்தானில் புஷ்கர் மிக முக்கியத்துவம் பெற்ற கோவில். ஆனால் அவரது துணைவியார் சரஸ்வதிக்கோ அதைவிட நிறையவே கோயில்களும் பக்தர்களும் உண்டு. சரஸ்வதிக்கான பூஜைக்கென்றே வருடத்தில் ஒரு நாள் அனுஷ்டிக்கப் படுகிறது, ஆனால் பிரம்மனுக்கென ஒரு நாள் கிடையாது. சரஸ்வதி மும்மூர்த்திகளுள் ஒருவரின் மனைவி மட்டுமே என்னும் விஷயம், சரஸ்வதிக்கு அளிக்கப்படும் முக்கியத்துவத்தை எந்தவகையிலும் குறைத்துவிடவில்லை. இந்து மதத்தில் பால்பேதத்தால் உயர்வு தாழ்வே இல்லையென்றெல்லாம் கூறிவிடமுடியாதுதான். ஆனால் இறைமையில்

பெண் தெய்வங்களுக்கு இந்துயிசத்தில் தரப்பட்டிருக்கும் இடம், வேறு எங்கும் காண முடியாத சிறப்புள்ளது.

சக்தியின் வடிவமாக பெண் தெய்வங்களின் வடிவங்கள் வழிபடப் படுவதற்கு இந்து மதத்தை விடப் பெரிய உதாரணங்கள் எதுவுமே கிடையாது. சக்தி எனப்படும் ஆற்றல் உயிர்களை சிருஷ்டித்துப் பேணி, அழித்துவிடும் சக்திகளைக் கொண்டது. சக்தி என்னும் தெய்வம் செயலாற்றலுக்கான மூலாதாரமாகக் கருதப்படுகிறார்.

அந்த இயங்கு சக்தியில்லாமல் ஆண் கடவுளின் நிலை பயனற்றதே. இந்தப் பெண்ணாற்றல் பல வடிவங்கள் எடுக்கக்கூடியது. சரஸ்வதியாக கல்வியின் வடிவமாகிறாள். உமா அல்லது பார்வதியாக, எப்படி நெருப்பையும் உஷ்ணத்தையும் நாம் பிரித்துக் கூற இயலாதோ அதுபோலவே, அவள் சிவனில் பாதியாகிறாள். லட்சுமியாக அவள் செல்வச் செழிப்பின் வடிவமாகிறாள். காமாட்சியாகவோ ராஜராஜேஸ்வரியாகவோ அவள் ஒரு மாபெரும் தாயாகிறாள். துர்க்கையாக, ஒரு புலியின் மீது, ஆயுத பாணியாக, மனித குலத்துக்கு எதிரான எட்டு தீமைகளான பேராசை, வெறுப்பு, பொறாமை, அடுத்தவர்களின் மீது அவமதிப்பு, காமம், குரோதம், ஆற்றாமை, பிரமை ஆகியவற்றை அழிக்கிறாள். அவளது அதி பயங்கரமான தோற்றத்தில் அவள் காளியாவாள்; காலமென்பதின் பெண் வடிவாக காளி; கருப்பாக, கோபமாக, ஆயுதபாணியாக, ஆயுதங்கள் சுழல, அவளது உடலினின்றும் ரத்தம் சொட்டச் சொட்ட, தனது எதிரிகளின் மண்டை ஓடுகளைக் கையில் ஏந்தியவளாக, சில நேரம் ஒருவனது தலையைக் கையில் கொய்து எடுத்தவளாக, வேறு சில நேரங்களில் ஒருவனைக் கீழே போட்டு மிதித்துக்கொண்டு இருப்பவளாக அவள் காட்சி தருகிறாள்.

இது அச்சந் தருவதாகத் தோன்றினால், சிவனின் முதல் மனைவியாயிருந்த சதியின் உடலை விஷ்ணுவின் சுதர்சன சக்கரம் ஐம்பத்தோரு துண்டுகளாக்கி, இந்தியாவின் எல்லாத் திசைகளிலும் இருக்கும் ஐம்பத்தோரு சக்தி பீடங்கள் இருக்கும் இடத்தில் வீசியது என்பது எந்த மாதிரித் தென்படும்? (சதி தனது தந்தையின் யாக குண்டத்தில் குதித்துத் தன்னையே மாய்த்துக் கொண்டாள். துக்கத்துடன் அவளது கணவர் அந்த உடலைத் தம் தலையிலேயே சுமந்து கொண்டிருந்தார். அந்த உடல் அவரை விட்டு நீங்க என்றே விஷ்ணு இவ்வாறு செய்தார். பிறகு சதி பார்வதியாக அவதாரமெடுத்தார்).

சில இடங்களில் அம்மன் மாதவிடாய் நாட்களில் தனித்து இருக்க என்றே கோவில்கள் உண்டு. உதாரணத்துக்கு கேரளாவின் செங்கனூர் கோயில். நான் பிறந்த மாநிலமான கேரளா அம்மன் கோயில்களால் நிரம்பி வழிவதாகும்; அம்மனின் பெயர் தேவி அல்லது பகவதி (அவை இரண்டுக்குமே எளிய பொருள் பெண் தெய்வம் என்பதே). திருவனந்த புரத்தில் இருக்கும் ஆற்றுக்கால் பகவதி அம்மன் கோயில் கின்னஸ் சாதனைப் புத்தகத்தில் இடம்பெற்ற கோவில். ஒரே இடத்தில் அதிக

எண்ணிக்கையிலான பெண்கள் இணைந்து வழிபடும் சாதனை (2009ல் இருபத்தைந்து லட்சம் ஆக அது இருந்தது; அந்த கின்னஸ் சாதனை ஒவ்வொரு வருடமும் அதே கோயிலினாலேயே முறியடிக்கப்பட்டும் விடுகிறது. 2017-ல் நாற்பத்தைந்து லட்சம் பெண்கள் கூடி, பொங்கல் வைத்து வழிபட்டார்கள்.) ஒவ்வொரு ஆண்டும் பிப்ரவரி மாதம் வரும் ஒரு நாளில் அவர்கள் கோயிலைச் சுற்றி பொங்கல் சமைத்து வழிபடுவார்கள்.

துர்க்கையின் அவதாரத்துக்குப் பின்னால் ஓர் அருமையான புராணம் உண்டு. மகிஷாசுரன் என்னும் எருமைத் தலை கொண்ட அசுரன், எல்லா தெய்வங்களையும் (அல்லது தேவர்களையும்) வென்றுவிட்டான். தன்னையே எல்லா உயிரினங்களின் தலைவன் என அறிவித்தான். தோல்வியடைந்த தேவர்கள் யாவரும் இந்திரன் தலைமையில் நடந்த ஓர் ஆலோசனைக்கூட்டத்தில் மிகுந்த விரக்தியுடன் பங்கேற்றார்கள். அவர்கள் ஒன்று சேர்ந்து, ஒரு யாகம் நடத்தினார்கள். அதன் பின் பிரபஞ்சத்தில் ஒளி வடிவில் ஒரு பயங்கரவடிவான வீராங்கனை தோன்றினார். அவர் பெண் புலியின் மீது அமர்ந்து, தமது பதினெட்டு கைகளிலும் ஆயுதங்களைச் சுழற்றி வந்தார். அவர் ஒன்பது பகல்கள் ஒன்பது இரவுகள் மஹிஷாசுரனுடன் போரிட்டு, ஒன்பதாம் நாள் போரின் முடிவில் சம்ஹாரம் செய்தார். இதுவே நவராத்திரிப் பண்டிகையாக இந்துக்களால் கொண்டாடப் படுகிறது. நவராத்திரிப் பண்டிகை தீய சக்திகளை நல்ல தன்மை கொண்டோர் வெல்லுவதைக் குறிப்பதாகும் (ஆதிவாசிகளை, மைய நீரோட்ட இந்துக்கள் அழித்துத் தம் பண்பாட்டை நிலைநாட்டிய கதை என்று கூறுவாரும் உண்டு).

இந்து மதம் பல்வேறு பெண் தெய்வங்களைக் கும்பிடும் ஐதீகங்களைக் கொண்டது என்பதையே, தேவியின் பல வடிவங்கள் பறைசாற்றுகின்றன. காளி வேத காலத்துக்கு முந்தைய பழங்குடியினரின் கடவுளாகவே இருந்திருக்கவேண்டும். அவரை இந்துக்கள் சக்தியின் மற்றோர் வடிவமாகவே மாற்றி ஏற்றுக்கொண்டார்கள். சில சமயம் ஒரே கடவுள் ஆண் அல்லது பெண் தெய்வமாக ஒரே நூலில் குறிப்பிடப்படுவார். விஷ்ணு ஒரு குறிப்பிட்ட காரணத்துக்காகப் பெண் வடிவம் ஏற்றார் என்பது மிகவும் பிரசித்தியானது. பிள்ளையாரின் பெண் வடிவத்துக்கு விநாயகி அல்லது கணேஷ்வரி என்று பெயர். இவர் மிகவும் குறைவாகவே வழிபடப்படுகிறார். மகாபாரதத்தில் அர்ஜுனன் தனது ஆண்மையை இழக்காமலேயே அர்ஜுனி என்னும் பெண்ணாகவும், பின்னர் பிருகன்னளை என்னும் திருநங்கையாகவும் வடிவமெடுக்கிறார். மதுரைக் கோயிலில் அவரது மூன்று வடிவங்களுக்குமே சிற்பங்கள் உள்ளன.

அதேபோல், வானர தெய்வமான அனுமனை ராமாயணத்தில் ராமருக்கு சேவை செய்பவராக இந்து மதம் காண்பதற்கு, பழங்குடியினரின் இயற்கை சார்ந்த வழிபாட்டு முறைக்கு வேதத்தின் அடிப்படையிலான மதம் தந்த அங்கீகாரமாகவே அறிஞர்கள் கருதுகிறார்கள். அவ்வாறாகப் பழங்குடியினரின் நம்பிக்கையும் வேத மதத்துக்குள் ஐக்கியமாகிவிட்டது.

விலங்குகளின் ஆற்றல் மற்றும் தோற்றத்துடன் ராமாயணத்தில் நாம் காணும் பல பாத்திரங்களும் ஆதிவாசிகளாக இருப்பதற்கு வாய்ப்புண்டு. வானரம் வழிபாட்டுச் சின்னமாக இருந்த ஆதிவாசி இனத்தின் தலைவராக அனுமனும், ஜடாயூ பறவையைக் குறியீடாகக் கொண்ட வனவாசி இனத்தின் தலைவராகவும், கரடியைத் தமது சின்னமாக ஏற்றுக் கொண்ட இனத்தின் தலைவராக ஜாம்பவானும் இருந்திருக்கலாம்.

ஒரிஸ்ஸாவின் ஜகந்நாதர் மற்றுமோர் உதாரணம். அவரது கோயிலின் தேர் மிகவும் புகழ் பெற்றது. மிகவும் நுட்பமான சிற்ப வேலைப்பாடுகள் மிகுந்தது. ஆயிரக்கணக்கானோர் தரிசித்து மகிழும் வகையில் நடக்கும் புனிதமான தேரோட்டத்துக்கான ஜகந்நாதரின் பெயரை அடிப்படையாக வைத்து 'ஜகர்னட்' என்னும் கர்ணகொடூரமான ஆங்கிலச் சொல்லை உருவாகியிருக்கிறார்கள். காலனிய ஆதிக்க காலத்தில் சமஸ்கிருதப் பெயரைத் தவறாக உச்சரித்ததன் விளைவே அது.

கிருஷ்ணரே ஜகந்நாதர் (உலகின் அரசன்). புராணத்தின்படி, ஒரு வேடன் தவறாக எய்த அம்பால் கிருஷ்ணர் உயிர் நீக்கிறார். இந்திராயும்னன் என்னும் அரசன் தற்செயலாக கிருஷ்ணரின் பூதவுடலைக் காண்கிறான். விஷ்ணு அந்த மன்னனிடம் கிருஷ்ணரின் எலும்புகளைக்கொண்டு, ஒரு மரச்சிற்பம் செய்து வழிபடும்படிக் கூறினார். தேவர்களின் சிற்பியான விஸ்வகர்மா அந்தப் பணியை ஏற்கும் போது எக்காரணம் கொண்டும் மன்னன் தன் வேலை முடியும்வரை தன்னைத் தொல்லை செய்யக்கூடாது என்னும் கட்டுப்பாட்டை விதித்தார். ஆனால் பதினைந்து நாட்கள் வரைமட்டுமே பொறுமை காத்த மன்னனோ அவரை அணுகி எந்த அளவு வேலை முடிந்திருக்கிறது என்று கேட்கிறான். கோபம் கொண்ட ரிஷி விஸ்வகர்மா கைகளும் கால்களும் இன்னும் முற்றுப் பெறாமலேயே இருந்த நிலையில் அந்தச் சிற்பத்தை விட்டுவிட்டுப் போய்விடுகிறார்.

ராஜா இந்திராயும்னன் அந்தச் சிலைக்கு உயிரூட்டும்படி பிரம்மாவை வேண்டினான். அவரும் இணங்கிக் கண்களையும் ஆன்மாவையும் பொருத்தினார். ஆனால் முற்றுப் பெறாத கால்கள், கைகள் இவற்றை அவரால் உயிர்பிக்க இயலவில்லை. எனவே கை கால்கள் இல்லாத வடிவமாகவே ஒரிஸ்ஸாவின் கிழக்குப் பகுதியில் உள்ள புரி ஜகந்நாதர் கோயிலில் வழிபடப்படுகிறார்.

இந்தப் புராணம் நிச்சயம் வேறொரு கதை ஒன்றை மறைக்கிறது. துணைக் கண்டத்தில் இந்து மதம் விரிவடைந்தபோது, உள்ளூரில் இருந்த நாட்டுப்புற, பழங்குடி வழிபாட்டு முறைகளைத் தன்னுள் ஐக்கியப்படுத்திக்கொண்டது. ஜகந்நாதர் ஒருவேளை பழங்குடி தெய்வமாக இருந்திருக்கலாம். அவரது வித்தியாசமான தோற்றத்தை இந்து மதத்துக்குள் இணைத்துக்கொள்ள கிருஷ்ணரின் அம்சமாக (அவருமே விஷ்ணுவின் ஓர் அவதாரமாக்கப் பட்டவரே) ஆக்கிக்கொண்டிருக்கலாம். அதற்கு இசைவான புராணக் கதையை உருவாக்கிக் கொண்டிருக்கலாம்.

இந்துக்கள் அனைவரும் அவரை ஏற்றுக்கொள்ளவைக்கும் வழி முறைகளில் ஒன்றாக, வருடம் நாலு முறை அவரது உற்சவ யாத்திரைகள் நீரிலும் தரையிலுமாக நடத்தப்பட்டன; அதில் மிகவும் புகழ் பெற்றது ரத யாத்திரை. ஆனி மாதத்தில் (ஆங்கில வருடத்தில் ஜூன் 15 முதல் ஜூலை 15 வரை) ஒரு பிரமாண்டமான தேரில் ஜகந்நாதர் பவனி வரும்போது, லட்சக்கணக்கில் பக்தர்கள் முட்டி மோதியபடி அவருடைய அருளுக்குப் பாத்திரமாக முண்டியடிப்பார்கள். அதைவிடச் சிறிய தேர்களில் கிருஷ்ணருடைய தம்பி பலராமர், சகோதரி சுபத்திரையின் மூர்த்திகள் உலா வரும்.

இந்த பக்திமயமான யாத்திரையில் வரும் ஒரு கடவுளின் பெயர் தடுக்க முடியாத, கடும் வேகம் கொண்ட, ஈவிரக்கமற்றுத் தன் பாதையில் வருவதை எல்லாம் அழித்துவிடும் ஒரு சக்திக்குப் பெயராக ஆங்கிலத்தில் எப்படி மறு உருப்பெற்றது? ஆங்கிலேயர் வருவதற்கு நான்கு நூற்றாண்டுகள் முன்பாகவே, கீழைத்தேயம் பற்றிய சித்திரிப்பு தொடங்கிவிட்டது. வேதனை தருவது என்னவென்றால், இந்தியாவைப் பற்றிய பொய்யான, கற்பனையான கதைகளையும் சித்திரிப்புகளையும் பதினான்காம் நூற்றாண்டைச் சேர்ந்த சர் ஜான் மண்டெவில்லே ஐரோப்பா முழுவதும் பரப்பிவிட்டார். அவர் ஜகந்நாதரின் ரத ஊர்வலத்தில், அந்தத் தேரின் சக்கரங்கள் முன்பு மக்கள் வதவதவென விழுந்து மாண்டார்கள் என்று எழுதிவிட்டார்.

இந்து மதத்தில் இப்படி ஒரு மனித பலிக்கு இடமே இல்லை; விபத்தாக ஓர் ஏழை பக்தர் தவறி அந்தத் தேரின் சக்கரத்தில் சிக்கி இறந்த ஓர் அரிதான நிகழ்வையே சர் ஜான் அப்படி மிகைப்படுத்தி எழுதிவைத்திருக்கக்கூடும். பெரிய தேரால் உடனே நிற்க முடியாது அல்லவா. ஆனால், இந்த நிகழ்வை ஒட்டியே அந்த ஆங்கிலப் பதம் இவரது சித்திரிப்பின் அடிப்படையில் உருவானது. பதினெட்டாம் நூற்றாண்டுக்குள் அந்தப் பதம் எதிர்க்க முடியாத, அழிவு சக்தி மிகுந்த, தனக்கு அடிபணிய வேண்டும் - இல்லையென்றால் மன்னிப்பே இல்லாத உயிர் பலி என்னும் இவை யாவுக்கும் ஒற்றை வார்த்தையாக மாறிவிட்டது.

சார்லெட்டி பிராண்டி, சார்லஸ் டிக்கென்ஸ், ராபர்ட் லூயி ஸ்டீவன்சன் இவர்களது எழுத்துகளில் இந்த வார்த்தை இதே பொருளில் பயன்படுத்தப் பட்டது.

மார்க் டிவெயின் மட்டுமே தமது சுயசரிதையில் ஜகந்நாதர் அன்பின் ஆகச் சிறந்த வடிவமான கடவுள்களில் ஒருவர் என வர்ணித்தார்; பிரிட்டிஷ் அருங்காட்சியகத்தில் உள்ள பதினெட்டாம் நூற்றாண்டு ரதத்தின் ஒரு மாதிரியைப் பார்த்தால் அது அழகு மிகு கலை வடிவே அன்றி அச்சுறுத்தும் ஒன்றல்ல என விவரித்தார். பக்திமயமான ஊர்வலமாகவே அது இருக்கிறது என்றார். ஆனால், அதற்கு முன்பே தவறான கருத்து ஆழமாக வேரூன்றி விட்டது.

இந்த இடத்தில் கொஞ்சம் விலகிச் செல்கிறேன். பழங்குடியினர் வழிபாட்டு முறைகளைத் தன்வயமாக்கிக் கொள்வதுடன் இந்து மதம் நிற்கவில்லை. மகாவீரரின் உபதேசங்களை ஏற்ற இந்து மதம், அவரது வழி நடப்போரைத் தனி மதமாக அல்லாமல், இந்துக்களுள் ஒரு பிரிவாகவே இணைத்துக்கொண்டது. புத்தர் இந்து மதத்தை சீர்திருத்த முயன்றபோது, அவரது சீர்திருத்தக் கருத்துகளுக்கு நாத்திகவாதத்துக்கு உண்டான இடத்தைக் கொடுத்து, அவரை விஷ்ணுவின் அவதாரம் என்று கூறி உள்வாங்கிக்கொண்டது. எந்த மதத்தை பௌத்தம் எதிர்த்ததோ, அதே மதம் அதைத் தாண்டி முன்னே செல்லும் மாயம் நடந்தது. விளைவு என்ன? தான் பிறந்த நாட்டில் பௌத்தம் எந்தவித வலுவும் இருப்பும் இன்றிப் போய்விட்டது. இதேமுறையில் இஸ்லாம், கிறித்துவம் ஆகிய மதங்கள் அனுமதித்திருந்தால் இந்து மதம் தன்வயப்படுத்திக் கொண்டிருக்கக்கூடும். ஆனால், அம்மதங்கள் தாமே ஒரே சத்தியம் என்று கருதின. அதனால் சத்தியத்தின் பல வகைகளுள் ஒன்றாக மாற அவை விரும்பவில்லை.

பிற மதங்களில் இருந்து மாறுபட்டவகையில் இந்துமதமானது கடவுள், மனிதர், உலகம் இந்த மூன்றையும் ஒன்றுக்கொன்று தொடர்புடையதாகக் காண்கிறது. தத்துவவியலாளர் ரைய்மான் பணிக்கர் குறிப்பிட்டபடி, இந்து சிந்தனையில் மனிதன் இல்லாத கடவுள் ஒன்றுமே இல்லை. கடவுள் இல்லாத மனிதன் ஒரு ‘பொருள்’. அவ்வளவே. எந்தப் பெரிய பொருளும் காரணமும் அற்றவனாகிறான். மனிதனும் கடவுளும் இல்லாத உலகம் ஏதோ ஒன்றாக, பெரும் குழப்பமாக இருக்கும்.

பணிக்கரின் பார்வையில் எதுவுமே மனிதனைக் கடவுளிடமிருந்து பிரிப்பதில்லை; ‘அவர்களுக்கு இடையே ஒரு வேலியோ ஓர் இணைப்பாளரோ தேவையே இல்லை. எனவே இந்துப் பிரார்த்தனைகள் புனிதமானதையும் புனிதமற்றதையும் ஒன்றாக்கிவிடுகின்றன: ஓர் இந்து கடவுளிடம் எதை வேண்டுமானாலும் கேட்கலாம். லட்சக்கணக்கான இந்து ஸ்தோத்திரங்கள், துதிப்பாடல் ஆகியவற்றில் ஒருவருடைய பிரார்த்தனை எதுவாகவும் இருக்கலாம். வியாபாரி செல்வம் தேடிப் பிரார்த்தனை செய்வார். ஒரு பெண் வாழ்க்கைத் துணை வேண்டிப் பிரார்த்திப்பார். ஒரு சூதாடி, கடவுளே என்னை இந்தச் சூதாட்ட போதையில் இருந்து காப்பாற்றுங்கள் என்று வேண்டுவார். பிரார்த்தனையும் வழிபாடும் இந்துவுக்கு வெறும் ஆன்மிகச் செயல்மட்டுமே அல்ல; இவ்வுலகில் அவரது வாழ்க்கைத் தரத்தை இங்கே இந்த நொடியில் உயர்த்த உதவக்கூடியதும்கூட.

கணபதி: என் இஷ்ட தெய்வம்

வழிபாடுகளின்போது, இந்துகளை ‘உன் இஷ்ட தெய்வத்தை நினைத்துக்கொள்’ என்று கூறுவார்கள். உருவமில்லாத ஒன்றை, தனது

தனிப்பட்ட விருப்பத்துக்குரிய வடிவில் நினைத்துக் கொள்ளலாம். எனது தேர்வு கணேஷ் அல்லது தென்னிந்தியாவில் நாங்கள் கணபதி என்று அழைக்கும் தெய்வம். கடவுள் அவர் போல்தான் இருப்பார் என நான் நம்புகிறேன் என்று அதற்கு அர்த்தமில்லை. பல விசித்திரமான குணங்களுள்ள கடவுள்களின் நடுவே, அவர் வடிவத்தில் உள்ள தெய்வீகத்தன்மைகள் எனக்கு மிகவும் நெருக்கமானவை.

> ஓம் மஹா கணபதே நமஹ
> சர்வ விக்னோப சாந்தையே
> ஓம் கணேஷாய நமஹ

எனக்கு நினைவுதெரிந்த நாள் முதல், தினமும் என் காலைப் பொழுதை இந்தப் பிரார்த்தனையுடனேதான் துவங்குகிறேன். இதை நான் மனப்பாடம் செய்து, சொல்லத் துவங்கியபோது, சுலோகத்தில் உள்ள சமஸ்கிருத வார்த்தைகளின் பொருள் எனக்குத் தெரிந்திருக்கவில்லை. உலகின் கோடிக்கணக்கான இந்துக்களைப் போல், எனது எல்லா முயற்சிகளுக்கும் யானைமுகனான அந்தக் கடவுள் நல்லாசி வழங்கட்டும் என்பது மட்டுமே எனக்குத் தெரிந்திருந்தது.

கம்பீரமாக என் புத்தக அலமாரியில், என் வரவேற்பறையில், என் அலுவலகத்தில், என் உணவு மேஜையில் மற்றும் என் பூஜை அறையில் பல வடிவங்களில் கல், உலோகம் அல்லது காகிதக் கூழ் என எதனாலும் செய்யப்பட்டவராக இருப்பார். இதில் முரண் ஏதுமில்லை. அவரை நாள்காட்டிகளில், சுவரொட்டிகளில், காப்புரிமைச் சின்னங்களில் என எல்லா இடங்களிலும் பார்க்கமுடியும். பெரிய வயிற்றுடன், நீண்ட துதிக்கை மற்றும் உடைந்த தந்தத்துடன், ஓவியர் விரும்பும் உடையைத் தரித்தவராக (துறவி வடிவத்தில் இருந்து விண்வெளி வீரர்வரை) அவர் இருப்பார். ஓர் எலியின் மீது ஏறி அவர் எல்லா இந்திய மனங்களிலும் புகுந்து புறப்படுகிறவர். அவரே இந்து மதத்தின் மிகவும் புகழ் பெற்ற தெய்வீக வடிவம்.

கணபதியின் ஆசியை வேண்டாமல் எந்த மங்கலமான விஷயமும் துவங்கப்படுவதில்லை. தடைகளை நீக்குவதே அவரது முதன்மையான குணமாக இந்துப் புராணங்களால் பாடப்படுகிறது. ஒரு முக்கியமான பணியைத் துவங்கும் முன் அனைவரும் அவரை வணங்குவதில் வியப்பே இல்லை. அது ஒரு தொழிற்சாலையைத் துவங்கும் திட்டமோ ஒரு பெண்ணைத் திருமணம் செய்து கொள்வதோ எதுவாக இருந்தாலும் முதலில் கும்பிடப்படுவது கணபதியே. எனது சொந்த வாழ்க்கையில் மாணவப் பருவக் காதல் இந்தியாவின் ஜாதி, வயது, மொழி, பிராந்தியம் மற்றும் பெற்றோர் ஒப்புதல் இவை யாவற்றையும் புறந்தள்ளியதாகவே இருந்தது. ஆனாலும் திருமணத்தின்போது என் மணப்பெண்ணும் நானும் எங்கள் திருமண அழைப்பிதழின் மேலே செந்நிறத்தில் விநாயகரின் உருவத்தைப் பொறித்திருந்தோம்.

நான் ஏன் இந்துவாக இருக்கிறேன்? | 41

அதன் பிறகு நான் கணபதியுடன் இன்னும் தனிப்பட்ட ஒரு தொடர்பை வளர்த்துக்கொண்டேன். 2000 ஆண்டுகளுக்கு முன் எழுதப்பட்ட மகாபாரதம் என்னும் இதிகாசம், வேத வியாசர் சொல்லச் சொல்ல விநாயகரால் எழுதப்பட்டது. அதன் பின் பல எழுத்தாளர்கள் விநாயகரைத் தம் நூலின் துவக்கத்தில் வணங்குவது வழக்கமாக இருக்கிறது. நான் மகாபாரதத்தை ஓர் அரசியல் அங்கதமாக வடிவமைத்து, அதன் கதாபாத்திரங்களை நிகழ்வுகளை, இருபதாம் நூற்றாண்டின் இந்திய சரித்திரத்துடன் இணைத்து மாற்றி எழுதினேன். அதன் பெயர் *The Great Indian Novel* (1989). அதன் பிரதியை வேத் வியாஸ் என்ற பெயருள்ள ஓர் ஓய்வு பெற்ற தேசியவாதி சொல்லச் சொல்ல, அவருடைய கணபதி என்னும் செயலாளர் எழுதுவதாக வடிவமைத்திருந்தேன்.

எனது இந்து மதத்தில் கடவுள் என்னும் தத்துவம் எங்கோ வெகு தொலைவில் உள்ள தூரத்து வானுலகில் இருந்து கொண்டு மனிதனின் எல்லா நடவடிக்கைகளையும் கண்டித்துக் கொண்டிருப்பது அல்ல. கடவுள் நம்மைச் சுற்றி எங்கெங்கும் இருப்பவர். அவர் தமது பக்தரின் விருப்பம் மற்றும் கற்பனைக்கு ஏற்ப பல்வேறு வடிவங்கள் எடுப்பவர். பெரியதும் சிறியதுமாக ஆயிரக்கணக்கான கடவுள் வடிவங்கள் இந்து மதத்தின் பெரிய பரப்புக்குள் வந்துவிடுபவை. கணேசர் கணங்களின் அதாவது, 'சிறிய தெய்வங்களின்' தலைவர் ஆவார். அவர் அனைத்தையும் ஆட்டுவிக்கும் மூவரும் இந்து மதத்தின் தலைமைக் கடவுள்களுமான பிரம்மா, விஷ்ணு, சிவன் என்னும் மும்மூர்த்திகளில் ஒருவர் அல்ல. அவர் சிவனின் மகன் மட்டுமே. அல்லது சிவனின் மனைவியான பார்வதியின் மகன் (ஏனெனில் ஒரு புராணக் கதையின் படி பார்வதி தமது தோலின் மேல் படியும் மாசுகளை உருண்டையாக உருட்டி அவரை சிருஷ்டித்தார். அப்பாவின் பங்களிப்பில்லாமல் பிறந்தார் என்ற நம்பிக்கை உண்டு).

ஓர் எழுத்தாளராக, ஒரு சமூகம் கூறும் இப்படியான தொன்மக் கதைகளின் மீது எனக்கு ஈர்ப்பு உண்டு. எனவே கணபதி மீது எனக்கு இருக்கும் பக்திக்கு, கடவுள்களுள் சர்வசக்தி வாய்ந்தவரான அவர் எப்படித் தன் தலையை இழந்து யானைத் தலையைப் பெற்றார் என்பது போன்ற எண்ணற்ற கதைகளும் காரணம்.

பெரிதும் நம்பப்படும் கதை என் பாட்டி எனக்குக் கூறிய கதையே. பார்வதி குளிக்கப்போகும் முன் கதவை யாருக்கும் திறக்க வேண்டாம் என்று கூறி உள்ளே சென்றுவிட்டார். தந்தை சிவன் வந்த போதும் கணேஷ் அனுமதிக்கவில்லை. கோபமடைந்த சிவன் அவரது தலையை வெட்டி விட்டார். அதைக் கண்டு அஞ்சிய பார்வதி, வேறு ஒரு தலையை வைத்து கணேஷுக்கு உயிர் தரும் படி வேண்டிக்கொண்டார். தன் கண்ணில் தென்பட்ட முதல் ஜீவனான யானையின் தலையை சிவன் அவருக்கு வைத்துவிட்டார்.

இந்தக் கதை அளவுக்கு மீறிய பணிவைப் பெற்றோரிடம் காட்டுவதால் உண்டாகும் கெடுதல்களையும் நமக்குக் கூறுவதாகும். என் பாட்டி அந்தப்

பொருட்பட அந்தக் கதையை எனக்குக் கூறவில்லை. தன் குழந்தைகளின் பெருமையைக் கூற எப்போதும் முயலும் என் தாயோ வேறு ஒரு கதை கூறினார். தன் குழந்தையின் அழகை வியந்த பார்வதி, சனியின் பார்வை விழுந்தால் தலை எரிந்துவிடும் என்பதை மறந்துவிட்டு சனீஸ்வரனிடம் அந்தக் குழந்தையைப் பார்க்கும்படிக் கூறினார். சனியின் பார்வை பட்டதும் கணேஷின் தலை எரிந்து சாம்பலாகிவிட்டது. மறுபடியும் யானையின் தலையே வாகாகக் கிடைத்தது.

இந்தியாவில் பக்தி என்பது இருப்பதிலேயே அதிகம் சக்தி வாய்ந்த கடவுளின் மீதே உருவாகும். தனது கடமையின் மீது அப்பழுக்கற்ற ஈடுபாடு காட்டிய கணேஷின் மீது எனக்கு மிகுந்த மரியாதை ஏற்பட்டது. கடமையே கண்ணாயிருந்தது அவருடைய ஒரு தந்தத்தையே அவரிடமிருந்து பறித்துவிட்டது.

பாட்டி ஒரு நாள் பரசுராமரைப் பற்றிய கதையைச் சொன்னார். நாங்கள் அவரைச் சுற்றி அமர்ந்துகொண்டு அதைக் கேட்டோம். ‘மிகவும் சக்தி வாய்ந்த அவதாரமான பரசுராமர் சிவனிடம் பல வரங்களைப் பெற்று சக்திசாலியானவர். அவர் சிவனை தரிசிப்பதற்காக ஒரு நாள் கைலாய மலைக்கு வந்தார். மறுபடியும், கணேஷே வாயில் காப்போனாக நின்றிருந்தார். ஆழ்ந்த நித்திரையில் இருக்கும் சிவனை பரசுராமர் தொல்லை செய்வதை கணேஷ் விரும்பவில்லை. மிகவும் கோபமடைந்த பரசுராமர், தடையை மீறி உள்ளே நுழைய முயன்றார். ஆனால் சற்றும் கலங்காமல் கணேசர் அவரை எதிர்த்தார் (இந்த இடத்தில் பரவசத்தால் என் கண்கள் விரிந்தன).

‘கணேசர் தமது நீண்ட துதிக்கையால் பரசுராமரைப் பற்றினார். பிறகு பல சுற்றுக்கள் அவரைச் சுற்ற பரசுராமருக்கு மயக்கமே வந்துவிட்டது. பரசுராமரைத் தரையில் வீசினார் கணேசர். மயக்கம் தெளிந்து சுய நினைவு வந்ததும், பரசுராமர் கணேசர் மீது தம் கையில் இருக்கும் ஆயுதமான கோடரியை வீசினார். கணேசரால் அந்தக் கோடரியில் இருந்து தப்பித்திருக்க முடியும். இருந்தாலும் அந்தக் கோடரி சிவ பெருமான் பரசுராமருக்கு வழங்கியது என்பதால், சிவனுக்கு மதிப்புக் கொடுத்து, கோடரியைத் தம் தந்தம் ஒன்றின் மேல் ஏற்றார். அந்த தந்தம் பாதியாக உடைந்தது.

மகாபாரதத்தை எழுதுவதற்காகத் தம் தந்தம் ஒன்றை உடைத்து அதை எழுத்தாணி ஆக்கியே கணேஷ் எழுதினார் என்னும் மற்றொரு கதையும் முதற் கதையின் சிலிர்ப்பை என்னிடமிருந்து போக்கவில்லை. இதில் உடைந்த தந்தம் ஞானத்தைக் குறிக்கிறது. எனக்கு வயதாக ஆக நான் கணேஷுடன் தொடர்புள்ள பல குறியீடுகள் பற்றித் தெரிந்துகொண்டேன்.

இந்து பண்டிதர்கள் கணேஷின் குண்டான உடல் பிரபஞ்சத்தின் விரிவைக் குறிப்பதாகச் சொல்வார்கள். சிறிய வடிவிலான மனிதனின் உடலும், பெரிய வடிவிலான யானையின் தலையும் ஒன்றாயிருப்பதால் அது

நுண்ணுயிரும் (மனிதனும்) பெரிய அண்டமும் (யானையால் சுட்டிக்காட்டப்படுவது) இணைந்திருப்பதைக் காட்டுகிறது என்றும் கூறுவார்கள். வேறு சிலர் இது பூடகமாக, ஒருவரின் தோற்றத்துக்கு அதிக முக்கியத்துவம் இல்லை; மற்றும் வெளித்தோற்றம் உள் அழகை மறைத்துவிடலாம் என்று பொருள் தருவதாகக் கூறுவார்கள்.

எப்படியானாலும், அவரது தோற்றம் அவரைச் சுற்றி, சித்தி-புத்தி என்னும் இரு மனைவியரையும் சேர்த்து அழகிய பெண்கள் இருப்பதை பாதிக்கவே இல்லை. சித்தி ஆன்மிக சக்திக்கும் புத்தி அறிவின் சக்திக்கும் பிரதிநிதி ஆவார். சில புராணங்களில் மூன்றாவது மனைவியாக ரித்தி என்பவரைக் குறிப்பிடுகின்றன. ரித்தி செல்வத்தின் பிரதிநிதி (புத்தியின் இடத்தில் செல்வம். அதாவது ஒன்று அறிவு அல்லது செல்வம் இரண்டில் ஒன்றே இருக்க முடியும். ஒருவருக்கு இரண்டுமே அமையாது என்பதாக). மேலும் கணேஷின் தும்பிக்கை சுருண்டு ஓம் என்னும் மந்திரத்தைக் குறிக்கிறது. அவரது இடுப்பில் உள்ள பாம்பு பிரபஞ்ச சக்தியைக் குறிக்கிறது.

'ஆனால் அம்மம்மா, கணேஷ் ஏன் எலியின் மீது சவாரி செய்கிறார்?' என்று அவரைக் கேட்பேன். ஏனென்றால் பூஜை அறையில் இருந்த பல படங்களில் அவர் ஏறி இருந்த வாகனம் வழக்கமாக இருக்கும் வாகனம் அல்ல. ஆக எளிமையான ஒரு பார்வையில், ஒரு யானையும் எலியும் கடவுளின் படைப்பில் ஆகப் பெரியதாக ஒன்றையும் மிகவும் சின்னஞ் சிறியதான ஒன்றையும் குறிக்கின்றன. என் பாட்டி விளக்கியதுபோல இரண்டு விலங்குகளுமே கணேஷின் சிறப்பு இயல்புகளின் சின்னங்களே.

'ஒரு யானையைப் போல, அவரால் ஒரு காட்டுக்குள் வெகு வேகமாகப் புகுந்து, தமது வழியில் தடையாக இருக்கும் மரங்களை வேரோடு பிடுங்கி முன்னே செல்ல இயலும். மறுபக்கம் ஓர் எலி போல தம்மைச் சுற்றி இருப்பவற்றுக்கு இடையே புகுந்து புறப்பட்டும் முன்னேற இயலும்' என்பார் என் பாட்டி. இப்படியாக ஒரு கடவுள் யானை மற்றும் எலி இரண்டின் குணங்களையும் ஒன்றிணைக்கிறார். எனவே மனிதனால் தன்னைத் தடை செய்யும் எதையும் தாண்டி, தன்னைத் தடுப்போரை எதிர்கொள்ளவும் முடியும். கடவுள்களுக்கு இடையே அவர் மிக எளியவராக இருந்தாலும் அவரை இத்தனை பக்தர்கள் வழிபடுவதில் வியப்பேதுமில்லை.

இருபத்தோராம் நூற்றாண்டின் நகர வாழ்க்கையில் பழகிப் போன என் போன்ற ஓர் ஆளைக் கவர்ந்திழுப்பது அவரிடம் எதுவாக இருக்க முடியும்? அவரது இமைக்காத கண்களும் விரிந்த புருவங்களும் அவர் மிகவும் புத்திசாலி என்பதையே காட்டுகின்றன.

என் குழந்தைப் பருவத்தில் மற்றொரு கதையாக, பார்வதி தேவி தமது இரு மகன்களுக்கும் பந்தயம் வைத்த கதையைக் கேள்விப் பட்டிருக்கிறேன். கணேஷ் மற்றும் அவரது தம்பியும் போர்க்குணமுள்ளவருமான கார்த்திகேயன் இருவருக்கும் ஒரு போட்டி. உலகை யார் முதலில் சுற்றி

வருவார் என்பதே அந்தப் போட்டி. கார்த்திகேயனோ அம்மா, போட்டி என்ற உடனேயே கிளம்பிவிட்டார். கணேஷோ அம்மாவை ஒரு முறை சில அடிகளே எடுத்துவைத்துச் சுற்றி விட்டு 'நீ தானே அம்மா என் உலகம்; நான் தான் உன்னைச் சுற்றிவந்துவிட்டேனே. எனவே நான் தான் வெற்றி பெற்றவன்' என்று சொன்னார். புத்திசாலியான அவர் பந்தயத்தை வென்றதில் சந்தேகமே இல்லை - எனது முழு மனதான பாராட்டையும் வென்றார்.

எனவே, இந்தியாவில் வெறும் மரியாதை மட்டுமல்ல மிகுந்த உற்சாகத்துடன் கணேஷை வணங்குகிறார்கள். பல சந்தர்ப்பங்களில் அது விபரீதமான தூரத்துக்கும் போகலாம். 1890ல் 'ப்ளேக்' நோயால் இந்தியாவின் மேற்குப் பகுதியில் பெரிய பாதிப்பு வந்தபோது, மக்கள் பலரின் உயிரை பலி கொடுத்தார்களே ஒழிய அந்த நோய்க் கிருமியைப் பரப்பும் எலிகளைக் கொல்ல மறுத்துவிட்டார்கள். ஏனெனில் அந்த எலிகள் கணேஷரின் வாகனங்கள்!

அடுத்த அதீத பக்தி செப்டம்பர் 1995ல் கணேஷின் எல்லா சிலைகளும் பாலை அருந்துவதாகப் புரளி கிளம்பியபோது நிகழ்ந்தது. சில இடங்களில் அவரது பெற்றோரான சிவனும் பார்வதியும் கூட சிலை வடிவில் பாலை அருந்திய செய்திகள் பரவின.

ஆனால், இந்தியாவில் பகுத்தறிவுவாதிகள் உடனே எதிர்ப்பைத் தெரிவித்தார்கள். அது எளிய இயற்பியல் விதிப்படியான ஒரு நிகழ்வே என அவர்கள் சொன்னார்கள். மார்பிள், கருங்கல் அடுக்குகளில் இருந்த மூலக்கூறுகள் மூலம் நுண் புழை இயக்கம் (capillary action) மூலம் நடக்கும் இயல்பான ஒரு நிகழ்வே ஒழிய, அதிசயம் ஏதுமில்லை என்றார்கள் (ஓம் அழுத்தத்தால் திரவத்தை ஏற்றுபவரே நமஹ). மேலும் அந்தப் பால் துளிகள் உண்மையில் சிலையின் உட்பக்கம் போகாமல் அதன் வெளிப்புறம் சிறு துளிகளாகப் படர்ந்தே இருந்தன. சிலை கருப்பாக இருந்தால் அது தெளிவாகத் தெரிந்திருக்கும். சில அரசாங்க விஞ்ஞானிகள் இதை ஒரு தொலைக்காட்சி நிகழ்ச்சி வழியாக விளக்கினார்கள். அவர்கள் ஒரு பச்சை நிறப் பொடியை பாலுடன் கலந்து சிலை அருகில் வைத்தார்கள். சிலையின் முகமே பச்சை நிறமாகிவிட்டது.

கணேசர் பால் குடித்த விஷயம் நாடு முழுவதும் பெரும் பரபரப்பை ஏற்படுத்தியது. சில பூசாரிகள் புதியவிதமான ஒரு வழிபாட்டு மரபை உருவாக்க முயல்வதாக ஒரு குற்றச்சாட்டு. இது அரசியல்வாதிகளின் சதி இன்னொரு குற்றச்சாட்டு எழுந்தது. அப்போது வலுப் பெறத் தொடங்கி இருந்த இந்துத்துவா இயக்கங்கள் தமது நிலையை ஸ்திரப்படுத்திக்கொள்ள கிளப்பிவிட்ட கதை என்று குற்றச்சாட்டு வைக்கப்பட்டது. 'பயனீயர்' பத்திரிகை கோயிலின் பின் பக்கம் உள்ள ஒரு துவாரத்தின் படத்தை வெளியிட்டு அதன் வழியாகப் பால் வெளியேறுவதைக் காட்டியது. அதாவது சிலைகள் மேல் ஊற்றும் பால் இப்படியாக வெளியேறுகிறது. கணேசர் பால் குடிக்கவெல்லாம் இல்லை என்று சொன்னது. இருப்பினும்

கோயில்களை நோக்கி விரைந்த கோடிக்கணக்கான பக்தருக்கோ, விண்ணுலகிலிருந்து தம் தெய்வம், பூமியில் உள்ள சாதாரண ஜீவன்களின் நிலை மீது காட்டிய கருணையாகவே தோன்றியது.

இந்துக்களாகிய நாம் அவ்வாறு அனைத்தையும் நம்பும் மனப்பாங்கு உடையோரே; 'பால் அற்புதம்' கடவுள் பற்றிய நமது முன் முடிவுகளைக் காட்டியது. நமது கடவுள்கள் தெரு முழுதும் குழுமி இருக்கிறார்கள்; பேருந்தில் நம்மை இடித்துக்கொண்டு நகர்கிறார்கள், விண்ணுலகில் இருந்து நம்மைப் பார்த்துப் புன்னகைக்கிறார்கள் அல்லது முறைக் கிறார்கள். அவர்கள் நாம் குளித்த பின் நம் மீது சுற்றிக் கொள்ளும் துண்டு போல நமக்கு நெருக்கமானவர்கள். நம் அன்றாட வாழ்க்கையின் ஓர் அங்கமாகவே அவர்கள் இருக்கிறார்கள்.

திருவனந்தபுரத்தின் நாடாளுமன்ற உறுப்பினராக எனக்கு ஒரு விஷயம் தெரிய வந்தது. உலகிலேயே கடவுளுக்காக நெடு நேரம் விமான நிலையம் மூடப்படுவது திருவனந்தபுரத்தில் மட்டுமே. வருடத்தில் இரண்டு முறை பத்மநாப சுவாமி கடலில் புனித நீராடப் போகும்போது, அதற்காக காலகாலமாக இருந்துவந்த பாரம்பரியப் பாதையில் அமைந்திருக்கும் விமான நிலையத்தின் ஓடுபாதைகள் சில மணி நேரங்கள் அந்த ஊர்வலம் செல்ல வசதியாக மூடப்படுகின்றன. அந்த நகரில் வசிக்கும் எந்த மதத்தைச் சேர்ந்தவரும் எந்த நம்பிக்கை கொண்டவரும் இதைத் தவறென்று நினைப்பதே இல்லை.

எனவே, கடவுள்கள் பால் குடித்து நமது அன்றாட வாழ்வில் வந்து போவதென்பது அப்படி ஒன்றும் அசாதாரணமான விஷயம் அல்ல. அவர்கள் நம் வாழ்க்கையின் ஓர் அங்கமாகவே இருக்கிறார்கள்; நாம் நம்மையே அவர்களில் காண்கிறோம், லட்சியப்படுத்தப்பட்ட வடிவங்களில். அதிக எடையும், நீண்ட மூக்கும், உடைந்த தந்தமும் பெரிய காதுகளுமான கணேஷை நான் நமது முழுமையின்மையின் பிரதிபலிப்பாகவே காண்கிறேன். ஏகப்பட்ட, தாண்டவே முடியாத பிரச்னைகளால் ஆன ஒரு நாட்டுக்கு, தடைகளைத் தாண்ட அருளும் ஒரு கடவுள் தேவைதானே.

என் குழந்தைப் பருவம் மும்பையில் கழிந்தது. வருடா வருடம் அந்த வணிகத் தலைநகரம் தன்னை ஒரு மகிழ்ச்சிப் பெருக்கில் ஆழ்த்திக் கொள்வதைப் பார்த்திருக்கிறேன். பல வடிவங்களில் கணபதி சிலை நூற்றுக்கணக்கில் எல்லா வீதிகளிலும் வைக்கப் பட்டிருக்கும். அவரது ஊர்வலத்தில் பல லட்சம் பக்தர்கள் கலந்து கொள்வார்கள். பின்னர் அவர் கடலில் பெரும் ஆரவாரத்துடன் கலந்துவிடுவார். மக்கள் தத்தமது வீடுகளுக்குத் திரும்பிப்போய்க் கொண்டிருக்கும்போது பெரிய பெரிய விநாயகர் சிலைகள் கடலில் மூழ்குவதைக் காண எனக்குக் கஷ்டமாகவே இருந்தது. ஆனால் அவர் என்னை விட்டு நீங்குவதில்லை என்பது எனக்குத் தெரியும். அவர் என் சுவரில் உள்ள நாட்காட்டிகளில் படமாகவும் என் வரவேற்பறையில் சிலையாகவும் இருந்து, ஒரு நாளை அல்லது ஒரு

புத்தகத்தைத் துவங்கும் போது, ஒவ்வொரு காலையிலும் என்னுடன் இருப்பார்... விநாயக சதுர்த்தி விழா முடிந்த பிறகும் இருப்பார்.

ஓம் மகா கணபதயே நமஹ,
சர்வ விக்னோப சாந்தயே,
ஓம் கணேஷாய நமஹ...

ஓம், நான் கணபதியின் பெயரை பக்தியுடன் உச்சரிக்கிறேன்;
அவரே எல்லாத் துன்பங்களையும் போக்கி சாந்தி கொடுப்பவர்,
ஓம், நான் கணபதியின் பெயரை பக்தியுடன் உச்சரிக்கிறேன்...

அத்தியாயம் 2

இந்து வழி

மகரிஷி யக்ஞவல்க்யரிடம் மொத்தம் எவ்வளவு கடவுள்கள் என்று எண்ணிக் கூறும்படிக் கேட்டுக்கொண்டபோது அவர் முதலில் 3300 என்று எண்ணத் துவங்கி இறுதியில் ஒருவரே ஒருவர் பிரம்மனே என்று அதைக் குறுக்கிவிட்டார். பிரம்மனே எங்குமுள்ள எல்லா உயிரினங்களுக்கும் உள்ளே இருக்கும் ஆன்மா. 'ஏகம் சத் விப்ரா பகுதா வதந்தி' என்று குறிப்பிடுகின்றன. 'எது இருக்கிறதோ அது ஒன்றே; முனிவர்கள் அதை வெவ்வேறு பெயரிட்டு அழைக்கிறார்கள்' என்ற பொருள் தரும் இந்த சுலோகமே சுவாமி விவேகானந்தர் ஆன்மிகம் பற்றிக் குறிப்பிட்டதாகும்.

எனவே இந்துக்கள் தொடவோ பார்க்கவோ முடியாத ஒன்றை நெருங்க முயற்சி செய்வதே கடவுளுக்குச் செய்யும் வழிபாடு எனப் புரிந்து வைத்திருக்கிறார்கள்; ஏனெனில், கடவுள், அந்த அடிப்படையில், அறிதலுக்கு அப்பாற்பட்டவர். ஒருவர் அவரை/அவளை/ அதை எந்த வடிவத்திலும் கற்பனை செய்யலாம், ஏனெனில் எல்லா வடிவமுமே உயர்வானதே... எந்தவொன்றும் மற்றொன்றைவிட உயர்வானது என்று கூறமுடியாது. இந்து மதத்தில் உள்ள கடவுள்களின் வடிவங்கள், வணங்குபவரின் கற்பனையின் வரம்புகளைக் காட்டுகிறதே ஒழிய, இந்த வடிவங்களுக்கு உட்பட்டு மட்டுமே அவரைக் காண இயலும் என்று வரையறைப்படுத்தவில்லை. இந்து புராண மரபு ஏராளமான கடவுள் வடிவங்களை, அவதாரங்களைக் கொண்ட தாக இருக்கிறது. எனவே ஒரே ஒரு குறிப்பிட்ட வடிவில்தான் கடவுள் இருப்பார் என்று சொல்வது இந்து மரபைப் பொறுத்தவரை முட்டாள்தனமானது.

இவ்விதமாக ஒருவர் கடவுளைப் பானை வயிறும், யானைத் தலையும் உள்ளவராகவும், மற்றவர் பத்து கைகள் மற்றும் ரௌத்திரப் புன்னகை உள்ள பெண்ணாகவும் கற்பனை செய்து கொள்ளலாம். இந்த இரண்டு உருவங்களுமே வழிபடுபவருக்குச் சரியாகத் தோன்றும்போது, ஒரு சிலுவை மீது ரத்தம் சிந்துபவர் என்னும் வடிவத்தில் ஏன் கடவுளைக் காணக்கூடாது? எல்லாமே இந்துவுக்கு ஏற்புடையதே; அறிந்துகொள்ள முடியாதவரான கடவுளுக்கு எந்த வடிவம் பிற மதத்தில் கொடுக்கப் பட்டிருக்கிறதோ அது ஒன்றே போதும் இந்துவுக்குத் தானும் அதே மரியாதையைக் கொடுப்பதற்கு. ஏற்றுக் கொள்ளுதல் என்பதே அந்த விளையாட்டின் விதி.

நான் துவக்கத்திலேயே குறிப்பிட்டதுபோல, இந்த ஒரு மதம், சத்தியம் இதுதான் என ஏகபோக உரிமை கொண்ட மதம். அவர்களது வழி மட்டுமே மோட்சத்துக்கு இட்டுச்செல்ல வேண்டிய கட்டாயமில்லை என்பது இந்துக்களுக்குத் தெரியும். அவர்களுக்கு உண்மையை நாடும் எல்லா வழிகளையும் மதிக்கக் கற்றுத் தரப் பட்டிருக்கிறது. பாதைகள் ஒவ்வொரு மனிதரின் வாழ்க்கையின் சூழ்நிலையைப் பொறுத்தும், அவர்கள் பிறந்து வளர்ந்த பண்பாடு, அவர்களது விழுமியங்களும் உந்துதல்கள் இவற்றைப் பொறுத்தும் வேறுபடும் என்பது ஓர் இந்துவுக்குத் தெரியும்.

பகவத் கீதையில் பகவான் கிருஷ்ணர் 'எந்த நம்பிக்கையை ஒருவர் பின்பற்றினாலும், மன உறுதியுடன் எந்த வடிவத்தை வணங்கினாலும் நான் அவர் நம்பிக்கையை உறுதியாக்குவேன்' என்கிறார். இந்த நூற்றாண்டின் தத்துவரீதியான விவாதங்களும் சர்ச்சைகளும் படைப்பின் ஆக இறுதியான சத்தியத்துக்குப் பல வழிகள் உண்டு என்பதை அங்கீகரிக்கின்றன.

இந்த பன்மைத்தன்மையை ஏற்பதன் மூலம் இந்து மதமானது, தமது மதம் ஒன்றே உண்மையான சத்தியம் என்று சில மதங்கள் நம்புவதில் இருந்து முற்றிலும் மாறுபட்டு விளங்குகிறது. பிரான்ஸ் நாட்டு ஃப்ரெங்கோ பர்னி இந்தியாவில் மேற்கொண்ட தமது பயணத்தை, அழுத்தமான ஆதாரங் களுடன் தொகுத்து எழுதியிருக்கிறார். தமது புத்தகத்தில் 1671ம் வருடம் சில பிராமணர்களுக்கு தாம் கிறித்துவத்தை அறிமுகப்படுத்த முயன்றது பற்றி எழுதியிருக்கிறார். அவர்கள் தந்த இந்த பதில் அவருக்கு அதிர்ச்சியாகவே இருந்திருக்கிறது: 'பிராமணர்கள் தங்களது மதம் உலகத்துக்கே பொருந்தும் என்றெல்லாம் போலியாக எதையும் கூறவில்லை. அவர்களுக்கு மட்டுமே கடவுள் உருவாக்கிக் கொடுத்திருப்பதாக வெல்லாம் நம்பவில்லை. ஓர் அந்நியரைத் தம் மதத்துக்குள் இணைப்பது அவசியமில்லை என்றே நினைத்தார்கள். இதற்கு அவர்கள் தம் மதம் பொய்யானது என்று நினைத்ததாக அர்த்தமில்லை. அது நமக்கு நல்லதாகவே இருக்கலாம். கடவுள் பல வழிகளை சுவர்க்கத்துக்கு என ஏற்படுத்தி இருப்பார். எனவே நமது மதமே உலகத்துக்கே பொதுவானது என்று அவர்கள் நினைக்கவில்லை. அவர்களுடைய மதம் மட்டுமே உயர்வானது, சரியானது என்று சொல்வதுமில்லை.

நான் ஏன் இந்துவாக இருக்கிறேன்? | 49

'நாங்கள் உங்கள் மதத்தை மதிக்கிறோம்; நீங்களும் எங்களுடையதை மதியுங்கள்' என்றே அந்த பிராமணர்கள் கூறினார்கள்.

சில அறிஞர்கள் இந்துக்களை 'ஹெனோதீயிஸ்ட்ஸ்' (Henotheists) என்று சொல்வார்கள். அதாவது, தமது கடவுளை வழிபடும்போது, பிற கடவுளர்களின் இருப்பை மறுக்காத தன்மை. ராதா கிருஷ்ணன் கூறுகிறார்: 'கட்டளையிடும் சட்ட திட்டங்கள், தீர்ப்பளிக்கும் நீதிபதி, இறுக்கிப் பிடிக்கும் பந்த பாசங்கள், நமக்கு உயிர் தந்த தந்தை, நம் எல்லா நம்பிக்கை மற்றும் லட்சியம் வெல்ல உதவும் தாய் இவை எல்லாவற்றையும் எல்லாரையும் விடக் கடவுள் மிகவும் பெரியவர். கடவுள் இவர்கள் எல்லாருமாகவும், இவர்கள் எல்லோரையும்விட எல்லையே இல்லாமல் பெரியவராகவும் இருக்கிறார்.

இந்துக் கடவுளாக இருந்தாலும் இல்லாவிட்டாலும் எந்தவித வேறுபாடும் காட்டாமல், எல்லா வகையான தெய்வங்களையும் மதிப்பதே 'ஹெனோதீயிஸம்' எனப்படுவதாகும். இந்துக்களில் வேறு பிரிவினருடைய வழிபாடுகளை எப்படிப் பார்க்கிறாரோ அதுபோலவே ஆபிரகாமிய மதங்களில் உள்ள வழிபாட்டையும் ஓர் இந்து ஏற்றுக்கொள்கிறார். இந்த ஒரே காரணத்தாலே, ஏசுபிரான் காலத்தில் மும்பைத் துறைமுகத்துக்கு வந்த பெரிய யூதர் சமூகத்தை ஏற்றுக்கொண்டார்கள்; பல நூற்றாண்டுகள் கடந்துவிட்டன என்றாலும் அவர்களை வேறு மதத்தவராகவே இந்துக்கள் நினைக்கவில்லை. பிற இந்துக்கள் வெவ்வேறு பிரார்த்தனை முறைகளைக் கடைப்பிடிப்பது போலவே, இவர்கள் தமது வழிபாட்டைச் செய்வதாக நினைத்தார்கள். வேறு மதத்தினராக நினைக்கவே இல்லை. மகாராஷ்டிராவுக்கு ஜெருசலத்தில் இருந்து வந்த ஒரு யூத குரு, இவர்கள் யூதர்கள், ஜெருசலத்தைச் சேர்ந்தவர்கள் என்ற உண்மையைக் கூறிய பின்னரே அது இங்கே உள்ள இந்துக்களுக்குப் புரிந்தது.

யூதர்களைச் சுற்றியிருந்த இந்துக்களுக்கோ அது ஒரு பாதிப்பையே ஏற்படுத்தவில்லை. ஹரிசுருதி என்னும் துதிப்பாடல் தொகுதியிலுள்ள ஒரு பாடல் 'மூவுலகை ஆள்பவரான விஷ்ணு, சைவர்களால் சிவன் எனவும், வேதாந்திகளால் பிரம்மன் எனவும், புத்தமதத்தவர்களால் புத்தர் எனவும், நய்யாயிகாக்களால் தலைமை குருவாகவும், ஜைனர்களால் விடுதலை பெற்றவராகவும், சடங்குகள் செய்வோரால் தர்மத்தின் கோட்பாடாகவும் கருதப்படும் அவர் எங்கள் பிரார்த்தனைகளை நிறைவேற்றட்டும்' என்றே சொல்கிறது. இந்த உற்சாகம் மிகுந்த, பல தத்துவங்களை உள்ளடக்கும் தன்மையே 1893-ல் உலக மதங்களின் மாநாடு சிகாகோவில் நடந்தபோது, 'யார் இந்துக்களின் பிரம்மனோ, ஜோராஷ்டிரியர்களின் அஹுரா மஸ்தாவோ, புத்த மதத்தோரின் புத்தரோ, யூதர்களின் ஜெஹொவாவோ, கிறிஸ்துவர்களுக்கு சொர்க்கத்தில் உள்ள பரமபிதாவோ' அவரின் நல்லாசியை நாடுகிறேன் என்று சுவாமி விவேகானந்தரைத் தனது பேச்சைத் துவங்க வைத்தது. அவருக்கு அந்தக் கடவுளர்கள் யாவரும் ஒரே ஒருவரே: 'இருப்பது ஒன்றே; அதைப் பல தவயோகிகளும் பல பெயர்களில் அழைக்கிறார்கள்'.

வாழ்க்கையை முழுமையாகக் காண்பது

ஆங்கிலேயர்கள் ஆண்ட இரண்டு நூற்றாண்டுகளுமே இந்துயிசத்தைப் புரிந்து கொள்ளப் போதுமானதாக இல்லாத ஒரு போராட்டமாகவே அவர்களுக்கு இருந்தது. அவர்கள் தங்களுக்கு மிகவும் சாத்தியமான அளவுக்கு அதன் பொருளை விவாதித்துப் புரிந்து கொள்ள முயன்றனர். சிலர் ஈ.எம்.ஃபாஸ்டர் சொன்ன மிகவும் கெடு புகழ் பெற்ற வருணனையான 'புதிரானது குழப்பமானது' என்ற வகையில் புரிந்து கொண்டிருந்தனர். பிறர் தமக்கு முடிந்த அளவு அவற்றைக் குறுக்கிப் புரிந்துகொள்ள முயன்றார்கள். இந்து மதம் பல வழிபாட்டு முறைகளை ஏற்பதா, அல்லது 'ஒரே கடவுள்' என்னும் கோட்பாட்டைக் கொண்டதா என்ற கேள்வி பல ஆங்கில மனங்களைப் பெரிதும் வாட்டியது.

1911 எடுக்கப்பட்ட மக்கட் தொகைக் கணக்கெடுக்குப் பிறகு மூத்த பிரிட்டிஷ் அதிகாரியான ஹெர்பரட் ரிஸ்லி கூறியது: பெரும்பான்மை இந்துகள் பரமேஸ்வரன், ஈஸ்வரன் அல்லது நாராயணன் என்னும் உயர்ந்த ஒற்றைக் கடவுள் மீது நம்பிக்கை வைத்திருக்கிறார்கள். ஆனால், இந்தக் கருத்து வேத வேதாந்தம் படித்தவர்கள் மத்தியில் மட்டுமல்ல. கடைக்கோடியில் இருக்கும் சாதாரண மனிதனும் அதை நம்புகிறான். 'எளிய புத்திசாலி விவசாயி'க்கு இந்தியக் கருத்தியல்களான பரமாத்மா (ஆக உயர்ந்த ஆன்மா), கர்மா (எளிய பொருளில் 'விதி'), மாயா (பிரமை) மற்றும் முக்தி (பிறப்பிலிருந்து விடுதலை) இவையெல்லாம் தெரியும். அதோடு இவை தமது எதிர்காலத்தை எப்படி பாதிக்கும் என்பது பற்றிய ஓர் எளிய நடைமுறைக் கோட்பாடும் தெரியும்.

சில அடிப்படைக் கருத்துகள் ஒவ்வொரு இந்துக்கு உள்ளேயும் வேரூன்றி இருந்தன. அதன்படி அவர் நடந்தாரா இல்லையா என்பது வேறு விஷயம். இவற்றுள் நான்கு பிரிவுகளைக் கொண்ட இரண்டு நம்பிக்கைகள் அடக்கம். முதலாவது வாழ்க்கையை நான்கு கட்டங்களாக வகுத்துக் கொள்வது. ஆசிரமங்கள் என்னும் பெயருடன் ஒவ்வொரு கட்டமும் அழைக்கப்படும். பிரம்மச்சரியம், திருமணத்துக்கு முன்பு கல்வி வழியாக வாழ்க்கைக்குப் புதிய அர்த்தம் சேர்ப்பதாகும். அதன் பிறகு கிரகஸ்தம். குடும்பஸ்தனாக ஒருவர், திருமணம் மற்றும் குழந்தைப் பேற்றின் வாயிலாகக் குடும்பப் பொறுப்புகளை ஏற்பது. வனபிரஸ்தம் என்பது கடமைகளில் இருந்து ஓய்வு பெற்று, இறந்த காலத்தை அசை போட்டபடி இயற்கையை ஒட்டி வாழ்தலாகும். இறுதியானதே சன்னியாசம். எல்லா உலக பந்தங்களையும் துறந்து, அண்டம் முழுதும் நிறைந்த பிரம்மனுடன் இறுதியாக இணைந்து விடுவது.

இந்த நான்கு நிலைகளும் வாழ்வின் நான்கு லட்சியங்களுடன் இணைக்கப் பட்டும் இருக்கும். ஒவ்வொரு இந்துவுக்குமான அந்த நான்கு லட்சியங்கள்: தர்மம் என்னும் ஒழுக்க நெறி (பின்னால் விரிவாக விவாதிக்க இருக்கிறேன்). அடுத்தது அர்த்தம். செல்வமும் வாழ்க்கை வசதிகளும்

ஆனது. மூன்றாவது காமம் என்னும் இச்சையும் அதன் நிறைவேற்றமும். இறுதியானதே மோட்சம் எனப்படும் பிறப்பு மற்றும் இறப்பிலிருந்தும் விடுதலை. அதுவே ஒவ்வொரு மனிதரின் வாழ்க்கையின் இறுதி லட்சியம்.

வாழ்க்கையின் நான்கு கட்டங்களும் வாழ்க்கையின் நான்கு லட்சியங்களும், மனிதனின் எல்லாத் தேவைகளையும் உள்ளடக்கிய ஓர் ஒட்டு மொத்தமான பார்வையாகும். ஒவ்வொரு மனிதருக்கும் படிக்கவும், பணம் சம்பாதிக்கவும் உடலின்பம் அடையவும், உணவு தேடிக் கொள்ளவும், அன்பு செலுத்தவும், ஒருவரைப் பேணவும், பொறுப்புக்களை ஏற்கவும் தேவை இருக்கிறது. சமூக நன்மை பற்றிய ஒரு பொதுவான அக்கறையும் இருக்கிறது. அனுபவித்து மட்டுமே உணரப்படுவதாகவும் கண்ணால் காணப் படாததாகவும், வார்த்தைகளால் விவரிக்க முடியாததாகவும் ஆன ஒன்றைப் பற்றிய ஒரு விளக்க முடியாத ஆர்வமும், ஒவ்வொரு மனிதருக்குள்ளும் இருக்கின்றன. இந்த உந்துதல்கள் யாவும் நமக்குள்ளே நம்முடனே உறைவன ஆகும். அவை ஒன்றொடு ஒன்று மோதிக்கொண்டு உரையாடிக் கொண்டு இருக்கின்றன.

நாம் அவற்றை முறையாக அல்லது முறை கடந்து பின்பற்றிக் கொண்டிருக்கிறோம். சில நேரங்களில் பிரக்ஞையற்றுப் பின்பற்றுகிறோம். அப்படி அவை நமது வாழ்க்கைக்குள் இருக்கின்றன என்பதை நாம் உணராவிட்டாலும் பழங்கால முனிவர்கள் நன்றாகவே உணர்ந்திருந் தார்கள். பொதுவாகக் குறிப்பிடப்படும் மாதா, பிதா, குரு மற்றும் தெய்வம் என்னும் வரிசை மனித வாழ்க்கையின் பயணத்தை சித்திரிப்பதாகும்.

பிறப்பில் இருந்தே ஒருவர் தனது அம்மாவைச் சார்ந்தே இருக்கிறார். பிறகு வெளி உலகத்துக்குத் தந்தையின் மூலமாகப் பரிச்சயமாகிறார். பிறகு குருவின் உபதேசத்தை அவர் கடவுளைக் காணும் வரை பெறுகிறார்.

வாழ்க்கையை இந்து முழுமையாக விளங்கிக்கொண்டார்; அவர் வாழ்க்கையின் மேன்மையான லட்சியங்களை அங்கீகரித்தார்; அவற்றை அடைய வேண்டிய கட்டங்களையும் உணர்ந்தார். அது அவருக்கு இயல்பான வாழ்க்கையில் உள்ள உடலின்பத்தையோ, செல்வம் மற்றும் வாழ்க்கை வசதியையோ மறுக்கவே இல்லை(காமத்துக்கென தனி சாஸ்திரமே உண்டு, வாத்சல்யாயனரின் காம சூத்திரம்); ஆனால் அவற்றுக்கு மேலான இடத்தைக் கொடுக்காமல் வாழ்க்கையின் லட்சியத்துக்கே மேலான இடம் கொடுத்தது.

என்றும் அழியாதவற்றைத் தேடுவதற்கு உட்பட்டே உலக இச்சைகளுக்கு அங்கீகாரம் தரப்பட்டது. ராதா கிருஷ்ணன் அழகாக விவரித்ததுபோல ‘இந்து மதம் பூலோகத்தையும் வானுலகத்தையும் ஒன்றிணைக்கிறது. எனவே, இந்துக் கடவுள்கள் எல்லோருக்கும் திருமணம் ஆகி இருப்பது தற்செயலானதே அல்ல. அவர்கள் எல்லோருமே, தமது துணைவியர் உடனேயே காட்சி தருகின்றனர். கடவுள்கள் மற்றும் பெண் கடவுள்கள் இருவருடைய பன்முகத் தோற்றமே நாம் காண்பது. கடவுள்களும் கூட

இச்சையால் பாதிக்கப்படலாம் என்பது இந்து மதத்தின் பிரமிக்க வைக்கும் புரிதலாகும்; அவர்கள் அப்சரஸுக்கு மயங்கலாம் அல்லது ஒரு முனிவரின் மனைவி மனதை சலனப்படுத்தலாம். மோகினியாக வந்த விஷ்ணுவின் தோற்றத்தில் சிவனே மயங்கினார். எளிதில் மனம் புண்படும் குணம் இஸ்லாமியப் படை எடுப்புக்கும் பிரிட்டிஷ் காலனி ஆதிக்கத்துக்கும் பிறகே இந்து மதத்தில் வந்திருக்க வேண்டும்.

இந்துக்கள் என்றும் நிலைப்பதையே தேடுகிறார்கள் - இருளைத் தாண்டிய வெளிச்சம் அது. அதை மூன்றுவிதமான செயற்பாடுகள் மூலமாகத் தேடுகிறார்கள். முதலாவது ஞானம் அல்லது அறிவுத் தேடல்; வெறும் ஏட்டளவிலாக இல்லாமல் உள்ளார்ந்த அனுபவமாக ஞானத்தை நோக்கி இட்டுச் செல்வதானதாக அந்த அறிதல் இருக்கும். இரண்டாவது பக்தி அல்லது அர்ப்பணிப்பு. அது பிரார்த்தனை, விரதம், கோயில் சடங்குகள், பலி இவற்றாலும் தியானம் மற்றும் சுய ஆத்ம விசாரணையாகவும் வெளிப் படும். மூன்றாவது கர்மா அல்லது செயல் - அது தர்ம வழியிலான சேவையாக இருக்கும் (கர்மா என்னும் சொல்லுக்கான அர்த்தத்தை வெவ்வேறு விதமாகக் காண்கிறார்கள். செயல், விதி அல்லது ஊழ்வினை மற்றும் காரணம். கர்மா இந்த மூன்றையுமே குறிப்பது தான். அந்தச் சொல்லைப் பயன்படுத்தும் சந்தர்ப்பத்தை ஒட்டி அதன் பொருள் வேறுபடும்).

பக்தி மார்க்கமே இருப்பதிலேயே பெருவாரியான மக்களின் விருப்பமாகும். ஏனெனில், வழிபடும் குணம் நமக்குள் பிறப்பிலேயே இருக்கிறது. தூய்மையாளர்கள் இந்துக்களின் வழிபாட்டு முறைகளை இப்படி வகைப்படுத்துகிறார்கள்: மிகவும் எளிய இந்துக்கள் மரங்கள், விலங்கு வகைகளை வழிபடுகிறார்கள்; அதற்கும் அடுத்த தட்டில் உள்ளவர்கள் தமது முன்னோர்களை, புகழ் பெற்ற தெய்வ வடிவங்கள், குருமார்கள், ஆன்மிக போதகர்கள் ஆகியோரை வழிபடுகிறார்கள். அதற்கும் மேற்தட்டில் உள்ளவர்கள் சிவ பெருமான், விநாயகர், ராமர், கிருஷ்ணர் மற்றும் புத்தர், மகாவீரர், குருநானக் ஆகியோரை வழிபடு கிறார்கள்; இதற்கும் மேலான நிலையில் உள்ளவர்கள் தமது தனிப்பட்ட கடவுளை, அதாவது இஷ்ட தெய்வத்தை வழிபடுகிறார்கள். இவர்கள் அனைவருக்கும் மேலாக பிரம்மத்தை வழிபடுபவர்களே அனைவரையும் விட மேலானவர்கள்.

இஷ்ட தெய்வம் அல்லது தனிப்பட்ட கடவுளை வழிபடுவோர் (பிரம்மனை நேரடியாகத் தேடாமல் ஒரு தெய்வீக அவதாரம் மூலம் தேட முயல்வோர்) முழு முதல் பிரம்மத்தை வழிபடுபவர்களுக்கு அடுத்த இடத்தையே எடுத்துக்கொள்ளவேண்டும். கேனோப உபநிடத்தில் உள்ள ஒரு பாடலானது இலக்கிய நயத்தையும்அதி உயர்ந்த தத்துவ விசாரணையையும் எடுத்துக்காட்டுகிறது:

யார் மனதை எல்லைகள் தாண்டி அலையும்படி அனுப்பி வைக்கிறார்?
யார் நம்மை இந்த வார்த்தைகளை உச்சரிக்கும்படி ஆட்டுவிக்கிறார்?
கண்ணின் மற்றும் காதின் பின்னாலுள்ள சக்தி யார்?

காதின் காதாகவும், கண்ணின் கண்ணாகவும், வார்த்தைகளின் சொற்களாகவும், மனதின் இதயமாகவும் உயிரின் உயிராகவும் அதுவே இருக்கிறது. ஞானவழி நடப்போர் எல்லைகளைக் கடந்து இந்த உலகையும் கடந்து சென்று அமரத்துவம் பெறுவார்கள்.

அங்கே கண்கள் செல்வதில்லை, வார்த்தைகளோ மனமோ கூட அங்கே போய்விட முடியாது. நம்மால் அதை அறியவோ புரிந்து கொள்ளவோ இயலாது. அவர் அறிந்தவற்றுக்கும் அறியாதவற்றுக்கும் மேலானவர். இந்த உண்மையை நமக்கு விளக்கிக் கூறிய தொன்மையான முனிவர்கள் இதையே நமக்கு எடுத்துச் சொல்லியிருக்கிறார்கள்.

எதனால் வார்த்தைகள் பேசப்படுகின்றனவோ, அதைப்பற்றி வார்த்தை களால் பேசிவிட முடியாது: அந்த ஒன்றே பிரம்மன் என்று அறிவாயாக. ஏனையர் எதை இங்கே கொண்டாடுகிறார்களோ அது அல்ல.

மனம் எதனால் மட்டுமே சிந்திக்க இயலுமோ, எது மனதால் சிந்திக்க இயலாததோ அந்த ஒன்றே பிரம்மன் என்று அறிவாயாக. ஏனையர் எதை இங்கே கொண்டாடுகிறார்களோ அது அல்ல.

கண்ணால் எதனைக் காண இயலாதோ, எதனால் மட்டுமே பார்ப்பது சாத்தியம் ஆகிறதோ அந்த ஒன்றே பிரம்மன் என்று அறிவாயாக. ஏனையர் எதை இங்கே கொண்டாடுகிறார்களோ அது அல்ல.

காதால் எதனைக் கேட்டுவிட முடியாதோ, எது கேட்க இயலும் படி செய்கிறதோ அந்த ஒன்றே பிரம்மன் என்று அறிவாயாக. ஏனையர் எதை இங்கே கொண்டாடுகிறார்களோ அது அல்ல.

எதை சுவாசத்தால் உள் வாங்க இயலாதோ, எதனால் மூச்சு விடுவது நடக்கிறதோ அந்த ஒன்றே பிரம்மன் என்று அறிவாயாக. ஏனையர் எதை இங்கே கொண்டாடுகிறார்களோ அது அல்ல.

இவை எல்லாவற்றுக்குள்ளும் பல வேறுபாடுகள் மற்றும் தேர்வு செய்யும் வாய்ப்புகள் இருக்கின்றன. சிலர், தன் இச்சைப்படி இயங்க இயலாத தாவர மற்றும் உயிரினங்களில் கடவுள் சக்தியைக் காணும் மனப்பாங்கு ஒரு தத்துவமாக வடிவெடுத்தது அதுவே இந்து மதம் அல்லது மாயத்தன்மை மிகுந்த இறைத்தத்துவமே இந்து மதம் என்கிறார்கள். அவர்கள் கூறுவது முற்றிலும் உண்மையல்ல. அதே நேரம் அவர்கள் கூற்று தவறானதும் அல்ல. சிலர் கடவுளை இயற்கையிலும், சிலர் காடுகள் மற்றும் நதிகளிலும் மற்றும் மரம் அல்லது கல் வடிவச் சிலைகளிலும், வேறு சிலரோ வானுலகிலும் காண்கிறார்கள். ஆனால் இந்துத் தவயோகியோ தமக்குள்ளேயே கடவுளைத் தேடி, அவர் தனக்குள் ஆழ்ந்து இருப்பதைக் காண்கிறார்.

இந்து மதத்தின் ஆலமரம்

இந்தியாவுக்கே உரித்தான ஆலமரமாக இந்து மதம் வளர்ந்திருக்கக் காரணம் அதன் வெளிப்படைத்தன்மையும் பன்முகத் தன்மையுமே ஆகும். அது தனது கிளைகளை அகன்றும் பரந்தும் விரித்திருக்கிறது. எண்ணற்ற விழுதுகளும் மண்ணுள் மிக ஆழ்ந்து ஊடுருவிய வேர்களுமாக இருக்கும் இதன் நிழலில் பலவிதமான பூக்களும் உயிரினங்களும் பல்கிப் பெருகி வருகின்றன.

எண்ணிக்கையில் அதிகமாயிருக்கும் இந்திய வழிபாட்டுத் தலங்கள் பக்தியுடன் கோயில்களுக்குச் செல்வோருக்கு பல தேர்வுகள் செய்து கொள்ளும் வாய்ப்பைத் தருகின்றன. பெரும்பான்மை இந்துக் குடும்பங்கள் கோவில்களுக்குப் புனித யாத்திரை அடிக்கடிச் செல்கின்றனர்; பலருக்கும் சுற்றுலா என்பதே கோயிலுள்ள ஊர்களுக்குச் செல்வதுதான். அங்கே உள்ள சக்தி மிகுந்த கடவுளைக் கும்பிடவே செல்கிறார்கள். ஒரு மத அடிப்படையிலான திருவிழா என்பதாகவும் புகழ் போக்குவரத்து முதலான பிற வசதிவாய்ப்புகளும் அமைந்திருக்கும் தலங்களுக்குச் சென்று வருவது உண்டு. ஆனால் வேறு சில புனித ஸ்தலங்களுக்குப் போய் வருவது மிகவும் சிரமமானதாக இருக்கும்.

அமர்நாத் மலைப் பகுதியில் உள்ள குகையின் பனி லிங்கத்தை வழிபட வருடா வருடம் செல்லும் அமர்நாத் யாத்திரை மிகவும் சிரமமான மலை ஏறும் பயணமாகும். திபெத்தில் உள்ள மானசரோவர் ஏரி மற்றும் கைலாய மலையே சிவனின் இருப்பிடமாகக் கருதப்படுகிறது. அங்கே பல கணவாய்களைக் கடந்து செல்ல முயற்சி செய்த பலரின் உயிரே அந்தப் பயணத்தில் போய்விட்டிருக்கிறது. கேதார்நாத், கங்கோத்திரி, யமுனோத்திரி ஆகிய இமாலயத்தின் பிற பகுதிகளுக்குச் சென்று வருவதோ உடல் வலுவில்லாதோருக்கும் இதயம் பலவீனமானவருக்கும் ஏற்றதல்ல.

பிற புனித யாத்திரைகள் பலவும் பெருமளவில் இந்துகள் விசேஷ நாளில் கூடும் நேரங்களில், அந்த இடங்களுக்கான பயணங்களாக அமைகின்றன: திருச்சூர் பூரம் என்னும் வருடாந்திர விழாவில் உலக அளவில் சாதனை என்னுமளவு பெரிய எண்ணிக்கையில் அலங்கரிக்கப்பட்ட யானைகள் வரிசை வரிசையாக, நூற்றுக்கும் மேற்பட்டவை தலைவரை அலங்கரிக்கப் பட்டுச் செல்லும். ஒடிசாவில் பூரி ஜகன்னாதரின் ரத யாத்திரை, கும்ப மேளா என்னும் விழா (இதுபற்றி பின்னர் விவரிக்கப் போகிறேன்). உத்சவங்கள் (உத் என்றால் நீங்கி விடுதல் - சவ என்றால் அன்றாட வாழ்வின் இன்னல்கள். நாடெங்கும் நடக்கும் உற்சவங்கள் ஒருவரது பாரங்களையும் கவலைகளும் நீக்கிவிடும்) ஒவ்வொரு வருடமும் குறிப்பிட்ட நேரத்தில் பல்வேறு பகுதிகளில் நடக்கும் விழாக்கள் பெரிய அளவு பக்தர்கள் கூட்டத்தை ஈர்ப்பவை ஆகும்- வங்காளத்தில் கொண்டாடப்படும் துர்கா பூஜை, மகாராஷ்டிராவின் கணேஷ் சதுர்த்தி, வட மாநிலங்களின் ராம் லீலா, கேரளாவின் ஓணம் தமிழ் நாட்டின் பொங்கல். வண்ணங்களின் விழாவான

ஹோலி, விழாக்களிலேயே உற்சாகம் மிகுந்தது. இந்து பஞ்சாங்கத்தின் படி, சூரியன் மகர ராசியில் பிரவேசிப்பதைக் குறிக்கும் மகர சங்கராந்தி மிகவும் பக்தியுடன் கொண்டாடப்படுவதாகும். பன்னிரண்டு வருடங் களுக்கு ஒரு முறை நடத்தப்படும் கும்ப மேளா விழாவுக்கு வரும் கூட்டமே எல்லா விழாக்களிலும் அதிகபட்சமானது. ஹரித்துவார், அலகாபாத் (பிரயாக்), நாஸிக், உஜ்ஜைன் நகரங்களில் இவை நடத்தப்படுகின்றன. அலகாபாதில் நடக்கும் கும்பமேளா கங்கை - யமுனையின் சங்கமத்தில் நடப்பதால் அங்கே இருபது லட்சம் மக்கள் கூடுவார்கள்.

சில நேரம் வழக்கமாக ஒரு குறிப்பிட்ட கோயிலுக்குப் போய் வருவதும் ஒருவகை புனித யாத்திரையாக இருக்கும்: கேரள அரசியல் தலைவரான கே.கருணாகரன் மலையாள மாதத்தின் முதல் நாளில் ஒவ்வொரு மாதமும், தமது வாழ் நாள் முழுவதும், புகழ் பெற்ற குருவாயூர் கிருஷ்ணர் கோயிலுக்குச் சென்று வழிபட்டார். இதேபோல் சபரிமலை மேலுள்ள ஐயப்பன் கோயில், திருப்பதி பாலாஜி கோயிலுக்கு ஆயிரக்கணக்கானோர் வழக்கமாகச் சென்று வழிபடுவர்.

சில நேரங்களில் நிறைய கோயில்கள் உள்ள ஊருக்குச் சென்று வருவார்கள். உதாரணத்துக்கு கும்பகோணம் பகுதியைச் சுற்றி உள்ள ஊர்களில் உள்ள ஒன்பது கிரகங்களுக்கான கோயில்கள். சில நேரங்களில் அந்த புனித யாத்திரை பெரிய சுற்றுப் பயணமாக அமையும். என் 14-ம் வயதில் என் குடும்பத்தினர் காரிலேயே மூன்று வாரப் பயணமாகத் தென்னிந்தியாவின் பல கோயில்களுக்கு என்னை அழைத்துப் போனார்கள். திருப்பதி, மதுரை (அங்கே உள்ள மீனாட்சி கோயில் சிவனை மணந்த மங்கையர்க்கரசி மீனாட்சிக்கு அர்ப்பணிக்கப்பட்டது. அந்தக் கோவிலில் அற்புதமான 33000 சிற்பங்கள் இருக்கின்றன). மற்றும் தஞ்சாவூர், காஞ்சிபுரம், பழனி, ராமேஸ்வரம் மற்றும் பல எண்ணில் அடங்காத, தமிழ் நாட்டின், கேரளாவின் சிறு சிறு நகரங்களுக்கும் சென்றார்கள். ஒவ்வொரு ஊரிலும் முக்கியமான கோயிலில் வழிபாடு. என் பெற்றோருக்கு அது மிகவும் மன நிறைவைக் கொடுத்தது. குழந்தைகளான எங்களுக்கோ அது உற்சாகமான சாகசப் பயணமாக இருந்தது. நாங்கள் இந்து மதம் பற்றியும் ஒவ்வொரு இடத்திலும் கொஞ்சம் கற்றுக் கொண்டோம்.

இந்தக் கோயில்கள் இப்படி வெவ்வேறு வகையாக இருந்தது ஒரு சிறுவனாக எனக்கு முக்கியமானதாகத் தென்பட்டது. அவற்றின் சிற்ப வேலைப்பாடுகள் மற்றும் கட்டடக் கலையில் உள்ள வேறுபாடுகள், கடவுள்களின் வித்தியாசமான வடிவங்கள், கோயில் அர்ச்சகர்கள் செய்யும் வித்தியாசமான சடங்குகள், அவர்கள் கடவுளுக்கு நைவேத்தியம் செய்யும் வகைவகையான பிரசாதங்கள் என் ஆர்வத்தைத் தூண்டின. ஆந்திராவில் உள்ள திருப்பதியில், வெங்கடாசலபதிக்கு முடியைக் காணிக்கையாக்கி மொட்டை போடுவது வித்தியாசமான அனுபவம். எனக்கும் அது நடந்தது. எல்லாக் கோயில்களிலும் செழிப்பான கோயில் அதுவே.

இந்துக்களின் பன்மைத்தன்மை இன்னும் வெகு தூரம் செல்லும். பல வெளி நாட்டினர் இந்து மதம் சைவ உணவைக் கட்டாயப் படுத்துமா, மதுவை மறுக்குமா என்று கேட்டால், இந்துக்கள் ஒவ்வொருவரும் ஒவ்வொரு பதில் கொடுப்பார்கள். அதைக் கேட்டு வெளிநாட்டினர் வெகுவாகக் குழம்பிப் போவார்கள். இந்து மதத்தில் ஒவ்வொருவரின் நம்பிக்கைக்கும் பழக்கத்துக்கும் ஏற்ப பல்வேறு மறுப்புகளும் ஏற்புகளும் உண்டு. பொதுவானது இதுதான் என்று கட்டாயமான ஒன்று கிடையாது.

மாமிசம் என்றாலே அஞ்சி ஒதுங்கும் இந்துக்கள் உண்டு. குறிப்பாக வட இந்தியாவின் வைணவர்கள். சிலருக்கு வெங்காயமும் பூண்டும் பிடிக்காது (தாமச குணத்தைத் தூண்டுபவை என்பதால்). இவற்றையெல்லாம் நன்றாக உண்ணும் இந்துக்களும் உண்டு. மாமிசத்தை உண்ணாமல் இருப்பதுதான் பண்பாட்டுக் குறைவானது என்றுகூட அவர்கள் சொல்வார்கள்.

ஆடுகள் கொல்கத்தாவின் காளிகாட் கோயிலிலும் மற்றும் இந்தியாவின் பல காளி கோயில்களிலும் பலி கொடுக்கப் படுவதுண்டு. இருந்தும் பெரும்பான்மையான இந்து மதப் புனித தினங்கள் சைவ உணவையே பரிந்துரைக்கின்றன. என் குழந்தைகளின் தாய் பாதி வங்காள மற்றும் பாதி காஷ்மீர பிராமணப் பாரம்பரியத்தைக் கொண்டவர். அந்த இரு பாரம்பரியங்களிலும் வரும் பிராமணர்கள் அசைவ உணவுப் பழக்கத்தைக் கொண்டவர்கள். அவர்களுக்கு எனது சைவ உணவுப் பழக்கம் பெரிய அதிர்ச்சியாக இருந்தது. நான் ஒரு வைஷ்ணவன் என்று அவர்கள் பேசிக் கொண்டார்கள். நான் எந்த முத்திரை குத்தலையும் ஏற்காதவன். சொல்லப் போனால், நான் மகா சிவராத்திரி அன்று பிறந்ததால் சிவபெருமானின் பெயர் எனக்கு வைக்கப்பட்டது (ஆனால், தமிழில் மரக்கறி உணவுக்கு சைவம் என்று பெயர்!). நாங்கள் எங்கள் குழந்தைகளை 'எதை வேண்டு மானாலும் சாப்பிடு' என்றே வளர்த்தோம். ஆனாலும் கலவையான பெற்றோர் பின்னணியின் பாதிப்பால் இரட்டையரில் ஒருவன் மாமிசம் சாப்பிடுபவனாக வளர்ந்தான். மற்றொருவனோ ஏழு வயதில் யாருடைய வற்புறுத்தலும் இல்லாமல் அசைவம் சாப்பிடுவதை நிறுத்திவிட்டான்.

மது தனக்கே உரித்தான முரண்பாடுகளைக் கொண்டுவருகிறது. சில இந்து மரபுகளில் மது அருந்துதல் தவறு என்றே சொல்லப்படுகிறது. ஆனாலும் சில மதச் சடங்குகளில் (கால பைரவர் கோயிலில் இருப்பது போல்) மது உண்டு. பல துறவிகள் ஆன்மிக அனுபவத்துக்காக கஞ்சா போன்ற போதை பொருட்களை எடுத்துக்கொள்கிறார்கள். வேதகால கடவுள்களுக்கு சோமபானம் பிரியமானதே. ரிக் வேதத்தில், நான்காம் மண்டலம் மற்றும் பாடல் 18-ல் இந்திரன், உலகின் எல்லாத் தண்ணீரையும் அடைத்த விருத்திரா அசுரனை அழிக்கப் போருக்குப் புறப்படும் முன் தன்னை உற்சாகப்படுத்திக்கொள்ள மூன்று ஏரி நிறைய சோம பானம் குடித்தான் எனக் கூறப்பட்டுள்ளது. மகாபாரதத்தில் விஷ்ணுவின் அவதாரம் என்று கூறப்படும் கடவுள்கள் சோமபானம் அருந்திய குறிப்புகள் இருக்கின்றன.

புராணங்களின்படி சமுத்திரத்தைக் கடைந்து அமுதம் எடுக்க முற்பட்ட போது, உலகின் பதினான்கு மாணிக்கங்களுள் ஒருவராக உருவான வருணி என்னும் பெண் கடவுள் மதுவின் கடவுளே.

காளிதாசரின் கவிதைகள் மற்றும் நாடகங்கள் உட்பட சமஸ்கிருத இலக்கியங்களில் பல இடங்களில் மதுவைப் பற்றிக் குறிப்பிடப் பட்டிருக்கிறது. காளிதாசரே இந்திய இலக்கியத்தின் ஆகச் சிறந்த ஆளுமை. ஆனால் அவரது சிறப்பான படைப்புக்களில் சிலவே நமக்குக் கிடைத்தன. இருந்தும், வேறு சிலவற்றில் பிராமணர்கள் மது அருந்துவதற்கு, தர்ம மற்றும் சாஸ்திர அடிப்படையிலான தடைகள் குறிப்பிடப்படுகின்றன. பிராமணிய இந்து மதத்தில் மது அருந்தத் தடை இருக்கிறது.

தத்துவரீதியான வகைப்பாடுகள் இந்துயிசத்தில் இருக்கின்றன. உபநிடதங்கள், பகவத் கீதை ஆகியவற்றில் ஊறிப் போயிருக்கும் பல இந்துக்களுக்கு மிகவும் பிரம்மனைப் பற்றிய பிரக்ஞை உண்டு. பிரம்மன் எங்கும் எதிலும் பிரபஞ்சம் முழுதும் பரவி இருப்பவர். அவரைத் தவிர வேறு கடவுளே இல்லை என்னும் 'ஒற்றைக் கடவுள்' நம்பிக்கையுடன் இவர்கள் இருப்பார்கள். ஆனால் இதையெல்லாம் படிக்காத 'சாமானிய இந்து'வோ பல கடவுள்களை வணங்குவார். அந்தப் பல வழிபாட்டு நம்பிக்கை அவருக்கு ஒரு பொருட்டே அல்ல. இவை யாவுமே இந்துவாக இருக்க சரியான வழிகளே.

இந்தப் பல எண்ணிக்கையிலான வழிபாடு காரணமாகவே ஒருவர் பிற மதங்களைப்போல இந்து மதத்தை இதுதான் என்று நிர்ணயித்துவிட முடியாது. இந்து மதத்தில் ஒற்றைக் கடவுளை முன் வைக்கும் கறார்தன்மை கிடையாது. எனவே, 'முஸ்லிம் உம்மா' அதாவது முஸ்லிம் சமூகம் என்று சொல்வதுபோல் 'இந்து சமூகம்' என்று சொல்லமுடியாது. ஏனென்றால் முஸ்லிம்களுக்கு ஒரே மாதிரி கட்டுப்பாடுகள் மத சட்ட திட்டங்கள் உண்டு. அந்த மாதிரியான ஒன்றுபற்றி அப்பாவி இந்துக்களுக்கு எதுவுமே தெரியாது. ஒரே மாதிரி வரையறுக்கப்பட்ட நடைமுறைகள், நம்பிக்கை அமைப்புகள், மத அதிகார அடுக்கான குருமார்கள் மற்றும் எல்லாருக்கும் பொதுவான மத நிறுவனங்கள் இவை எதுவுமே இல்லாத இந்து மதத்தை இதுதான் என நிர்ணயிப்பது சாத்தியமே இல்லை.

கிறித்துவர்களுக்குள் கருத்து வேறுபாடு ஏற்படும். ஆனால், அதற்கு ஒரே ஒரு புத்தகமான பைபிளை விளங்கிக் கொள்வதில் உள்ள பிரச்னை மட்டுமே. இஸ்லாமியருக்கு அந்த அளவு விளங்கிக் கொள்வதில் கருத்து வேறுபாடு கொள்ளக்கூட இடம் இருப்பதில்லை. ஏனெனில் திருக்குரான் இறைவனால் உரைக்கப் பட்ட ஒரே புனித நூல். ஒரு வேளை ஹைதித்தை விளங்கிக் கொள்வதில் அவர்களுக்குள் வேறுபாடுகள் இருக்கலாம். ஆனால் இந்துக்களுக்கோ இப்படி ஒற்றைப் புத்தகம் என்பதே கிடையாது. அவர்களுக்கு சந்தேகம் வந்தால் அவர்கள் வேத புத்தகங்களைத் தேடுவதும் கிடையாது (ஆன்மிக வழிகாட்டிகள், குருமார்களையே தேடிச்

செல்வார்கள். அந்தக் குருமார்கள் பல நூல்களைக் கற்றறிந்தவர்களாக இருப்பார்கள்).

சமீப காலங்களில் பகவத் கீதை இந்துக்களுக்கு ஒரு 'புனித நூலுக்கு' இணையானதாக ஆகி வருவதற்குக் காரணம் சுவாமி சின்மயானந்தர் போன்ற ஆன்மிக குருமாரும் காந்தியடிகள் போன்ற அரசியல் தலைவர்களும் அதற்கு அளித்து வரும் முக்கியத்துவமே. புகழ் பெற்ற கடவுளான கிருஷ்ணரின் வார்த்தைகளில் வேதம் மற்றும் உப நிடதங்களின் நன்னெறிகளைத் தொகுத்து உருவானதே பகவத் கீதை. 'பலன் கருதாமல் தமது கடமையைச் செய்' என்னும் கீதையின் உபதேசம் ஒரு நல் வழிகாட்டுதலாக துருக்கிப் பிரதம மந்திரி புலேன் எசேவியால் சைப்ரஸ் மீது போர் தொடுக்கும் போது எடுத்துக்காட்டப்பட்டது. இந்த நூலாசிரியர் (சசிதரூர்) ஐக்கிய நாடுகள் சபையின் முதன்மைச் செயலாளராகப் போட்டியிட்டுத் தோற்றபோது நினைவுகூரப்பட்டது.

ஆனால் இந்து மதத்தை ஒன்றே ஒன்றான எந்தப் புனித நூலுக்குள்ளும் அடைத்து விடமுடியாது. டாக்டர் ராதாகிருஷ்ணன் மிகவும் சரியாகக் கூறினார் : அவருக்கு இந்து மதம் ஒரு 'நிச்சயமான மதக் கட்டுப்பாட்டை வலியுறுத்தும் மதமல்ல. ஆனால் ஒரு பரந்த, சிக்கலான, நுட்பமாய் ஒன்றிணைக்கப்பட்ட ஆன்மிக சிந்தனையும் உணர்தலும் ஒன்றிணைந்த பெரு உருவம்'. ஆன்மிக குருவான தாதா வாஸ்வானி இந்து மதத்தை 'பல்வேறு நம்பிக்கைகளின் தொகுப்பு', தத்துவங்கள் சங்கமிக்கும் சங்கம், 'மதங்களின் குழு'வாகவும் காண்கிறார். அவருடைய கடைசி வர்ணனையில் பன்மையில் குறிப்பிடுவதைக் கவனியுங்கள்.

சொல்லப்போனால், எழுத்தாளர் ருத்விஜ் மர்ச்சண்ட் எனது புத்தகத்தின் சிறு பகுதியை எடுத்தாண்டு ஒரு விஷயத்தை நிறுவ முயன்றார். *India: From Midnight to the Millennium* என்னும் எனது நூலில் 'இந்தியாவைப் பற்றிய எந்தவொரு உண்மையான கூற்றையும் அதைப்பற்றிய மற்றொரு உண்மையான கூற்று மறுதலிக்கும்' என்று குறிப்பிட்டிருந்ததை மேற்கோள் காட்டினார். 'இந்து மதம் இந்தியாவைப் போன்றே முரண்பாடுகளால் ஆனதுவே. இந்தியாவைப் பற்றிய எந்தவொரு உண்மையான கூற்றையும் அதைப்பற்றிய மற்றொரு உண்மையான கூற்று மறுதலிக்கும். நம்புவோரின் எண்ணிக்கைக்கு இணையான இந்து மதத்தில் பல்வேறு வடிவங்களை நாம் காண முடியும்' என்று குறிப்பிட்டிருந்தார். மேலும் அவர் கூறுகையில் 'இந்தியாவைப் பற்றி நிச்சயமாக ஒன்றைக் கூறவேண்டு மென்றால் இந்த நாடு பன்மையால் ஆனது என்பதே என்னும் சசி தரூரின் கூற்று இந்து மதத்துக்கும் கச்சிதமாகப் பொருந்தும்' என்றும் கூறியிருந்தார். மதத்தை ஆன்மிக வளர்ச்சியும், அதன் வழியே ஆக மேம்பட்ட சக்தியுடன் ஒன்றினைய அத்தியாவசியமான ஒரு வழிமுறையாக நாம் கண்டோமென்றால், இந்து வழிக்குள் ஒரே மாதிரியான மற்றும் சீராகப் பொருந்துகிற நம்பிக்கைகள் இல்லை; உண்மையில் 'இந்து வழி' என்பதே ஒரு கற்பனை. ஏனெனில் 'இந்து வழி' என்று ஒற்றைப்படையாக எதுவுமே

இல்லை.

ருத்விஜ் மர்ச்சண்ட் இந்துவை 'தீவிரமாக உண்மையைத் தேடுபவராகக்' காண்கிறார். 'கடவுள் என்று சொல்லப்படும் பரம்பொருளைத் தேடுதல், அவரின் இருப்பை ஏற்கும்பட்சத்தில் அவரை அடைய முயற்சி செய்தல் ஆகியவற்றைத் தனது தனிப்பட்ட விருப்பங்களுக்கும் நம்பிக்கைகளுக்கும் ஏற்றவகையில் முன்னெடுக்கும் மனிதரே இந்து' என்கிறார். இந்து மதம் (அப்படியொன்றைச் சொல்லமுடியுமென்றால்) பற்றிய இந்த விளக்கம் ஒரு தனி மனிதனின் உண்மைத் தேடலையும், அந்தப் பாதையில் பகுத்தறிவின் பங்களிப்பையும் மற்றும் ஆக இறுதியாய்க் கடவுளைச் சென்றடையும் ஏக்கத்தையும் குறிப்பிடுகிறது (ஒருவர் பிரம்மனுடன் ஆன்மா ஒன்றாகும் நிலையைக் குறிப்பிட்டாலும் இல்லையென்றாலும் அதன் பொருள் அதுவே).

சில இந்துக்கள் 'இந்து' என்று அழைப்பதையே முழுவதுமாக நிராகரிக்கிறார்கள். அவர்கள் 'பிராமணீயம்' என்று அதைச் சொல்கிறார்கள். சில தலித்துகள் மற்றும் சிலரால் இந்து மதம் என்பது பிராமணர்களால் ஆதிக்கம் செலுத்தப்பட்ட மதம் என்று குறிப்பிடப்படுகிறது. பலரும் சமஸ்கிருத-இந்தி பிரயோகத்தில் 'சனாதன தர்மம்' என்று குறிப்பிடுகிறார்கள். ஆதி காலத்தில் இது ஆக இறுதியான பிரம்மனை, பிரபஞ்சம் முழுதும் நிறைந்துள்ள சக்தியை அடையும் மார்க்கமாகவே குறிப்பிடப்பட்டது. சனாதன தர்மம் அல்லது என்றும் அழியா மதம் (தர்மம் என்னும் சொல்லுக்கு மதம் என்பது மிகவும் அரைகுறையான மொழிபெயர்ப்பே. அதைப் பின்னர் விரிவாக விளக்குகிறேன்).

சனாதனம் என்னும் சொல்லுக்கு என்றும் அழியாத என்பதே பொருள். பழையது மற்றும் புதியது. அதோடு எப்போதும் இருப்பதாகவும் எப்போதும் புதிதாகிக்கொண்டே இருப்பதானதும் ஆகும். நீண்ட கால அளவில் தர்மத்தின் சில அம்சங்கள் அர்த்தமற்றதாகிப்போகும். வேறு சில மாற்றங்களுக்கு உள்ளாகும். புதிய சிந்தனைகளும் மாற்றம் மிக்க கருத்துகளும் உள்ளே நுழைந்து அந்த தர்மத்தைப் புத்துணர்ச்சிக்கு உள்ளாக்கும். இருப்பினும் தர்மத்தின் சாராம்சம் முடிவற்ற காலத்துக்கும் மாற்றமின்றி ஒன்றே.

காலம் என்பது இந்துக்களுக்கு மேற்கத்திய சிந்தனையை ஒட்டியதே அல்ல. அது உலகின் துவக்கம் முடிவு என இரண்டு எல்லைகளுக்கு உட்பட்டது இல்லை. காலம் திரும்பத் திரும்ப வரும் நான்கு யுக சுழற்சியைக் கொண்டது. சத்ய யுகம், த்வாபர யுகம், திரேதா யுகம், கலியுகம். தற்போதைய காலமே கலியுகம். இது அழிவு மற்றும் உண்மையின்மையின் காலமாகும். ஒவ்வொரு கலியுகமும் ஒரு பிரளயத்தில் (ஊழிப் பெரு வெள்ளம்) முடிகிறது. அந்த வெள்ளத்தில் உலகே அழிந்துவிடுகிறது. அதன் பிறகு புதிய சத்ய யுகம் தொடங்குகிறது.

காலம் பற்றிய அணுகுமுறை சைவ சமயத்தைச் சேர்ந்தோருக்கும் வைணவர்களுக்கும் இடையே வேறுபடுகிறது எனக் கருதும் இந்துக்களும் இருக்கிறார்கள். சிவன் எப்போதும் இருப்பவர். விஷ்ணுவோ பல அவதாரங்கள் எடுப்பவர். வைணவர்கள் தமது சிந்தனையில் காலப் போக்கில் மாற்றங்களைக் காண்பவர்கள். ஆனால் சைவர்கள் தான் என்னும் அகத்தை அழிப்பதில் முனைப்புள்ளவர்கள். பிற மதங்களை ஒப்பிட, சைவர்களும் வைணவரும் காலம் பற்றிய வித்தியாசமான அணுகு முறை கொண்டவர்கள். அவர்கள் எல்லோருக்குமே மரணத்துக்குப் பின் ஒன்று நரகத்தின் நெருப்பு அல்லது சுவர்க்கம் காத்திருக்கிறது.

தர்மம் என்னும் சொல்லும் மதம் என்னும் பதமும் ஒன்றுக்கு ஒன்று மாற்றி உபயோகிக்கப்படுகிறது என்பதைக் குறிப்பிட்டேன். மதத்தை ஒப்பிடுகையில் தர்மத்தின் தத்துவம் மிகவும் விரிந்தது. சமூக அறம் என்பதன் அடிப்படையிலான சட்டத்தை மதிக்கும் நடத்தை அதை ஒட்டியது. *The Great Indian Novel* என்னும் **1989**ல் வெளியான என் நூலின் முடிவில் நான் ஆங்கிலச் சொல் அகராதிகளில் வெவ்வேறுவிதமாக தர்மம் என்னும் சமஸ்கிருதச் சொல்லின் பொருள் தரப்படுவது பற்றி வரிசைப்படுத்திப் பதிவு செய்திருந்தேன். *The Chambers Twentieth Century Dictionary* தர்மத்துக்கு 'சட்டத்துக்கு உட்பட்ட நன்னடத்தை' என்று பொருள் தருகிறது.

நிச்சயமாக நம்பிக்கை, மதம் அல்லது சட்டம் என்னும் ஒற்றை வார்த்தைக்குள் தர்மம் என்னும் சொல்லின் பொருள் அடைபடாது என்கிறார் பி.லால். மேலும் கூறுகையில் 'தர்மம் என்பது நன்னடத்தையின் விதி, மேன்மையான வாழ்க்கை வழிமுறை, மத விதிமுறைகள் மற்றும் அவற்றை கடைப்பிடித்தல்' என விவரிக்கிறார். இந்து மதத்தின் பல்வேறு பரிமாணங்கள் பற்றிய நூலை எழுதியிருக்கும் நந்திதா கிருஷ்ணா தர்மத்தை 'நன்னடத்தையின் விதிமுறைகள்' என வர்ணிக்கிறார்.

The Speaking Tree என்னும் தமது நூலில் ரிச்சர்ட் லெனாய், தர்மம் வெவ்வேறு சந்தர்ப்பங்களில் வெவ்வேறானதாக விளங்கிக் கொள்ளப்படும் 9 வகைகளைக் கொண்டது என்கிறார். ஒழுக்கங்களின் விதிமுறைகள், ஆன்மிக நெறி, புனித் சட்டம், 'முழுமையான சமூக, அற மற்றும் ஆன்மிக ஒருங்கிணைப்பு' என்னும் ஆக உயர்ந்த ஓர் அறம் என்றெல்லாம் அதைக் காண்கிறார். உண்மையில் தர்மம் என்பது பிரபஞ்ச அளவில் கடவுள் மற்றும் மனிதனின் பொறுப்புணர்ச்சி பற்றியதே. மறைந்த எனது நண்பர் அன்சர் ஹுசைன் கான் *The Rediscovery of India* என்னும் தமது நூலில் கூறியிருக்கும் தர்மத்தின் எளிய விளக்கம் 'எதனால் நாம் உயிர் வாழ்கிறோமோ அது' என்பதாகும்.

தர்மம் என்னும் சமஸ்கிருதச் சொல்லின் மூலச்சொல் 'தர்'; அதற்குப் பிடித்துக் கொள்ளுதல் என்பது பொருள். தர்மம் ஒரு மனிதன் அல்லது பொருளைப் பிடித்துக் கொண்டிருப்பதாகும். அந்த ஜீவனை ஆளும் சட்டமாகும். அதன் இருப்பைப் பேணுவதாகும். அனைத்தின்

மெய்த்தன்மையை ஒட்டி வாழுதலே தர்மம் ஆகும். ஒழுக்கம் தவறாத வாழ்க்கை என்பது ஓர் இந்துவுக்கு இந்த தர்மத்தை ஒட்டி வாழ்வதே ஆகும். அது இயல்பாகவே பிரபஞ்சம் முழுதும் நிறைந்திருக்கும் முழுமையான சத்தியத்தை ஒட்டி இருக்கும்.

பல மையங்கள் கொண்ட நம்பிக்கை

நம்பிக்கைகளில் பன்மையான மையங்களை உடையது இந்துயிசம். அது பல நம்பிக்கைகள் மற்றும் வழிமுறைகளின் மையங்களைக் கொண்டது. தத்துவத்தின் அடிப்படையிலான ஒற்றைக் கட்டமைப்பு அல்லது மதரீதியான அதிகாரம் அதனுள் இல்லை. ஒற்றை மையம் இல்லாதபோது, விளிம்பு என்றும் ஒன்று இல்லை; சனாதான தர்மம் பிறவற்றை உள்ளடக்கிக் கொள்ளக்கூடியது. ஏனெனில் எந்த நம்பிக்கையையும் விலக்கப்பட்டதாகக் கூற அடிப்படையான காரணம் எதுவும் அதனுள் இல்லை. இந்துவின் சகிப்புத்தன்மை (மதத்தின் மீது) அக்கறையற்றதால் வருவதல்ல. தன்னைத்தானே பிரகடனப்படுத்திக்கொள்ளும் எல்லா நம்பிக்கைகளும் சமமானவை அல்ல என்பது இந்துக்களுக்குத் தெரியும் என டாக்டர் ராதாகிருஷ்ணன் குறிப்பிடுகிறார். ஓர் இந்து தனது தேர்வைச் செய்வதற்கு ஏற்ற பல பதார்த்தங்கள் பரப்பி வைத்திருக்கும் உணவு மேஜையாகும். இதன் சாதகமான அம்சம் என்னவென்றால் ஓர் இந்து இந்துவல்லாத மதங்களின் பாரம்பரியங்களை 'பிறரது 'என்றே கருதுவதில்லை. மற்றும் குறிப்பாக, அவர்கள் அவற்றை சவாலாகக் கருதுவதே இல்லை. காலத்துக்கு அப்பாற்பட்டதும் அழிவில்லாததுமான இந்து நம்பிக்கைகள் மற்றும் மத நடைமுறைகளை அவர்கள் சந்தேகிப்பதும் இல்லை.

ஆனால் 'செமிடிக்' மதங்கள் (அல்லது ஆபிரகாமிய மதங்கள்) இவ்வாறு இல்லை. அவர்கள் தம்மை தெய்விக மூலம் உள்ளவர்களாகவே கருதுகிறார்கள். எனவே அந்த நம்பிக்கை தொடர்பான எதையும் விவாதத்துக்கு அப்பாற்பட்டதாகவே கருதுகிறார்கள். அந்த ஆபிரகாமிய வழியில் இவை மூன்றாக (கால வரிசைப்படி யூத மதம், கிறித்துவம், இஸ்லாம்) வெவ்வேறாக இருந்தாலும் அவர்கள் வெவ்வேறு புனித நூல்களை நம்பினாலும் இந்த விஷயத்தில் அவர்கள் ஒரே மாதிரியே. முஸ்லீம் நம்பிக்கையின்படி, இறைவன் தம்மை முகம்மதுக்கு வெளிப் படுத்தினார். அவரே இறைவனின் ஒரே இறை தூதராக அமைந்தார். கடவுளின் சொல் பொய்யானதாக இருக்கமுடியாது என்பதால் 'செமிடிக்' மதங்கள் அறுதியான உண்மை என்ற ஒன்றைச் சுற்றியே இயங்குகின்றன. அவர்களுடைய ஒரே வழியே கடவுளை அடைய உகந்ததாகும். பிற வழிகள் நரகத்துக்கு இட்டுச் செல்வதால் கண்டனத்துக்கு உரியவை.

பலரும் தாம் அறிந்த அறுதியான உண்மையை இன்னும் இருளில் இருப்போருக்குச் சொல்ல விரும்பினார்கள். 'கடவுள் தம்மை உணர்த்திய'

மதங்களைப் பொறுத்தவரை அந்த உண்மை உணராதவர்கள் குருடோ, தீய மனமுள்ளோரோ அல்லது தவறான வழிகாட்டுதலில் சென்றவரோ ஆவர். இறை விளக்கங்களை ஏற்கவும் தம் முன்னால் வைக்கப்பட்ட உண்மை களைக் காணவும் இயலாதவர்கள் பற்றி 'இறைவனால் காட்டப்பட்ட' மதங்கள் கூறும் வார்த்தைகள் இவையே. இந்த ஒரு காரணத்தினால் சில 'உண்மையான விசுவாசி'களைப் பொறுத்தவரையில் உங்களை 'சரியான பாதை'க்கு கட்டாயத்தாலோ புரியவைத்தோ மத மாற்றம் செய்வது சரியே.

மறுபக்கம் சனாதன தர்மமோ, தனது வழி நடப்போர் என்றும் மாறாத உண்மைத் தேடலில் இருப்பதாகச் சொல்கிறது. அது கடவுளால் அல்லது இறை தூதரால் காட்டப்பட வேண்டியதல்ல; அது பிரார்த்தனை, தியானம், நல்லொழுக்கம் மற்றும் நல் அனுபவங்களால், ஒவ்வொரு மனிதரும் தமது முயற்சியால், வாழ்க்கையின் இறுதியில் அடையப்படவேண்டியது. மதம் என்பது ஓர் அனுபவம்; இறைவன் பற்றிய அனுபவம். ஸ்வேதாஸ்வராத உபநிடதம் கூறுகிறது: 'அனைத்தையும் சிருஷ்டித்தவரான இறைவன், எப்போதும் உயிரினங்களின் இதயத்தில் அமர்ந்துள்ளார். அவர் மனங்களாலும் புரிதலாலும் திட நம்பிக்கையாலும் வடிவம் பெறுகிறார். இதயம், புரிதல் மற்றும் திட நம்பிக்கை இவை மூன்றும் தமது பங்களிப்பைச் செய்துவிடுகின்றன. தவிர்க்க இயலாதவை. சுயத்தை அறிவது ஒரு நபருக்கு மற்றும் மற்றொருவருக்கு இடையே வேறுபடும். டாக்டர் ராதாகிருஷ்ணனின் கூற்றுப்படி, தெய்வீகம் தன்னைத் தானே மனிதர்களுக்கு அவர்களது நெருக்கமான விருப்பு வெறுப்புகளை ஒட்டி தன்னை வெளிப்படுத்துகிறது. மேற்கத்திய உலகம் வானுலகை நோக்கி அங்கிருந்து வெளிப்படுத்தப் பட்டவையாக வரப்போகிற உண்மைகளைக் காண விழைகிறது. ஆனால் இந்துவோ தனக்குள்ளேயே அந்த உண்மையைத் தேடுகிறார்.

ஓர் இந்து தமது மதத்தை வெவ்வேறு உயர் நிலைகளில் வாழ இயலும். அன்றாட வாழ்க்கை முறையில் கோயிலில் உள்ள சடங்குகள், மத வழிமுறைகள், சமூகச் சடங்குகள் மற்றும் நற்செயல்கள் (மதக் கடமைகள் என்னும் கர்மயோக வழி) முதல் நிலை. அதனை விட உயர்ந்த ஆன்மிக வழி பக்தி மார்க்கம். அது பிரார்த்தனைகள், தியானம், ஏதேனும் ஒரு தெய்வத்தை வழிபடுதல் மற்றும் அதற்கு சேவை செய்தல், துறவும் விரதங்களும் (பக்தி வழி அல்லது பக்தி யோகம் முறையில்). மூன்றாவது ஞான யோகம் -மிகவும் விரிவாகவும் ஆழ்ந்தும் தத்துவம் மற்றும் மத நூல்களை வாசிப்பதன் மூலம் கடவுளை உணர்வது மேம்பட்ட நிலை.

பெரும்பாலான இந்துக்கள் முதல் நிலையைக் கடப்பதில்லை; அவரது இந்து மதம் கோயில்களின் மதம். பிடித்தமான கடவுளுக்காக விரதங்கள் இருப்பது மற்றும் தமது பூகோள அடிப்படையிலான நிலப்பகுதிக்கு ஏற்ப குறிப்பிட்ட பண்டிகைகளை பக்தியுடன் கொண்டாடுவது. பிற இந்துக்களுக்கும் அவர்களது புனித நூலின் பக்கங்களை வாசிப்பதால் மட்டும் சிருஷ்டியின் புதிர்கள் விடுபடுவதோ உண்மையின் தேடல் பூர்த்தி

அடைவதோ கிடையாது. ஏனெனில் பைபிள், புத்தரின் போதனைகள் மற்றும் குரான் இவை யாவுமே விவாதத்துக்கு அப்பாற்பட்டவை. ஆனால், இந்து மதத்தில் வேதங்கள்கூட முதன் முதலாகத் தொகுத்து எழுதப் பட்ட புனித நூல்கள் மட்டுமே.

பல சந்தர்ப்பங்களில் இந்து மத நூல்களில் ஒன்றை ஒன்று முரண் படுத்தும்விதமாக இருப்பது போலத் தோன்றும். இதற்குக் காரணம் இந்து மதத்தைப் போல ஒரு விரிந்த செறிவான மதம் எப்போதும் புனரமைக்கப்பட்டு புதிய வடிவாகிக் கொண்டே இருப்பது மட்டுமல்ல; ஒவ்வொரு பண்டிதரும் ஒரு நூலை விளக்குவதில் வெவ்வேறு அணுகு முறையைக் கொள்வதும் காரணம். இரு பண்டிதர்கள் எதிரும் புதிருமான விளக்கங்கள் கொடுக்கலாம். இந்து சமூகத்தில் பெண்களின் இடம் ஒரு நல்ல உதாரணம். அது சந்தேகத்துக்கு இடமின்றி பல மாற்றங்களைக் கண்டுள்ளது. சில மேம்பட்ட மாற்றங்கள். சில மோசமானவை. இதிகாசங்கள், மனுஸ்மிருதி மற்றும் யாக்ஞ்யவல்கியரின் ஸ்மிருதிகள் நம் ரத்தம் கொதிக்கும் அளவு பெண்களுக்குக் கீழான இடத்தையே காட்டுகின்றன.

மகாபாரதத்தில் அனுசாஷன பர்வம் என்னும் பகுதியில் பீஷ்மர் உறுதிபடக் கூறுகிறார்: 'பெண்களுக்கு என்றும் மாறாத ஒரு கடமை இந்த உலகில் உண்டு: தனது கணவனைச் சார்ந்திருப்பதும் அவனுக்குப் பணிவான சேவை செய்வதுமே அது'. இருந்தும் இதே மதம் தான் பெண்களை அர்த்தாங்கினி அதாவது முழுமையின் பாதி, சகதர்மிணி அதாவது கணவனின் தர்மம் தொடர்பான நடவடிக்கைகளில் சமமான பங்குதாரர் என்றெல்லாம் மதிப்பளித்தது. ரிக் வேதம் பற்றிய தமது விளக்கத்தில் 'கணவனும் மனைவியும் ஒரே பொருளின் இரு பகுதிகளாக இருப்பதால் அவர்கள் இருவருமே எல்லாவிதத்திலும் சமமானவரே. மதம் சம்பந்த மானதோ அல்லது மதம் தொடர்பற்ற ஒன்றோ எல்லா வேலைகளிலும் இருவரும் சம பங்காற்ற வேண்டும்' என சயன மகரிஷி குறிப்பிடுகிறார்.

வீராங்கனையான ராணியான கைகேயி தமது கணவருடன் தோளோடு தோள் சேர்ந்து யுத்தக் களம் போகிறார். கர்வத்துடன் சுவாமி விவேகானந்தர் இந்து மதத்தின் மிகவும் உயர்ந்த ரிஷிகளும், மத நூல்களில் மிகுந்த ஞானத்துக்காக மதிக்கப்பட்டவர்களும் ஆனவர் பலரும் பெண்கள் என்று குறிப்பிட்டிருக்கிறார் (வேதம் வெளிப்படுத்தப்பட்டு அதைக் கேட்டறிந்த ரிஷிகளின் பட்டியலில் 21 ரிஷிகள் பெண்கள்: கார்கி மற்றும் மைத்ரேயி ஆகியோரின் பெயர்கள் டெல்லி பல்கலைக்கழகத்தின் இரு கல்லூரி களுக்குச் சூட்டப்பட்டுள்ளது. விஷாவரா, கோஷா மற்றும் அபலா ஆகியோரும் குறிப்பிடத்தக்கவர்கள்).

ஆதிசங்கரருக்கும் அவரைக் கடுமையாக விமர்சித்த மதன சங்கரருக்கும் இடையே விவாதம் நடந்தபோது மதன சங்கரரின் துணைவியார் சரசவாணியே நடுவராக அமர்ந்தார். மனு கூட ஆணித்தரமாக உரைத்தார், 'பெண்கள் எங்கே மதிக்கப்படுவார்களோ, அங்கே கடவுள்கள் மகிழ்ச்சி

கொண்டாடுவார்கள். அங்கே அவர்கள் மதிக்கப் படவில்லையோ அங்கே எல்லாச் சடங்குகளுமே வீண்'.

சிவனை வழிபடும் 210 லிங்காயத்துத் துறவியர்களுள் 35 பேர் பெண்கள். வேறுவிதமாகப் பார்த்தால், வெவ்வேறு விதமான அணுகுமுறைக்குப் பண்டைய நூல்களில் ஒப்புதல் உள்ளது. இந்து தனது தேர்வைச் செய்ய வரவேற்கப்படுகிறார். அவர் தமக்கு வழங்கப்பட்ட கருத்துகளில் இருந்து எதையும் தவறான ஒன்றைத் தேர்வு செய்தாலோ அல்லது முட்டாள் தனமான தேர்வைச் செய்தாலோ, அது இந்து மதத்தின் தவறல்ல.

ஓர் இந்துவுக்கு, தனது மதத்தின் எல்லா நூல்களையும் அப்படியே எடுத்துக்கொள்ளக்கூடாது என்பதும் அவற்றுக்கான விளக்கங்களைக் கேட்டறியவேண்டும் என்பதும் தெரியும். குறிப்பிட்டுச் சொல்லவேண்டு மென்றால், பண்டைய நூல்களில் உள்ளவற்றையே அன்றோ இன்றோ யாரும் நடைமுறைப்படுத்தவில்லை என்பது ஒப்புக்கொள்ளப்பட்ட ஒன்றாகும். ஒருவருக்கும் மேற்பட்ட கணவர்களை உடைய நாயர் பெண்களின் அதிகாரம் மற்றும் நில உடைமை, போரில் தம் கணவர் உயிர் நீத்ததும் தாமும் உயிர் நீத்த ராஜபுத்திரப் பெண்கள், தெய்வீகப் பெண்களான மீராபாய் போன்றோர், சமூக சீர்திருத்தவாதியான சாவித்திரி புலே என்னும் பட்டியல் இந்து மதம் பெண்களின் அதிகாரத்தையும் அவர்கள் மரியாதைக்கு உரியவர்கள் என்பதையும் காட்டுகிறது. மனுஸ்மிருதி கூறிய ஒன்றை மீறி நடந்த விஷயங்கள் இந்து சமூகத்தால் காலகாலமாக ஏற்றுக்கொள்ளப்பட்டுத்தான் வந்திருக்கின்றன.

நம்புபவருக்குத் தேர்வு செய்து கொள்ள நிறையவே இந்து மதம் தருகிறது. உமது தேர்வு உமது இந்து மதமாகிறது. ஏனையருக்கு அதற்கு எதிரான கருத்தை ஒரு மத நூலின் அடிப்படையில் ஏற்றுக்கொள்வதற்குப் போதுமான நியாயங்கள் இருக்கலாம். இந்துத் தத்துவம் காரணங்களை ஆராய்ந்து விவாதிப்பதை நம்பிக்கை உள்ளோருக்கு இடையே அனுமதிக்கிறது. இதனால் இந்துத் தத்துவவாதிகள் தம்மைத் தாமே சீர்திருத்திக்கொள்ளவும் மேம்படுத்திக் கொள்ளவும் முடிந்திருக்கிறது என்பதே வரலாறு.

பல புனித நூல்கள்

நான் அழுத்தந்திருத்தமாகக் கூறியதுபோல இந்துயிசத்துக்கு ஒரு புனித நூல் அல்ல; பல புனித நூல்கள் உண்டு. அவை ஒன்றுக்கு ஒன்று அர்த்தம் சேர்ப்பதாகவும் இருக்கலாம்; முரண்படவும் செய்யலாம். சுருதி, ஸ்மிருதி, இதிகாசங்கள், புராணங்கள், ஆகமங்கள், தரிசனங்கள் எனப் பிரிக்கப் பட்டுள்ளன.

சுருதி என்றால் உரைக்கப்பட்டதோ அல்லது கேட்கப்பட்டதோ ஆகும். நான்கு வேதங்கள் ரிக், சாம, யஜுர் மற்றும் அதர்வ வேதம்- ஆகியவை

சுருதிகள் ஆகும். அவை ரிஷிகளுக்கு உரைக்கப்பட்டன அல்லது அவர்கள் அதைக் கேட்டு அறிந்தார்கள். அதைத் தொகுத்தவர் வேத வியாசர். பின்னர் சீடர்கள் வழியாகப் பல தலைமுறைகளுக்கு அது கற்பிக்கப்பட்டு வந்திருக்கிறது.

ஆனால் அவை கிறித்துவ அல்லது இஸ்லாமிய முறைப்படியான 'வெளிப்படுத்தப்பட்ட' புனித நூல்கள் அல்ல. ஒரு ரிஷி என்பவர் மந்திர-திரஷ்டா என்று அழைக்கப்படுகிறார். அவர் மந்திரம் அல்லது எண்ணம் வழி உண்மையை உணர்பவர். அது அவரது சொந்த எண்ணம் இல்லை. அவர் கேட்பது அல்லது காண்பது வழியாக அவர் உணர்வது. தத்துவம் என்னும் சொல்லுக்கு சமஸ்கிருத வார்த்தை தர்சனா (தரிசனம்). அதன் பொருள் 'காணுதல்' என்பதாகும். அறிவுபூர்வமான விசாரணை மற்றும் அவர் கண்டறிந்தது இரண்டுமே முக்கியத்துவம் பெறுகிறது. இதிலும் இந்து தத்துவம் மேற்கத்தியத் தத்துவங்களில் இருந்தும் மிகவும் வேறுபடுகிறது.

உண்மையில் ரிக் வேதம் 10552 மந்திரங்களை உருவாக்கிக்கொள்ள அதற்கு 500 ஆண்டுகள் ஆனது. இந்த ஐநூறு ஆண்டுகளுக்குள் குறைந்த பட்சம் ஐம்பது கவிஞர்-ரிஷிகள் அதன் உருவாக்கத்தில் பங்களித்தார்கள். அவர்களது புனிதத்தன்மை அவர்களுக்கு இருக்கும் தெய்வீக உந்துதல் மற்றும் அவர்களின் ஆன்மிகத்தின் தரத்தின் அடிப்படையில் அமைந்ததே ஒழிய, குரான் போல வானுலகில் இருந்து கடவுளால் இயற்றப்பட்டுத் தரப்பட்டதல்ல.

பிந்தைய வேதங்களும் இதுபோலவே உருவாகின. நான்கு வேதங்களுமே பொ.யு.மு. 1500 முதல் பொ.யு.மு. 500 வரையிலான கால கட்டத்தில்தான் உருவாகின. இந்தக் காலகட்டதில் நாடோடிகளின் நம்பிக்கையான ரிக் வேதத்தில் இருந்து பின்வரும் வேதங்கள் புதிய பண்பாட்டில் காணப்படுகின்றன. ரிக் வேதத்தில் விலங்கு பலியிடுதல் பற்றிய பதிவுகள் உண்டு. யஜுர் வேதத்தில் புதிய கடவுளர்கள் தென்படுகின்றனர். அது சமூகத்தை ஒட்டிய மாற்றமே. வட்டாரத்தில் இருக்கும் கடவுள்களை யஜுர் வேதம் தனக்குள் எடுத்துக்கொண்டது. பசுபதி என்னும் விலங்குகளின் கடவுளும், ஔஷதி என்னும் மூலிகைகளின் கடவுளும் அவ்வாறானவரே.

வேதத்தின் சாராம்சத்தைப் பிழிந்து கொடுக்கும் 108 உபநிடதங்களுமே சுருதி என்னும் வகைப்படுபவையே. அவையும் பல நூற்றாண்டுகளில் உருவானவையே. முதல் எட்டு உபநிடதங்கள் பொ.யு.மு எட்டாம் நூற்றாண்டில் இருந்து நான்காம் நூற்றாண்டு என்னும் காலகட்டத்தில் உருவானவை. பொ.யு.மு. நான்காம் நூற்றாண்டு புத்தரின் அவதார காலம். அதற்கு அடுத்த மூன்று உபநிடதங்களும் புத்தர் காலத்துக்குப் பிற்பட்டவை. அவை பொ.யு.மு மூன்றாம் நூறாண்டில் இருந்து பொ.யு. இரண்டாம் நூற்றாண்டு என்னும் காலத்தில் இயற்றப்பட்டவை. மீதமுள்ள 97 உபநிடதங்களும் புராண காலம் என அழைக்கப்படும் பொ.யு.

இரண்டாம் நூற்றாண்டு முதல் பத்தாம் நூற்றாண்டு வரை என்னும் காலத்தில் உருவானவை.

ஏசு கிறிஸ்துவின் காலத்தில் இருந்து இன்று வரையான காலத்தை விடவும் அதிக நீண்ட காலம் ரிக் வேதம் உருவானதிலிருந்து தொடங்கி உபநிடதங்கள் முழுவதும் எழுதப்பட்ட கால கட்டம். ஒரு முழு உபநிடதமே (மண்டுக்ய உபநிடதம்) மூலாதார ஒலியான ஓம் என்னும் மந்திரத்துக்கு அர்ப்பணிக்கப்பட்டது. உப வேதங்கள் என அழைக்கப்படும் ஆயுர் வேதம், உடல் நல விஞ்ஞானம், தனுர்வேதம், ஆயுதங்களுக்கான விஞ்ஞானம், காந்தர்வ வேதம், நுண்கலைகளுக்கான விஞ்ஞானம் (இசை மற்றும் நாட்டியம் உள்ளிட்ட கலைகளுக்கானது), மற்றும் அர்த்தசாஸ்திரம் என்னும் அரசியல் வியூகங்கள் பற்றிய நூல் (மாக்கிவெல்லியின் 'தி பிரின்ஸ் என்னும் நூலை விட இரண்டாயிரம் ஆண்டுகள் பழமையானது). வேதங்களின் உடல் உறுப்புகள் போன்றவை வேதாங்கங்கள். அவையே வேதங்களுக்கு விளக்கங்கள் ஆனவை. இலக்கணம், உச்சரிப்பு, மொழியியல், கவிதையின் கலை, சடங்குகளின் விஞ்ஞானம், வானியல் மற்றும் ஜோதிடம் (புகழ் பெற்ற ஜோதிட வேதாங்கப்படி) இவை எல்லாமே பல நூற்றாண்டு சிந்தனை மற்றும் எழுத்தால் உருவானவையே.

ஸ்மிருதிகள் நினைவில் நிறுத்திக்கொள்ளப்படுபவை; அவற்றை முனிவர்கள் தெய்வீகத்தின் குறிப்பிட்ட உத்வேகம் இன்றியே இயற்றி, சாதாரண ஜனங்களுக்கு அவர்களது வாழ்க்கையை நடத்திச் செல்லவும் மற்றும் அன்றாட, ஆன்மீகக் கடமைகளை ஆற்றவும் என அளித்தார்கள். பதினெட்டு ஸ்மிருதிகளும் பொ.யு.மு 300ல் இருந்து பொ.யு. 200 வரையிலான ஐந்து நூற்றாண்டு காலத்தில் எழுதப்பட்டவை. அவற்றைப் பெரும்பாலும் தர்ம சாத்திரங்கள் என்றே குறிப்பிடுகிறார்கள். ஏனெனில் இவை தர்மம் எப்படிக் கடைப்பிடிக்கப்பட வேண்டும் என்றே குறிப்பிடுகின்றன. இதன் நடைமுறைகள் இடத்துக்கு இடம் மாறுபடலாம். இந்த ஸ்மிருதிகள் ஒவ்வொரு தனி நபரின் அன்றாட நடவடிக்கைகள் எப்படி இருக்க வேண்டும் என்பதை அவரது ஜாதி அடிப்படையில், அதாவது வர்ணத்தின் அடிப்படையில் வகுத்துச் சொல்லுகின்றன. அதனால் இவற்றுக்கு வர்ணாசிரம தர்மம் என்று பெயர். ஸ்மிருதிகள் மன்னர் ஆட்சியின் நிர்வாகம் எப்படி இருக்க வேண்டும் என்று சட்ட திட்டங்களைக் கூறுகின்றன. இவையே மிகவும் தொன்மையான அரசியல் நிர்ணயச் சட்ட வரைவு எனலாம்.

இந்த ஸ்மிருதிகள் மனிதர்களால் எழுதப்பட்டவையே. அதனால் இந்து மதம் இவற்றை ஆயிரம் ஆண்டுகள் கழித்தும் மாற்றமின்றிப் பின்பற்ற வேண்டும் என அறுதியிடவில்லை. யாக்யவல்கியர் மற்றும் மனு தர்மம் இரண்டிலும் குறிப்பிடப்பட்டுள்ள 'இந்து சட்டம்' இவை ஸ்மிருதி ஆகும். எந்த இந்துவும் இவற்றை இன்று கடைப்பிடிக்க வேண்டும் என்று வாதிடுவதில்லை (அவை உருவாகி, முக்கியத்துவம் பெற்ற தொன்மைக் காலத்திலேயே எந்த அளவு அவை கடைப்பிடிக்கப்பட்டன என்பது

சந்தேகமே. உண்மையில் ஒவ்வொரு ஸ்மிருதியும் தமக்குள்ளேயேகூட முரண்பாடுகள் கொண்டவையாகவே இருக்கின்றன.

எல்லையற்ற விவாதங்கள்! ஸ்மிருதிகள் தமக்குள்ளேயே
முரண்படுகின்றன
எவரொருவரின் கருத்தும் இறுதியானதோ முடிவானதோ அல்ல
தர்மத்தின் சாரம் மறைந்திருக்கிறது கைவசப்படாது இருக்கிறது
சரியான பாதை என்பது மேலோர் செல்லும் பாதையே

-யக்ஷப் பிரஷ்னா - சுலோகம் *114*

இதிகாசங்கள் மற்றும் காவியங்கள் மனிதன் தேடும் கட்டளைகளைக் கதை வழியாகத் தந்து பதிலளிக்கின்றன; சுருதிகள், ஸ்மிருதிகளின் தத்துவார்த்த விசாரணைகள் எல்லாம் காவியத்தில் உள்ள கதை மற்றும் உபகதைகள் வழியே சொல்லப்படும்போது மக்களால் அவை எளிதாக உள்வாங்கப் படுகின்றன. (அந்தக் கதைகள் நாடக வடிவில் நடனமாகவும் இசையாகவும் பெரு எண்ணிக்கையிலான மக்களைப் போய்ச் சேருகிறது. இதிகாசம் என்பதற்கான பொருள் 'இப்படியாக நடந்தது' என்பதே. பலரும் காவியங்களை அப்படியே நம்புகிறார்கள். உண்மையில் அழகுக்காகவும் சுவைக்காகவும் மாயமாகவும் மந்திரமாகவும் பலவும் சேர்த்தே காவியங்கள் உருவாயின. பின்னாளில்தான் இதிகாசங்கள் தமது பிரதான கதாபாத்திரங்கள் மேல் தெய்வீகத் தன்மையை ஏற்றின.

தர்ம சாஸ்திரங்களைக் கதை வடிவில் சொல்வதே அவற்றின் ஆதி நோக்கம். ராமாயணம் ராஜ குடும்பத்தைச் சேர்ந்த ராமரின் தனிப்பட்ட தர்மம் மற்றும் ராஜ தர்மம் இரண்டையும் பற்றிப் பேசுகிறது. முதன் முதலில் வந்த கதை வடிவங்களில் ராமர் கடவுளாகச் சித்திரிக்கப்படவே இல்லை. அதற்கான ஆணித்தரமான சான்றுகள் நமக்கு வால்மீகி ராமாயணத்தில் கிடைக்கின்றன. ராமர் அயோத்தியில் இருந்து ஸ்ரீலங்கா வரை போவதன் நிலப்பரப்பின் வரைபடம் அதில் துல்லியமாக வந்திருக்கிறது. ராமர் தனது தனி வாழ்க்கையில் மிகப் பெரிய தியாகங்களைச் செய்கிறார். தனது அன்பு மனைவியையே தனது தர்மத்தை நிறைவேற்றுவதற்காகத் தியாகம் செய்கிறார்.

மகாபாரதம் பலமுறை மறுபடி மறுபடி எழுதப்பட்டது. பலவிதமான விளக்கங்கள், சேர்ப்புகளுக்கு உள்ளானது. பொ.யு. நான்காம் நூற்றாண்டு வரை இது நிகழ்ந்தது. உபநிடதங்களின் சாராம்சமாகத் திகழும் பகவத் கீதையையும் அது உள்ளடக்கியது. பல இந்துக்களுக்கு பகவத் கீதையே தமது மத நூல்.

இரு பெரும் இதிகாசங்களான ராமாயணமும் மகாபாரதமும் பிரமிக்க வைக்கும் கதைகளை மட்டும் சொல்லுபவை அல்ல. அவை விழுமியங்கள், ஒழுக்க விதிகள், கொள்கைகள் ஆகிய மூன்றின் மீதும் சமமான கவனம் செலுத்தி அவற்றைக் கதையுடன் பின்னிப் பிணைத்திருந்தன. அவை பல மையங்கள் கொண்டவை; எது தர்மத்தின்

பக்கமுள்ள நடவடிக்கை, ஒரு நீதி தவறாத சமூகம் எப்படி உருவாகும் மற்றும் தக்க வைக்கப்படும் மற்றும் அரசன், போர் வீரர்கள், பெண்கள் மற்றும் துறவிகள் இவர்களின் கடமைகள் என்ன என்பவற்றை வரையறுக்கும் அடிப்படைப் பதிவுகள் ஆகும். ஒழுக்க ரீதியான தர்ம சங்கடங்கள், சரியான நடத்தை பற்றிய பிரச்னைகள், கற்பு, நீதி, வன்முறை மற்றும் மீட்சி ஆகியவற்றை இந்தப் பதிவுகள் கையாள்கின்றன. அவை வெவ்வேறு தளத்தில் இயங்கும் கதா பாத்திரங்களுக்கும் மற்றும் கவலை தரும் விஷயங்களுக்கும் குரல் கொடுக்கின்றன. சரியானது இதுதான் என அவை அரசியல் மற்றும் சமூகச் செயற்பாடுகளுக்கு ஒரு மாதிரியை முன்வைக்கின்றன. அவற்றை கதை வடிவில் ஒரு முறை, பல முறை எனத் திரும்பத் திரும்பச் சொல்லிக்கொண்டே இருந்ததால் அவை இந்துக்களின் வெகுஜன மனசாட்சிக்குள் ஆணித்தரமாக இறங்கிவிட்டன.

தனது நாட்டை விட்டு வெளியேற்றப்பட்ட இளவரசர் ஒரு ராட்ச நாட்டை வென்று தம் மனைவியை அங்கிருந்து மீட்பதான இதிகாசக் கதை ராமாயணம், பெரும்பான்மை தெற்காசிய மக்களுக்கும் எல்லா இந்தியருக்கும் பரிச்சயமான கதை. இறுதியில் இறைவனான ராமன் பகைவனை வென்று, ஆட்சியில் அமர்ந்து, கருணை மிகுந்த ஆட்சியை அளிக்கிறார். தீமையை நன்மை வெல்லும் நீதியைக் கூறும் இலக்கியம். இருப்பினும் பல சந்தர்ப்பங்களில் அவரது ராணிக்கு என்ன நேர்ந்தது என்பது உட்பட, ஒழுக்கம் சம்பந்தப் பட்ட தர்மசங்கடமான பகுதிகள் உண்டு. அவற்றை எளிதாக விளங்கிக்கொண்டு எந்த ஓர் இறுதித் தீர்ப்பையும் வழங்கிவிட முடியாது.

அதர்மத்தை இன்னும் அதிகமாகவே கையாள்வது மகாபாரதம். அது நிஜ உலகின் கதை. அதன் கதாநாயகர்களின் காலில் மண் படிந்துள்ளது. அவர்களின் கதைகள் குழப்பமாகவே முடிந்து விடுகின்றன. அவர்கள் சம்பந்தப்பட்ட நிகழ்வுகளில் மிகவும் பெருமைக்குரிய சாதனைகளும் உண்டு; மிகவும் மோசமான சமாதானங்கள், நிறைவேற்றாத வாக்குறுதிகள், கண்ணியமில்லாத போர்கள், வசதியான பொய்கள் மற்றும் பரிந்துரைக்க முடியாத ஒழுக்க நெறிகள் இவை யாவும் உண்டு.

தர்மத்தின் இயல்பு என்ன என்பது பற்றிய ஆழ்ந்த கேள்விகளை மகாபாரதம் எழுப்புகிறது. 'தர்மம் நுட்பமானது' என்கிறார் யுதிஷ்டிரர். இதிகாசத்தின் ஒவ்வொரு பகுதியும் அவர் கூறியதன் பொருளை விளங்கிக்கொள்ள நாம் எடுத்துக் கொண்டு ஆராயக் கூடிய சிக்கல்கள் உள்ளதே. தர்மம் என்பது சாத்திரங்களினின்று எடுத்துப் புரிந்துகொள்ளக் கூடியதா? இல்லை நீதியிலிருந்தா? இல்லை அது ஜாதி மற்றும் பாலின அடிப்படையில் வேறுபடுமா? மிகவும் கனமான ஒழுக்க மற்றும் தர்மம் தொடர்பான தர்மசங்கடங்கள் அல்லது இரட்டை நிலைகள் பற்றி ஆழ்ந்து சிந்திக்க நிறையவே மகாபாரதத்தில் உண்டு.

தாழ்ந்த ஜாதியைச் சேர்ந்த ஏகலைவன் வில் வித்தையைக் கசடறக் கற்ற பின், மறைந்திருந்து கற்றுக் கொண்டாலும் குரு தட்சணையை

துரோணாச்சாரியாருக்குத் தர முன்வருகிறான். ஜாதியைக் காரணம் காட்டி அவனைத் தம் வகுப்புகளில் இருந்து விலக்கி வைத்த துரோணரோ அவனது கட்டை விரலை குரு தட்சணையாகக் கேட்கிறார். கட்டை விரலைக் கொடுப்பது அவனது வித்தைக்குப் பெரிய பின்னடைவையே கொடுக்கும்.

சூதாட்டத்தில் பாண்டவர்களின் மனைவியான திரௌபதியையும் அவர்கள் இழந்துவிடுகிறார்கள். அவள் தன்னைச் சூதாட்டத்தில் பணயமாக வைக்கக் கணவர்களுக்கு ஏது அதிகாரம் என்று கேள்வி எழுப்புகிறாள். இந்தக் கேள்விகளை எழுப்புவதன் மூலம் இந்த இதிகாசம் இந்துக்களைத் தம் நம்பிக்கைகள் பற்றித் தம்மைத் தாமே கேள்வி கேட்டுக் கொள்ள ஊக்குவிக்கிறது. இந்துக்களின் வெகுஜன மனசாட்சிக்குள் வெகுவாகவே ஊடுருவியுள்ளது மகாபாரதம். அந்த இதிகாசம் எழுப்பும் பிரச்னைகள் மற்றும் அது முன்னெடுக்க நினைக்கும் விழுமியங்கள் இவை யாவுமே இந்தியாவை எது இந்தியாவாக ஆக்குகிறது என்பதைப் புரிந்துகொள்வதற்கு அடிப்படையானது. அதன் கதா பாத்திரங்களும் சம்பவங்களும் இன்னும் இந்திய உள்ளங்களில் வெற்றிகரமாக உலா வந்து கொண்டிருக்கின்றன. அதன் தொன்மங்களும் புராணக் கதைகளும் இன்னும் இந்தியரின் சிந்தனைகளை உத்வேகப்படுத்துபவை. சமகாலப் பிரச்னைகளை எதிரொலிப்பதாகவே அதன் நிகழ்வுகள் இன்னும் நம்மிடம் பேசாமல் பேசும்.

ராமாயணமும் (பொ.யு.மு. 200 முதல் பொ.யு. 200க்குள் எழுதப்பட்டது) மகாபாரதமும் (பொ.யு.மு. 400லிருந்து பொ.யு. 400க்குள் எழுதப்பட்டது, எட்டு நூற்றாண்டுகளில் நடந்த இடைச் செருகல்களும் மறு உருவாக்கங் களும் அதில் உண்டு). இரண்டு இதிகாசங்களின் கதையும் ஒவ்வொரு இந்தியருக்கும் தெரியும். ராமாயணத்தில் யோகவசிஷ்டர் என்னும் என்னும் வசிஷ்டர் ராமனுக்கு உரைத்த கதைகள் உண்டு. மகாபாரதத்தில் ஹரிவம்ச கதைகளில் சிருஷ்டியின் கதைகளும் கிருஷ்ணரின் பூர்விகம் பற்றிய கதைகளும் உண்டு. ராமாயணமும் மகாபாரதமும் பிராந்திய மொழிகளில் திரும்பவும் கூறப்பட்டபோது அவற்றுக்கு மாபெரும் புகழ் உண்டாயிற்று. பன்னிரண்டாம் நூற்றாண்டில் கம்பர் ராமாயணத்தை தமிழிலும் ராம சரித்திர மானஸை துளசிதாசர் அவதி இந்தி மொழியில் பதினாறாம் நூற்றாண்டிலும் எழுதி ராமபிரானுக்கு இந்து மதத்தின் தெய்வங்களுள் உயர்ந்த இடத்தை ஏற்படுத்தினர்.

விளங்கிக்கொள்ள மிகவும் சிக்கலான மனித வாழ்க்கையை எடுத்துக் கொண்டு, கவித்துவமான வரிகளில் தத்துவத்தை விளக்குகிற பகவத் கீதையை மகாபாரதம் தன்னுள் சேர்த்துக் கொண்டிருக்கிறது. ஒரு மனிதன் சமமான முக்கியத்துவமுள்ள இரண்டு கடமைகளால் எதிர் எதிர் திசைகளில் இழுக்கப்படும்போது, அவன் என்ன செய்ய வேண்டும் என்பதை அது விவாதிக்கிறது. நாம் எப்போதும் வாழ்க்கையில் மிகவும் கடினமான தேர்வுகளைச் செய்ய வேண்டியவர்களாக இருக்கிறோம். கீதை நமக்கு

அர்ஜுனன் என்னும் வீரன் போர்க்களத்தில், தர்மமான ஒரு காரணத்துக்காகத் தனது குடும்பத்தில் உள்ள பலரையும் கொல்லும் நிலையில் நிற்கிறான். பந்த பாசங்கள் போரிட வேண்டாம் என்கிறது. ஆனால், அவனது கடமையின்படியும் தர்மத்தின்படியும் சொந்த பந்தங்களை எதிர்த்துப் போரிட்டாகவேண்டும். இந்தக் குழப்ப நிலையில் கிருஷ்ணரின் அறிவுரையை அர்ஜுனன் நாடுகிறான். அவர் தர்மத்தை நிலை நாட்டு. பின்விளைவுகளை அல்லது பலன்களைப் பற்றிக் கவலை கொள்ளாமல் கடமையைச் செய் என்று அவனுக்கு அறிவுரை கூறுகிறார்.

விளைவுகள் அல்லது பலன்கள் பற்றிய கவலை உன்னுடைய தர்மத்தின் வழியில் செய்யப்படும் செயல்களைத் தடை செய்யக் கூடாது. உனது உணர்வுகள் மற்றும் பலனாக வரப் போகும் புகழ் அல்லது இகழ் உன்னை பாதிக்கக்கூடாது. பிறருக்கு வருத்தம் அல்லது வலியை ஒன்று ஏற்படுத்தும் என்பதற்காக தர்மத்தின் வழியில் செல்வதில் இருந்து பின்வாங்கக் கூடாது. தர்மத்தின் பாதை அல்லது மேற்கத்திய வழியில் நன்னெறிப் பாதை என்பது மிகவும் சிக்கலானதும் விளங்கிக்கொள்ள முடியாததும் ஆகும். அதைத் தோல்வி அல்லது பின்னடைவு என்னும் எளிய வடிவத்துக்குள் அடைக்கவே முடியாது. உயிர் வாழ்வதோ மரிப்பதோ, பரிசோ தண்டனையோ எதுவானாலும் தர்மத்தின் விளக்கத்தை அதற்குள் எளிமைப்படுத்திப் பார்க்க முடியாது. இந்த அறிவுரையுடன் யுத்தகளம் புகுந்து வெல்லும் அர்ஜுனன் அந்தக் களம் முழுவதும் தனது பங்காளிகளின் ரத்தம் தோயக் காண்கிறான்.

கீதை மிகவும் வியக்கத்தக்க ஒரு நூல். அது ஞானம் மற்றும் தத்துவார்த்தமான காரண காரியங்களை மட்டும் குறிப்பிடவில்லை. வீரத்துடனும் திடமான மனத்துடனும் தனது கடமையைச் செய்ய ஒருவர் முன்வரவேண்டும் என்றே அது குறிப்பிடுகிறது. இந்து மதத்தின் மிகப் பெரிய வெளியில் பகவத் கீதைக்கு மட்டுமே வரிக்கு வரி பல உரைகள் எழுதப்பட்டுள்ளன. சுவாமி விவேகானந்தரும் மகாத்மா காந்தியும் அதை வெகு உயர்வாக மதித்தனர். இருவருமே வெவ்வேறு கவித்துவமான மற்றும் ஆழ்ந்த வாழ்க்கை நெறிகளை அதில் கண்டார்கள்.

சுமார் ஆயிரம் வருடங்களுக்கு முன்னர் (பொ.யு. 250 முதல் பொ.யு.மு. 1000 வருடத்துக்குள்) எழுதப்பட்ட பதினெட்டு புராணங்களும் வேதம் மற்றும் தர்மசாஸ்திரங்களின் சத்தியங்களைச் சிறிய கதைகளின் வடிவத்தில், கிராமப்புற மக்களின் மதக் கல்வியாகத் தந்தன. அவை இதிகாசங்களைப்போல் பிரமாண்டம் கொண்டவை அல்ல. ஒவ்வொரு கதையும் வெவ்வேறு கதாபாத்திரங்களை வைத்து எழுதப்பட்ட சிறிய புராணங்கள்.

புராணக் கதைகளின் வழி கூறப்படும் ஒழுக்க நெறிகளே இன்றும் இந்து அற உணர்வின் அடிப்படையாக இருக்கிறது. புராணக்கதைகளில் வரும் கதாபாத்திரங்கள் இறை நம்பிக்கை, கற்பு, பணிவு, விசுவாசம், கருணை என்னும் விழுமியங்களின் குறியீடுகளாக இருப்பவை. தனிப்பட்ட

உரையாடல்களில் அல்லது அரசியல் சொற்பொழிவுகளில் அந்தக் கதா பாத்திரங்களின் பெயர்கள் குறிப்பிடப்படுகின்றன. இறை நம்பிக்கைக்குப் பிரகலாதன்; கணவன் மீதான பக்திக்கு சாவித்திரி; நிலைத்த தன்மைக்கு துருவன், வாய்மைக்கு ஹரிச்சந்திரன் எனப் பல கதாபாத்திரங்கள் குறிப்பிடப்படுகிறார்கள். புராணங்கள் விஷ்ணுவின் பத்து அவதாரக் கதைகளைக் கூறுகின்றன. பாகவதம் அல்லது பாகவத புராணம் கிருஷ்ணரின் வாழ்க்கைச் சரித்திரப் பாடல்களாகக் கோயில்களிலும் வீடுகளிலும் இந்தியாவின் பல இடங்களில் இசைக்கப்படுகின்றன.

புராணங்கள் இந்து மதத்தில் ஒரு முக்கியமான வளர்ச்சியை அடையாளப் படுத்துகின்றன. கடவுள்களை மனித வடிவத்தில் வழிபடுவது அவற்றில் அழுத்தமாகக் குறிப்பிடப்படுகின்றன. இது வேதகால நம்பிக்கையில் இருந்து வேறுபடக்கூடியது; உருவ வழிபாட்டு நம்பிக்கையின் உச்சம். வேத காலம் சடங்குகள் மற்றும் பலிகளை ஹோமங்கள் வாயிலாகச் செய்தது. அந்த ஹோமங்களில் அக்கினிக்கு பெரும் முக்கியத்துவம் இருந்தது. புராண காலத்து வழி முறைகளில் உருவ வழிபாடும் பூஜைகளும் அதிகம் (வேத காலம் உருவமில்லாத மற்றும் குறியீடான வடிவமில்லாத கடவுளை மையப்படுத்தியது. சடங்குகள் மற்றும் மரங்கள், நதி, மலைகளை வழிபடுவது எல்லாமே பழங்குடிகளின் நம்பிக்கையாக, நாடோடிகளின் 'இடம் மாற்றக்கூடிய வழிபடும் பொருட்களைக்' கொண்டதாக இருந்தன. பொ.யு. நான்காம் நூற்றாண்டில் அலெக்ஸாண்டரின் தலைமையில் இந்தியாவில் நுழைந்த கிரேக்கக் கலாசாரமே நிலையான கோயில்களில் வீரம் மிக்க கதாநாயகர்களை வழிபடும் முறையைக் கொண்டுவந்தது).

இந்து மதம் வேதகாலத்தில் மந்திரங்கள் மற்றும் சடங்குகளால் மட்டுமே வளர்க்கப்பட்டது. விரிவான பலிகளும் அதில் உண்டு. புராண காலத்திலோ அது முழுவதுமே தொன்மங்களாலும் புராணக் கதைகளாலும் புது வடிவம் பெற்றது. நிர்குண பிரம்மன் என்னும் வேத காலத் தத்துவத்தை சகுண பிரம்மன் என்னும் புராணகால வடிவத்துடன் ஒன்றிணைத்து சாதாரண மக்கள் தினசரி வழிபட ஏதுவானதாகச் செய்தனர். மாயையின் பிரமையான ஆற்றலைப் பயன்படுத்தி வேதகாலத்து நிர்குண பிரம்மன் புராண காலத்து சகுண பிரம்மனாக, எல்லாவற்றையும் படைத்த ஈஸ்வரனாக மாறிவிட்டார். அவரே இயற்கை, உலகம் மற்றும் எல்லா உயிர்களின் கடவுள். விஷ்ணுவும் சிவனும் ஈஸ்வரர்களாக அங்கீகாரம் பெற்றார்கள். வைணவர்கள் விஷ்ணுவைப் பல அவதாரங்களாக வழிபட்டனர். சைவர்களோ சிவனை அவரின் பல அம்சங்களில் வழிபட்டார்கள் (நடராஜர், ஆற்றலின் வடிவான லிங்கம் ஆகிய உருவங்களில்). அவருடன் சேர்த்து அவரது குடும்பத்தினரான பார்வதி, மகன்கள் கணேஷ் அல்லது விநாயகர், ஸ்கந்தர் அல்லது முருகர் ஆகியோரையும் வழிபட்டனர்.

புராண காலத்தில் இந்து மதம் கிராமப் பண்பாட்டையும் தேவதைகளையும் தன்னுள் ஐக்கியப்படுத்திக்கொள்வதும் (சமஸ்கிருதமயாக்குவதும்)

நிகழ்ந்தது. புராண காலத்தில் தான் சைவர்களும் வைணவர்களும், வேத காலத்தில் இருந்திராத உருவ வழிபாட்டுக்கு மாறினார்கள். வேத மதத்துக்கும் நாட்டுப்புற வழிபாட்டுக்கும் ஒரு பாலமாக இருந்தது புராண காலமாகும். பண்டிதர்களுக்கும் கிராம மொழி பேசும் சாமானியர்களுக்கும் பொதுவான நீதிகளை உள்ளடக்கிய கதைகளை அது உருவாக்கியது. வெகுஜன இந்து மதம் எதில் நங்கூரமிட்டது என்பதை நாம் புராணங்களின் வாயிலாகவே அறிந்துகொள்கிறோம்.

இந்த எந்த வகையிலும் அடங்காத முக்கியமான ஒரு புனித நூல் பொ.யு. மூன்றாம் நூற்றாண்டில் திருவள்ளுவர் தமிழில் எழுதிய 1330 குறட்பாக்கள் ஆகும். ஆதி கால இந்து மதத்தின் நூல்களில் ஒன்றான அதில் ஒழுக்க நெறிகளும் வாழ்க்கையின் உண்மைகளும் அடங்கியிருக்கின்றன. அதைத் 'தமிழ் வேதம்' என்பார்கள்.

பொ.யு. ஆறாம் நூற்றாண்டில் இந்தியாவும் இந்து மதமும் செழிப்பான புராணக் கதைகள், விரிவான சடங்கு முறைகள், மிகவும் அசாதாரணமான வீரம் பற்றிய கவிதைகள், புகழ் பெற்ற அற நெறிகளாலான அமைப்பு, மாற்றங்களுக்கு உட்படும் மதக் கட்டுமானம், வெகு ஜனங்களுக்கான ஆன்மிக இலக்கியம் இவற்றை உருவாக்கிக் கொண்டிருந்தது.

பொதுவான மதம் சம்பந்தப்படாத இலக்கியத்தையும் அது வளர்த்திருந்தது. அவற்றுள் பஞ்ச தந்திரக் கதைகள் குறிப்பிடத்தக்கவை. அவை அன்றாட நடைமுறை வாழ்க்கைக்குத் தோதான அறிவுரைகளை வழங்கின (மனித இயல்பின் குறைபாடுகள் பற்றியும்). மனிதர்களும் விலங்குகளும் கதாபாத்திரங்களாகும் மனம் மகிழ வைக்கும் கதைகள் வழியாக நன்னெறிகள் போதிக்கப்பட்டன. அரசியல்வாதிகள் மற்றும் அரசர்கள் பற்றிய அவநம்பிக்கை தொனிக்கும் கதைகளும் அவற்றுள் உண்டு. வன்முறையும் துரதிஷ்டவசமாக அதில் உண்டு. செருக்கு மிகுந்தோர் பற்றிய நகைச்சுவைக் கதைகளும் உண்டு.

பஞ்ச தந்திரக் கதைகள் பற்றி உபிந்தர் சிங் என்னும் சரித்திர ஆய்வாளர் கூறுகிறார்: 'பாரம்பரிய நற்பண்புகள் அழிவை உண்டாக்கும்; உண்மையாயிருத்தல், அன்பு மற்றும் உதவி செய்யும் மனப்பான்மை விபரீதத்தில் போய் முடியும். தியாகம் செய்வது (மிகச் சிறியதாக இருந்தாலும்) அது கிண்டல் செய்யப்படுகிறது. கபடம், விரைவான சிந்தனை மற்றும் திடமான மனம் இவை வலியுறுத்தப்படுகின்றன. சமூக உறவுகளில் நட்பு மட்டுமே கொண்டாடப்படுகிறது. இருந்தாலும் அதுவும் விமர்சனத்துக்குத் தப்புவதில்லை'.

உருவ வழிபாட்டை ஒட்டியே பொ.யு. ஐந்தாம் நூற்றாண்டு முதல் கோயில் கட்டுமானப் பணிகள் துவங்கின. அதன் உச்சமாகவே பதினோராம் பன்னிரண்டாம் நூற்றாண்டில் சோழர்களால் பிரமாண்டமான கோயில்கள் கட்டப்பட்டன. அவை இன்றும் வழிபாட்டுக்குப் பயன்படுகின்றன. சிவன், விஷ்ணு மற்றும் சக்தியை எப்படி வழிபடவேண்டும் என 108 ஆகம

சாஸ்திரங்கள் கூறுகின்றன. இவற்றின் வாயிலாக அந்த ஒவ்வொரு தெய்வங்களை வழிபடுவது தொடர்பான பாரம்பரியங்கள் முளைவிட்டன. அந்த தெய்வங்களுக்கான கோயில்களை எப்படிக் கட்டுவது மற்றும் எந்தச் சடங்கு முறைகளால் வழிபாடு செய்வது எனவும் ஆகம சாஸ்திரங்கள் குறிப்பிடுகின்றன. எப்போது எந்த முறையில் வழிபட வேண்டும் மற்றும் எப்படி அபிஷேகம் செய்யவேண்டும் என்பதெல்லாம் தெளிவாகக் கூறப்பட்டுள்ளன.

இருப்பினும் பெரும்பான்மை மக்கள் தம் இல்லத்திலேயே, கோயில்களில் பிரதிஷ்டை செய்யப்பட்ட விக்கிரகங்களைப் போன்ற, சிறிய உருவங்களைத் தமது வீட்டின் பூஜை அறையிலோ பூஜைக்கென உள்ள மாடத்திலோ வைத்து வழிபடுகின்றனர். இந்த வழிபாட்டு முறையை ஸ்ரீமத் பாகவதம் அல்லது பாகவத புராணம் (பகுதி 11, அத்தியாயம் 27, சுலோகம் 12) உறுதிப்படுத்துகிறது. எந்தெந்த பொருட்களால் ஆன விக்கிரகங்கள் வழிபாட்டுக்கு உரியவை என அது ஒரு பட்டியல் இடுகிறது. கல், மரம், உலோகம், களிமண், மண், பளிங்கு, ஓவியம் அல்லது மனதுக்குள் ஒரு கற்பனை உருவம் என்பவையே அவை. முக்கியமான கோயில்கள் புனித நதிகளின் கரையிலேதான் அமைந்தன. கங்கை, யமுனை, நர்மதை, கோதாவரி, கிருஷ்ணா மற்றும் காவேரி - அவற்றில் பெருகும் நீரில் முங்குவோரைப் பாவங்களில் இருந்து விடுவிக்கும் தன்மை கொண்டவை அவை. கும்ப மேளா கங்கை மற்றும் யமுனையின் சங்கமத்தில் லட்சக் கணக்கான பக்தர்களை இன்றளவும் ஈர்க்கிறது.

ஆறு இந்து தத்துவப் பள்ளிகளின் தத்துவ நூல்களே தரிசனங்கள். அவை மிகவும் அறிவார்ந்த தளத்தில் புரிந்துகொள்ளக் கடினமான அறிவு வீச்சுடனும் இருப்பவை. ஆறு தரிசனங்களில் (ஷட் தர்ஷணாஸ்) அதிகம் புகழ் பெறாத நியாயம் என்னும் தத்துவப் பிரிவு, வைசேஷிகம் மற்றும் மீமாம்சை எனும் தத்துவப் பிரிவுகளும் அடங்கும். நியாயம் என்பது தர்க்கம் மற்றும் விவாதத்தை முன்வைக்கக்கூடியது. வைசேஷிகம் பிரபஞ்சம் முழுதும் தனித்தன்மை கொண்ட எண்ணற்ற அணுக்களால் உருவானது என்பதையும், மீமாம்சை வேதகால வழிபாட்டையும் மையமாகக் கொண்டவை (சில பண்டிதர்கள் வேத மதத்தை மீமாம்சை இந்து மதம் என்று புராணகால இந்து மதத்தில் இருந்து பிரித்துக்காட்டும் நோக்கில் சொல்வார்கள்).

நான்காவதானது யோகா அது மனதை ஒருமுகப்படுத்துவதை முன் வைப்பது. உடலை தெய்வீக சமாதி நிலைக்குக் கொண்டுசெல்லும் கருவியாகக் காண்பது அது. ஆனால் தலையாய விவாதமோ மற்ற இரண்டு தத்துவப் பிரிவுகளுக்குள் மட்டுமே. சாங்க்யா பள்ளி (மகாபாரதத்தில் குறிப்பிடப்படும் அளவு தொன்மையானது.) இது இருமை (த்வைதம்) பற்றிப் பேசுவதாகும். அதாவது ஆன்மா வேறு பொருள் வேறு, லௌகிகம் வேறு தெய்வீகம் வேறு என்னும் வாதம். இன்னொன்று ஆயிரம் ஆண்டுகளுக்கு முன்பு நிறுவப்பட்ட வேதாந்தப் பள்ளி ஆகும். அது

துவைதம் என்னும் இருமையை நிராகரித்து யாவும் ஒன்றே என்னும் அத்வைதத்தை முன் வைக்கிறது. பத்தொன்பதாம் நூற்றாண்டில் சுவாமி விவேகானந்தரும், தொன்மைக் காலத்தில் ஆதி சங்கரரும் செய்த பிரசாரங்களின் விளைவாக இன்று உலக அளவில் இந்து மதத்தின் மிக அதிக செல்வாக்குப் பெற்ற தத்துவமாக உள்ளது (முக்தியை நாடும் மார்க்கத்தில் பலி மற்றும் சடங்குகளின் முக்கியத்துவம் பற்றி விவரிக்கும் அடுத்த அத்தியாயத்தில் அத்வைதம் பற்றி விரிவாக விவாதிப்பேன்).

இந்துக்கள் வேதங்களை நம்புகிறார்கள். ஆனால் பெரும்பான்மையினர் அவை விவாதம் மற்றும் ஆராய்ச்சிக்கு அப்பாற்பட்டதாக நினைக்க வில்லை. இந்து மதத்தில் அழுத்தம் திருத்தமான ஒரு நம்பிக்கை என்னவென்றால் முன்னோருக்கு எது மதிப்பு மிக்கதாக இருந்ததோ அது நமக்கும் இன்று மதிப்பு மிக்கதாகவே இருக்கும் என்பது. இருப்பினும் ஒவ்வொரு தலைமுறையும் தமது மூதாதையரின் ஆன்ட்டிகத்தை விசாரணைக்கு உள்ளாக்கி அதை ஆராய்ந்து நோக்க அனுமதிக்கப் படுகிறது. வேதங்களுக்கு ஒரு புனிதமான இடம் இந்து சிந்தனையில் உண்டு என்றாலும் உபநிடதங்கள், புராணங்கள், காவியங்கள், இவை தவிர்த்த ஏனைய தத்துவ விசாரணையான நூல்கள் இவை யாவுமே நமது அடிப்படை மத நூல்களாகவே கருதப்படுகின்றன. வேதாந்தத்தின் மூன்று பிரஸ்தானங்கள் அல்லது பிரிவுகளுள் முதலாவது உபநிடதங்கள். இரண்டாவது பிரம்ம சூத்திரங்கள் (555 சத்திய பிரமாணங்களான செய்யுள்கள் பாதராயணர் எழுதியவை; அவை பொ.யு.மு. 450க்கும் பொ.யு. 200க்கும் இடைப்பட்ட காலத்தில் எழுதப்பட்டவை; அவை உபநிடதங்களின் தத்துவக் கருத்துகளைத் தொகுத்தவை) மூன்றாவது பகவத் கீதை - அது இந்து தத்துவவியலாளர்களின் கண்ணோட்டத்தில் ஞானத் தேடலின் மூன்று நிலைகளான இறைநம்பிக்கை, ஞானம் மற்றும் ஒழுங்கு இவற்றுடன் கிட்டத்தட்டப் பொருந்தக்கூடியது. இந்த மூன்றில் ஒன்றையோ அல்லது பிற இரண்டுடன் சேர்த்தோ ஒருவர் நடைமுறையில் பயிற்சி செய்யலாம்..

முஸ்லிம் அல்லது கிறித்துவர்கள் போல அல்லாமல் இந்துக்கள் தமது மத நூல்கள் இறுதி உண்மையை உள்ளடக்கி இருப்பதாகக் கருதவில்லை. அப்படி அவர்கள் நினைத்தால் அது பெரிய பிரச்னையிலேயே போய் முடியும். ஏனெனில் வெவ்வேறு நூல்கள் முரணான உண்மைகளை முன்வைப்பவை. மாறாக ஓர் இந்துவுக்கு நூல்கள் தனது சுயத்தை உணரும் தேடலில் வழிகளே. அதில் உள்ள சொற்களும் உட்பொருளும் ஓர் இந்துவுக்குத் தனது சுய பரிணாமத்துக்கான கருவிகளாக அமைகின்றன.

மனித மனத்தைச் சூழும் அறியாமை என்னும் பனிமூட்டத்தைப் பிளந்து வெளிச்சமாக வருவதே ஒரு மத நூலாகும். அதன் மந்திரத்தின் இசையை, அதன் சொற்களின் மாயத் தன்மையை மற்றும் அது தரும் ஆழ் நோக்குகளை அறியாமை என்னும் பனி மூட்டத்தை ஊடுருவிவிடச் செய்தோமானால் சுய பரிணாமம் என்பது தானே நிகழும். ஆபிரகாமிய

மதங்களைப்போல அந்த நூலில் உள்ளவற்றை அப்படியே ஏற்பது அல்ல அந்தப் பரிணாமம். மனதைப் புதிய சாத்தியங்களை நோக்கித் திறந்து வைப்பதே அந்தப் பரிணாமம். அந்தப் புத்தகம் பறை சாற்றுபவை தவறாகக்கூட இருக்கலாம் என்பதும் அந்த சாத்தியங்களுள் ஒன்றே. ஒரு மத நூலின் நோக்கம் வாசகனின் மனதுள் நுழைந்து அவர் தன்னை ஒருங்குபடுத்திக்கொள்ள உதவுவதே.

சுவாமி விவேகானந்தர் கூறினார் 'மேற்கத்தியரைப் பொறுத்தவரையில் அவர்களது மத நூல்கள் (இறை) உந்துதல் மூலம் உருவானவை. ஆனால் நமக்கு நம் நூல்கள் சுவாசம் போல வந்தவை. கடவுளின் மூச்சுக் காற்றாக வந்து, துறவிகளின் இதயத்தில் நுழைந்து, மந்திர-திரஷ்டங்களாக மாறியவை'.

இந்து மத நூல்கள் பற்றிய இந்த சனாதன தர்மத்தின் மனப்பாங்கு பிற மத நூல்களான பைபிள், தோரா அல்லது குரானை அணுகும் போதும் மாறுவதில்லை. இந்துக்கள் பிற மத நூல்களின் வார்த்தைக்கு வார்த்தையான அகராதிப் பொருளைப் பின்பற்றிக் கொண்டு வாசிப்பதில்லை. எனவே அந்தப் பொருளை மையமாக வைத்து விவாதம் புரிவதுமில்லை. ஏனெனில் அவை வார்த்தைக்கு வார்த்தை உண்மையாக இருக்க முடியாது. ஓர் இந்துவின் கண்ணோட்டத்தில் அவை சுய ஆன்ம பரிசோதனைக்கு உதவலாம் அல்லது பயன்படாமற் போகலாம். ஆனால் அவற்றை மையமாக வைத்து சண்டை போடுவது தேவையற்றது.

நீங்கள் உங்கள் புனித நூலைக் கடவுளின் சொல் என்கிறீரா? நல்லது. அது உங்களின் உண்மையான ஆன்ம பரிசோதனைக்கு உதவுகிறது என்றால், அறுதியான சிருஷ்டி பற்றிய உண்மையை நோக்கி உங்கள் மனம் மற்றும் கண்களை அது திறக்கிறது என்றால், அது உங்களை பிரபஞ்சத்துடன் ஐக்கியப்படுத்திக் கொள்ள உதவும் என்றால் அது தனது நோக்கத்தை அடைந்தது. ஒருவேளை நீங்கள் இதையெல்லாம் ஒரு புனித நூல் செய்து தர வேண்டியதில்லை எனக் கருதுவீர்களேயானால் என்னிடம் அந்த நூலைக் கொடுங்கள். நான் வாசித்துப் பார்க்கிறேன். ஒருவேளை அது எனது கண்களைத் திறக்க உதவலாம்.

மதம் சம்பந்தமான சர்ச்சைகளை பிரிட்டிஷ் காலத்திய கிறித்துவ மதப் பிரசாரர்கள் முன்னெடுத்தபோது, இந்துக்களின் இந்த அணுகுமுறை அவர்களுக்கு மிகவும் புதிராக இருந்தது.

❀ இந்து வாழ்க்கை அனுபவம் ❀

இதன் விளைவாக, உலக மதங்களுக்கு நடுவே இந்து மதத்துக்குத் தனித்த இடம் இருக்கிறது. டாக்டர் ராதாகிருஷ்ணன் சொன்னது போல 'அறிவை விட உள்ளுணர்வே உயர்வானது; மதக் கட்டுப்பாடுகளைவிட சுய அனுபவமே உயர்வானது. புறச் சடங்குகளைவிட உள்ளார்ந்த புரிதலே

உயர்வானது என்று சொல்வதுதான் இந்து மதத்தின் தனித்தன்மையாகும். மதம் என்பது நூல் அறிவை அப்படியே ஏற்பதோ அல்லது சடங்குகளைக் கொண்டாடுவதோ கிடையாது. அது ஒரு வாழ்க்கை அனுபவமாகவே இருக்க முடியும். அது காணப்படுவதன் மெய்த்தன்மையை உள் நுழைந்து நோக்குதலாகும் (தரிசனம்). அல்லது அது மெய்த்தன்மையை உணர்ந்து கொள்ளுதலாகும் (அனுபவம்).

அதீத கர்வத்துடன் அதி உண்மைகளை முழங்கும் அடிமைகளாக மக்களை வடிவமைப்பதை ஓர் இந்து ஏற்பதே இல்லை. அவர்களைப் பொறுத்த வரையில் ஒரு மனிதருடைய மனம் சந்தேகங்கள் நிறைந்ததாக இருக்க வேண்டும். திறந்த மனத்துடன் கேள்விகள் கேட்பதாக இருக்கவேண்டும். காரணகாரியம் தேடும் தருக்கமும் உள்ளுணர்வும் கைகோத்துச் செல்லவேண்டும். மதக் கட்டுப்பாட்டின் மீது கண்மூடித்தனமான பிடிமானம் என்பது இந்துக்களிடம் கிடையாது. எல்லா ஆன்மிக போதனைகளும் சர்ச்சைக்கு உரியவையே. கண்டுணர்ந்தவையும் தருக்க எண்ண ஓட்டத்தில் பரிசோதிக்கப்பட வேண்டியவையே. இந்து மதத்தின் புனித நூல்கள் மதக் கட்டுப்பாட்டை விதைக்கும் நூல்கள் அல்ல. வாழ்க்கை அனுபவங்களின் எழுத்து வடிவமே அவை'.

கேட்பதற்கு இவையெல்லாம் நன்றாகத்தான் இருக்கின்றன. ஆனால், ஒரு பெரும்பான்மை இந்துக்களோ தமது பெருமைக்குரிய பாரம்பரியம் பற்றிய எந்த அறிவுமற்று, மதத்தின் அரிய நூல்கள் எதையுமே வாசிக்காமல், பன் மதம், பல தத்துவ விசாரம் பற்றிய மேலோட்டமான வாசிப்பு என்று இருக்கிறார்களே என வாசகர் சிலர் கேள்விகள் எழுப்பக்கூடும். ஒரு கலாசார அடையாளமாகப் பெற்று, ஏதாவது இடர் வந்தால் மட்டுமே கோயிலுக்குப் போய்த் தமது இஷ்ட தெய்வத்தை மட்டும் வணங்கி, குறிப்பிட்ட கடவுள்களுக்காக விரதம் இருந்து, தமது நிலப் பகுதியின் பெரிய பண்டிகைகளை ஆனந்தமாகக் கொண்டாடி, பிற மதத்துக்கும் தமது மதத்துக்கும் உள்ள வேறுபாட்டைப் பற்றி மட்டும் தெரிந்தவர்களாக இருக்கும் இவர்களெல்லாம் இந்துக்களா? அவர்களுடையதுமா நான் விளக்கும் இந்து மதம்?

அவர்களது வழிமுறையும் இந்து மதமே என்றே கூறுவேன். ஏனெனில் இறுதியில் ஒரு மதத்தின் இயல்பை நிர்ணயிப்பது, தத்துவப் பண்டிதர்களோ விளக்கம் கூறும் பேச்சாளர்களோ அல்ல. சுருக்கமாகச் சொல்வதென்றால் அது நம்பிக்கை உடைய ஒரு சாதாரண மனிதரே. வழிபடுபவரான அவருக்கோ தமது மதம் பற்றிய கோட்பாடுகள் பற்றி அக்கறை இல்லை. அவர் கடவுள் மீது நம்பிக்கை உள்ளவர். மதம் ஒரு பாதையாக இருந்து தனது கரங்கள் கடவுளின் கரங்களைப் பற்றிவிடச் செய்யும் என எண்ணுகிறார். அவர் தனது வாழ்க்கை முறையில் அந்த மதத்தின் சாராம்சத்தை வாழ்ந்து காட்டுபவர்.

சமஸ்கிருதத்தில் உள்ள இலக்கியங்கள், தத்துவங்கள் ஆகியவற்றின் அடிப்படையில் இந்து மதத்தை அணுகும் ஒரு போக்கு இந்து மதத்தில்

இருக்கிறது. அதேநேரம் சம்ஸ்கிருதம் சாராத ஓர் அணுகுமுறையும் அதே இந்துமதத்தில் இருக்கிறது. வாய் மொழியாக, அந்த அந்தப் பிரதேச மொழிகளில், அந்த அந்த இடத்தின் சடங்குகள் மற்றும் வழிபாட்டு முறைகள் வழியாகவும் இந்து மதம் மக்களால் அனுசரிக்கப்படுகிறது. நாடு முழுவதும் இதேபோலத்தான் அது ஆயிரம் ஆயிரம் ஆண்டுகளாக, அதன் முக்கியத்தன்மையை இழக்காமல் அனுசரிக்கப்பட்டு வந்துள்ளது.

பௌத்தம் மற்றும் ஜைன மதங்களின் சீர்திருத்த இயக்கத்தையும் இந்து மதம் எதிர்கொண்டது. இஸ்லாமியப் படையெடுப்பையும் மற்றும் ஆட்சியையும்தான். கிறித்துவ மத போதகர்களின் மதமாற்ற முயற்சிகளையும் தாண்டி வந்தது. ராமானந்தர், சைதன்யர், கபீர் (கபீர் பற்றி விரிவாக விவாதிப்போம்) இவர்களின் சீர்திருத்த சிந்தனையை இந்து மதம் உள்வாங்கிக் கொண்டது. இந்து மதம் அதையும் பிற மதங்களையும் சேர்த்து உருவாக்கிய சீக்கிய மதம் மற்றும் பிரம்ம சமாஜம் ஆகியவற்றையும் கண்டது. பிற மதங்களுக்குத் தனது மக்கள் மதமாற்றம் செய்யப்படுவதையும் தான். ஒவ்வொரு இந்துவுக்கும் தனது மதத்தின் மிகவும் மேன்மையான விஷயங்கள் தெரியாமல் இருக்கலாம். அவருக்கு விளக்கிக் கூறப்படாவிட்டாலும், வளர்ப்பில் ஓர் இந்துக்கு அதன் பாரம்பரியங்கள் மற்றும் தத்துவங்கள் பற்றிப் புரிதல் இருக்கிறது. கல்வியால் அன்றி பழக்கத்தால் ஆனதே அவரது இந்து மதம். அது அவர் வாழ்ந்து உணர்ந்த இந்து மதமே.

ஆனால், இந்தப் பழக்கங்கள் இடத்துக்கு இடம், ஜாதிக்கு ஜாதி மற்றும் இனக்குழுவுக்கு இனக்குழு வேறுபடுவதாகும். தென்னிந்தியாவின் விழாக் கொண்டாட்டங்கள் வட இந்தியாவிலிருந்தும் அதேபோல் வட இந்தியக் கொண்டாட்டங்கள் தென்னிந்தியாவை ஒப்பிட மாறுபட்டும் இருக்கின்றன. தமிழ் நாட்டில் கொண்டாடப்படும் தைப்பூசத் திருவிழா, தை மாதம் பூச நட்சத்திரமன்று கொண்டாடப்படுவதாகும். அதில் காவடி ஏந்தியும் அலகு குத்திக் கொண்டும் பக்தர்கள் விழாவைக் கொண்டாடுவார்கள். முருகன் மீது உள்ள அவர்களின் பக்தி இதில் வெளிப்படும். இது இந்தியாவின் பிற பகுதிகளில் அனுசரிக்கப்படுவதில்லை.

தென் கேரளத்திலும் தமிழ் நாட்டிலும் பொங்கல் மிகவும் விமரிசையாகக் கொண்டாடப்படுவது. வட மாநிலங்களில் உள்ள இந்துக்களுக்கோ இதன் முக்கியத்துவம் புரியாது. தீபாவளி எல்லா இந்துப் பண்டிகைகளிலும் மிகவும் உற்சாகமாகக் கொண்டாடப் படுவது என்றாலும் அது தென் மாநிலங்களில் எளிய அளவில் கொண்டாடப்படுவது. கேரளத்தின் மிக முக்கியமான வண்ணமயமான கொண்டாட்டம் ஓணம். ஆனால் அது வட மாநிலங்களில் கொண்டாடப்படுவது இல்லை.

உண்மையில் ஓணம் இந்துப் பன்முகத்தன்மைக்கு மிகப் பெரிய உதாரணம். அசுர அரசரான மகாபலி, வருடம் தோறும் பூமிக்கு வருவதை அந்த விழா குறிக்கிறது. புராண காலத்தில் ஞானமும் கருணையும் மிக்கவரான அவரது ஆட்சியில் மக்கள் மகிழ்ச்சியுடன் இருந்தார்கள். அவரது அதிகாரம் மற்றும்

புகழால் பொறாமை அடைந்த கடவுள்கள், விஷ்ணுவை ஒரு குள்ளமான வடிவத்தில் வாமனன் என்னும் பெயருடன் அனுப்பினார்கள். அந்த வாமனன் அரசர் மகாபலியிடம் தமது காலடி எடுத்து வைக்கும் அளவில் மூன்றடி நிலம் மட்டுமே கேட்டார். பணிவான அவரது வேண்டுகோளை ஏற்று மன்னரும் சம்மதித்தார். உடனே அந்தக் குள்ள வடிவ வாமனரோ வானளவு பெரிய வடிவமாக மாறிவிட்டார். அவர் எடுத்து வைத்த முதல் அடியில் பூ உலகும், இரண்டாம் அடியில் வானுலகும் நிறைந்து விட்டன. மூன்றாம் அடியை எடுத்து வைக்க வாமனன் தடுமாறியபோது மன்னர் தம் தலையையே காட்ட அதன் மீது விஷ்ணு தமது காலை அழுத்தி வைக்க மகாபலியோ பாதாள உலகம் போய் விட்டார். இருப்பினும் அவர் வருடா வருடம் தம் நாட்டு மக்கள் மகிழ்ச்சியோடு இருக்கிறார்களா எனக் காணவரும் தினமே ஓணம்.

ஓணம் விடுமுறைகளும் கொண்டாட்டங்களும் நிறைந்த பண்டிகை. உறவினர், நண்பர்கள் ஆகியோருக்குப் பரிசளித்து மகிழ்ச்சியுடன் கொண்டாடப்படும். ஆனால் வட மாநிலங்களில் ஓணம் கொண்டாடப் படுவது இல்லை. அவர்கள் அதற்கு முதல் நாள் எளிய 'வாமன பூஜை' என்று விஷ்ணுவுக்குச் செய்கிறார்கள். மகாபலி வருடா வருடம் பூமிக்கு வருவது சாண்டா கிளாஸ் வருவதுபோல. மகிழ்ச்சியான வடிவம் கொண்டவர் மகாபலி. மலையாள மொழியில் வட இந்திய அரசியல்வாதி, பிஜேபியின் தலைவரான அமித் ஷா கேரள மக்களுக்கு ஓணம் பண்டிகைக்கான வாழ்த்துக்காக 'இனிய வாமன பூஜை' என டிவிட்டரில் பதிவிட்டார். வாமனரால் மகாபலி அவமானப்படுத்தப்பட்டதைக் கொண்டாடுவதுபோல் அது அவர்களுக்கு வருத்தத்தையே தந்தது.

பன்முகமான விரிந்த பண்பாடுகளாலும், பல நாட்டுப்புற வழக்கங்கள் பல ஆயிரம் ஆண்டுகளில் இந்து மதத்துக்குள் வந்து விட்டதாலும், இந்து மதத்தில் பண்டிகை என்ற ஒன்று இல்லாத நாளே நாட்காட்டியில் இல்லை. ஒவ்வொரு நாளின் முக்கியத்துவம் இந்தியாவின் எந்தப் பகுதி பற்றி, எந்தப் பிரிவைச் சேர்ந்தவரைப் பற்றி நாம் பேசுகிறோம் என்பதை ஒட்டி மாறுபடலாம். ஒவ்வொரு நாளும் ஒரு கடவுளுக்கு அல்லது புனித நேரத்துக்காக அர்ப்பணிக்கப்பட்டது. டெல்லியில் லோகிரி என்னும் பண்டிகையை பஞ்சாபிகள் உற்சாகமாகக் கொண்டாடும்போது, வங்காளத்தைச் சேர்ந்தோர் தமது அன்றாடப் பணிகளில் ஆழ்ந்து இருப்பதை நாம் அதே டெல்லியில் பார்க்க முடியும். பிகாரிகளுக்கு சாத் பூஜை மிகவும் முக்கியமானது. மகாராஷ்டிர மக்களுக்கு அந்தப் பூஜை பற்றித் தெரியாமல் இருக்கலாம். மலையாளிகள் ஓணம் கொண்டாடும்போது வட இந்தியர்களோ தீபாவளிக்கான முன்னேற்பாடுகளில் இருப்பார்கள்.

மத விஷயங்களில் சடங்குகளுக்கு முக்கியமான இடம் பெரும்பான்மை இந்துக்களைப் பொறுத்த அளவில் உண்டு. அர்ச்சனை செய்பவர் சமஸ்கிருதத்தில் மந்திரங்களைச் சொல்லும் போது, அவருக்கு உரிய தட்சணையைக் கொடுத்துவிட்டு ஏதும் புரியாமல் பக்தர் நின்று

கொண்டிருப்பார் (பல ஆன்மிக நூல்களில் சடங்குகளைச் செய்பவருக்கும், செய்யச் சொல்லும் யஜமானருக்கும் இடையே உள்ள வித்தியாசம் தெளிவாகக் குறிப்பிடப்பட்டிருக்கும். பூஜை செய்விக்கும் அர்ச்சகருக்கு தட்சணை தருவதுமட்டுமே யஜமானரின் பணியாக இருக்கும்).

குழந்தைக்குப் பெயர் வைப்பது, முதன் முதலில் குழந்தைக்கு அன்னம் ஊட்டுவது, அந்தக் குழந்தைக்கு எழுதச் சொல்லிக் கொடுத்துக் கல்வி துவங்குவது, திருமணம் மற்றும் இறுதிச் சடங்கு என்னும் சடங்குகள் அனைவருமே எளிதாகப் புரிந்துகொள்ளக் கூடியவை. அவை அனைத்தும் வழிபடுகிற நபரை அவருடைய மதம், குடும்பம் மற்றும் சமூகத்துடன் கட்டிப்போட்டு விடுபவை. பல சந்தர்ப்பங்களில் இவை சம்பந்தமாகக் கோயிலுக்குச் செல்ல வேண்டி இருக்கும். ஆனால் வீட்டிலும் இந்தச் சடங்குகளைச் செய்யலாம். இந்தியாவில் இருக்கும் என் தாயார் அளவு வெளி நாடுகளில் இருக்கும் என் சகோதரிகளால் கோயில்களுக்குப் போக இயல்வதில்லை. என்றாலும் அவர்கள் பாரம்பரியப் பழக்கங்களைக் கடைப்பிடிப்பதை வெளிநாட்டிலும் செய்து வருகிறார்கள். அதேநேரம் அம்மா ஒவ்வொரு நல்ல நாளிலும் கோயிலுக்குப் போய், கடவுளின் ஆசிகளைத் தமது குடும்பத்துக்காக வேண்டி, பிரார்த்தனை செய்வது மிகவும் மன நிம்மதி அளிக்கிறது. அம்மா ஏழைகளுக்கு அவர்கள் பெயரில் செய்யும் தானமும் அவ்வாறே மன நிறைவைத் தருகிறது என்று அவர்கள் உணர்கிறார்கள். ஈரமான லண்டனோ அல்லது வெய்யிலான கலிபோர்னியாவோ பூஜை அறையில் மாலையில் அவர்கள் விளக்கு ஏற்றுகிறார்கள். பல நூற்றாண்டுகளாக இந்துக்களுக்கு உள்ள பழக்கம் அது.

இந்து சடங்குகளில் அநேகமாக ஒரு பூசாரிக்கு இடம் இந்தியாவின் பெரும்பான்மை இடங்களில் உண்டு. ஆனால் எங்கள் கேரள நாயர் சமூகத்தில் திருமணம் ஓர் ஒப்பந்தமே என்னும் அடிப்படையில் பூசாரிகளின் சேவைகளை எடுத்துக் கொள்வதில்லை. பெரிய நட்பு, உறவுக் கூட்டம் மற்றும் குடும்பப் பெரியவர் சாட்சியாகச் செய்யப் படும். அதுவே ஒரு திருமணத்தை உறுதி செய்யப் போதுமானது. எனவே கடவுளின் பிரதிநிதியின் கண்ணெதிரே அது நடக்க வேண்டியதில்லை. ஆனால் வட இந்தியாவிலோ எந்த ஒரு சடங்குக்குமே ஒரு பூசாரி இருக்கவேண்டும். அப்படி ஒரு பூசாரி செய்து வைக்காத திருமணம் செல்லாததாகக் கருதப்படும்.

சிறு வயதில் நான் என் அப்பாவிடம் எதற்குக் கோவிலுக்குப் போக வேண்டும் என்று கேட்டதற்கு என் ரத்தத்திலேயே வழிபாட்டில் இடையில் வேறொருவர் வருவதை விரும்பாமை ஊறி இருந்ததே காரணம். என் காரணம் தேடும் தருக்க அறிவு யோசித்ததில் கடவுள் வீட்டில், பள்ளிக் கூடத்தில், பணி இடத்தில் என எங்கும் இருக்கும் போது எதற்கு கோயிலுக்குப்போய்த்தான் ஈஸ்வரன் அல்லது அம்மனைக் கும்பிட வேண்டும்? என் அப்பா எனக்கு கடவுள் எங்கும் இருப்பினும் அவரின் சக்தி கோயிலில் அதிகம் என்றும், குறிப்பாக அவர் சுயம்புவாக வெளிப்பட்ட

குருவாயூர் கோயில் போன்ற இடங்களில் மிகவும் அதிகம் என்றும் பொறுமையாக விளக்கினார். மேலும் கோடிக்கணக்கானோர் நூற்றாண்டுகளாக வழிபட்ட கோயிலின் வழிபாட்டு நம்பிக்கை அடிப்படையிலான முக்கியத்துவம் மிக அதிகம். ஒரு கோவில் எப்படி மிகவும் பிரபலமாகும் தெரியுமா? ஒரு கோயிலின் மூலவருடன் ஒரு புராண, தொன்மக் கதை இணைந்துவிட்டதென்றால் பக்தர்கள் வரத்தொடங்குவார்கள். அந்த தெய்வத்தைக் கும்பிட்டால் நினைத்ததெல்லாம் நடக்கும் என்று அடித்துக் கூறுவார்கள். அங்கே செய்யும் பிரார்த்தனைகளை அம்மன் நிறை வேற்றுவாள் என்பார்கள். இதனால் இன்னும் கூட்டம் கூடும், இன்னும் அதன் அற்புதம் மற்றும் மந்திர சக்தி பற்றிய கதைகள் பெருகும். அதனால் மேலும் கூட்டம் கூடும். இப்படியாக ஒன்றுக்கொன்று பரஸ்பரம் இணைந்து வளர்ச்சி அடையும்.

எனக்குப் பதினான்கு வயது இருந்தபோது நாங்கள் சென்ற தென்னிந்தியக் கோயில்களின் சுற்றுலாவில் நான் என் அப்பாவிடம் மிகவும் புகழ் பெற்ற கோயிலில் பூஜை செய்யும் அர்ச்சகர்களின் நடவடிக்கைகள் ஏன் பணம் பார்ப்பதாகவே இருக்கிறது என்று கேட்டேன். என் அப்பா ஏற்கெனவே பணம் கொடுத்திருந்த பிறகும் அவர்கள் இன்னும் வேண்டும் என்று கேட்டார்கள். அவர் பதில் சொல்ல சற்றே சங்கடப்பட்டார். பிறகு அர்ச்சகர்களுக்கும் வாழ ஒரு வருவாய் வேண்டும் என உறுதியான குரலில் சொல்லிவிட்டார். அவர்கள் பக்தர்களுக்காக சேவை செய்வோரே. ஆனாலும் அவர்களுக்கு என ஒரு குடும்பம் இருக்கிறது. அவர்கள் தம் குழந்தைகளைப் படிக்கவைக்கவேண்டும். எனவே யாருக்காக அவர்கள் சேவை செய்கிறார்களோ அவர்களிடம் உதவி கேட்பதில் தவறு ஒன்றும் இல்லை. மேலும், இன்று நாம் 'நிபுணத்துவம்' என அழைப்பது அவர்களிடம் இருந்தது இல்லையா? அவர்களுக்கு மந்திரம் தெரிந்திருந்தது. அதை அவர்களால் அழகாகச் சொல்ல முடிந்தது. எனவே அந்தத் திறமைக்காக அவர்களுக்கு ஒரு சன்மானம் கொடுப்பதில் என்ன தவறு?

பதின் வயதில் இருந்த என் மனதை இது ஓரளவுக்கே சமாதானப்படுத்தியது. நான் என் பெற்றோர் அளவு உற்சாகமாகக் கோயில்களுக்குப் போகிறவனாக இருக்கவில்லை. என் பகுத்தறிவில் வீட்டில் பிரார்த்தனை செய்தாலும் அதற்கு இணையாகவே பலன் கிடைக்கும் என்று பட்டது. என் மனம் தூய்மையாகவும் சிந்தனை தெளிவாகவும் இருக்கும் பட்சத்தில் அதுவே நடக்கும். நான் என் தனிப்பட்ட வழிபாடு செய்யும் பூஜை அறையில் நிறைய படங்கள், விக்கிரகங்கள் மற்றும் புனிதப் பொருட்கள் வைத்திருக்கிறேன். அவற்றுள் என் தந்தை வழிபட்ட தெய்வத்தின் படமும் ஒன்று. இவை அனைத்துமே என் அன்றாட வழிபாட்டுக்கும் ஆனவை.

இருப்பினும் என் தொகுதியில் உள்ள பக்த கோடிகளின் தீவிரமே என்னை, திருவனந்தபுரக் கோயில்களுக்கு இட்டுச் செல்கிறது. வேறு எந்தப் பெருநகரத்தையும்விட, அதிகக் கோயில்களை ஒரு சதுர கிலோ மீட்டருக்குள் வைத்திருக்கும் நகரம் அது. என் நண்பர்கள், சக ஊழியர்கள்

மற்றும் கட்சிப் பணியாளர்கள் என்னுடன் அந்தக் கோவில்களுக்கு வருவார்கள். எனக்காகப் பிரார்த்தனை செய்து, எதையாவது நேர்ந்து கொண்டு, என்னையும் கோயிலுக்குள் அழைத்துப்போய் சில சடங்கு களைச் செய்ய வைப்பார்கள் (இந்த விதமாகவே நான் என் எடைக்கு எடை வாழைப்பழம், தேங்காய், உப்பை போன்றவற்றைப் பல கோயில்களுக்கு நேர்த்தியாகக் கொடுத்திருக்கிறேன். ஏனெனில் அவர்கள் நான் அப்படி நேர்த்தி கொடுப்பேன் என்று கடவுளிடம் சத்தியம் செய்திருப்பார்கள்: இது எடைக் குறைப்பைத் தவிர்க்கச் சொல்லும் ஓர் ஊக்குவிப்பாகும். ஏனெனில் என் உடல் எடை அதிகரிக்க அதிகரிக்க, என்னால் கோயில்களுக்குக் கிடைக்கும் நேர்த்திப் பொருட்களின் மதிப்பு அதிகரிக்கும்)

இந்த வழிபாடுகள் பற்றி எனக்குப் புகார் ஏதும் இல்லை. நான் கோயில் போய் வருவதில் மன நிம்மதி அடைகிறேன். என்னோடு வருவோருடனான என் பிணைப்பு இன்னும் உறுதிப்படுகிறது. அது எங்களுக்கும் அவர்களுக்கும் ஆனபோது வெளியில் நான் விளக்க முடியாத ஒன்றைப் பகிர்ந்துகொண்டது போலவும் அவர்களுடன் தெய்வீகத்தின் தேடலில் ஒரு சகபயணியாக இருந்ததாகவும் அமைகிறது.

சிலர் தன்னலமாகத் தனக்காகவே பிரார்த்தனை செய்வோரின் தன்னலம் மிகுந்த மதமாக இந்து மதத்தைக் காண்கிறார்கள். கூட்டுப் பிரார்த்தனை மூலம் சமூகத்தை ஒன்றிணைக்கும் இஸ்லாமியரின் வெள்ளிக்கிழமை நமாஸ் அல்லது கிறித்துவரின் ஞாயிற்றுக்கிழமை மாஸ் இவற்றோடு ஒப்பிடக்கூடியவகையில் எதுவும் இந்து மதத்தில் இல்லை. தத்துவரீதியாக உபநிடதங்கள் கூறுவது ஒரு தனி மனிதனின் சாராம்சமே அனைத்தின் சாராம்சமும் ஆகும். தனிமனிதன் என்னும் ஆத்மன் என்பதும் பிரபஞ்சமெல்லாம் நிறைந்த பிரம்மம் என்பதும் அடிப்படையில் ஒன்றே. இது சுட்டுவதெல்லாம் ஒருவர் தனக்குள்ளே தெய்வீகத்தைத் தேட வேண்டும் என்பதே. ஏகப்பட்ட பேர் மற்றும் ஒரு மத போதகர் மந்திரம் ஓதவேண்டும் என்பதெல்லாம் இல்லை. இந்து மத வழிமுறை அடிப்படையில் ஒருவர் ஆழ்ந்து சிந்திக்கும் முறையில் அமைவது. ஆன்மிகம் தேடுபவர் தனக்குள்ளே தனது பார்வையைத் திருப்புகிறார். மண்டுக உபநிடதத்தின் படி (II.2.3), உபநிடதங்களே அவரின் வில்; தியானமே அவரது அம்பு. அந்த வில்லின் கயிற்றை இழுத்துவிடுவது பிரம்மனால் நிறைந்திருக்கும் மனம். பலருக்கும் பிற மதங்களில் உள்ள ஒற்றுமை தன் மதத்தில் இல்லையே; அவர்கள் ஒன்றுபடுவதால் பெறும் வலிமை தம் மதத்தினருக்கு இல்லையே என எண்ணுவதன் காரணம் இந்த உள்ளே நோக்கி ஆன்மீகம் தேடும் வழியே. ஒட்டு மொத்த சமூக முன்னேற்றத்தை விடவும் தன்னைத் தானே உணர்வதற்கே இந்து மதத்தில் முக்கியத்துவம் தரப்படுகிறது. அதனால் எல்லோரும் சேர்ந்து செய்ய எந்த

உந்துதலும் அது தருவதில்லை. வெளி அழுத்தங்களை இந்து மதம் இதனால் எதிர்கொள்ள முடியாமல் போகிறது என்னும் இந்த சிந்தனை இந்துத்துவா என்னும் திட்டம் வகுத்தோருக்கு ஊக்கம் தந்துவிடுகிறது. அவர்களின் திட்டம் பற்றி ஐந்தாவது அத்தியாயத்தில் விரிவாக விவாதிக்கிறேன்.

அதர்வ வேதம் தன்னைத் தானே உணரும் பயணத்தில், விழிப்பு பற்றிய தேடலும் மற்றும் கேள்விகளுக்கான விடை தேடுதலும் முடிவதே இல்லை என்கிறது:

எப்படி காற்று வீசாமல் நின்றுவிடும்?
எப்படி மனம் எதையும் சாராமல் இருந்துவிடும்?
உண்மையைத் தேடும் நதிகள் ஏன்
ஒருபோதும் நிற்காது ஓடிக் கொண்டே இருக்கும்?

- அதர்வ வேதம்- X.7.37

இருப்பினும் இந்த நெறிமுறை முழுக்க முழுக்கத் தனி நபரை ஒட்டியது அல்ல. பிறரிடமுள்ள சுயத்தையே ஒருவர் தனக்குள்ளும் காண்பதால் அவர் பிறரை விட்டு விலக இயலாது. தன்னை உணர்வதன் இறுதி நிலையில் ஒட்டு மொத்த ஆன்மாவான பிரம்மனுடன் தனது ஆன்மாவை ஒருவர் பிணைத்துக் கொள்வது நிகழும். எனவே, ஒருவர் கோயிலுக்குப் போகும்போது அங்கு பொதுவான ஒரு புனிதமான வெளியையே காண்கிறார். அதுவே தம்முடன் பிரார்த்திக்கும் பிறரையும் தம்மையும் பொதுவான இலக்கை நோக்கிப் பயணிக்க வைப்பது ஆகும்.

❈

அத்தியாயம் 3

இந்து வழக்கங்களைக் கேள்விக்குள்ளாக்குதல்

திருவனந்தபுரத்தின் பல பழமையான கோயில்கள் மிகவும் அழகானவை: அவற்றுள் பதினோராம் நூற்றாண்டைச் சேர்ந்த பத்மநாபசுவாமி கோயில் குறிப்பிடத் தகுந்தது; சமீபத்தில் அங்கே நடத்தப்பட்ட அகழ்வில் பழங் காலத்துத் திருவிதாங்கூர் சமஸ்தான மன்னர்கள் தமது வெற்றிகளின் தொடர்ச்சியாய்க் கோயிலுக்கு வழங்கிய பெரிய பொக்கிஷங்கள் கண்டெடுக்கப்பட்டன.

க்ஷீர சாகரம் என்னும் பாற் கடலில் அனந்தன் என்னும் பாம்பின் மீது சயனித்திருக்கும் அவர் பத்மநாபர் என வணங்கப்படுகிறார். திருவிதாங்கூர் மன்னர்கள் தம்மை பத்மநாபதாசர்கள் என்றே அழைத்துக் கொள்கின்றனர். அதாவது பத்மநாபரின் பணியாட்கள். அரசர்களின் தெய்வீக உரிமைகள் பற்றிக் கேள்விப்படுவோம். இது தெய்வீகத்தின் ராஜ உரிமை.

பல கோயில்கள் அழகாயிருந்தாலும், இந்தக் கோயில்கள் அனுமதித்த, பழமையான எல்லா இந்து வழக்கங்களும் அவ்வாறானவையல்ல. தேசியவாதிகளான எனது பெற்றோர், ஜாதி பேதத்தில் இருந்து என்னைக் காப்பாற்றியே வந்தார்கள். குழந்தைப் பருவத்தில் எனக்கு ஜாதி என்றால் என்ன என்றே தெரியாது. எனது சகமாணவன் ஒருவன் மும்பையில் என் ஜாதி என்ன என்று கேட்டான் (அது பற்றிப் பின்னால் விவரிக்கிறேன்). அதன் பின்னரே நான் என் பெற்றோரிடம் எங்கள் ஜாதி பற்றி விளக்கும்படிக் கேட்டேன். எனது சுதந்திரமான சிந்தனைகளுக்கு எதிரான ஒன்றாகவே சிறுவயதில் இருந்தே அது எனக்குத் தென்பட்டது.

ஜாதியும் இந்து மதமும்

இந்து மதத்தில் ஜாதிப் பிரச்னை ஒரு பெரிய விஷயமே அல்ல என விதிவிலக்கு செய்து நாடகமாட முடியாது. பல புனித நூல்களில் ஜாதி ஏற்றத்தாழ்வு தூக்கிப் பிடிக்கப்பட்டிருக்கிறது. ரிக் வேதத்தின் மூலப் பிரதிகளில் ஜாதி பற்றிய பதிவுகள் இல்லை. பிற்சேர்க்கையாக அதன் புருஷசூக்தம் என்னும் பகுதியில் ஜாதி பற்றிய பதிவுகள் வருகின்றன. புருஷ சூக்தத்தின் ஒரு சுலோகத்தில் எல்லா உயிரினங்களையும் சிருஷ்டித்த பிரபஞ்ச மனிதன் என்னும் புருஷனுக்கு நடத்தப்பட்ட வேள்வி பற்றி வருகிறது. அவருடைய வாயிலிருந்து பிரம்மன் வந்தார்; பிராமணர்களும் பண்டிதர்களும் வந்தார்கள். அவரது கைகள் ஷத்திரியர்களாகவும், இரண்டு தொடைகள் விவசாயிகளாகவும், வணிகர்களாகவும் மாற அவரது பாதங்களே சூத்திரர்கள் என்னும் வேலையாட்களாகவும் மற்றும் பணியாட்களாகவும் மாறின.

அரசியல் நிர்ணய சட்டத்தை வடிவமைத்த சட்ட மேதையும் தலித்துகளின் தலைவருமான டாக்டர் பீமராவ் அம்பேத்கர் இந்த சுலோகத்துக்குக் கண்டனம் தெரிவித்தார். இது ஜாதி பேதத்தை நியாயப்படுத்தும் முயற்சி எனக் கருதினார். பெரும்பான்மை இந்துக்கள் ஜாதி பேதத்துக்கு மதத்தின் அனுமதி இருப்பதாகவே கருதுகிறார்கள். நான் 2016ல் வெளிவந்த எனது நூலான *An Era of Darkness* (தமிழில்: இந்தியாவின் இருண்டகாலம்) புத்தகத்தில் குறிப்பிட்டது போலவே இந்தியாவில் ஜாதிகள் உண்டு, ஜாதி அமைப்பு என்று ஒன்று இருக்கவில்லை. இன்றைக்கு நாம் காணும் ஜாதி பேதத்தின் கடுமை நம் நாட்டைப் பிரித்தாள பிரிட்டிஷாரால் உருவாக்கப் பட்டது. அவர்களே மக்களை ஜாதி அடிப்படையில் பல வகுப்புக்களாகப் பிரித்தும் ஆவணப்படுத்தியும் வந்தார்கள். தேவதூத் பட்நாயக் பிரிட்டிஷார் பலவந்தமாக 3000 ஜாதிப் பிரிவுகளை தர்ம சாஸ்திரத்தில் குறிப்பிட்ட நான்கு வருணங்களுக்குள் அடைத்ததே இப்போதைய ஒரு சிக்கலான ஜாதி அமைப்பை உருவாக்கியது என்று குறிப்பிடுகிறார். அதுவே இந்து சமுதாயத்துக்குள் ஏற்றத் தாழ்வுகளையும் குழப்பங்களையும் உண்டாக்கி விட்டிருக்கிறது.

புருஷ சூக்தத்தில் உள்ள மொழியின் கடுமை பிராமணரல்லாத யாருமே பூஜை செய்ய இயலாது என்பதுபோல இருக்கிறது. ஆனால் அக்டோபர் 2017ல் திருவிதாங்கூர் தேவசம் அல்லது கோயிலின் நிர்வாகம் முப்பத்து ஆறு பிராமணரல்லாதோரை நியமித்தது. (அதில் ஆறு பேர் தலித்துகள்; 1036 வரை கேரளாவின் கோயில்களுக்குள் அனுமதிக்கப்படாதவர்கள். இப்போதும் பல கோயில்களில் மூலவர் சன்னதிக்குள் பூணூல் போட்டவர்களுக்கு மட்டுமே அனுமதி உண்டு). தொன்று தொட்டே ஜாதி முறை எல்லாக் கல்வியையும் உரிமைகள் அதிகமுள்ள பிராமணர்களுக்கு மட்டுமே வழங்கியது. இருந்தும் வேதங்களைத் தொகுத்த வேத வியாசர், கீழ் ஜாதி எனக் கருதப்பட்ட மீனவர் ஜாதியைச் சேர்ந்தவரே. ராமாயணத்தை

இயற்றிய வால்மீகி முனிவர் ஒரு வேடுவரே. அவரது ராமாயணம் இன்று வரை பிராமணர்களால்கூட வியந்து போற்றப்படுவதாகும்.

சமூக அடுக்குகளுக்குள் வெவ்வேறு இனங்களை, சமூகப் பிரிவுகளை மற்றும் தொழில் செய்வோரை உள்ளடக்க இந்து மதம் முயன்றபோது துவங்கி இருக்கலாம்: டாக்டர் ராதா கிருஷ்ணன் ஜாதியை 'வெவ்வேறு பழங்குடியினரை தனக்குள் ஐக்கியப் படுத்திக்கொள்ளும் முன் அவர்களைப் 'பண்படுத்த' ஒரு கருவியாகவே, வெளிப்புறத்திலிருந்து அழுத்தம்கொடுத்த சக்திகளுக்கு எதிராகப் பயன்படுத்தியதாக' கருதுகிறார். பெரிய கல்விமானான அவரைப் பொறுத்த அளவில் ஜாதி என்பது 'ஒழுங்கு படுத்தப்பட்ட சிக்கல்தன்மை, ஒருங்குபடுத்தப்பட்ட பன்முகத்தன்மை, ஒன்றில் பன்மை என்னும் பிரபஞ்சத்தின் கட்டுமானத்தைப் போன்ற தன்மை' கொண்டது.

இது ஜாதி முறையைப் போற்றுவதுபோல் உள்ளது. ஆனால் இந்தச் சிக்கல், நடைமுறையில், யாராலுமே நுழைந்து சரிசெய்ய முடியாத அளவு இறுக்கமான ஒரு சமூக மற்றும் பொருளாதார ஏற்றத் தாழ்வுக்கு வழிவகுத்ததே உண்மை. பிரிட்டிஷாரின் காலனி ஆதிக்கத்துக்கு முன்னர் மாபெரும் 'குழப்ப நிலை'யே இருந்தது. பலரும் தமது ஜாதியை மாற்றிக் கொண்டதற்கான பதிவுகள் இருந்தன (வால்மீகி, வியாசரை காலகட்டங் களுக்கு வெகு பிந்தைய காலகட்டத்திலும்). சரி அப்படியே இருக்கட்டும். இந்த ஜாதி விவகாரம் கடவுளை வழிபடுவதிலும் தன்னை நீட்டித்துக் கொண்டது. பல கோயில்கள் 'தாழ்ந்த ஜாதிக்காரர்கள்' மற்றும் 'பஞ்சமர்கள்' கோயிலுக்குள் நுழைவதைத் தடை செய்தன. ஜாதிக்கு வெளியே இருந்த பஞ்சமர் தீண்டத்தகாதவராகவும் எண்ணற்ற சமூக நிராகரிப்புகளையும் அவமானங்களையும் தாங்கிக் கொள்ளவேண்டியவர்களாகவும் இருந்தார்கள்.

இப்படிப்பட்ட அருவருக்கத்தக்க நடைமுறைகளை மன்னிக்கவே முடியாது. நாகரிகம் உள்ள பல இந்துக்களும் ஜாதி முறையில் உள்ள ஏற்றத் தாழ்வுகளை நிராகரித்தே வளர்ந்தார்கள். இருப்பினும், தமது குழந்தைகளின் திருமணம் போன்ற சந்தர்ப்பங்களில் அவர்கள் ஜாதிக்குள் செய்யவே முயன்றார்கள். அவர்களது தருக்கமோ எளிமையானது: ஜாதி முறை என்பது சமூக ஒழுங்காக வெகு நாள் முன்பே நிரந்தரமாக வேரூன்றி விட்டது. அதை நாங்கள் சேதப்படுத்தப் போவதில்லை. அது தரும் ஆறுதலான விஷங்களை ஏற்பது எங்களுக்கு வசதியானதே. அதனால் குடும்பம் என்று வரும் போது திருமணத்தை எங்கள் ஜாதிக்கு உள்ளேயே செய்யவே விரும்புவோம். ஆனால் அதற்கான பொருள் பிற ஜாதியினருடன் நாங்கள் வேறுபாடான மனத்துடன் பழகுவோம் என்பதோ அவர்களை மரியாதைக் குறைவாக நடத்துவோம் என்பதோ அல்ல; நாங்கள் கல்வி அறிவுள்ளவர்கள். அது தவறு என்பது எங்களுக்குத் தெரியும். இது நவீன இந்தியர் பலருக்கும் சந்தேகத்துக்கு இடமளிக்கக் கூடிய போலியான சமாதானமாகத் தோன்றலாம். நான் தொகுத்துத்

தந்துள்ள இதை விடவும் இந்த மனநிலை இந்து மக்கள் தொகைக்குள் பலரின் கற்பனையை விஞ்சும் அளவு இருக்கிறது.

இந்த இடத்தில், ஜாதியை எதிர்த்து மிகவும் தீவிரமான இயக்கங்கள் இந்தியாவில் இந்து மதத்துக்குள் இருந்தே வந்துள்ளன என்பதையும் நாம் குறிப்பிடவேண்டும். பன்னிரண்டாம் நூற்றாண்டின் பசவண்ணர் முதல் பத்தொன்பதாம் நூற்றாண்டின் ஸ்ரீ நாராயண குரு வரைக்கும் இந்து மத கோட்பாடுகள் மற்றும் மொழியைத் தக்கவைத்தபடியே ஜாதிக் கொடுமையை எதிர்கொண்டார்கள். இந்துக் கடவுள்களின் மதிப்பையும் குறைக்கவில்லை. ஈழவரான நாராயண குருவுக்கு, தாழ்ந்த ஜாதிக்காரர் என்பதால் சிவன் கோயிலில் நுழைந்து வழிபடும் உரிமை மறுக்கப்பட்டது. அவர் பின்னர் ஒரு நதியில் தாம் கண்டெடுத்த சிவனைத் தனது சிவனாக வைத்து வழிபட்டாரே ஒழிய, தமக்கு மறுக்கப்பட்ட சிவனை நிராகரித்துவிடவில்லை.

பதிநான்காம் நூற்றாண்டைச் சேர்ந்த பக்தித் துறவியான சொக்கமேலா ஒரு தலித். அவர் தம் பாடல்களைக் கடவுளை ஒரு மேல்ஜாதிக்காரர் போல உருவகப்படுத்தி எழுதினார்: 'நான் மிகவும் பசித்திருக்கிறேன். நீங்கள் மிச்சம் வைத்திருக்கும் உணவைத் தேடி வந்திருக்கிறேன், மிகுந்த நம்பிக்கையுடன்'. மற்றொரு பாடலில் 'நீங்கள் மிச்சம் வைக்கும் உணவுக்காக கொப்பரை ஏந்தி' வந்திருப்பதாகக் கூறுகிறார். கோயிலுக்குள் நுழைய அனுமதி இல்லாததால், அவர் தனது பக்தியை அந்த தெய்வத்துக்குச் சேவை செய்து செலுத்தினார். அவர் கடவுளுக்கு முழுதும் சரணாகதியாகி எப்போதும் மிஞ்சுபவற்றைக் கொண்டே காலம் தள்ளினார். அது எந்த எதிர்ப்புமின்றி சமூக பழக்க வழக்கங்களை அப்படியே ஏற்கும் தொனியுடன் இருந்தாலும், சமூகத்தில் அவருக்குத் தரப்பட்ட கீழான இடம் எந்தவிதத்திலும் அவரது பக்தியையும் அர்ப்பணிப்பையும் பாதிக்க வில்லை என்பதையே காட்டுகிறது.

லிங்காயத்துத் துறவிகள் நடுவேயும் மிகவும் எளிய பின்னணி கொண்டோர் பலர் உண்டு. லிங்காயத்து என்னும் வகுப்பை நிறுவியவர் பசவண்ணர் என்னும் பிராமணராக இருந்தாலும் அவரது சீடர்களில் பலரும் எளிய பிரிவினரே என்பதை மனு எஸ். பிள்ளை சுட்டிக்காட்டுகிறார். அல்லமா பிரபு பறை கொட்டும் இனத்தையும், சித்தாராமா மாடு மேய்ப்போரின் வகுப்பையும், மக்காயா சலவை செய்வோரின் ஜாதியையும், கக்காயா இறந்த மாடுகளின் தோலை வைத்து செருப்புத் தைப்போரின் குலத்தையும் சேர்ந்தோர் ஆவர்.

இருப்பினும் இப்படியான சமூக நகர்வுகள் மிகவும் அரிதாகவே இந்து சமுதாயத்தில் நிகழ்ந்தது. அதிலும் விளிம்புநிலை ஜாதிகளின் நிலைமை மிகவும் மோசமாகவே இருந்தது. இதற்கான காரணம் மதமா சமுதாயமா? தீண்டாமை என்பது ஒரு சமூகச் சீர்கேடாக இருந்தது. அதற்கு மத நூல்களின் ஒப்புதல் நிச்சயமாக இருந்திருக்கவில்லை. எனவே, தீண்டாமைக்கு இந்து மதத்தைக் குற்றம்சாட்டுவது தத்துவரீதியாகச் சரியற்றது.

ஜொனார்த்தன் கனேரி என்னும் தத்துவவியலாளர் கூறுகிறார்: ‘இந்து மதத்துக்குள்ளேயே நியாயமற்ற சமூக வழக்கங்களை விமர்சித்துச் சரி செய்யத் தேவையான தத்துவரீதியான அம்சங்கள் வலுவாக உண்டு’.

ஆதி சங்கரரின் அத்வைத நம்பிக்கைகள் மற்றும் உபநிடதங்கள் கூறும் உயிர்களின் ஒருமை, எல்லாவற்றிலும் தெய்வீகம் உறைந்துள்ளது என்றே கூறும். ஆத்மா ஒவ்வொருவருக்குள்ளும் உண்டு; எல்லா ஜீவன்களும் இறுதியில் பிரம்மனுடனேயே சங்கமிக்கின்றன என்பதெல்லாம் எல்லாத் தத்துவங்களும் ஜாதி பேதத்தை எதிர்ப்பதையே காட்டுகிறது. சமூகப் பொருளாதார வேறுபாடுகள் தாண்டியும் எல்லா உயிரினங்களின் நன்மையையே வேதாந்தமும் பேசுகிறது. ‘பகுஜன சுகாய பகுஜன ஹிதாய ச’, (அனைவருக்குமான நன்மை அனைவருக்குமான மகிழ்ச்சி) என்றே சொல்கிறது.

ஆதி சங்கரர் செல்லும் வழியில் ஒரு சண்டாளர் எதிரே வந்தார். ‘சங்கரர் ஒரு பெரிய துறவி. அவரது பாதையிலிருந்து விலகிப் போ’ என்றே சண்டாளரிடம் கூறினார்கள் சீடர்கள். ‘உடம்பைத் தள்ளிப் போகச் சொல்கிறீர்களா ஆன்மாவைத் தள்ளிப் போகச் சொல்கிறீர்களா?’ அந்த ஜாதியால் தாழ்ந்தவர் அவர்களிடம் திருப்பிக் கேட்டார் ‘எனக்குள் இருக்கும் ஆன்மா உங்களுக்குள் இருக்கும் ஆன்மாவில் இருந்து வேறுபட்டதா?’ என்ற அவரின் கேள்வி ஆதி சங்கரரை அத்வைதம் பற்றிய ஞானத்தின் அடையாளமாக வியப்பில் ஆழ்த்தியது. நீங்கள் என் குரு என்று சொல்லி அவர் அந்த தாழ்ந்த ஜாதிக்காரரை விழுந்து வணங்கினார்.

மனு எஸ்.பிள்ளை அதே காலத்தின் இன்னொரு தொன்மக் கதையை நினைவுகூருகிறார். வரருசி என்னும் முனிவர் சங்கராச்சாரியாரின் குருவின் மகன். அவர் பறையர் ஜாதியைச் சேர்ந்தவரை மணம் முடித்தார். அவர்களுக்குப் பன்னிரண்டு குழந்தைகள் பிறந்தன. அந்தக் குழந்தைகளில் ஒருவர் பிராமணர் ஆனார். மற்றொருவர் தச்சர் ஆகவும் இன்னொருவர் முஸ்லீம் ஆகவும்கூட மாறிவிட்டார். அந்தக் குழந்தைகள் அனைவரும் வளர்ந்து ஒரு நாள் ஒன்றாக உணவருந்தும் போது அவர்களுள் ஒருவர் உணவு மேசையில் தனக்கு மிகவும் பிடித்த ஓர் உணவைக் கொண்டு வந்தார். அது பசு மாமிசம். அதன் பின் மாய மந்திரமாக அந்த மாமிசம் ஒரு சைவ உணவாக மாறிவிடவே எல்லோரும் உண்டார்கள் என்று போகும். இருப்பினும் இந்தக் கதையின் படிப்பினை என்னவென்றால் அவர்கள் வெவ்வேறு உணவு உண்டு வெவ்வேறு தொழில்களைச் செய்தாலும் அவர்கள் அனைவருமே ஒரே பெற்றோரின் குழந்தைகள்; ஒரே மண்ணின் மைந்தர்கள்.

இருப்பினும் விரிந்து பரவிய ஜாதி பேதம் என்பது அறமற்றதே. ஆயிரமாண்டுகால ஒடுக்குமுறைக்குப் பிராயச்சித்தமாக ‘இடஒதுக்கீடு’ முறையைப் பின்பற்றுவதை இந்து சமூகம் பல வருடங்களுக்கு முன்பே ஏற்றுக்கொண்டும்விட்டது. அதனாலேயே உலகின் மிகவும் பழமையானதும், விரிந்து பலன் தருவதுமான அழுத்தமான

இட ஒதுக்கீட்டுச் செயற் திட்டத்தை இந்திய அரசியல் நிர்ணயச் சட்டம் கொண்டு வந்தது. பட்டியல் ஜாதியைச் சேர்ந்த (தலித்துகளும் ஆதிவாசிகளும்) மக்களுக்கு சம உரிமையுடன் நாடாளுமன்றம், சட்டமன்றம், கல்வி நிறுவனங்கள் மற்றும் அரசுப் பணிகளில் இடம் ஒதுக்கீடு செய்யப்பட்டு சட்டமாக்கப்பட்டது. தீண்டாமையும் ஏற்றத் தாழ்வும் ஜாதி வழியாக ஓர் ஆயிரம் ஆண்டுக்கு மேல் இருந்த நிலையில் இந்த இடக்கீடு தலித்துகளுக்குத் தரப்படுவது நியாயமானது என்றே பெரும்பான்மை மேல்ஜாதி இந்துக்களால் ஏற்கப்பட்டது.

மண்டல் கமிஷன் பரிந்துரையின்படி 1989-ல் வி.பி.சிங் பிரதம மந்திரியாக இருந்த காலத்தில் பிற்பட்டோர் பட்டியலில் மேலும் பல ஜாதிப் பிரிவுகளுக்கும் இட ஒதுக்கீடு என்னும் சட்டம் வந்தது. பட்டியல் ஜாதியைச் சேர்ந்தவர்களுக்கு அரசியல் நிர்ணய சட்டத்தில் தரப்பட்ட இட ஒதுக்கீட்டுடன் இதுவும் சேர்ந்தது. பிற்பட்டோர் பட்டியலில் உள்ள ஜாதிப் பிரிவினர் தலித்துகளைவிட சற்றே மேலான ஜாதிப் பிரிவினரே. இட ஒதுக்கீட்டுக்கான அடிப்படையில் மாற்றம் செய்யப்படவில்லை. ஜாதி மற்றும் உப ஜாதி விசுவாசங்களை நாம் அங்கீகரிப்பது இறந்த காலத்தின் ஏற்க முடியாத ஓர் அநீதியைத் தலையில் சுமப்பதே; ஆனாலும் ஜாதி அடிப்படையில் சலுகைகளைத் தருவது தவிர்க்க இயலாததே என்பது என்போன்றோரின் கருத்து. ஜாதி ஏற்றத்தாழ்வுகளை வெளிப்படையாக விமர்சித்து தீண்டாமையை சட்டபூர்வமாக ஒழித்துக்கட்டிய சுதந்திரப் போராட்ட தலைமுறையின் அறிவார்ந்த வாரிசுகள் நாம். எனவே, மனதின் அடி ஆழத்தில் எங்கேனும் அது ஒளிந்து இருந்தாலும் அதனுடைய இழுப்புகளுக்கு நாம் ஒருபோதும் இடம்கொடுக்கவே கூடாது.

என் கதையே வேறு. நான் ஜாதி உணர்வுகளுக்கு எதிர் திசையில் செல்பவன். கல்லூரியில் படிக்கும் போதே ஜாதி அடையாளங்களை விட்டுவிடும்படி காந்தியடிகள் அறிவுறுத்தியதால் 'நாயர்' என்னும் பின்னொட்டைத் தம் பெயரில் இருந்து எடுத்துவிட்டவர் என் தந்தை. பத்திரிகைத்துறையில் பணி புரிந்த அவர் லண்டனுக்கு இடம் பெயர்ந்தார். மேற்கத்தியப் பண்பாட்டில் மூழ்கிய பம்பாயில் எங்களை வளர்த்தார். ஜாதி என்றால் என்ன என்றே தெரியாதவகையில் வளர்க்கப்பட்ட தேசியவாத தலை முறையில் வந்தவன் நான்.

என் ஜாதியை எப்படிக் கண்டறிந்தேன் என்பதை இப்போதுகூட நினைவு வைத்திருக்கிறேன். நான் ஏழாம் வகுப்பில் படித்துக்கொண்டிருந்தபோது ஒரு நாடக நிகழ்ச்சியில் கலந்து கொண்டேன். எனக்கு வயது 11. எட்டாம் வகுப்பினர் தயாரித்த நாடகத்தில் நடித்த என் நண்பர் பின்னாளில் பாலிவுட்டில் காதல் மன்னனாக ஆனார். என்னளவில் நான் நடித்தேன். நகைச்சுவையான ஒரு கவிதையையும் வாசித்தேன். என் அணியின் ஒருங்கிணைப்பாளராகவும் பார்வையாளர்களுக்கு நிகழ்ச்சிகளை அறிமுகப்படுத்துபவராகவும் இருந்தேன். என் செயல்பாடுகளினால் கவரப்பட்டோ கலவரப்பட்டோ அடுத்த நாள் என்னைத் தேடிவந்தான்.

கழிப்பறைக்கு அருகே இருந்த படிக்கட்டுகளில் மேலே நின்றிருந்த அவன் என்னைப் பார்த்து 'தரூர்.. நீ என்ன ஜாதி?' என்று கேட்டான்.

திருதிருவென முழித்த நான் 'எனக்குத் தெரியாது' என்றேன். என் அப்பாவோ யாருடைய ஜாதியையும் குறிப்பிடமாட்டார். என்னிடம் அதுபற்றிப் பேசியதும் இல்லை.

'தெரியாதா?' அவன் அதிர்ந்துபோய்க் கேட்டான். 'என்ன சொல்ற. எல்லோருக்கும் அவங்களோட ஜாதி தெரிஞ்சிருக்கணுமே'.

நான் எனக்குத் தெரியாது என்றேன்.

'அப்படியென்றால் நீ பிராமணனா வேற ஜாதியா?'

எனக்கு வேற எந்த ஜாதி என்று சொல்லக்கூடத் தெரிந்திருக்கவில்லை. அந்தப் பெரிய மனிதன் அதற்குப் பின் என்னுடன் பேசுவதையே நிறுத்தி விட்டான். அன்று மாலையே என் பெற்றோரிடம் நான் ஜாதி என்றால் என்ன எனக் கேட்டேன். அவர்கள் நாயர் ஜாதி பற்றிச் சுருக்கமாகக் கூறினார்கள். எனவே, நான் பின்னாளில் பெரிய நடிகனான அந்தப் பெரிய சக மாணவனுக்கே ஜாதி பற்றிய என் முதல் பாடத்துக்கு நன்றிக்கடன் பட்டுள்ளேன்.

இப்படியாக ஜாதி பற்றி வலிந்து எனக்கு ஊட்டப்பட்டாலும் ஜாதி என்பது பொருளற்றதாகவே என் சிந்தனையில் நான் வளரும் காலத்தில் இருந்தது. ஜாதி என்னும் கழுத்தில் தொங்கும் அடையாள அட்டை என்னை அதிகம் பாதிக்கவில்லை. என் மீது திணிக்கப்பட்ட பல அடையாள அட்டைகளுள் ஒன்றாகவே அதனையும் பார்த்தேன். அவற்றில் எது எப்போது தேவையோ அப்போது அதை மாட்டிக்கொள்ளவேண்டும்: எனது மூதாதையரது கிராமத்தில் தாத்தா பாட்டி வீட்டுக்கு விடுமுறைக்குச் செல்லும்போது எனக்கு ஜாதி தேவைப்படும். ஆனால் பல வேறு பின்னணி உள்ள மாணவர் படிக்கும் என் பள்ளிக்கூடத்தில் அது தேவைப்படாது. எனது பெற்றோரும் என் வீட்டுக்கு விளையாட அல்லது பிறந்த நாள் விருந்து என்றோ வரும் நண்பர்களிடம் ஜாதிபற்றிச் சொல்லியோ அல்லது அவர்களது ஜாதிபற்றிக் கேட்டோ எந்தத் தொந்தரவும் செய்யாதவர்கள்.

நான் வளரும்போது ஜாதி பற்றிய அறியாமையுடனே வளர்ந்தேன். நான் வேறு ஜாதிப் பெண்ணையே திருமணமும் செய்து கொண்டேன். என் குழந்தைகளை ஜாதி பேதத்தைப் புறந்தள்ளுவோராகவே வளர்த்தேன். ஐம்பது வயது முடிந்த பின், ஜாதி ஆதிக்கம் செலுத்தும் இந்திய அரசியலில் நான் நுழையும் போதும் என்னிடம் மாற்றமில்லை. என்னுடன் இருந்தவர்களையோ நான் சந்தித்த யாரையுமோ நான் ஜாதி பற்றிக் கேட்கவில்லை. என் வீட்டில் சமையல் செய்பவரை நான் நியமித்த போதோ பிற பணியாளர்களை வேலைக்கு அமர்த்திய போதோ அவர்கள் ஜாதி பற்றி நான் கேட்கவில்லை. வித்தியாசமான பழக்க வழக்கங்கள் கொண்ட எல்லாப் பணியாளர்களையும் என் வீட்டில் நான் ஜாதி பற்றிய எண்ணமின்றியே அணுகி வருகிறேன்.

'இருப்பினும் இந்தியா பல்வேறு அடையாளங்கள் உள்ள ஒரு நாடு மட்டுமல்ல, இங்கே ஜாதி ஒரு மிக முக்கியமான அடையாளம் ஆகும். பல சந்தர்ப்பங்களில் அரசியல் செல்வாக்கை மேம்படுத்திக் கொள்ளும் ஒரு கருவியாகவே ஜாதி இருக்கிறது. யாதவர்கள் என்னும் ஜாதியினரின் செல்வாக்கு வட இந்தியாவில் உயர்ந்தது ஓர் உதாரணம். ஜாதி வழி ஓட்டளிப்பதே பெரும்பான்மை இந்தியரின் வழியாக இருக்கிறது. ஆங்கிலம் பேசும் நகர்ப்புற இந்தியர்களுக்கு இது தவறாகத் தோன்றலாம். ஆனால் இதுதான் இந்தியாவின் அரசியல் பற்றிய உண்மைகளின் ஒரு பகுதி என்பதை அவர்களும் ஏற்கவே செய்கிறார்கள். ஏனெனில் நம்மில் யாருமே ஒரு தலித் தலைவர் தாம் தலித்தாக இருப்பதில் பெருமைப்படுவதாக விளம்பரம் செய்தாலோ மக்களைத் திரட்டினாலோ அதை எதிர்க்க மாட்டோம். ஆனால் நான் ஜாதி உணர்வே என்னிடம் இல்லையென்று சொன்னாலும் அதுவுமே ஏதோ ஒருவகை ஆதிக்க உணர்வாகவே பார்க்கப்படும். ஒடுக்கப்பட்ட ஜாதியினர் தமது சாதனைகள் பற்றிக் கொண்டாடுவது யாருடைய மனதையும் பெரிதாகக் கோபப்படுத்துவ தில்லை. மேல் ஜாதியினர் தமது அதிகாரம், உரிமைகள் மற்றும் முக்கியத்துவம் பற்றிக் கொண்டாடும்போதுதான் பெரும் எதிர்ப்பு கிளம்பும்.

ஜாதி ஒருக்காலும் இந்திய நிலப்பரப்பிலிருந்து மறையப் போவதே இல்லை: எத்தனையோ அரசியல் மற்றும் நிர்வாக ஆதாயங்கள் (பாதகங்களும்தான்) ஒருவரது ஜாதியின் அடைப்படையிலேயே அமைகின்றன. பல இந்தியர்களுக்கு அவர்களது வாழ் நாள் முழுவதும் கூடவேவரும் உண்மை இது என்பதைத் தனியே கூறத் தேவையில்லை. இருப்பினும் அதன் வீச்சு பலரிடம் இப்போது பழைய மாதிரி இல்லை என்பதுதான் உண்மை. அது முடங்கிவிடக்கூடிய மாற்றிக்கொள்ளத் தக்கதான அடையாளங்களுள் ஒன்றாக ஆகி விட்டால், ஓர் இந்தியர் தனது என்று கூறிக்கொள்ளும் பல குழுக்களுள் அதுவும் ஒன்றாக ஆனால் முக்கியத்துவம் அற்றதாகவே மாறிவிடும் என்றால் அது ஒரு முன்னேற்றமான மாற்றமாக அமையும். ஆனால் பெரும்பான்மை இந்தியர்கள் இன்னும் அந்தப் புள்ளிக்குப் போய்ச் சேரவில்லை. மேலும் அரசியல் அவர்களை அந்த இடத்துக்கு முன்னேறவிடாது.

சென்ற சில வருடங்களாகவே நாம் விளங்கிக்கொள்ள முடியாத (ஒருவகையில் நகைப்புக்கிடமாக) ஒரு போட்டியைக் காண்கிறோம். ராஜஸ்தானின் மீனவர்களும் குஜ்ஜார்களும் தம்மைப் பிற்படுத்தப் பட்டவராக அறிவிக்கும்படிப் போராடுகிறார்கள். மிகவும் ஆதிக்கம் மிக்க மற்றும் அதிக உரிமைகள் கொண்ட மராத்தா, படேல் மற்றும் ஜாட் பிரிவினரும் தம்மை இட ஒதுக்கீட்டுக்குள் கொண்டு வரும்படிக் கேட்கின்றனர். என் சித்தப்பாக்களுள் ஒருவர் சாமர்த்தியமாகச் சொன்னார் 'இன்று இந்தியாவில் நீ முன்னேற வேண்டுமென்றால் நீ பின்னேற (பிற்படுத்தப்பட்டவராக) வேண்டும்' (இது ஒரு பாரபட்சமான கருத்தாகவே தெரியும். ஆனால் இந்தக் கருத்தையே இட ஒதுக்கீட்டுக்கு வழியில்லாத ஜாதியினரில் பலர் கொண்டிருக்கின்றனர்). ஜாதி - பிரிட்டிஷ்

காலனி ஆட்சியில் நிறுவனப்பட்டு துர்பாக்கியமாக வேரூன்றிவிட்டது. இதையே நான் எனது *An Era of Darkness* என்னும் நூலில் குறிப்பிட்டிருந்தேன்.

சமீபத்திய கணக்கெடுப்பு ஒன்றில் 27% இந்தியர்கள் இன்னும் ஏதோவொருவிதத் தீண்டாமையைக் கடைப்பிடிக்கிறார்கள் என்ற செய்தி ஒரு செய்தியே அல்ல. இது போன்றவற்றைப் பார்த்தே பலரும் வளர்ந்திருக்கிறார்கள். ஆங்கிலப் புத்தகம் படிப்பவர்கள் இது நகரங்களைவிட, கிராமப்புறங்களில் அதிகமாக நடக்கும் ஒன்று என்று நினைத்துக் கொள்ளலாம்.

ஆனால், அந்தக் கணக்கெடுப்பு சில வியப்புகளையும் உள்ளடக்கியது. மூன்றில் ஓர் இந்து (30%) தீண்டாமையைக் கடைப்பிடிப்பதை ஒப்புக் கொண்டனர். அதாவது அவர் தலித்துகளைத் தமது சமையலறைக்குள் மற்றும் பாத்திரங்களை உபயோகிக்க அனுமதிக்கவில்லை. மிகவும் அதிர்ச்சி தரும் விதமாக அதன் தரவுகள் கூறுவது சீக்கியர் (23%), முஸ்லீம்கள் (18%) மற்றும் கிறித்துவர்கள் (5%) தீண்டாமையைக் கடைப்பிடிக்கிறார்கள். இந்த மதங்களைச் சேர்ந்தவர்களோ சமத்துவம் மற்றும் சகோதரத்துவத்தைத் தம் மதம் உபதேசிப்பதாகக் கர்வப் படுபவர்கள். டாக்டர் அமித் தோராத் National Council of Applied Economic Research (NCAER) என்னும் கணக்கெடுப்பு அமைப்பின் தலைமை ஆராய்ச்சியாளர் ஆவார். இந்தியன் எக்ஸ்பிரஸ் நாளிதழில் அவர் 'இந்தக் கணக்கெடுப்பின் ஆய்வு முடிவுகள் மதமாற்றம் (இந்து மதத்திலிருந்து பிற மதங்களுக்கு) மதம் மாறியவர் மனதில் என்ன மனமாற்றம் நிகழும் என எதிர்பார்க்கப் பட்டதோ அதை நிகழ்த்தவில்லை என்பதையே காட்டுகிறது. ஜாதி அடையாளம் என்பது, சமுதாய அமைப்பில் கழற்றிவிட முடியாத ஒரு முதுகுச் சுமையாக ஒட்டிக்கொண்டே இருக்கிறது' என்றுசொன்னதாக மேற்கோள்காட்டப்பட்டுள்ளது.

என் அப்பாபோலவும் என்னைப்போலவும் ஜாதியைப் பற்றிய பிரக்ஞையே இல்லாமல், பிறரின் ஜாதிஅடையாளத்தைப் பாராமல் நடந்துகொள்வது இன்றைய இந்தியச் சூழலில் போதாது. மார்ட்டின் லூதர் கிங் குறிப்பிட்டது போல ஒருவரின் நடத்தை மற்றும் அவரது திறன்களை வைத்தே ஒருவரை எடை போட்டு, ஜாதி பற்றிக் கவலையின்றி இருப்பதே இந்தியாவின் லட்சியவாதம் என நினைத்தேன். ஆனால் முப்பத்து நான்கு வருடம் வெளி நாட்டில் இருந்துவிட்டு இப்போது பத்தாண்டுக்கும் மேலாக இந்தியாவில் இருக்கும்போது என் அந்த எண்ணம் தவறு என்று புரிகிறது.

வலைப்பூக்கள் எழுதும் பத்தொன்பது வயதான தேஜஸ்வனி தபானே சமீபத்தில் 'ஒரு பிராமணருக்கு அவரது ஜாதிப் பெருமை பிற ஜாதிகளை இளப்பமாகக் காட்டுவதில் கிடைக்கிறது. ஜாதியே இந்தியா என்னும் பிரம்மாண்டக் கட்டடத்தின் அஸ்திவாரமாக இருக்கிறது. அதிகாரத்தின் உறவுகளும் உற்பத்தியின் சக்திகளும் அதன் வழியே தான் பரிமாறப் படுகின்றன. ஜாதியைக் கண்டு கொள்ளாத மனப்பாங்கு உள்ள ஒரு

மேல்ஜாதிக்காரருக்கும் கூட அதன் சாதகங்கள் கிடைத்துக் கொண்டுதான் இருக்கும். அவர் ஜாதி இல்லை என்று தெளிவான பார்வையுடன் கூறுவது எந்தவிதத்திலும் அவரது சமூக, அரசியல் ரீதியான மற்றும் பொருளாதார அடிப்படையிலான உரிமைகள் 'தற்செயலாக'ப் பிறந்து விட்ட மேல்ஜாதி அடிப்படையில் கிடைத்துக்கொண்டே இருப்பதை நிறுத்தப் போவ தில்லை'.

அவர் கூறுவதெல்லாம் 'விருப்பம் உண்டோ இல்லையோ, கண்டிப்பாக ஒருவரது ஜாதி எந்த இடத்தில் இருக்கிறது என்பதைப் பொறுத்து அவருக்கு அந்த ஜாதிக்கு உண்டான உரிமைகள் கிடைத்துவிடும்' என்பதே. வளங்கள் மற்றும் வாய்ப்புகள் எப்படிப் பகிரப்படவேண்டும் என்பதை நிர்ணயிப்பது ஜாதியே என்பதே அவர் கருத்து. உங்களுக்கு நேரடியாகக் கண்ணில் படா விட்டாலும் உங்களது சமூக மற்றும் பொருளாதார மூலதனம் என்பது ஜாதியே.

அவரின் கருத்து சரி என்பதை நான் ஒப்புக்கொள்ளத்தான் வேண்டும். அவர் பதிவு செய்தவற்றுள் 'ஒருவர் மேல் ஜாதியில் பிறந்தது ஒருவரின் குற்றமல்ல. ஆனால் 'தானாகவே கிடைத்த சாதகப் பலன்கள்' ஜாதியின் அடிப்படையில் சேர்ந்து விடுகிற ஒன்று என்பதை ஒப்புக்கொள்ளாமல், அதை உறுதி செய்யும் அமைப்புக்கு அவர்கள் வாழ்வில் இடமே இருக்க வில்லை என்று கூறுவது சரியல்ல' என்பது நமக்கு ஓர் உண்மையை அழுத்தமாகப் புரிய வைக்கிறது. மறு பக்கமோ 'விளிம்பு நிலையில் உள்ள கீழ் ஜாதிக் காரர்களுக்கோ அவமதிப்பு, உரிமை மறுப்பு மற்றும் ஒடுக்குமுறை மற்றும் தலை மேல் சுமத்தப்பட்ட அடையாளம்' இவையே கிடைக்கின்றன.

ஜாதி உணர்வே இல்லாத தன்மை என்பதெல்லாம் மேல் ஜாதிக் காரர்களுக்கு மட்டுமே சாத்தியமாகும். கீழ் ஜாதிக்காரர்கள் ஜாதி பார்க்காமல் இருக்கவே முடியாது. நிற, இன உணர்வு சார்ந்த மேற்கத்தியக் கொள்கைகளையும் ஜாதியையும் ஒப்புமைப்படுத்த முடியாது. ஒப்புமைப் படுத்தி இங்கே விவாதங்கள் நிகழ்ந்தாலும், நிற, இனம் என்பது வெளிப் படையாகக் கண்ணுக்குத் தென்படுவதாகும். ஆனால் ஜாதி அப்படிப் பட்டதல்ல. எனவே பலவேறு இனங்கள் உள்ள ஒரு நாட்டில் இருப்பதை விட ஜாதி சமூகத்தில் அப்படி அதைப் பார்க்காமல் இருப்பது சாத்தியம் (ஒரு வெள்ளைக்காரர் கண்டிப்பாக, மற்றொருவர் கறுப்பு இனத்தவர் என்று தமக்குத் தெரியாது. அதனால்தான் வேலை இல்லையென்று சொல்லவில்லை என்று கூற முடியாது. ஒரு கருப்பருக்கு வேலை கொடுக்காத வெள்ளை முதலாளியைவிட ஒரு மேல் ஜாதி இந்தியருக்கு வேலை கேட்டுவந்த அந்த நபர் தலித் எனத் தமக்குத் தெரியாது என்று கூறித் தப்பித்துக்கொள்ளமுடியும்). இன்றைய சூழலில் ஜாதி பற்றிய தெளிவான பிரக்ஞையை வைத்துக்கொண்டு நேர்மறையான பரிகார வேலைகளைச் செய்வதே, ஜாதி பார்க்காதிருப்பதை விடவும் மேலானது. என் பிரக்ஞையில் ஜாதியே இல்லாதிருந்ததுபோல் இந்தியாவில் ஜாதி குறித்த

பிரக்ஞை மறையும் என்றே ஜவஹர்லால் நேரு எதிர்பார்த்தார். இன்றைய ஒரு சூழலில் அப்படி ஒன்று நடக்க வாய்ப்பே இல்லை.

NCAER என்னும் அமைப்பு சமீபக் கணக்கெடுப்பின் அடிப்படையில் எல்லா மதங்களிலுமே ஜாதி வித்தியாசம் இந்தியாவில் உண்டு என்று கண்டு பிடித்தது. ஆனால், இது எந்தவிதத்திலும் இந்து மதத்தின் ஜாதி பேதத்தை நியாயப்படுத்திவிடாது. ஆனால், ஜாதிக்கும் இந்து மதத்துக்கும் எந்த சம்பந்தமும் இல்லை என்றே சுவாமி விவேகானந்தர் கூறுகிறார். அது ஒரு சமூக வழக்கம் மட்டுமே. பெற்றோர் தம் குழந்தைகளை அந்தத் தவறான முறையைக் கடைப்பிடிக்காது இருக்கும்படி வளர்க்க வேண்டும்.

வேதம் என்பது ஆரியர்களுக்கு மட்டுமே சொந்தமானதா அதை உலகின் அனைவரும் பின்பற்றலாமா என்பது பற்றி வசிஷ்டருக்கும் விஸ்வாமித்திரருக்கும் ஒரு விவாதம் நடைபெறுகிறது. வேதங்களில் குறிப்பிடப்பட்டிருக்கும் சடங்கு சார்ந்த மத அம்சங்களை உபநிடதங்கள் விரிவுபடுத்தி இன்னும் விரிந்த தத்துவமாக்கி இந்து மதத்தின் வடிவத்தை நமக்கு அளித்தன. இந்து மதத்தை மேலும் ஜனநாயகமானதாக ஆதி சங்கரரும், ராமானுஜரும் மாற்றினர். உண்மையில் பிறப்பாலும் மத நூல்களையும் இதிகாசங்களையும் வாசிப்பதாலும், தியானத்தாலும், விரதத்தாலும் மற்றும் பூஜையாலும் ஒருவர் ஆக மகத்தான பிரம்ம நிலையை அடைய முடியாது என்று பிரகடனம் செய்தார். ஜாதி ஆதி சங்கரரால் ஏற்கப்படவே இல்லை. கபிர், குரு நானக், ஷிர்டி சாய்பாபா, நாராயண குரு மற்றும் காந்தியடிகள் போன்ற மகான்கள் எல்லோருமே ஜாதி வித்தியாசம் பார்க்கக்கூடாது என்று வலியுறுத்திய சீர்திருத்த வாதிகளே.

இந்து சமுதாயம் ஓர் அருவருக்கத்தக்க பழக்கத்தைக் கொண்டிருக்கலாம். ஆனால் அது இந்து மதத்தின் முக்கியமான ஓர் அம்சம் என யாரும் சொல்லவேமுடியாது. புராணத்தில் அருமையான ஒரு கதை இருக்கிறது. கிருஷ்ணரின் பால்ய கால நண்பர்களில் ஒருவர் உதாங்கன் எனும் பிராமணர். ஊர் ஊராகச் செல்லும் தனக்கு எப்போது தாகம் எடுத்தால் கைக்கு அருகில் தண்ணீர் கிடைக்கவேண்டும் என்னும் வரத்தை கிருஷ்ணரிடம் இருந்து பெற்றார். ஒருமுறை மிகவும் அத்துவானக்காட்டில் உதாங்கனுக்குத் தாகமெடுக்க அவர் அந்த வரத்தை நினைத்து தண்ணீர் கிடைக்கவேண்டும் என மனதார வேண்டிக்கொண்டார். அப்போது மரவுறி ஆடைகள் அணிந்த அழுக்கான வேடுவன் ஒருவன், ஒரு விலங்கின் தோலால் செய்யப்பட்ட ஒரு குடுவையில் இருந்து உதாங்கனுக்குத் தண்ணீர் தர முன்வந்தான். அதி சுத்த பிராமணனான உதாங்கன் அதைக் குடிக்க விரும்பவில்லை. அந்த வேடுவர் பலமுறை வற்புறுத்தி அந்த நீரை ஏற்றுக்கொள்ளும்படிக் கேட்டுக் கொண்டார். கடைசியில் தாகமாக இருக்கும் ஒருவர் கூட தன் கையால் நீர் வாங்கிக் கொள்ள மறுப்பதை நினைத்து வருந்து அங்கிருந்து சென்றுவிடுகிறார். உதாங்கனோ கிருஷ்ணர் தான் கொடுத்த வரத்தை ஏன் நிறைவேற்றவில்லை என நினைத்து

வருந்தினார். அப்போது அந்த இடத்தில் கிருஷ்ணர் தோன்றினார். 'தாகமெடுத்தபோது ஏன் எனக்குத் தண்ணீர் தரவில்லை?' என்று கேட்டு உதாங்கன் கோபித்துக்கொண்டார். கிருஷ்ணரோ 'உன் எதிரே வந்தது நான் அனுப்பிய தேவேந்திரன். அவர் தர முயன்றது நீர் அல்ல அமுதம்! அவரது கரிசனத்தைப் புரிந்துகொள்ளாமல் ஜாதி என்னும் வெளிப்புற மயக்கத்தால் நீ அவரையே உதாசீனம் செய்துவிட்டாய். அதனால் அமரத்துவம் பெறும் மாபெரும் வாய்ப்பையும் இழந்தாய்' என்றார்.

ஜாதி பேதம் மற்றும் ஏற்றத்தாழ்வு தனது இந்து தர்மத்தை ஒட்டியது அல்ல என்று கூறும் இந்து, தமது மதம் ஒரு தலித்தைத் தன் வீட்டு சமையல்காரராக ஏற்க அனுமதிக்கவில்லை என்று கூறுபவரை விடவும் அல்லது தலித்தை என் மேலதிகாரியாக ஏற்க மாட்டேன் என்று கூறுபவரைவிடவும் கண்டிப்பாக அதிக அளவு இந்து உணர்வு கொண்டவரே (சமீபத்தில் ஓர் அரசு உயர் அதிகாரி அவ்வாறு செய்தார்).

நம் காலத்தில் நாம் கண்ணால் கண்ட நினைவுகளாய், தலித்துகள் கோயிலுக்குள் போக வேண்டும் என்று போராட்டங்கள் நிறையவே நிகழ்ந்தன. ராஜா ரவி வர்மாவே இந்தியாவில் ஓவியக் கலைஞராகப் புகழ் பெற்றோரில் முதன்மையானவர். அவரே லித்தோ என்னும் அச்சிடும் முறையில் கடவுள்களின் படங்களைத் தம் ஓவியத்தில் வரைந்து அச்சிட்டு தலித்துகளுக்குத் தந்து அவர்களும் வழிபாடு செய்ய முனைந்தவர். நான் சென்ற அத்தியாயத்தில் குறிப்பிட்டது போல மகான் நாராயண குரு ஈழவர்கள் கோயிலுக்குள் அனுமதிக்கப்படாதபோது அவர்களுக்காக ஒரு சிவலிங்கத்தைப் பிரதிஷ்டை செய்தார். இந்து மதம் ஜாதி பேதத்துக்கு உடந்தையாக இருந்திருக்கலாம் என்பதும் அது ஜாதி பேதத்துடன் தன்னை அடையாளப்படுத்திக்கொண்டது என்பதுமே அதைப் பற்றிப் பல காலமாக இருந்து வரும் கடுமையான விமர்சனம் ஆகும். ஆனால் ஒரு மதத்தைச் சார்ந்தோர் செய்யும் தவறுகளுக்காக அந்த மதத்தை எப்படி நாம் குற்றம் கூற இயலும்? அது அநேகமாக சரியற்றதே. இந்துக்கள் தமது மதத்தின் மேலுள்ள ஏற்றத்தாழ்வு என்னும் இந்தக் களங்கத்தை நீக்க இடைவிடாது பாடுபடவேண்டும்.

குருமாரும் 'கடவுள் சந்தை'யும்

இந்துயிசம் மூட நம்பிக்கைகளைக் களைய போதிய அளவு முயல்வதே இல்லை என்பது அனைவரும் அறிந்ததே. பலவிதமான சின்னங்கள் மற்றும் அருள் வாக்குச் சொல்வோர் மீது இந்துக்களுக்கு நிறையவே நம்பிக்கை உண்டு. உதாரணத்துக்கு ஜோதிடத்தையே எடுத்துக் கொள்வோம். நம் ஊரில் ஜாதகம் இல்லாத ஆளை கடன் அட்டை இல்லாத அமெரிக்கக் குடிமகனுடன் ஒப்பிடலாம். அந்த அளவு நமக்கு ஜோதிடத்தின் மீது நம்பிக்கை. எனக்கு இரண்டு ஜாதகங்கள் உண்டு. நான் லண்டனில் பிறந்த உடன் இந்திய வம்சாவளி டாக்டர் ஒருவர் கணித்து எழுதியது. மற்ற

ஜாதகம் என் பிறந்த ஊரில் எழுதப்பட்டது. இரண்டும் வெவ்வேறு கட்டங்களைக் கொண்டு ஒன்றோடு ஒன்று ஒட்டவே இல்லை. அதனால் நான் ஒன்றோடு ஒன்று பொருந்தாத இரண்டு தலைவிதிகளுடன் அரசியலிலும் எழுத்திலும் இயங்கிவருகிறேன்.

ஜோதிடர்களில் பலரும் ஏமாற்றுப் பேர்வழிகளே. அதற்காக இந்திய ஜோதிடர்கள் செய்வதற்கு எல்லாம் இந்து மதத்தின் மீது பழி போட முடியுமா? அல்லது இந்துக்களின் ஜோதிட நம்பிக்கையை இந்திய சமூகத்தின் நம்பிக்கையே; இந்து நம்பிக்கை அல்ல என்று சொல்லலாமா?

இரண்டாவது சொன்னதுதான் சரியாக இருக்கும் என்பதற்கு ஒரு வலுவான உதாரணம் சொல்கிறேன். இந்துக்களுக்குத் தொன்று தொட்டே துறவிகள் அல்லது இறையருள் பெற்ற தெய்வீக மனிதர்கள் மீது நிறைய ஈடுபாடு உண்டு. பல சமயங்களில் அவர்கள் போடும் வேஷங்களைத் (கோஷங்களைத்) தாண்டி மத சம்பந்தமான எந்த முக்கியத்துவமும் அவர்களிடம் இருக்காது. பல தரப்பட்ட துறவிகள் இந்து சமூகத்தில் இருக்கிறார்கள். துறவியான ஷிர்டி சாய்பாபா, அற்புதங்களை நிகழ்த்தும் சத்திய சாயிபாபா, தியானம் கற்றுத் தரும் மகரிஷி மகேஷ் யோகி, காமத்தில் விடுதலை என போதிக்கும் 'பகவான்' ரஜ்னீஷ் போன்றோர் (பின்னாளில் தன்னை இன்னும் தூய துறவியாக ஓஷோவாக மாற்றிக்கொண்டார்.) புகழ் பெற்ற சத்திய சாயிபாபாவுக்கு உலகெங்கும் கோடிக்கணக்கில் பக்தர்கள் உண்டு.

மிகவும் தூய்மையான நகரமான புட்டபர்த்திக்கு அவரது மரணத்துக்குப் பின்னும் வருடத்துக்கு வருடம் லட்சக்கணக்கான பக்தர்கள் வந்து போகிறார்கள். இந்து மதத்தின் 'வாழும் துறவி'களுக்குள் தாயன்புடன் அனைவரையும் அரவணைத்து அன்பை வெளிப்படுத்தும் மாதா அமிருதானந்தமயிக்குத் தனி இடம் உண்டு. அவர் நிபந்தனைகளற்றத் தூய அன்பின் வடிவமாகக் கருதப் படுபவர். கொல்லத்துக்கு அருகே வலிகாவு என்னும் இடத்தில் உள்ள அவரது அமிருதபுரி எப்போதும் மக்கள் வெள்ளத்தில் மூழ்கியபடி இருக்கும். சத்திய சாயிபாபா போலவே இவரும் பக்தர்களின் காணிக்கையை வைத்து பல்கலைக்கழகம், மருத்துவமனை மற்றும் தொலைக்காட்சி எனப் பல தரும காரியங்களைச் செய்கிறார்.

இப்படி வணங்கப்படும் ஆளுமைகள் தொன்று தொட்டு வரும் இந்துப் பாரம்பரியத்தைப் பின்பற்றுகிறார்கள். அத்வைத வேதாந்திகள் மரபாக குரு அல்லது ஆசானுக்கு மிகவும் மரியாதை தருவது, ஆன்மிகத் தேடலில் ஒருவர் ஒரு குருவை நாட வேண்டும் என்று மத நூல்கள் கூறியிருப்பதாலேயே. கட்டாயமில்லை என்றாலும், ஒரு குருவின் வழி நடப்பதை விரும்பத்தக்கதாகவே பல இந்துக்கள் கருதுகிறார்கள். அது ஒரு முடிவை நோக்கிய பயணம் மட்டுமே; அதுவே முடிவல்ல. தன்னை உணரும் முயற்சியில் ஒரு வழிகாட்டிதான் குரு. தவறான அறிவிலிருந்து வெளியே வரவும் சரியானதை அறிந்து கொள்ளவும் அத்வைதப் பாரம்பரியப்படி ஒரு குரு தேவை. அவர் (அல்லது அபூர்வமாக அந்த

அம்மையார்) சீடனுக்குக் கட்டளையிடுபவராக, அறிவுரை கூறுபவராக, அவரது விழுமியங்களை செம்மைப்படுத்துபவராக இருக்கிறார்.

இந்து மதம் தத்துவ நூல்களைப் படித்துப் பெறும் ஞானத்துக்கு இணையாக அனுபவம் அல்லது அனுபவத்தில் இருந்து பெறும் அறிவை வலியுறுத்துகிறது. குரு தமது அனுபவத்தைப் பகிர்ந்து ஒரு வழிகாட்டி யாகவும் முன் மாதிரியாகவும் திகழலாம். சிறந்த குரு உத்வேகம் தரும் ஆசிரியர் மற்றும் ஞானத்துக்கான ஒரு மூலாதாரம் ஆகிறார். ஒரு வழிகாட்டியாகச் சீடனின் ஆன்மிக முன்னேற்றத்தை வார்த்தெடுக்கிறார். மூத்தவர் என்னும் முறையில் தமது விழுமியங்களைச் சொல்லித் தருகிறார். ஒரு தத்துவ ஞானியாக வாழ்க்கையின் பொருளைக் கவனமாகக் கேட்டறியும் சீடனுக்கு எடுத்துரைக்கிறார். குரு என்னும் சொல்லுக்கு 'இருள் நீக்குபவர்' என்று பொருள்; மிக உயர்ந்த இடத்தை அவருக்குத் தரும்விதமாக 'அன்னை நம் உடலுக்குப் பிறப்பையும் குரு நமது ஆன்மிகத்துக்கு மறுபிறப்பையும் தருபவர்' என்பார்கள். ஆனால் தன்னைத் தானே குருவாக அறிவித்துக் கொள்ளும் ஆட்களிடம் எச்சரிக்கையாக இருக்க வேண்டும்.

இந்தியாவில் குருமார்களுக்குப் பஞ்சமே இல்லை. சிலர் நிறையவே படித்த மத நூல் வல்லுனர்கள். சிலர் மந்திர மாயத்தை நாம் நம்ப முடியாத அளவு செய்ய வல்லவர்கள். வேறு சிலரோ அமைதியாக ஞானத்தைத் தம் வழி நடப்போருக்கு உத்வேகத்துடன் தருபவர்கள். பல குருமார்களும் பக்தர்கள் வந்து குவியும் ஆசிரமங்களையும் நிறுவி இருக்கிறார்கள். சில பக்தர்கள் அடிக்கடி விஜயம் செய்வார்கள். பலர் அங்கேயே தங்கி மதம் அல்லது ஆன்மிகம் சம்பந்தமான பணிகள் அல்லது குருவின் ஆணைப்படி சமுதாயப் பணிகளை மேற்கொள்வார்கள்.

மறுபக்கம் மாயாஜாலம் செய்வோர், போலிகள் மற்றும் ஏமாற்றுப் பேர்வழிகள் 'கடவுள் சந்தை' என்று அழைக்கப்படும் சந்தையில் எளிதாக அனைத்தையும் நம்பக் கூடியவர்களை ஏமாற்றி எளிய சிறிய ஆன்மிக விஷயங்கள் பேசி பெரிய அளவில் பணம் சேர்த்து விடுகிறார்கள். இப்படிப் பட்டவர்களில் 'மினி ஸ்கர்ட்' அணிந்து அன்பு பற்றி உரை நிகழ்த்தும் பெண் சாது, மரத்தின் மீது அமர்ந்து தனது பாதத்தால் பக்தர்களை ஆசீர்வதிப்பவர் மற்றும் நிர்வாணமாகத் திரியும் அகோரிகள் (அவர்களுடைய நிர்வாணத்தை வணங்குவதே சீடருக்கு முக்தி) ஆகியோர் அடங்குவர். ஓர் இந்து முடிவில்லாமல் உண்மையைத் தேடுபவர் என்பதன் மறுபக்கமாக இவை உருவம் கொண்டவை என்பதைத் தவிர்த்து, இந்து மதத்துடன் இவர்களை நாம் பொருத்திப் பார்க்க ஏதுமே இல்லை.

இது போன்ற ஏமாற்றுப் பேர்வழிகளின் சீடர்களில் பலர் இந்துக்கள் இல்லை. மறுபக்கம் சில துறவிகள் இந்துக்கள் அல்லர்; ஆனால் இந்துக்கள் நிறைய பேர் அவர்களின் பக்தர்கள். மக்கள் மீது இவர்களுக்கு உள்ள பிடிமானத்தை நாம் மத ஈடுபாட்டின் அடிப்படையிலான ஒரு செயல் என்று

மட்டும் காணக் கூடாது; உண்மையில் இந்து சமுதாயத்தில் ஒரு லட்சியமற்றதும் அவநம்பிக்கை மிக்கதுமான ஒரு நகர்வு, மதரீதியான ஒரு பிடிமானத்தைத் தேடி அலைவதையே இது காட்டுகிறது. இதற்கான ஓர் ஆணித்தரமான சாட்சி தானே தன்னைக் கடவுள் பிரதிநிதியாக அறிவித்துக் கொண்ட குர்மித் ராம் ரஹீம் சிங் இன்சான். அவர் இந்து இல்லை. அவருடைய பெயர் ஒரு கூட்டுச் சொல்லாக, சீக்கிய, இந்து மற்றும் இஸ்லாமியப் பெயர்கள் சேர்ந்ததாக இருக்கிறது. அதில் 'இன்சான்' என்னும் சொல்லுக்கு மனிதன் என்று பொருள். அவரை ஆகஸ்ட் மாதம் 2017ல் கைது செய்தபோது அவருடைய ஆட்கள் பல மாநிலங்களிலும் புது டெல்லியிலும் பெரிய கலவரத்தை உண்டுபண்ணினார்கள்.

ஆடம்பரமாக, நிறைய நகைகளுடன் வலம் வரும் குர்மீத் சிங் பாலியல் ரீதியாகத் தம் பக்தைகளைத் தொல்லைக்குள்ளாக்குபவர் என்னும் கெட்ட பெயர் அவருக்கு உண்டு. ஆனால் இரண்டே இரண்டு பெண்களுக்கே அவர் மீது வழக்குத் தொடரும் தைரியம் இருந்தது. பதினைந்து வருடங்கள், 200 அமர்வுகள் எடுத்துக் கொண்ட அந்த வழக்கை திசை திருப்பவும், காவல் துறை அதிகாரிகளை மற்றும் நீதிபதிகளை மிரட்டிப் பணிய வைக்கவும் அவரது சீடர் குழாம் மிகவும் முயன்றது. புகார் தந்த பெண்களையும் மிரட்டிப் பணிய வைக்கப் பார்த்தார்கள். ஆனால் அந்த இருவரும் தமது நிலைப்பாட்டை மாற்றிக் கொள்ளவே இல்லை.

பாபா ராம் ரஹீம் சிங் இன்சான் ஒரு விசித்திரமான சாமியார். துறவு என்பதையே விட்டு விட்டு படாடோபமும் ஆடம்பரமுமான ஒரு காட்சிப் பொருளாகவே அவர் வலம் வந்தார். அவர் நீண்ட தலைமுடி, மிகவும் சக்தி வாய்ந்த இரு சக்கர மோட்டார் சைக்கிள்கள், மிகவும் விலையுயர்ந்த கார்கள், பட்டுப் பீதாம்பர உடைகள் மற்றும் அவருடன் ஒட்டி உரசும் பெண்கள் இவையே அவரது அடையாளங்களாக இருந்தன. அவரே இசைக் காணொளிகளில் பாடி ஆடுவார். Love Charger என்று அவரே எழுதி இசைத்த பாடல் மிகவும் புகழ் பெற்றது. அவர் தம்மைப் பற்றி ஒரு முழு நீளத் திரைப்படம் எடுத்து வெளியிட்டார். அந்தப் படத்தின் பெயர் Messenger of God. எங்குமே கேள்விப்பட முடியாத இந்த 'ராக் ஸ்டார்' பாபா மிகப் பெரிய அளவில் சொத்து சேர்த்தார். ஒரு கோடிக்கும் மேல் அவருக்கு பக்தர்கள் இருந்தார்கள்.

அவரும் அவரது குண்டர் படையும் சீடர்கள் சிதறாமல் இருக்கும்படி பல அதிரடியான வழிகளில் பார்த்துக்கொண்டார்கள். ஒரு சிறு நகரின் வளர்ந்து வரும் செய்தியாளர் ஒருவர் இவரது பாலியல் பலாத்காரம் பற்றிய செய்தியை வெளியிட்டதற்காக 2002ல் கொல்லப்பட்டார். தேரா சச்சா சவுதா என்னும் ஓர் அமைப்பை உருவாக்கிச் செயற்பட்டனர். அந்த அமைப்புப் பெரிய நிலபேரக் குழுமமாக உருவெடுத்து பல நிலங்கள் மற்றும் வங்கியில் ரொக்கம் எனச் சேர்த்துக் கொண்டே இருந்தது. பஞ்சாப், ஹரியானா மாநிலங்களைத் தாண்டி புது டெல்லி வரையிலும் மக்கள் வாழ்க்கையில் பெரிய ஆதிக்கத்தை அது செலுத்தியது.

இருந்தாலும் வட இந்தியாவின் லட்சக்கணக்கான தாழ்த்தப் பட்டவர்களுக்கு அதற்கு முன் அவர்களுக்குக் கிடைத்திருக்காத ஓர் அடையாளத்தை தேரா சச்சா சவுதா அமைப்பு கொடுக்கவே செய்தது. ஆண்டாண்டு காலமாக ஒடுக்குமுறை, பாதுகாப்பின்மை என்று இருந்தவர்களுக்கு அதையெல்லாம் அந்த அமைப்பு உருவாக்கித் தந்தது. அதோடு 'சந்தைக்கு ஏற்ற'தான எளிய மத நம்பிக்கையை முன்வைத்தது. உண்மையில் தேரா இயக்கம் ராம் ரஹீம் காலத்துக்கும் முந்தியதே. அதன் புகழ் பெற்ற குருவாக அவர் தன்னை நிலை நிறுத்திக்கொள்ளும் முன்பே மரியாதைக்கு உரிய காரணங்களுக்காக அது புகழ் பெற்றிருந்தது.

தேரா இயக்கத்தின் பெரும்பான்மை ஆதரவாளர்கள் சீக்கியர். சில இந்துக்களும் உண்டு. நம்பிக்கை உள்ளோர் அனைவரும் சமம் என்னும் கருத்தையே சீக்கிய மதம் முன்வைக்கிறது. அதனால் பல தாழ்த்தப்பட்ட, பிற்படுத்தப்பட்ட இந்துக்கள் சீக்கிய மதத்துக்கு மாறினார்கள். ஆனால் சீக்கிய உயர் ஜாதியினர் எந்தவிதத்திலும் தம்மை இந்து மதத்தில் இருந்ததைவிடவும் மேலாக நடத்தவில்லை என்பதைக் கண்டார்கள். இந்திய சமூகத்தில் ஆழ வேரூன்றிவிட்ட ஜாதி வெறியே அதற்குக் காரணம். சீக்கிய மேல்ஜாதியினரே மதத்தின் அமைப்புகளில் ஆதிக்கம் உள்ளவர்கள். சிரோமணி குருத்வாரா பிரபந்தக் கமிட்டி (எஸ்ஜிபிசி) எனப்படும் அமைப்பிலும் அவர்களே அதிகம்.

தமக்கு இதற்கு முன்னால் இருந்த இழிநிலையில் மாற்றம் இல்லை என்று தெரிந்ததும் தாழ்த்தப்பட்ட வகுப்புகளைச் சேர்ந்த சீக்கியர்கள் மிகவும் மனம் நொந்தார்கள். அவர்களது கோபம் கையறு நிலையோடு படிப்பறிவின்மையும் வேலை வாய்ப்பின்மையும் சேர்ந்துகொண்டன. மதுவுக்கும் பிற போதைப் பொருட்களுக்கும் அடிமை ஆனார்கள். எல்லை தாண்டி ஆப்கானில் இருந்து வந்த போதைப் பொருட்கள் பாகிஸ்தான் வழியாகப் பஞ்சாபுக்கு வந்தன. பஞ்சாபுக்கு இந்தியாவின் போதைப் பொருள் தலைநகர் என்னும் கெட்ட பெயரும் கிடைத்தது. அதை எடுத்துக்காட்டும் 'உட்தா பஞ்சாப்' என்னும் இந்தித் திரைப்படம்கூட வெளியானது.

இந்தச் சூழலில்தான் தேரா சச்சா சௌதா மற்றும் அதன் மக்களை ஈர்க்கும் தலைவரும் மீட்பர்களாக அமைந்தார்கள். பாபா ராம் ரஹீம் சிங் இன்சான் அவர்களுக்கு ஒரு மாற்று வாழ்க்கையை முன் வைத்தார். தேராவின் உறுப்பினர்களுக்கும் அவர்களின் குழந்தைகளுக்கும் அது இலவசக் கல்வி அளிக்கிறது. பசித்தவருக்கு இலவச உணவு. தனது நிறுவனங்களில் வேலை வாய்ப்பு, போதைப் பழக்கத்திலிருந்து விடுதலையும் தருகிறது. வேலை வாய்ப்பை விடவும் அது அவர்களது வாழ்க்கைக்கு அர்த்தமுள்ள ஒரு நோக்கத்தைத் தந்தது. தொட்டுணர முடியாத மனிதனின் ஒரு தேவையை அது பூர்த்தி செய்கிறது - கண்ணியம் மற்றும் ஒரு சொந்தமான உணர்வையும் அது தருகிறது.

பாபா மற்றும் அவரது தேராவுக்கு ஆதரவாகவே பல அரசியல்வாதிகள் செயற்பட்டார்கள். பல மத இயக்கங்களும்தான். தேரா சச்சா சௌதா இருப்பதிலேயே பெரியது; ஆனால் பல தோரா அமைப்புகள் பஞ்சாப் மற்றும் ஹரியானாவில் உண்டு. சமூகத்தில் அமைதி மற்றும் விரக்தியை மட்டுப்படுத்துதல் இவற்றை தோராக்களே செய்தன. அவர்களின் மனக் கொதிப்பெல்லாம் நேர்மறையான பணிகளில் வடிகால் கண்டன. அவற்றை ஆபத்தான வழிபாட்டு அமைப்புகளாகக் காணாமல் அடுத்தடுத்த அரசுகள் அவற்றை ஆரத் தழுவிக் கொண்டன. போதைப்பொருள் மற்றும் குற்றங்களுக்கு மாற்றாக தேராக்கள் முன்வைத்தவை பாதுகாப்பான மாற்றுகளே. தேரா அமைப்புகள் போதைப் பழக்கத்தைக் கைவிட வைத்தன. வெளி நாட்டு கார்களில், வெள்ளி ஜரிகை வேய்ந்த உடைகளில் வலம் வரும் ஆன்மிக குருவே ஆனாலும் விரக்தியில் இருந்து அவர்களை தெய்விகம் நோக்கியே இட்டுச் சென்றார்.

மக்கள் தேராக்கள்மீது வைத்திருக்கும் தீவிர விசுவாசத்தையும் தோராக்கள் அவர்களுக்குத் தரும் உத்வேகத்தையும் நாம் குறைத்து மதிப்பிடவே முடியாது. ஒரு மதகுருவுடன் தன்னைப் பிணைத்துக் கொள்ளும் ஆவலுடன் சேர்ந்து அவர்களின் அடிப்படைத் தேவைகளும் பூர்த்தியாகின்றன. மேலும் அவர்கள் பாபா ராம் ரஹீம் சிங் இன்சான் அளவு பயங்கரமாகவும் சர்ச்சைக்குரியவராகவும் இல்லாத குருமார்களுடன் தம்மைப் பிணைத்துக் கொண்டுள்ளார்கள். தேராவின் முக்கியத்துவமும் மக்களின் வெறித் தனமான ஈடுபாடும் சமூகப் பொருளாதார பத்திரமின்மையிலிருந்தே வருகின்றன. எதை அரசாலும் சமூகத்தாலும் செய்ய முடியவில்லையோ அதை ஒரு பொய்யான காம இச்சைகொண்ட குரு செய்து விட்டார். அவரது குறைகளைத் தாண்டி அவரது இந்த வெற்றியே கவனம் பெற்றது.

தமது மனைவிகள் மற்றும் மகள்களை இரவலாக அவரிடம் தந்துவிட்ட மக்களுக்கோ அதே 'ஆசி' மேலும் இரண்டு இளம் பெண்களுக்கு வழங்கியதற்காக குரு ஏன் சிறை செல்ல வேண்டும் என்பது புரியவே இல்லை. யாரோ ஒரு சமூக ஊடகத்தில் எழுதி இருந்ததுபோல, 'வழி தெரியாத ஒருவனுக்குத் தனக்குப் பாலியல் வன்முறையாளன் வழி காட்டுகிறான் என்பதோ பசித்த ஒருவனுக்குத் தனக்கு ஒரு கொலைகாரன் தான் உணவளிக்கிறான் என்பதோ ஒரு பொருட்டாகவே இருக்காது'.

தமது குரு கைது செய்யப்பட்டபின் தேரா வழி நடப்போர் காட்டிய ஒன்றுபட்ட பெரிய அளவிலான எதிர்ப்பு, அவர் இல்லாமல் தாம் இனி மீண்டும் விளிம்புக்கே தள்ளப்பட்டுவிடுவோமோ என்று அஞ்சியதையே காட்டியது. இது அவர்கள் எந்த அளவு அவரோடு தம்மை அடையாளம் கண்டுகொண்டார்கள் என்பதையே காட்டுகிறது. தமக்காகவோ அவருக்காகவோ அவர்கள் கொலை செய்யவும் தயார் என்னுமளவுக்குப் போய்க்காட்டினார்கள்.

கலவரமும் அழிப்புமாக அவரின் கைதுக்குப் பின் - முப்பதுக்கும் மேற்பட்டோர் கொல்லப்பட்டனர், இரண்டு புது உணவகங்கள் உட்பட

பல கட்டடங்களுக்குத் தீ வைக்கப்பட்டன, ரயில் பெட்டிகள் உடைக்கப் பட்டன, சாலைகள் வழி மறிக்கப்பட்டன - வட இந்தியாவின் பல இடங்களில் வாழ்க்கை ஸ்தம்பித்தது. இருபத்தோராம் நூற்றாண்டின் இரண்டாம் தசாம்சம் என்னும் கால கட்டத்தில் இப்படி ஒரு குருட்டு பக்தி தேவையா என்றே பல இந்தியர்களும் புலம்பினார்கள். ஆனால், அந்த வன்முறை அதை விடவும் மிகவும் உறுத்தலான பல கேள்விகளை நம்முன் வைக்கிறது.

இந்த நிகழ்ச்சி நாம் இந்தியாவின் பொருளாதார வளர்ச்சி என்று பறை சாற்றிக் கொள்வது உள்ளீடற்ற வேர்களைக் கொண்டது: ஜாதிகள் சமம் என்பதையும் சமூக நீதியையும் அது கீழ் வகுப்பினருக்குத் தரவே இல்லை. அரசு நிறுவனங்கள் தமது பொறுப்புக்களை மத நிறுவனங்களுக்குக் கைகழுவிவிட்டு, அவற்றின் தலைவர்கள் சட்டத்துக்கு அப்பாற் பட்டவர்களாக வாழ வழி செய்ததையே காட்டுகிறது. பெரிய கலவரம் வந்தபோது கட்டுப்படுத்த முடியாமல் போனது சட்டம் மற்றும் ஒழுங்கின் பலகீனமான நிலையே காட்டுகிறது. சிந்தனையே செய்யாமல் ஒருவர் வழி நடக்கும் பெரிய மக்கள் கூட்டம் அதைத் தமது வாழ்க்கையின் பொருளாக நம்பியதையும் அந்தத் தலைவர்கள் தமது பக்தர் கூட்டத்தின் மீது வைத்திருக்கும் பிடிமானத்தையும் இந்நிகழ்வு ஒருசேரக்காட்டுகிறது.

ஆடம்பரமான ஹெலிகாப்டரில், தனது 'தத்து' மகளுடன் அவரது கவனிப்பில், ஒரு சாக்லேட்டைச் சுவைத்தபடியே சென்றாலும், பாபா குர்மீத் சிங் ராம் ரஹீம் சிங் இன்சான் இறுதியாகச் சிறைக்குள் போய் விட்டார். அவர் சிறையில் இருக்கலாம் - ஆனால் இந்து, சீக்கிய மதங்களை விடவும் இன்னும் ஆணி அடித்ததுபோல முன்னேறாமல் நின்றுவிட்டது இந்தியச் சமூகமே.

❀ இந்து மத்தின் விதிக் கோட்பாடு ❀

இந்து மதம் தொடர்பாகச் சொல்லப்படும் தவிர்க்க இயலாத புகழ் பெற்ற கருத்து: இந்து மதம் 'விதிப்படியே எல்லாம் நடக்கும்' என நம்புகிறது என்பதாகும். விதி, முன்முடிவு - கர்மா மீது நமக்கு உள்ள நம்பிக்கை நம்மை விதியை மாற்ற முயலாமல் அதை அப்படியே ஏற்கவே சொல்கிறதா?

நமது பழமையான புராணங்களில் இருந்து இந்துக்கள் எது பெரியது என்று தம்மைப் பற்றியே கூறிக் கொண்ட கதை ஒன்று உண்டு:

மிகுந்த மத நம்பிக்கை உள்ள ஓர் இந்துவைப் புலி துரத்தியது. அவர் வேகமாக ஓடுகிறார். ஆனால் படபட என அடித்துக்கொள்ளும் அவருடைய இதயம் இதைவிட வேகமாக ஓட முடியாது என்று சொல்கிறது. அப்போது அவர் கண்ணில் ஒரு மரம் தென்படுகிறது! நல்லவேளை. அவர் மரத்தின் மீது விறு விறு என ஏறி விடுகிறார். கீழே மரத்தடியில் புலி நின்றாலும் அதனால் தன்னை நெருங்க முடியாது என

நான் ஏன் இந்துவாக இருக்கிறேன்? | 101

அவருக்குத் தெரிகிறது. ஆனால் திடீரென அவர் நிற்கும் மரக்கிளை முறியத் துவங்குகிறது. ஏற்கெனவே கறையான்கள் மர எலிகள் அதைக் கொறித்துக்கொண்டு இருக்கின்றன. மரக்கிளை ஒரு கிணற்றின் மீது சாய்ந்து கொண்டிருந்தது. அவர் கிணற்றில் குதித்துத் தப்பிக்கலாம் என்றால் அங்கே ஒரு நல்ல பாம்பு படமெடுத்து ஆடிக்கொண்டிருக்கிறது. கிளையோ முறிந்து கொண்டே இருக்கிறது. அப்போது கிணற்றின் விளிம்பில் வளர்ந்த செடி ஒன்றில் இருக்கும் பூவின் நுனியில் ஒரு தேன் துளி மின்னுகிறது.

புராண கதையின் நாயகன் என்ன செய்தார் தெரியுமா? மரக்கிளையை மேலும் வளைத்து அந்தத் தேனை எட்டி சுவைக்க முயற்சி செய்கிறார்!

இந்தக் கதை இரண்டாயிரம் ஆண்டு பழமையானது. இன்றைக்கும் பொருந்தக்கூடியதும்கூட. கீழை நாட்டுச் சிந்தனையாளர்கள் இந்து விதிக் கோட்பாடு என்று குறிப்பிட்டது நாம் நம் விதியை நம்பி உலகை அப்படியே ஏற்கிறோம் என்னும் பொருளில்தான். எதிர்மறையான சூழ்நிலைகளில் நாம் நமக்கு உள்ள சிறந்த வாய்ப்பைப் பயன்படுத்த விருப்பமுடன் முன் வருவதையே இந்தக் கதை நமக்குக் கூறுகிறது.

சமாளிக்கவே முடியாத இடர்ப்பாட்டுக்கு இந்துவின் பதில் இது தான். தன்னால் சமாளிக்க முடியாத ஒன்றுடன் போராடுவதை விட்டு விட்டு, அதனோடு வாழும் வழிகளுள் சிறந்த ஒன்றைத் தேர்வு செய்வதே அது. இதைத்தான் வி.எஸ். நய்பால் 'செயலிழத்தல்' என்றும் மேற்கத்தியர் இதை விதி வசவாதம் என்றும் அழைத்தனர்.

இருப்பினும் இது இந்து மதத்தை அரைகுறையாகப் புரிந்து கொள்வதே ஆகும். உண்மையில் பகவத் கீதை ஒவ்வொருவரையும் தனது ஆளுமையைப் பயன்படுத்தித் தன்னை உயர்த்திக் கொள்ளும்படியே கூறுகிறது. விதி என்னென்னவிதமான இடையூறுகளை முன்வைத்தாலும் அவற்றையெல்லாம் கடந்து ஆன்ம விழிப்புணர்வை அடையவேண்டும் என்றே கீதை சொல்கிறது. ஒருவருடைய பிறப்பு, சுற்றுச்சூழல், பொருளாதாரநிலை, கல்வி போன்றவை விதிவசமாக எப்படித் தீர்மானிக்கப்பட்டிருந்தாலும் அவை யாவற்றையும் சரியான முறையில் பயன்படுத்தி முக்தியை அடையவேண்டும் என்றே அது வலியுறுத்துகிறது.

சூழ்நிலைகள் எவ்வளவு எதிர்மறையானவையாக இருந்தாலும் தன் விருப்பப்படி அவற்றை மாற்றிக்கொள்ளும் சுதந்திரத்தை, ஓர் இந்து ஒருபோதும் இழப்பதில்லை. ஒருவர் பிறக்கும்போது கிரகங்களின் அமைப்பு அவரின் முன்னேற்றம் மிக்க காலம் மற்றும் பின்னடைவான காலம் இவற்றைக் கணித்துக் கூறலாம். ஆனால், அந்தக் காலங்களில் அவர் எதை லட்சியமாக்கி எந்த வழியில் செல்கிறார் என்பது அவருடைய சுதந்திரமே. செயலற்று இருக்கிறார் இந்து; அவருக்கு எல்லாமே விதிப்படிதான் என்று கூறுவது தவறு. தனது ஆற்றலுக்குச் செயல் வடிவம் கொடுக்க இந்துக் கடவுளுடன் சேர்ந்து பணிபுரிகிறார். ஓர் இந்துவைப்

பொறுத்த அளவில் கடவுள் தனக்கு உள்ளேதான் இருக்கிறார். தலைக்கு மேலேயோ உலகுக்கு அப்பாற்பட்டவராகவோ இல்லை. கடவுளும் நம்முடன் சேர்ந்து போராடுகிறார், சிரமப்படுகிறார், முயற்சியெடுக்கிறார். இந்தவிதமாக ஓர் இந்து தனது விதியைக் கடவுளுடன் சேர்ந்துகொண்டு தானே தீர்மானித்துக்கொள்கிறார்.

நான் ஐக்கிய நாடுகள் சபையில் பணிபுரிந்தபோது எனது முதல் மேலாளர் டென்மார்க்கைச் சேர்ந்த சபை சாரா மத போதகர். அவர் என்னிடம் 'ஓர் இந்து ஏன் நல்லவராக இருக்கவேண்டும்?' என்று கேட்டார். 'சொர்க்கத்துக் போவதற்காகவோ நரகத்தைத் தவிர்ப்பதற்காகவோ அவர் நல்லவராக இருக்க வேண்டும் என்னும் அவசியம் இல்லை' என பதிலளித்தேன். சொர்க்கம் அல்லது நரகம் இருப்பதை இந்துக்கள் நம்புவதும் இல்லை. ஒருவேளை சொர்க்கம் என்பது ஆன்மாக்கள் வெள்ளைச் சிறகுகளை விரித்து கடவுளின் புகழைப் பாடியாகவேண்டிய இடம் என்றால் அது அலுப்பான இடமாகவே இருக்கவேண்டும். அதைத் தேடும் அளவு அது உகந்த இடமும் இல்லை; கடவுள் என்பவர் அங்கு ஒருவிதமான பத்திரமின்மையில் இருப்பவரே. நரகத்தை எடுத்துக் கொண்டோமென்றால் நரகம் என்னும் எண்ணமே இந்து பிரபஞ்சத்தில் கிடையாது. நரகம் என்பது கடவுள் இல்லாத இடம் அல்லவா. இந்துவுக்கு கடவுள் என்பவர் எங்கும் நிறைந்திருப்பவர். அப்படி இல்லையென்றால் அவர் கடவுள் என்றே அழைக்கப்படமாட்டார். எனவே இந்துவின் சிந்தனையில் கடவுள் இல்லாத இடமான நரகம் என்ற ஒன்று கிடையாது.

இந்து மதம் என்பது ஒரு மானிட தர்மம் என்றால், அதாவது அதன் அற நெறிகள் மானுடம் முழுவதற்குமே பொருந்துபவை என்றால், இந்து அல்லாதவர் ஒருவர் ஓர் இந்து ஏன் நல்லவராக இருக்க வேண்டும் என்று வினவுவதில் வியப்பென்ன? முதலில் அவர் தமது அறம் சார்ந்த கடமைகளால் தமது தர்மப்படி நடக்கக் கட்டுப் பட்டவர். அவரது மதம் அவருக்கு பரிந்துரைத்தவை அவை.

அடிப்படையில் தர்மத்தை ஒருவர் கடைப்பிடிப்பதில் ஆறு தடைகள் உண்டு என இந்துவுக்குக் கற்பிக்கப்பட்டிருக்கிறது. முதலாவது புருஷார்த்தங்கள் தவறி விடுதல்; காமம் என்பது ஆசை என்பதை விட இச்சையாகி விடுதல், அர்த்தம் என்னும் பொருளைத் தேடும் நிலை மாறி லோபம் என்னும் பேராசை மிகுந்து விடுதல் இவை இரண்டும் தலையானவை. ஏனைய நான்கு தடைகள் ஒருவரின் தனிப்பட்ட தோல்விகள் ஆகும்; அவற்றைக் கட்டுப்படுத்துவது ஒருவருக்கு சாத்தியமே. குரோதம் (வெறுப்பு), மதம் (கர்வம்), மாத்சர்யம் (பொறாமை) மோகம் (அறியாமையாலோ அல்லது ஆசை மிகுதியாலோ தோன்றும் பிரமை). ஆதி சங்கரர் காலத்தில் இருந்து ஏழுவிதமான நற்குணங்களாலேயே அந்த ஆறு தடைகளைக் கடந்து வந்திருக்கிறார்கள். அஹிம்சை, சத்தியம், சிவம் (பக்தி), சுந்தரம், வைராக்கியம், பவித்திரம் மற்றும் சுபாவம்

(சுய கட்டுப்பாடு). அந்தக் கெட்ட குணங்களை விட்டு இந்த சீலங்களைக் கடைப்பிடிப்பதே ஓர் இந்துவுக்கு நல் வாழ்வு வாழத் தேவை.

என் மேலாளர் உலக விஷயங்களில் சாமர்த்தியமானவர்; ஓர் இந்து எதற்காக நல்லவராக இருக்கவேண்டும் என்பதற்கு அவர் நடைமுறை சம்பந்தமான ஒரு காரணத்தை கூறும்படிக் கேட்டார். மறு உலகில் மேன்மையான வாழ்க்கைக்கான உத்திரவாதம் அல்லது நரகத்திலிருந்து நிரந்தரமாகத் தப்பித்துவிடுவது என்ற இவை இரண்டுமே இல்லை என்றால் ஓர் இந்துவை நல்லவனாக இருக்கச் செய்யும் உந்துதல் எதுவாக இருக்கும்? நான் அவருக்கு இரு மதங்களையும் ஒப்பிட்டு ஒன்று கூறினேன். கிறித்துவத்தைப் பொறுத்த அளவில் ஓர் உடலுக்குள் ஆன்மா உண்டு. ஆனால் இந்து மதத்தில் ஆன்மாவுக்கு உடல் வடிவம் உண்டு.

இன்னும் சரியாகச் சொல்லவேண்டுமென்றால் நாம் பிரபஞ்ச ஆன்மாவிலிருந்து வந்த வடிவங்கள்; அந்தப் பிரபஞ்ச ஆன்மா கால காலமாக, தற்காலிகமாக எடுத்த உடலின் வடிவங்களை மாற்றிக் கொண்டே இருக்கிறது. ஆன்மாவின் இறுதி இலக்கோ மோட்சமே. அது மோட்சத்தின் மூலம் பிரம்மனிடம் சேர்ந்து முடிவற்ற பல உடல்களை எடுக்கும் பிறப்பு-இறப்பு என்னும் சுழற்சியிலிருந்து விடுதலை பெறவே விரும்பும். நல்லவனாக இருப்பதன் பலன் அந்த மோட்சத்தை நோக்கி நகர்வதாகவே ஓர் இந்துவுக்கு இருக்கும். ஒழுக்கமற்ற ஓர் இந்துவோ அதர்ம வழிகளில் சென்றவராக, மோட்சம் பெற விழையும் ஆன்மாவைப் பின்னுக்கு இழுத்து உழல்பவராகவே இருப்பார்.

அவருக்கு எனது பதில் திருப்திகரமாக இருந்ததா என்பது சந்தேகமே. இதைப் படிக்கும் வாசகருக்கும்கூட இது நிறைவு தரும் பதிலாக இல்லாமல் இருக்கலாம். ஆனால் நான் கூறிய பதிலில் ஒரு நுட்பமான விஷயம் இருக்கத்தான் செய்கிறது. ஆன்மாவே அழியாதது, உடல்கள் அழியக் கூடியவை என்னும்போது, ஆன்மா உடல்களை விட்டுச் சென்று திரும்ப வந்து இந்த சுழற்சி மோட்சம் கிடைக்கும் வரை தொடர்கிறது என நாம் நம்பலாம். இதிலிருந்து தான் புனர்ஜென்மம் என்னும் கருத்தாக்கம் பெருகுகிறது. தன்னை உணரும் நிலை கிடைக்கும் வரை பல பிறவிகள்.

முடிவற்ற பிறப்பு-இறப்பு என்னும் சங்கிலியில் வரும் மறுபிறவி என்பது இந்து மதத்துக்கு மிகவும் அடிப்படையானது. பிற மதங்களில் ஒரு தனி நபர் என்பவர் ஓர் உடலே. அதற்கு ஓர் ஆன்மா உண்டு. இந்து மதத்திலோ ஒரு தனி நபர் ஓர் ஆன்மா; அது தற்காலிகமாக ஓர் உடலை சட்டைபோல் அணிந்துகொள்கிறது. அழியாத ஆன்மா அழியும் உடலுக்குள் புகுந்து கொள்கிறது. தன்னை உணர்ந்து பிரம்மனுடன் கலக்கும் மோட்சம் நிகழும் வரை அது அவ்வாறு ஏதோ ஓர் உடலுக்குள் இருக்கிறது. பிறப்பு, மரணம், மறு பிறப்பு என்னும் இந்தச் சுழற்சிக்கு சம்சாரம் என்று பெயர். அந்த நம்பிக்கையே கடவுளை நம்புவோரின் மனதில் ஒரு முக்கியமான கேள்வியை எழுப்புகிறது: கடவுள் என்பவர் எல்லாம் அறிந்த, எங்கும்

இருக்கிற, அனைத்தையும் காண்கின்ற, மிகவும் கருணையும் தயையும் கொண்டவர் என்றால் அவர் ஏன் உலகில் அவருடைய படைப்புகள், உயிர்கள் இத்தனை துன்பங்களை அனுபவிக்கும்படி அனுமதிக்கிறார்? இதற்கு இந்துவின் பதில் என்னவென்றால் பூர்வ ஜென்மத்தின் செயல்களுக்கான பலனையே ஒருவர் இந்த ஜென்மத்தில் அனுபவிக்கிறார். நமது தற்போதைய சூழ்நிலைகளுக்கு மூல காரணமாக அமைந்தவை கடந்த காலத்தில் நாம் செய்த நற்செயல்கள், தீய செயல்கள், செயல்கள் மற்றும் செயலின்மை ஆகியவையே ஆகும். ஆன்மாவோ ஒரு வாழ்க்கையில் இருந்து மறு வாழ்க்கைக்கு என ஓர் உடலில் இருந்து இன்னொரு உடலுக்குச் செல்கிறது. ஒரு கூட்டுப் புழு ஒரு புல்லின் நுனியில் ஏறி அடுத்த புல்லுக்குத் தாவுவது போலச் செல்கிறது. *(இந்த உதாரணம் உபநிடதத்தில் உள்ளது. என்னுடையது அல்ல)*

எனக்கு இது நியாயமற்றதாகவே தோன்றியது. தனது தற்கால வாழ்க்கை பற்றி மட்டுமே பிரக்ஞை உள்ள ஒரு நபர், தனக்கு நினைவில் இல்லாத மற்றும் தெரியவே தெரியாததான பூர்வ ஜென்மத் தவறுகளுக்காக இந்தப் பிறவியில் துன்புறுவது எனக்கு எப்போதுமே நியாயமற்றதாகவே தோன்றியது. ஆனாலும் பிற மதங்கள் தரும் முரண்பாடான விளக்கங்களை விட, இதுவே மிகவும் தர்க்கபூர்வமாக ஏற்க முடிந்த விளக்கமாகத் தோன்றுகிறது.

உலகின் துன்பங்களையும் தமது நம்பிக்கையான கருணை மிகு கடவுளையும் ஒத்திசைவுடன் இணைத்துச் சொல்ல பிற மதங்களால் முடிய வில்லை. உதாரணத்துக்கு, நீங்கள் கடவுளை மேலுலகில் இருந்து வெள்ளைத் தாடியுடன் கனிவுடன் கீழே உங்களைப் பார்த்துக் கொண்டிருப்பவராக உருவகப்படுத்திக் கொண்டிருக்கிறீர்கள்; அவர் உங்கள் பிரார்த்தனைகளை செவி மடுப்பவர் என்று வைத்துக் கொள்வோம். நீங்களோ இந்த வாழ்க்கையில் துன்பங்களால் சூழப்பட்டிருக்கிறீர்கள். அப்படியானால், கடவுளின் கருணை உங்கள் நலனை, இத்தனை பிரார்த்தனைகள் செய்த பிறகும் காக்கவில்லை என்பதை ஒப்புக்கொள்ள வேண்டும். அல்லது அவர் தாம் படைத்த உயிரினங்களின் குரூரத்தையும் துன்பங்களையும் கண்டு கொள்ளவே இல்லை என்றே முடிவு செய்ய வேண்டியிருக்கும்.

மாறாக நீங்கள் அனைவருக்குள்ளும் மற்றும் நல்லதும் கெட்டதுமான அனைத்துக்குள்ளும் கடவுளையே காண்கிறீர்கள் என்றால், நீதியான மற்றும் அநீதியானவர்களிலும் கடவுளையே காண்கிறீர்கள் என்றால், மற்றும் அவர் ஒரு தனிப்பட்டவராக அல்லாமல் பிரபஞ்ச சக்தியாக இருக்கிறார் என்றும் நினைத்தால், கண்டிப்பாக இந்த உலகின் இன்ப துன்பங்களை நீங்கள் புரிந்து ஏற்றுக்கொள்ள இயலும்.

மறுபிறவி என்னும் கருத்து, கர்மா அல்லது செயலுடன் பின்னப் பட்டது. உமது வாழ்க்கையின் சேமிப்பாக நிறைந்திருக்கும் செயல்கள். எனவே

நீங்கள் பிறந்த நேரத்தில் இருந்த சூழல்கள் - உங்கள் குடும்பம், பிறந்த இடம், நாடு மற்றும் நீங்கள் பிறப்பிலேயே பெற்ற வாய்ப்புகள் - இவை சென்ற பிறவியில் உங்கள் ஆன்மாவின் செயற்பாடுகளை ஒட்டியவை. உங்கள் மரணத்தின் நேரம் மற்றும் சூழலும் மனிதத் தலையீட்டுக்கு அப்பாற்பட்டதாகவே இருக்கும்; நீங்கள் உங்கள் பூர்வ ஜென்மத்தின் நற்செயல்களுக்கான நற்பலனை அனுபவித்து முடித்ததும் (அதேபோல் தீய செயல்களுக்கான பலனை அனுபவித்து முடித்ததும்) நீங்கள் பூமியில் இருக்கும் கால அவகாசம் முடிந்துவிடுகிறது. உங்கள் ஆன்மா உங்கள் உடலை விட்டு நீங்கி வேறொன்றுக்குள் சென்று சேர்ந்துவிடுகிறது. இதைப் பிராப்த கர்மம் என்று கூறுவார்கள்.

உங்கள் குண நலன்கள், மனோபாவம், ஆளுமை போன்றவை பழைய பிறவிகளில் நீங்கள் கற்றறிந்தவற்றை ஒட்டியே இருக்கும். இதற்கு சம்சித கர்மா என்று பெயர். முயற்சி செய்தால் அவற்றை இந்தப் பிறவியின் கல்வி, முயற்சிகள் மற்றும் நடத்தையால் மாற்றி விடலாம். நமது சொற்கள் மற்றும் செயல்கள் இவற்றால் மாற்றிக் கொள்ள இயலும்.

இறுதியாக இருப்பது அகாமி கர்மா. அவை நமது பின்வரும் பிறவி களுக்கான பாதையை அமைக்கும். நமது இப்பிறவியின் தீய வார்த்தைகள் அல்லது செயல்கள் மறு ஜென்மத்தில் நம் ஆன்மாவின் நல்வாய்ப்புகளைக் கெடுக்கும்; ஆனால் நற்செயல்கள் மற்றும் சரியான செயல்கள், நமது தர்மத்தைக் கடைப்பிடிக்கும் செயல்கள் மற்றும் பலனை எதிர்பாராது செய்யும் செயல்கள் நன்மையைத் தரும். நாம் அடுத்த ஜென்மத்தில் மோட்சத்தை நோக்கிய பாதையில் இந்த ஜென்மத்தின் நிலையில் இருந்து தொடர்ந்து முன்னே நகரும் நிலையில் பிறப்பெடுப்போம்.

'ஓர் இந்து ஏன் நல்லவராக இருக்க வேண்டும்?' என்னும் கேள்விக்கு இது மிகவும் எளிய வேறொரு பதிலைத் தரக்கூடும். இப்போது நல்லவனாக இரு; அப்போதுதான் அடுத்த பிறவியில் இதைவிட நல்ல சூழலில் நீ பிறப்பாய். நீ நல்லவனாக இருந்தால் ஒரு ராஜாவாகவோ அல்லது துறவியாகவோ பிறக்கலாம். நீ கெட்ட செயல்கள் செய்தால் குறைகளோடு பிறப்பாய் அல்லது ஒரு கொசுவாகக்கூடப் பிறக்கலாம். (அமர்த்தியா சென் கூறியது போல நீங்கள் ஓர் இந்து என்றால் இந்தப் பிறவியில் நல்ல பொருளாதார அறிஞராக இருந்தால் அடுத்த பிறவியில் பௌதீகவியல் விஞ்ஞானியாகப் பிறப்பீர்கள். நீங்கள் ஒரு மோசமான பொருளாதார நிபுணராக இருந்தால் அடுத்த பிறவியில் சமுதாயவியல் அறிஞராகப் பிறப்பீர்கள்).

சென் சொன்ன நகைச்சுவையை விட்டுவிடுவோம். உங்களது பிரார்ப்த கர்மம் என்பது முன் பிறவியில் மனித உடலில் உங்கள் ஆன்மா கண்ட அனுபவங்களைப் பொறுத்தே நிர்ணயிக்கப் படுகிறது. நல்லவனாக இருப்பதற்கான வெகுமானம் என்பது அடுத்த முறை நல்லவிதமாக உங்கள் வாழ்க்கை அமையும் என்பதே.

இந்த பதில் எனக்குத் திருப்தி அளிக்கவில்லை. ஏனெனில் அது எனக்குத் தன் சுயநலத்தைக் கருத்தில் கொண்டு மேல் ஜாதியினர் சமூக அமைதியைப் பேண என்றே உருவாக்கியது என்றே படுகிறது. 'நீ ஏழையாகவோ 'தீண்டத்தகாதவராகவோ' பிறந்துவிட்டாய் என்றால் உடனே எதிர்க்குரல் கொடுத்துப் போராடாதே' என்பதையே இந்தக் கோட்பாடு உள்ளடக்கி இருப்பதாக எனக்குத் தோன்றியது. ஏனெனில், நீ உன் போன ஜென்மத்துப் பாவங்களுக்கு இப்போது பலனை அனுபவிக்கிறாய்; நாங்கள் உன்னைவிட மேலான வாழ்க்கை வாழ்வதற்காக எங்களைக் குற்றமும் கூறாதே. ஏனெனில் நாங்கள் எங்கள் இறந்த கால நற்செயல்களுக்கான பலன்களை இப்போது அறுவடை செய்கிறோம் என்று சொல்வதாகவே தோன்றுகிறது.

ஒழுங்காக இரு, கட்டுப்பட்டு இரு, உன் நிலையை ஏற்று உன்னிலும் மேலானோருக்குப் பணிவிடை செய்- அப்படிச் செய்தால் அதன் நற்பலன்கள் உனக்கு அடுத்த பிறவியில் கிடைக்கும் என்பதே இந்தக் கோட்பாடு முன் வைப்பதாக எனக்குத் தோன்றியது. அளவிடவே முடியாத மதிப்புள்ள ஒரு நல்ல வழியாக, தமது நிலையை அப்படியே ஏற்றுக் கொள்ளச் செய்யும் ஒரு தத்துவமாக இப்படிப் பட்ட நம்பிக்கை சார்ந்த ஓர் அமைப்பு சமூக அமைதியை உறுதி செய்ய அருமருந்தாக அமைந்தது (வேறு எந்த மதமும் கூறாத அளவு மனிதன் அடையும் துன்பத்தை இது நியாயப்படுத்தியது). ஆனால் எனக்கு அறநெறிகளுக்குப் பொருந்தாத தாகவே அது தோன்றியது. இதனால் மறு ஜென்மம் என்பதே தவறான கோட்பாடாகவே தோன்றியது.

ஆனால், என் அணுகுமுறை தவறானதே. ஏனெனில் எந்த ரிஷிகள் புனர்ஜென்மம் என்னும் தத்துவத்தை முன் வைத்தார்களோ அவர்களுக்கு சமூக அரசியல் அல்லது அடி பணிந்து போதல் பற்றி யெல்லாம் பெரிதாகப் பொருட்படுத்தியிருக்கவில்லை. ரிஷிகளின் கவனமெல்லாம் ஆன்மாவின் நிலையற்ற மற்றும் முழுமையற்ற தன்னை உணரும் முயற்சியில் ஆன முன்னேற்றமும் அதன் முடிவில் பிரபஞ்சத்துடன் ஐக்கியமாவதும் என்னும் இரண்டின் மீதே இருந்தன. அவர்களது தத்துவம் தெய்வீக ஆன்மா பற்றியது. எந்தச் சமூகச் சூழலில் இந்த உடல் பிறக்கிறது என்பது பற்றி அது கவனம் செலுத்தவில்லை.

அத்தியாயம் 4

இந்து மதத்தின் மகாத்மாக்கள்

கம்பீரமான தோரணையும், காந்தம் போன்ற கண்களும், வியத்தகு பேச்சாற்றலும் கொண்டவரும், பத்தொன்பதாவது நூற்றாண்டில் உலக வரை படத்தில் இந்து மதத்தை இடம் பெறச் செய்ய வேறு யாரையும் விடவும் பங்களித்தவரும் ஆன சுவாமி விவேகானந்தரின் எழுத்துகள் மற்றும் உரைகளில் இருந்தே நான் இந்து என நம்புகிறவற்றின் பெரும் பகுதி எனக்குக் கிடைத்தது. நான் வளரும் காலங்களில் இருந்தே சுவாமி விவேகானந்தர் எனக்கு மிகுந்த உத்வேகம் அளிப்பவராக இருந்தார்.

செயல்வேகம் மிகுந்த காலமாய் இருந்த கல்லூரி நாட்களில் எனது சாதனைகளுள் சில அவருடன் தொடர்புடையவை. 1974-ல் என்னை வருடாந்திர விவேகானந்தர் நினைவு உரை நிகழ்த்தும்படிக் கூறி இருந்தார்கள். அவர் எந்தப் பேச்சுக்கலைக்காகப் புகழ் பெற்றவரோ அதே தொனியில் அவரது உரைகளின் பகுதிகளை மேடையில் பேச என்னால் இயன்றதற்காகவும் எனக்கு அவர் மீது இருந்த அபரிமிதமான ஈடுபாட்டுக் காகவும் மட்டுமே அந்தக் கௌரவம் எனக்கு வழங்கப்பட்டிருந்தது. அவருடன் ஈடுபாட்டுடன் இருந்த மகிழ்ச்சி மிகு அந்நாட்கள் கல்லூரியுடன் முடிந்துபோனது சோகமே.

விவேகானந்தரின் இந்து மதத்தைப் புரிந்துகொள்ள ஒருவர் காலத்தில் மிகவும் பின்னோக்கிச் செல்லவேண்டும். அவரது கருத்துகள் அத்வைத வேதாந்தப் பள்ளியைச் சார்ந்தவை. அத்வைத வேதாந்தம் எட்டாம் நூற்றாண்டில் ஆதிசங்கரரால் நிறுவப்பட்டது. உபநிடதங்களில் மிகவும் தொன்மையான உபநிடதம் அதையே வலியுறுத்துகிறது. பல சிந்தனைப் பள்ளிகளுள் அத்வைதமே இந்து மதத்தின் தத்துவத்தை மிகவும் நன்றாக வெளிப்படுத்துவதுமாகும்.

❈ இந்து மதம்: ஆரம்ப நாட்கள் ❈

பொ.யு.மு. 3300 முதல் பொ.யு. 1700 வரையிலான காலத்தில் சிறந்து விளங்கிய சிந்து சமவெளி நாகரிகத்தில் தான் இந்து மதம் வேர் விட்டது (இன்னும் பழமையானது என வாதிடுவோரும் உண்டு). அந்த நாகரிகத்தின் எழுத்துகள் இன்னும் சரியாக விளங்கிக் கொள்ளப்படவில்லை என்பதால் கால அளவு இதுதான் என்பதை யாருமே நிறுவ முடியவில்லை. சிந்து சமவெளியில் சம்மணம் போட்டு அமர்ந்திருக்கும் கடவுள் வடிவம் சிவன் என்றே கருதப் படுகிறது. மதச் சடங்கின் படிநிலை மற்றும் வழிபாட்டு முறையும் ஹரப்பாவின் ஆய்வுகளில் தெரியவந்தன. எப்படிப் பார்த்தாலும் ஆண் பெண் என இரு பால் தெய்வங்களுமே வழிபடப்பட்டுள்ளனர். இயற்கை, விலங்குகள் மற்றும் ஆவிகளை வழிபட்டதுபோல, குழந்தைப் பேறு தொடர்பான வழிபாட்டு முறையும் இருந்திருக்கலாம். பொ.யு.மு. 3000 என்னும் காலத்தை ஒட்டியே இன்று நாம் இந்து தர்மம் எனக் காண்பது நிறுவப்பட்டது (யக்ஞவல்க்யர் என்னும் முனிவரால் என்று கூறப் படுகிறது; ஆனால் இதை மறுத்து பொ.யு.மு. 1500 என்று இன்னும் பொ.யு.மு. 3000ல் இருந்து 1500 பின்னேதான் அது உருவானது என்பாரும் உண்டு). யக்ஞவல்க்யர் உருவாக்கிய சடங்குகள், துதிகள் ஆகியவற்றின் உரையோடு நான்கு வேதங்களாகத் தொகுத்து பொ.யு.மு. 1700 முதல் பொ.யு.மு. 500 வரையான கால கட்டத்துக்குள் வடிவம் பெற்றன. இவற்றுக்கு மேலும் மெருகேற்றியவர் அதன் 'ஆசிரியர்' என மகாபாரதத்தில் அறியப்படும் வேத வியாசர் ஆவார்.

ராமாயணம் மற்றும் மகாபாரம் காவியச் சுவை மிகுந்தவையே என்றாலும் பிற்கால வேதங்களின் மதம் சடங்கு மற்றும் மிகவும் கட்டுப்பாடு கொண்ட அடுக்குகள் உள்ளதாக மாறிவிட்டது. சாங்கியம் என்னும் தத்துவப் பள்ளியைச் சேர்ந்த பதஞ்சலி முனிவர் இந்துத் தத்துவத்தின் புகழ் பெற்ற முனிவர்களுள் ஒருவர். அவர் வேத வியாசர் காலத்துக்கும் நூற்றாண்டுகள் பின்னால், சுமார் பொ.யு.மு. 150 கால கட்டத்தில், 'யோக சூத்திரம்' என்னும் நூல் வடிவத்தில் யோகப் பயிற்சிகளைத் தொகுத்தார். யோகக் கலை தத்துவம் மற்றும் பயிற்சி முறையால் அது முறையான யோகக் கலைக்கு அடுத்த தளம் அமைத்தது. அவரது யோக சூத்திரங்கள் எட்டு விதமான வழிகள் உள்ள ஒரு பாதையை முன் வைத்தன. அஷ்டாங்க யோகம் என அழைக்கப்படும் அதில் உடற் பயிற்சி, மனப் பயிற்சி மற்றும் ஒழுக்கம் சம்பந்தப்பட்ட பாடங்கள் உண்டு. ஒரு குருவின் மேற் பார்வையில் மிகவும் கண்டிப்பான ஒழுங்குக்கு உட்பட்டே ஒருவர் அதைக் கற்க இயலும். அப்பழுக்கற்ற பிரக்ஞை மற்றும் தன்னை அறிதலுக்கு அந்த யோகப் பயிற்சி ஒருவரை இறுதியில் இட்டுச் செல்லும்.

இதற்குப் பின்னரே உபநிடதங்கள் தோன்றின. அவை மிகவும் அறிவுபூர்வமான (பல சமயம் பிடிபடாத) தத்துவ விசாரணையை

முன்னெடுத்தன. புனித வேதங்களின் மீது அமைந்த உபநிடதங்களே இந்து மதத்தின் தோற்ற காலத்துப் பிரதிகள் எனலாம். புராணங்கள் பின்னாளில் எழுதப்பட்டபோது, அதன் கதைகள் வேத மதத்தை, இந்தியாவின் நாட்டுப்புற மதங்களுடன் பொதுவான அறங்களின் அடிப்படையில் ஒருங்கிணைக்க வழிவகுத்தது.

பிற்காலத்தில் இந்து மதம் தனது கறாரான பழமைவாதம், சடங்குகளுக்கு முக்கியத்துவம் சம்பிரதாயமான செயல்பாடுகள் இவற்றால் முடங்கிப் போனது. அதன் விளைவாக சீர்திருத்தவாதிகள் எழுந்தது தவிர்க்க இயலாததே. மகாவீரர் (பொ.யு.மு. 599- பொ.யு.மு.527) என்னும் சமண மதத்தின் முன்னோடி, ஆன்மிக உலகத்துக்கே தம்மை அர்ப்பணித்த கௌதம புத்தர் (பொ.யு.மு. 563- பொ.யு.மு. 483) ஆகியோர் குறிப்பிடத்தக்க மகாத்மாக்கள். இவர்தம் வழி நடந்தோர் தம்மை மீமாம்ச பிராமணியத்தில் இருந்து பிரித்துக்கொண்டு மைய இந்துக்களிடம் இருந்து விலகி புதியதாகக் கிளைத்த மதங்களின் வழி நடக்கத் தொடங்கினார்கள். சாங்கிய இருமைக் கோட்பாடு, சார்வாகர்களின் பொருள் முதல்வாதம் இரண்டுக்குமான சர்ச்சைகளில் இந்து மதம் சிக்கிய சில நூற்றாண்டுகளில் சமணம், பௌத்தம் இந்தியாவில் பரவத் தொடங்கின. அந்தச் சூழலில்தான் பொ.யு. எட்டாம் நூற்றாண்டின் இறுதியில் தென்னிந்தியத் துறவி இளைஞர் ஒருவர் பிளவுபட்டிருந்த இந்து மதத்தை ஒன்றுபடுத்தி அதற்குப் புத்துயிர் அளித்தார்.

ஆதி சங்கரர்

அந்தக் குழப்பமான காலத்துக்குத் தீர்வாக வந்தார் ஆதி சங்கரர். அவரின் அத்வைதம் அந்தக் குழப்பத்தின் கேள்விகளுக்கு முதிர்ந்த தத்துவார்த்த மான பதிலாக அமைந்தது. வேதம் போதித்த 'ஒரே உண்மை; பல விளக்கங்கள்' என்னும் உண்மையை ஒட்டி வெவ்வேறாயிருந்த இந்து மதத்தின் பல சிந்தனைகள் மற்றும் செயல்முறைகளை அத்வைத வேதாந்தம் என்னும் சிந்தனைப் பள்ளிக்குள் கொண்டுவந்தார். ஷட் தர்சனங்கள் என அழைக்கப்படும் ஆறு சிந்தனைப்பள்ளிகளில் காலத்தால் இறுதியாக அமைந்தாலும் அத்வைதம் முதன்மை இடத்தை நிரந்தரமாகப் பிடித்தது. புனித நூல்களின் வழிகாட்டுதல் ஆன்மிகத் தேடல் உள்ள ஒருவனுக்கு பலம் சேர்க்க ஆதி சங்கரர் கண்ட வழி இது தான் : பிரமாணங்கள் என்னும் காரணம் தேடும் அறிவையும் அனுபவம் என்னும் உள்ளார்ந்து உணரும் செயலையும் ஒன்றிணைப்பதே அது. அவர் முக்கியமான மத நூல்களின் மீது கவனம் செலுத்தினார். அவை பகவத் கீதை, பிரம்ம சூத்திரங்கள் மற்றும் 108 உப நிடதங்களில் 10 என்பவையே அவர் உண்மையை விளக்க முக்கியமானவை எனக் கருதியவை. இந்து தர்மத்தை இந்த நூல்களுக்கான தமது உரை (பாஷ்யம்) வழி அவர் பிரகாசிக்கச் செய்தார்.

அத்வைத சிந்தனைப் பள்ளி காரணம் தேடும் அறிவை உண்மையை விளக்க அத்தியாவசியமானதாகக் கருதுகிறது. சங்கரர் தமது காலத்தில் மிகவும் புகழ் பெற்ற விவாத நிபுணராகத் திகழ்ந்தார். அவர் பிறரின் கருத்துகளை விவாதத்துக்கு உட்படுத்தினார். தம்மை எதிர்த்துக் கேள்வி கேட்டவர்களையும் விவாதங்களில் வென்றார். உபநிடதங்கள் உட்பட்ட மத நூல்களுக்கு அவர் எழுதிய பாஷ்யம் என்னும் விளக்க உரைகள் கவிதை வடிவில் இல்லாமல் உரை நடையில் இருந்தன. 'சோக்ராடிக்' என மேற்குலகம் குறிப்பிடும் கேள்வி-பதில் வடிவத்தில் அவை அமைந்தன.

ஆதி சங்கரர் விவேக சூடாமணி என்னும் ஒரு சுலோகத் தொகுப்பில் வேதாந்தத்தைத் தேடும் ஒரு மாணவனுக்குத் தேவையான தகுதிகள் பற்றி எழுதினார். 581 சுலோகங்களைக்கொண்ட அதில் மாணவனுக்குத் தேவை எனக் குறிப்பிடப்படுபவை : உலகப் பற்றின்மை, புலன் இன்பங்கள் விழையாமை, சுயத்தை உணர்ந்து மோட்சத்தை அடையும் வேட்கை இவையே. உபநிடதங்களில் இருந்து பகவத் கீதை வரை எல்லா தத்துவ சிந்தனைகள் மற்றும் வாதங்களை விவேக சூடாமணி அலசுகிறது.

வெகுஜனங்களுக்கு எளிதாக வசப்படும் வண்ணமாகவும், மதத்தை விரிவாக்குவதற்காகவும் அவர் இயற்றியவையே பஜனைப் பாடல்கள். நூறு பாடல்களை எழுதினார். அவற்றுள் சில பஜ கோவிந்தம் போல மிக நீண்டவை. புராண காலத்துக் கடவுள்களைத் துதிப்பதான பாடல்களே அந்த நூறு சுலோகங்களில் பெரும்பான்மையானவை. அவற்றுள் சில நதிகளைப் போற்றுவதாகவும், சில காசி போன்ற திருத்தலங்களைப் போற்றுவதாகவும் சில ஆன்மிகத் தத்துவங்களை மையப்படுத்துவதாகவும் அமைந்தவை.

ஆதி சங்கரரைப் பொறுத்தவரை பக்தி யோகமே ஞான யோகத்துக்கு முதல் படி. தாம் நிபுணராயிருக்கும் மதத்தைப் பற்றிய நம்பிக்கையை மீட்பதில் திடமாக இருந்தார். பஜ கோவிந்தத்தின் ஏழாவது சுலோகத்தில் அவர் குழந்தைகள் விளையாட்டிலும், இளைஞர்கள் இளம் பெண்கள் மீதும் ஆர்வமாயிருக்க, முதியோருக்கோ கவலைகளே பெரிய அழுத்தம் தருகின்றன. யாருக்குமே பூரணமான அந்த ஞானத்தின் மீது அக்கறையே இல்லை என்று வருத்தத்தைப் பதிவு செய்கிறார்.

பாரம்பரியமான தத்துவங்கள் மற்றும் வழக்கங்களை எதிர்காலத்தில் பக்குவமாக விளங்கிக் கொள்ள உதவும்வகையில் சீராக்கித் தந்த ஒரு தத்துவ சிந்தனையாளராக மட்டுமே நின்று விடவில்லை ஆதி சங்கரர். அவர் நடைமுறை சீர்திருத்தத்தை முன்னெடுத்தவரும்கூட. தாந்திரீகர்களால் ஐயப்பாட்டுக்கு உரிய செயல் முறைகள் பெண் தெய்வ வழிபாட்டுக்குள் கொண்டுவரப்பட்டிருந்ததை மாற்றி 'சமயாசார' முறையில் தேவியை, தெய்வத்தின் அழகை வியந்து வழிபடும் முறையைத் தோற்றுவித்தார். சௌந்தரிய லகரி அவர் எழுதிய துதிப்பாடல்களில் குறிப்பிடத்தக்கதாகும். பல பௌத்தத் தத்துவங்களையும் செயல் முறைகளையும் அவர் தயக்கமின்றி ஏற்றார். அதனால் இரண்டு

மதங்களுக்குமான இடைவெளி குறைந்தது. தாய் மதம் பௌத்தத்தை உள்ளடக்கிக் கொள்வது தவிர்க்கமுடியாததாக இருந்தது. அவரது பணியே அதற்கு வழி வகுத்தது.

அசாதாரணமான அவரது யாத்திரைகள் - அவருக்கு எட்டு வயது நிறைந்த போதே துவங்கியவை - முப்பத்து இரண்டே வயதில் நிகழ்ந்த அவரது இறுதிக்காலம் வரை தொடர்ந்தன. அவரை தென் கோடி ராமேஸ்வரத்தில் இருந்து வடகோடி ஜம்மு வரை இட்டுச் சென்றன. தாம் தங்கியிருந்த எல்லா இடங்களிலும் அவர் கோயில்களை ஸ்தாபித்தார். அந்தக் கோயில்கள் அன்றிலிருந்து தொடர்ந்து வழிபடும் திருத்தலங்களாக விளங்குகின்றன.

அவர் ஐந்து மடங்களை நிறுவினார். அவற்றின் தலைமைக்கான சங்கராச் சாரியார்கள் இன்றுவரை தொடர்ந்து பொறுப்பேற்று வருகின்றனர். பத்ரிநாத் அருகே ஜோதிர் மடம் (உத்தராகண்ட்), பூரியில் கோவர்த்தன மடம் (ஓடிஸ்ஸா), துவாரகையில் காளிகா மடம் (குஜராத்) மற்றும் தெற்கில் இரண்டு - சிருங்கேரியில் சாரதா பீடம் மற்றும் காஞ்சிபுரத்தில் காஞ்சி காமகோடி பீடம் (தமிழகம்) (பெரும்பான்மை இந்துக்கள் முதல் நான்கை மட்டுமே ஆதி சங்கரருடைய தொன்மைக் காலத்துடன் தொடர்பு படுத்திக் கொள்கிறார்கள். உண்மையில் காஞ்சியின் சங்கராச்சாரியார்கள் பத்தொன்பதாம் நூற்றாண்டில் அதை மற்ற நான்கை விட மகத்துவம் அதிகம் உள்ளதாக ஆக்காவிட்டாலும் இணையான பெருமை மிகு மதபீடமாக உயர்த்தி உள்ளனர்).

தசனமி சன்யாசிகள் என்னும் ஓர் அமைப்பை நிறுவியதும் ஆதி சங்கரரே. அவர்கள் அலையும் துறவிகளாக நாடு முழுதும் மதத்தின் செய்தியை எடுத்துச் சென்றனர். ஆதி சங்கரரின் வாதிடும் திறமை புகழ் பெற்றது என்றாலும், அத்வைதம் தருக்கத்தால் தத்துவ உண்மைகளுக்கு ஒருவரை இட்டுச் செல்ல இயலாது என்றே கருதுகிறது; அறிவு என்பது முழுவதும் நன்மையானதே; ஆனாலும் அனுபவமும் தியானத்தால் கிடைக்கும் அக தரிசனங்களும் முக்கியமானவையே.

சங்கரரின் அத்வைத வேதாந்தம் சாஸ்திரம் (நூல்கள்), பிராமணங்கள் அல்லது யுக்தி (காரணம் அறிதல்) மற்றும் அனுபவம் ஆகியவற்றுடன் கர்மாக்களும் (ஆன்மிகச் செயல்முறைகள்) யோகத்தின் மூலம் பெறப்படும் திட சித்தமும் தூய்மையும் சேரவேண்டும் என்றும் வலியுறுத்துகிறது. இவை ஒவ்வொன்றும் தனித்தனியே போதுமானவை ஆகா. இவை அனைத்தையும் செயற்படுத்தும் ஓர் ஆன்மிகத் தேடல் உள்ளவருக்கே தன்னை உணரத் தேவையான ஞானமும் உள் தரிசனங்களும் கிடைக்கும்.

ஆதி சங்கரர் அத்வைத என்னும் தத்துவத்தின் நான்கு 'மகா வாக்கியங்கள்' என்று குறிப்பிட்டவை இவை: 'பிரக்ஞானம் பிரம்ம' (பிரம்மன் பற்றிய அறிவு), 'அயம் ஆத்மா பிரம்மா (இந்த ஆத்மனே பிரம்மன்), தத்வமசி

(அதுவே நீ), 'அஹம் பிரம்மாஸ்மி' (நானே பிரம்மன்). இவற்றையே அவர் இந்து ஆன்மிக சிந்தனைக்கான வழிகாட்டுநெறிகளாகக் கண்டார். என்றும் அழியாது உள்ளிருக்கும் ஆன்மா மற்றும் பிரபஞ்சம் முழுதும் நிறைந்த பிரம்மன் இரண்டும் உண்மையில் ஒன்றே. சாங்கிய சிந்தனைப் பள்ளி இருமையை நம்பியது. அதாவது ஆத்மனும் பிரம்மனும் வேவ்வேறானவர். மெய் நிலையின் மேலோட்டமான பார்வையில் ஒரு பிரமையாகவே இருவரும் வெவ்வேறாகத் தெரிகிறார்கள் என சங்கரர் வாதிட்டார்.

பிரபஞ்சத்தையும் உள்ளடக்கிய பிரம்மனே ஒரே உண்மை. பிரம்மனைத் தவிர எல்லாவுமே, இந்தப் பிரபஞ்சம், பொருட்கள் மற்றும் மனிதர்கள் எப்போதும் மாறிக் கொண்டே இருக்கும் தன்மை உடையவையே. எனவே அவையெல்லாம் பிரமை (மாயை). (பின்னாளில் டாக்டர் ராதா கிருஷ்ணன் தந்த விளக்கம் இது: மாயை என்பது பிரமை மட்டுமல்ல. நிலையில்லாத ஒன்றை அதுவே அறுதி உண்மை என்று தவறாகப் பொருள் கொள்வது). பிரம்மன் பரமார்த்திக சத்தியம். அதாவது முழுமையான உண்மை. ஒருவரது ஆத்மா அல்லது சுயம் அதற்கு இணையானது. இதை உணர்ந்து உண்மையான சுயத்தை ஒரே உண்மை (சத்) என ஏற்றுக் கொள்ளுதலே மோட்சம் அல்லது விடுதலைக்கு வழி வகுக்கும். மோட்சத்தை ஆனந்தம் எனச் சிலரும், வேறு சிலர் எளிமையாக வலியில்லா நிலை என்றும் கூறுவார்கள். அது வலியின்மையின் முடிவற்ற நிலை என்றே கூற முடியும். இங்கே குறிப்பிடும் வலி அன்றாட வாழ்க்கையில் உயிரனங்கள் அனுபவிக்கும் வலி ஆகும். மிகப் பெரிய உண்மையான பிரம்மன் சத்-சித்-ஆனந்தம் (உண்மை-பிரக்ஞை-ஆனந்தம்). தமது 'உபதேச சகஸ்ரி' நூலில் சங்கரர் குறிப்பிடுவது இது:

நான் பெயர், உருவம், செயல் அல்லாதவன்.
என் இயல்பு எப்போதும் சுதந்திரம்!
நானே சுயம், ஆகப் பெரிய நிபந்தனைகள் அற்ற பிரம்மன். நானே தூய பிரக்ஞை. என்றும் இருமை அற்றவன்.

- ஆதி சங்கரர் 'உபதேச சகஸ்ரி' 11.7

நான் முன்பே குறிப்பிட்ட படி, மண்டுக உபநிடதம் ஓம் என்னும் ஒலியை வில்லாகவும், ஒருவரது ஆத்மா அம்பு என்றும் பிரம்மனே இலக்கு என்றும் உருவகப்படுத்துகிறது. அத்வைதம் என்பது இருமையை நிராகரிப்பதையே குறிக்கிறது. அனந்தாகிரி என்னும் சங்கரரின் சீடர் பிரம்மனையும் ஆத்மனையும் பிரிப்பது என்பது ஒரு கோழியை இரண்டாக வெட்டிவிட்டு அதில் ஒரு பகுதியை சமைக்கலாம்; மறு பகுதி முட்டையிடும் என்பது போல ஆகும் என்றார்.

சங்கரரின் இந்து மதம் கடவுளை பிரபஞ்சத்துக்கு வெளியில் இருப்பவராகக் காணவில்லை. ஆனால் பிரபஞ்சம் மட்டுமே கடவுள் இல்லை. அவர் அதுவாகவும் அதை உள்ளடக்கிய பேருருவாகவும் இருப்பவர். உலகம்

கடவுளுக்கு உள்ளே இருப்பது. ஆனால் கடவுளையும் உலகையும் பிரித்து இரண்டாகக் காண இயலாது. அத்வைத வேதாந்தம் ஜீவன் முக்தி பற்றிப் பேசுகிறது. ஜீவன் முக்தி என்பது வாழும் காலத்திலேயே தனது வாழ்க்கையின் ஆக இறுதியான லட்சியத்தை உணர்வதாகும். அத்வைதிகள் தமது ஆன்மிகத் தேடலை அளப்பரிய ஞானத்தை அடைவதில் செலுத்தி, பேருண்மை என்னும் உணரப்பட மட்டுமே கூடிய வடிவான பிரம்மனுடன் தமது உண்மையான சுயம் நீக்கமற ஒன்றிணைவதை அடைய முயல்கிறார்கள்.

யமங்கள் என்னும் அறம் சார்ந்த விழுமியங்களே ஒழுக்கம் மிகுந்த வாழ்க்கையின் வழியாகத் தன்னை உணரும் ஞானத்துக்கு இட்டுச் செல்லும் என்று உபதேசித்தார். அஹிம்சை, அஷ்டேயம் (திருடாமல் இருத்தல்), சத்தியம் மற்றும் அபரிக்ரஹா (பொருட்களை அடையும் ஆசையை ஒழித்தல்) இவையே அந்த யமங்கள் ஆகும். பன்னிரண்டு நூற்றாண்டுகளுக்குப் பின்னர் வந்த காந்தியடிகள் மீது இவற்றின் தாக்கம் அதிகம் இருந்தது (அஹிம்சை என்பது எல்லா மதங்களுக்கும் பொதுவானதே. ஆனால் அது இந்து மதத்தில்தான் அதிகம் பேசப்பட்டும் செயற்படுத்தப்பட்டும் வருகிறது என காந்தியடிகள் குறிப்பிட்டார்).

தொன்மையான வேதங்களில் இருந்தே அத்வைத வேதாந்தம் புருஷார்த்தங்கள் என்னும் வாழ்க்கையின் நான்கு லட்சியங்களை ஏற்று வந்திருக்கிறது. இந்த நான்குள் தர்மம் என்பது ஒவ்வொருவரது கடமையை ஒட்டியது. அர்த்தம் என்பது பொருளைத் தேடுவது. காதல், உடல் சுகம் உள்ளிட்ட சுகம் மற்றும் வசதிகளைத் தேடுவது காமம். முக்தி என்பது தெய்வீக ஆன்மாவுடன் ஒன்றிணைவது. பிரம்மன் மற்றும் ஆத்மன் ஒன்று என உணர்வதன் மூலமாகவே நான்காவதான மோட்சத்தை ஒருவர் அடைய முடியும். தன்னுள் மற்றும் பிற உயிரினங்களுள் உள்ள பிரம்மனை ஓர் இந்து காண்கிறார். எல்லாமே பிரம்மன் என அவர் உணர்கிறார்.

> ஆரம்பமும் முடிவே இல்லாதவர் அவர்; குழப்பங்களின் நடுவே அவர்
> எல்லாவற்றையும் உயிர்ப்பிக்கிறார், அவரே சிருஷ்டி கர்த்தா; அவரே
> அனைத்தையும் கடந்தவராய் எண்ணற்ற வடிவங்களால் ஆனவர்
> ஒருவன் கடவுளை உணரும்போது எல்லா விலங்குகளில் இருந்தும்
> விடுதலை அடைகிறான்

- ஸ்வேதாஷ்வதார உபநிடதம், V.13.240

எல்லா மனித ஜீவன்களும் சமமானோரே என்னும் நீதிக்கான தத்துவ அடிப்படையை எல்லா உயிரினங்களும் ஒன்றே என்னும் அத்வைதம் இவ்வாறாக வழங்குகிறது. அதை பிரமாணத்தன்மை மிகுந்தது என்றும் அறிவாளிகளுக்கானது என்றும் பலரும் கூறினாலும் சமத்துவம் பேசும் தத்துவ வடிவமாகவே அது திகழ்கிறது. தமது உபதேச சகஸ்ரி நூலின் அதே பகுதியில் ஆதி சங்கரர் பெற்றவர்களின் அடிப்படையிலோ, ஜாதி அடிப்படையிலோ பேதம் காண்பது தவறு என்றும் மற்றும் அது

அறிவின்மையின் அடையாளம் என்று அற அடிப்படையில் பேதம் காணாத சமத்துவம் பற்றி அறுதியிடுகிறார். சங்கரரின் விடுதலை பெற்ற தனி மனிதன் பேதம் காணாமையைப் புரிந்துகொண்டு அதையே நடைமுறை வாழ்க்கையிலும் பேணுகிறார். ஜாதி ஏற்றத்தாழ்வுகள் ஒரு கரும்புள்ளியாக வந்துவிட்ட மதத்துக்கு அவரது இந்த போதனை மிகவும் முக்கியமாக அமைந்தது. அத்வைத வேதாந்தி எல்லா உயிரினங்களும் அடிப்படையில் ஒன்றே என்றும் எனவே அவர்கள் யாவரும் சமமே என்றும் ஏற்றுக்கொண்டார்.

முழுமையான உணர்தல் இருக்கும் சத்-சித்-ஆனந்த நிலையில், சங்கரர் பாடல்களில் கூறுவார்: *ஆத்ம சதகம் (சுயத்தின் பாடல்)*

நான் மனமும் அல்லன், புத்தியும் அல்லன், அகமும் அல்லன் மனத்தின் உட்பொருளும் அல்லன்
நான் உடலும் அல்லன் உடல் கொள்ளும் மாற்றங்களும் அல்லன்
நான் கேள்வி, சுவைத்தல், நுகர்தல் அல்லது காணும் புலன்களும் அல்லன்
நானே முழுமையான இருப்பு, ஞானத்தின் முழுமை, ஆனந்தத்தின் முழுமை-
நானே சிவன், நானே சிவன் (சிவோகம், சிவோகம்)

நான் உள்வாங்கும் மூச்சோ ஐந்து முக்கிய வாயுக்களோ அல்லன்
நான் உடலின் பொருட்களுமல்லன் ஐந்து உறைகளும் அல்லன்
நான் செயல்களின் உறுப்புகள் அல்லன் புலங்கள் உணர் பொருளும் அல்லன்
நானே முழுமையான இருப்பு, ஞானத்தின் முழுமை, ஆனந்தத்தின் முழுமை-
நானே சிவன், நானே சிவன் (சிவோகம், சிவோகம்)

எனக்கு அசூயையோ பற்றோ இல்லை; பேராசையோ நிராசையோ இல்லை
அகமோ பொறாமையோ, தர்மமோ மோட்சமோ இல்லை
நான் இச்சையோ இச்சிக்கப்படும் பொருட்களோ அல்லன்
நானே முழுமையான இருப்பு, ஞானத்தின் முழுமை, ஆனந்தத்தின் முழுமை-
நானே சிவன், நானே சிவன் (சிவோகம், சிவோகம்)

நான் பாவமோ சீலமோ அல்லன், துன்பம் அல்லது இன்பமுமல்லன்
நான் கோயிலுமல்லன் வழிபாடுமல்லன் புனித யாத்திரையுமல்லன் புனித நூல்களும் அல்லன்
நான் இன்பம் என்னும் அனுபவமுமல்லன்
சுகம் தரும் பொருளோ சுகத்தைத் துய்ப்பவனுமோ அல்லன்
நானே முழுமையான இருப்பு, ஞானத்தின் முழுமை, ஆனந்தத்தின் முழுமை-
நானே சிவன், நானே சிவன் (சிவோகம், சிவோகம்)

எனக்கு மரணமோ மரண பயமோ ஜாதியோ இல்லை
நான் எப்போதும் பிறக்கவுமில்லை, எனக்குப் பெற்றோரோ உறவோ நட்போ இல்லை
நானே முழுமையான இருப்பு, ஞானத்தின் முழுமை, ஆனந்தத்தின் முழுமை-
நானே சிவன், நானே சிவன் (சிவோகம், சிவோகம்)

நான் புலன்களால் உணரப்படுவதற்கு அப்பாற்பட்டவன்
நான் முக்தியுமல்லன் அறியப்படுகிறவனுமல்லன்
எனக்கு வடிவமில்லை, எல்லைகள் இல்லை, நான் அண்டத்துக்கும்
காலத்துக்கும் அப்பாற்பட்டவன்
நானே யாவும், பிரபஞ்சத்தின் அடிப்படை நானே, நானே எங்குமிருப்பவன்
நானே முழுமையான இருப்பு, ஞானத்தின் முழுமை, ஆனந்தத்தின் முழுமை-
நானே சிவன், நானே சிவன் (சிவோகம், சிவோகம்)

- ஆதி சங்கரர் நிர்வாண சதகம் 41

சங்கரரின் இந்தப் பாடல்களில் ஆழ்ந்த சிந்தனைக்குரிய பொருளை நான் கண்டேன். ஆனால் இந்த இந்துத் தத்துவ அடிப்படை மீது பெரும்பான்மை இந்துக்களுக்கு எந்த ஆர்வம் இல்லை. பிறரைப் பற்றிக் கேட்கவே தேவையில்லை. எனது எளிய விளக்க உரைகளால் கோடிட்டுக்காட்டிவிட முடியாத அளவுக்கு உண்மையில் அத்வைதம் சிக்கலான தத்துவமே. கேண உபநிடதம் அதைத் தெள்ளத் தெளிவாகக் காட்டுகிறது:

எனக்கு அது விளங்கி விட்டது என நான் எண்ணவில்லை. என்னால் அது
புரிந்து கொள்ளமுடியுமா என்பதே எனக்குத் தெரியாது
நம்முள் அறிந்தவர்கள் அறிகிறார்கள்; ஆனால் அவர்களுக்கும் தாம் அறிந்து
கொள்ளவில்லை என்பதே தெரியாது.

-கேனோப உபநிடதம், II.242

இருப்பினும், ஆதி சங்கரர் கேதார்நாத்தின் மலைக் கோயிலில் இளமையான 32 வயதில் உயிர் நீத்தபின் அவரது வழி நடந்தோர் பலருக்கும், இவற்றை சாமானிய மனிதருக்கும் புரியும்படி சேர்க்க வேண்டும் என்னும் புரிதல் ஏற்பட்டது. அதைத் தவிரவும் இந்து மதம் தன்னை மாற்றிக்கொண்டு வளர்த்துக் கொள்ள வேண்டிய கட்டாயங்கள் பல இருந்தன.

இந்து மதத்தை மீள் கண்டுபிடித்தல்

கண்டிப்பாக இந்து மதம் சமணம், பௌத்தம் ஆகிய மதங்களைத் தேய்த்து தன்னுள் அடக்கிக்கொண்டுவிட்டாலும் இரண்டுமே நிரந்தரமான சில பாதிப்புக்களை (அந்த மதங்கள் சீர்திருத்த விரும்பிய) இந்து மதம் மீது செய்திருக்கின்றன. பௌத்த வழி முறையான துறவிகளின் மடாலயங்களே இந்து மதத்தில் துறவிகள் எண்ணிக்கை கூடுவதற்கு வழி வகுத்தது. பௌத்தத் துறவிகள் தம் தலையை மழித்து, காவி உடை உடுத்து வாழ்க்கை முழுதும் பிரம்மச்சரியம் கடைப்பிடிப்பதைப்போல இந்துத் துறவிகளும் மாறினார்கள் (பௌத்த காலத்துக்கு முன்பு இருந்த மத வழிகாட்டிகள் இல்லறத்தில் இருந்தவர்களே. திருமணம் செய்தவர்களே. பிரம்மச்சரியம் பூண்ட சன்னியாசிகளாக இல்லை). பௌத்த மடாலயங்களே சங்கராச் சாரியாரை மடங்களை நிறுவச் செய்தன. மடங்களில் சன்னியாசிகளும் மாணவரும் தங்கும் குருகுலம் ஆகவே அது ஆனது. அஹிம்சையே இந்து

மதத்தின் அடிப்படை நெறி என்றும் பெரிய அளவில் இந்துக்கள் (குறிப்பாய் பிராமணர்கள்) சைவ உணவுக்கு மாறியதும் சமண மதத்தின் உயிர் கொல்லாமைக்குப் பதிலளிப்பதாகத்தான் மாறியது.

பௌத்தம் மற்றும் சமண மதத்துக்கு எதிர்வினையாக, பெரிய அளவில் நாடு முழுவதும் தமது வழிமுறைகளை மாற்றிக்கொண்டும் அந்த மதங்களைத் தனக்குள் ஐக்கியப்படுத்திக்கொண்டும் இந்துமதம் தன்னை மாற்றிக்கொண்டது. கிட்டத்தட்ட பௌத்தம் இந்தியாவில் வழக்கொழிந்து போகும் அளவுக்கு இந்து மதம் அந்த மாற்றத்தை மேற்கொண்டது (எந்த அளவு வேகத்தில் அது செய்யப்பட்டது என்பது சாரநாத்தில் உள்ள பௌத்த ஸ்தூபியில் புத்தர் முகத்தில் வைணவ நாமமே வரையப் பட்டிருந்ததில் இருந்து தெரிந்துகொள்ளலாம்). சமணர்கள் இந்து மதத்தின் ஒரு பிரிவைச் சேர்ந்தவர்களாகவே கருதப்பட்டார்கள் (பல சமணர் இதை ஆட்சேபித்தனர்). எதிரான ஒரு மதமாகவே சமணம் கருதப் படவில்லை. பத்தாம் நூற்றாண்டில் இந்து மதம் தன் ஆதிக்கத்தை மீண்டும் நிலை நாட்டி, தன்னைச் சீர்திருத்த வந்த மதங்களை உள்வாங்கிக் கொண்டுவிட்டது. எளிய மக்கள் புரிந்துகொள்ளும்வகையிலான தத்துவங்கள் உருவாகின. பிரசித்தி பெற்ற உருவ வழிபாட்டு முறைகள் முழுமையாக ஏற்றுக்கொள்ளப் பட்டன. பெரிய ஆன்மிக மையங்கள் உருவாக்கப் பட்டன. நிறைய துறவிகள் அங்கே ஆன்மிகம் பரப்ப முன் வந்தனர். இந்தியாவில் இந்து மதத்தின் மேலாதிக்கம் எதிர்ப்பே அற்றதாகத் தோன்றியது.

ஆனாலும் பொ.யு. 1000 கால கட்டத்தில் ஒரு புதிய சவால் வடமேற்குப் பகுதியில் இருந்து வந்தது. முகம்மது பின் காசிம் பொ.யு. 712ல் சிந்த் பகுதியில் ஊடுருவினார்., கஜினி முகம்மது (17 முறை 1000 முதல் 1027 வரை படையெடுத்தார்), முகம்மது கோரி (பல கோரமான யுத்தங்களை 1180 முதல் 1220 வரை நிகழ்த்தினார்). இந்தப் படையெடுப்புக்களில் எளிய இந்துக்கள் பலரும் கொல்லப்பட்டனர். நிறைய சொத்துக்கள் அழிக்கப் பட்டன. ஆழ்ந்த தழும்புகளை அவை விட்டுச் சென்றன.

இந்து மதம் ஒரு சக்தி வாய்ந்த மத உணர்வால் உந்தப்பட்ட படையை எதிர்கொண்டது. இந்து மதத்தின் தன்மைக்கு அது முற்றிலும் முரணானது. இஸ்லாம் இந்து மதத்தின் தத்துவ அடிப்படையைக் கேள்விக் குள்ளாக்கியது. பன்மைத்துவ வழிபாடுகளை அது நிராகரித்தது. பன்மையான அதன் மதக் கோட்பாடுகளை வெறுத்து ஒதுக்கியது; மேலும் அதன் பொக்கிஷங்களைக் கைப்பற்றியது. பௌத்தம் அல்லது சமணம் கொடுத்த சவால்களை ஒப்பிட இது மிகவும் வேறு மாதிரியானதாக இருந்தது. சில இஸ்லாமிய அரசர்கள் கோவில்களைத் தாக்கி அவற்றின் பொக்கிஷங்களைக் கொள்ளையடித்துப் பின் அந்தக் கோவில்களை சிதைத்தனர். வெல்லப்பட்ட மக்களில் சிலருக்குத் தம்மை வென்ற மன்னரின் மதத்துக்கு மாறிக்கொள்ளும் விருப்பம் இருந்தது. இப்படியாக கஜினியின் வெற்றிகள் பெரிய அபாய சங்கை ஊதின. இந்து மதத்தை மீட்டெடுப்பது அவசரத் தேவையாக ஆனது.

மேற்கே சோம்நாத் கோயிலில் இருந்து இந்தியாவின் உட்பகுதியான மதுரா வரை கோயில்கள் திரும்பத் திரும்பக் கொள்ளையடிக்கப் பட்டன. இது இந்துக்களுக்கும் அவர்களது மதத்துக்கும் பெரிய அடியாக இருந்தது. ஒன்று அந்தத் தாக்குதலை எதிர்கொள்ள வேண்டும் அல்லது அழிய வேண்டும் என்னும் ஒரு சவால் இந்து மதத்தின் முன் நின்றது. முகம்மது கஜினி போன்ற அரசர்களின் நோக்கம் இரண்டு விதமானது. இந்தியாவின் விலை மதிக்க முடியாத பொக்கிஷங்கள் கோயில்களில்தான் வைக்கப் பட்டிருந்தன. அவற்றைக் கொள்ளை அடிப்பது ஒரு நோக்கம். இரண்டாவது உருவ வழிபாட்டின் தலமாக இருக்கும் கோயில்களை அழிப்பது. இந்துக்களுக்குத் தம் மதத்தைப் புனரமைப்பது அல்லது அழிந்து போவது என்னும் இரு வழிகளே இருந்தன.

மீட்டெடுப்பதே இந்து பதிலாக இருந்தது. பலவிதமான செயல் முறைகளில் அதை முன்னெடுத்தார்கள்: பிராமணக் கோட்பாடுகளை எளிமைப்படுத்தி வெகுஜனங்கள் மத்தியில் பரவலாக்குவது அவற்றுள் ஒன்று; பௌத்த, சமண மதங்களின் சில வழக்கங்களை இந்து மதத்துக்குள் எடுத்துக் கொள்வது; நாட்டுப்புற நம்பிக்கைகள், பிராந்திய தெய்வங்கள், வழிபாட்டுமுறைகள் இவற்றை மைய இந்து மதத்துக்குள் இணைத்தல்; எளிதில் நெருக்கமாக உணரமுடிந்த மனித உருவில் இறைவனை உருவகப் படுத்துதல்; இசை, நாட்டியம் மற்றும் நாடகம் இவற்றைக் கொண்டு மதக் கதைகளைப் பரவச் செய்வது; தினசரி வீட்டில் வழிபாடு செய்வதை எல்லா மக்களுக்கும் உரித்தாக்குவது (அதனால் கோயில் மட்டுமே வழிபாட்டின் மையப்புள்ளியாக இருக்க வேண்டியது இல்லை என்றானது); இவ்வாறாக ஒவ்வொருவரும் தமது மனதுக்குப் பிடித்த கடவுள் மீது மிகுந்த விசுவாசம் வைப்பது இந்து மத முறைகளின் முக்கிய அம்சமானது (பின்வரும் பகுதியில் நான் பக்தி இயக்கத்தின் எழுச்சி பற்றி விரிவாகக் கூறுகிறேன்).

மறுபக்கம் ஒரு நிறுவனப்படுத்தப்படாத அமைப்பாகவே இந்து மதம் இருந்தது அதன் பலவீனமாகிப்போனது: வேதம் பற்றிய அறிவு தலை முறை தலைமுறையாக பிராமணக் குடும்பங்களுக்குள்ளேயே பேணப் பட்டும் அடுத்த தலைமுறைக்கு போதிக்கப்பட்டும் வந்தது. அல்லது குருகுலத்தில் ஒரு முனிவரால் அவரது சீடர்களுக்கு போதிக்கப்பட்டது. இப்படிப்பட்ட தனிப்பட்ட வழிமுறைகளை நீக்குவது மிகவும் கடினமாக இருந்தது. இவற்றை உள்ளடக்கிய புதிய மதத்தை உருவாக்குவதும் சாத்தியம் இல்லை. ஆன்மிக அதிகாரமும் (புரோகிதர் ஜாதி) ஆளும் அதிகாரமும் (சத்ரியர்கள்) இரண்டு ஜாதிகளிடம் இருந்தன. பௌத்தமும் சமணமும் புகழ் பெற்று ஓங்கியதைக்கண்டு இந்த இரு ஜாதிகளும் தமது நலன்களைப் பாதுகாத்துக்கொள்ள பரஸ்பரம் மதித்து நடக்கும் ஓர் உடன்படிக்கை செய்துகொண்டன.

இத்தகைய முயற்சிகள் பிற ஆசிய நாடுகளான இந்தோனேசியா, மலேயா மற்றும் மாலத் தீவுகள்போல இஸ்லாமியமயமாகாமல், இந்து மதம் வேற்று மதத்தவரின் ஆட்சியிலும் அழியாமல் காப்பாற்றின.

போராடித் தன்னை மீட்கும் இந்துயிஸத்தின் ஆற்றல் போற்றுதற்குரியது என்றால் அது மிகை ஆகாது. எண்ணற்ற படையெடுப்புகள், ஊடுருவல்கள், தாக்குதல்கள் நிகழ்ந்தபோது இந்துயிஸத்தைப்போல் வலு இருந்திராத மதங்கள் மடிந்தன. அவற்றின் மக்களில் பெரும்பான்மையினர் வெற்றி பெற்ற அரசனின் மதத்தைத் தழுவினார்கள். ஆனால் இந்துயிஸமோ வலுவாக நின்று மீண்டு எழுந்தது. பத்தொன்பதாம் நூற்றாண்டின் மத்தியில் கார்ல் மார்க்ஸ் இந்த அற்புதத்தை வியந்தார். போற்றுதற் குரியதாகக் கண்டார். ஆதிக்க வெறியில்லாத ஒரு மதமே இந்து மதம். ஆனால் தன்னைத் தற்காத்துக் கொள்வதில் அது அசாதாரணமான பலம் கொண்டது. அடிகளைத் தாங்கியும் அது போரிட்டது. ஒவ்வொரு முறையும் ஊடுருவியவர் தோற்றுத் திரும்பிச் சென்றார். இந்து மதம் மீண்டு எழுந்தது. பலநேரம் ரத்தம் சிந்தினாலும் அது அடிபணியவே இல்லை.

ராமானுஜரும் பக்தி இயக்கமும்

இந்து மதத்தின் மீண்டெழும் ஆற்றலுக்கு இரண்டு விஷயங்கள் அடிப்படைக் காரணங்களாக இருந்தன. ஒன்று இந்து கோட்பாடுகளின் வெளிப்படைத்தன்மை. இரண்டாவது சடங்கு சம்பிரதாயங்களில் இருந்த வளைந்துகொடுக்கும் தன்மை. ஆயிரம் ஆண்டுகளுக்கு முன்பு தென் இந்தியாவில் ராமானுஜர் (1017-1137 என 120 வருடம் வாழ்ந்தவர் என்றே கருதுகிறார்கள்) என்னும் வைணவ சித்தாந்தி, திருவரங்கத்தில் ஒரு மடத்தின் மடாதிபதியாக இருந்து இந்து மதத்தைப் புனரமைத்தார். சங்கரரின் வழியை ஒட்டி, இவர் அத்வைதத்தின் சிறப்பான மாற்று வடிவம் ஒன்றை முன்னெடுத்தார். அவரது ஆய்வுமிக்க பங்களிப்புகள் மிகவும் முக்கியமானவை: பிரம்ம சூத்திரமும் பகவத் கீதைக்கு இவர் தந்த விளக்க உரைகளும். ஆதி சங்கரின் உரைகளுக்கு சவால் விடுப்பவையாக இவை இருந்தன. தத்துவரீதியாக ஆதி சங்கரர் முன் வைத்த கருத்துகளுக்கு மாற்றாக இருந்தன ராமானுஜரின் உபதேசங்கள். மத அடிப்படையில் இவரது இந்த உபதேசங்கள் பெரிய தாக்கத்தை உண்டாக்கின. கர்மாவின் சுமைகளைக் கடவுளைத் துதிப்பதால் கட்டாயம் வெல்ல இயலும் என இவர் முன் வைத்த சித்தாந்தம் இந்து மதத்துக்கு மறுமலர்ச்சி கொடுத்தது.

இந்த அணுகுமுறையில் ராமானுஜர் நிறுவன அமைப்பின் பலத்தையும் இந்து மதத்துக்கு வழங்கினார். தினசரி கோயில் பூஜைகள் மற்றும் வருடாந்திர விழாக்கள் என அவர் தாம் தலைமை தாங்கிய திருவரங்க மடத்தில் அறிமுகப்படுத்தினார். அக்கம் பக்கக் கோயில்களிலும் உருவ வழிபாடு மற்றும் ஒட்டுமொத்த சமூகத்தை உள்ளடக்கும் சடங்குகளைக் கொண்டுவந்தார். அவர் முன்னெடுத்த சீர்திருத்தங்களில் மிகவும் வியப்பளிப்பது அவர் பெண்கள் மற்றும் விவசாயத்தில் ஈடுபட்ட கீழ் ஜாதியினர் (தலித்கள் என்றே கூறவேண்டும்) ஆகியோர் ஆலய வழிபாட்டில் பங்கேற்க வழி செய்தார். அவர்களுக்கு அது தொன்று

தொட்டு மறுக்கப்பட்டதாகவே இருந்தது. ஆலய வழிபாட்டு முறைகளில் சமஸ்கிருத ஸ்லோகங்கள் மட்டுமே இசைக்கப்பட்டபோது, எளிய மக்களின் மொழியான தமிழில் எழுதப்பட்ட ஆழ்வார் பாசுரங்களை, பாட அவர் அனுமதித்தார். அவரது சீர்திருத்தங்கள் தென் இந்தியாவின் முக்கிய வைணவக் கோயில்கள் முழுவதும் பரவின. இந்த சீர்திருத்தங்கள் இந்து மதத்தின் மீள் கண்டுபிடிப்பாகி வைணவ மரபை வெகு ஜனங்களிடம் எடுத்துச்சென்றன.

ராமானுஜரின் சீர்திருத்தச் செயல்பாடுகள் பக்தி இயக்கத்தில் இந்து மதம் பெரும் புகழ் அமைய அடித்தளம் அமைத்தன. புரிந்து கொள்ளக் கடுமையான இந்துத் தத்துவத்தை காதுக்கு இனிமையான துதிப் பாடல்கள் மூலம் எளிய மொழியில் மக்களின் இதயத்தை எட்டும் வண்ணம் அவை எடுத்துச் சென்றன. பல விதங்களில் அவரே பக்தி இயக்கத்தின் முன்னோடி எனலாம். தென்னிந்தியாவில் துவங்கிய பக்தி இயக்கம் மெள்ள மெள்ள பன்னிரண்டு மற்றும் பதினெட்டாம் நூற்றாண்டுகளுக்கு இடைப்பட்ட காலகட்டத்தில் வட இந்தியாவுக்கும் பரவியது. பொ.யு. நான்கு மற்றும் ஒன்பதாம் நூற்றாண்டுகளுக்கு இடைப்பட்டகாலத்தில் நாயன்மார்கள், ஆழ்வார்களால் துவங்கப்பட்ட இந்த இயக்கத்தின் பல கவிஞர்கள் ஆண்டாள் உட்பட்ட பெண்கள் ஆவர். அவர்கள் சிவன் மற்றும் விஷ்ணுவைத் துதிக்கும் பாடல்களை தம் மக்களின் மொழியான தமிழில் பாடினார்கள். சமஸ்கிருதம் கோலோச்சிய மதத்தில் மக்களின் மொழியில் இயற்றப்பட்ட துதிகள் பக்தி இயக்கம் பரவ வழி வகுத்தன.

அலகாபாத்தைச் சேர்ந்த ராமானந்தர் என்னும் வைணவ சன்னியாசி கங்கைச் சமவெளி என்னும் ஆர்யவர்த்தப் பகுதியில் பதினான்காம் நூற்றாண்டில் பக்தியை உபதேசித்து விரிவாக யாத்திரை மேற்கொண்டார். அவர் கருணையே வடிவான கடவுளை நம்பவும் அவரிடம் சரணடையவும் வலியுறுத்தினார். கடவுள் முன் அனைவரும் சமம்; மனித வாழ்க்கையின் துன்பங்களில் இருந்து விடுதலை; பக்தர்களின் வாழ்க்கையில் கடவுள் அன்பே வடிவானவர் என்னும் தெய்வீக மொழிகள் மக்களை மிகவும் கவர்ந்தன. வாரணாசியிலேயே தங்கிவிட்ட அவருக்கு ஆணும் பெண்ணுமாய்ப் பத்துக்கும் மேற்பட்ட சீடர்கள் உருவானார்கள். அவர்களுள் இஸ்லாமிய நெசவாளர் கபீர் குறிப்பிடத் தகுந்தவர். அந்த சீடர்கள் ராமானந்தரின் செய்தியை வெகுஜனங்களிடம் எடுத்துச் சென்றார்கள்.

பக்தி இயக்கத்தின் ஒளிமிகு நட்சத்திரங்கள் சிலர்: கபீர் (பொ.யு. 1440-1510), பிறப்பால் இஸ்லாமியர், அற்புதமான பாக்களில் இந்து மதத்தின் சாராம்சத்தை வழங்கியவர். அவர் மத நல்லிணக்கத்தைப் புகழ்ந்து பாடிக்கொண்டிருந்தபோது மேற்கத்திய நாடுகள் 'இன்க்விசிஷன்' என்ற பெயரில் மத எதிர்ப்பாளர்களை துன்புறுத்தி அழிக்கும் வேலையையும், சூனியக்காரிகள் எனச் சொல்லிப் பெண்களையும் மாற்றுக் கருத்து

உடையவர்களையும் உயிருடன் எரிக்கும் வேலையையும் செய்து கொண்டிருந்தார்கள்.

காஷ்மீரின் லல்லா ருக் (பொ.யு. 1317-1372) என்னும் பாடகி, சிவனின் மீது தமது பக்தியை வெளிப்படுத்தும் உணர்ச்சிமிகு பாடல்களைப் பாடியவர். இந்து முஸ்லிம் பேதம் பார்க்காதவர். மீராபாய் போன்ற (1498-1597) கவிஞரும் பாடகியுமானவர்கள் பாடிய போதோ பாடுபவரும் கேட்போரும் இன்று கிறித்துவ அற்புதக் கூட்டங்களில் காண்பது போல் ஒரு மன எழுச்சியுடன் இருந்தார்கள். பன்னிரண்டாம் நூற்றாண்டுக் கவிஞரான ஜெயதேவர் தமது பாடல்களால் ராதா கிருஷ்ணா வழிபாட்டை புரட்சிகரமாக மாற்றி அமைத்தார். கண்பார்வையில்லாத சூர்தாசர் அவரின் கருத்துகளை எதிரொலித்த பாடல்களை எழுதினார். பிருந்தாவனமும் மதுராவும் கிருஷ்ணரின் புனித பூமியாக அறியப்படக் காரணமானவர் இவரே. ராமாயணத்தின் பாடல் வடிவான ராமசரித மானஸ் மற்றும் நாற்பத்து மூன்று பாடல்களில் அனுமனின் வீரம் மற்றும் பலம் பற்றிய ஹனுமான் சலீசா பாடல்களை அவாதி என்னும் மொழியில் (முதலில் சமஸ்கிருதத்தில்) இயற்றிய துளசிதாசர் (பொ.யு. 1532-1623) மிகவும் குறிப்பிடத்தக்கவர். கபீரின் பாக்களை இந்தி அறிந்தவர்கள் இன்றும் எளிதாகப் புரிந்து கொள்ளலாம். கவிதையும் பாடல்களும் பக்தியின் வாகனங்களாகவே பக்தி இயக்கத்தில் இருந்தன.

உதயபூரின் ராஜாவும் மீராவின் கணவனும் ஆன உதயபூர் ராணாவுக்கோ கிருஷ்ணர் மீது மீரா காட்டும் பக்தியில் உடன்பாடில்லை. மீராவுக்கு விஷம் வைத்து அவரைக் கொல்ல முயன்றார். மீரா அருந்திய விஷயம் மாயமாக தேனாக மாறியது. ஆன்மிக ஆனந்தத்தில் கிருஷ்ணர் மீது உணர்ச்சி மிகுந்த துதிப் பாடல்களைப் பாடி ஆடினார். உலக விஷயங்களைத் தள்ளி விட்டு உணர்ச்சிமிகு பக்தியை கிருஷ்ணர் மீது மீரா செலுத்தும் பாடல்களில் இது ஒன்றாகும்:

காலகளில் சதங்கை அணிந்து உணர்ச்சிபூர்வமாக ஆடுகிறாள் மீரா
மக்களோ அவளுக்குப் பித்துப் பிடித்துவிட்டது என்கிறார்கள்
மாமியாரோ குலத்துக்கே அவப்பெயர் தேடித் தந்தாள் என்கிறார்
ராணா அவளுக்கு ஒரு கோப்பை விஷம் அனுப்பினார்
சிரித்தபடியே மீரா அதை அருந்தினாள்
நான் என் நாராயணனின் நிரந்தரமான சேவகியாகிவிட்டேன்
மலையைக் கையில் ஏந்திய கிரிதரனே மீராவின் கடவுள்
அழிக்க முடியாதவனே நீ என்னை உன்னுடன் முடிவற்ற தழுவலில் சந்திப்பாய்

பக்தியின் கற்பனை வளம் மிகவும் போற்றுதற்குரியது; மிகவும் ஆச்சரியம் தருவது அது தனது உச்சத்தை இஸ்லாமிய ஆட்சிக் காலத்தில் (1526 முதல் பதினெட்டாம் நூற்றாண்டின் பாதிவரை) தான் எட்டியது. நாடு இஸ்லாமியர் கையில் இருந்தபோது பக்தி இயக்கம் மறுமலர்ச்சியையும் பலத்தையும் இந்து மதத்துக்குத் தந்தது. ஜாதி பேதங்கள் மற்றும் ஜாதி சட்ட

திட்டங்களைப் புறந்தள்ளியது. ஒரே கடவுள் என்னும் தத்துவத்தை முன் வைத்து, இறைவனிடம் பூரண சரணாகதி அடையும்படி வலியுறுத்தியது. பக்தி மூலமாகக் கடவுளை உணரும் ஓர் ஆன்மிக அனுபவத்தை அது இந்துக்களுக்குத் தந்தது. அதன் வேகம் இஸ்லாமின் ஒரே கடவுள் மற்றும் சமத்துவ நெறிகளுடன் ஒப்பிடத்தக்கதுபோல இந்து மதத்தைப் புனரமைத்தது.

ஆனால், இதே நெறிகளை உபநிடதங்களிலும் நாம் காண இயலும். இந்து மதத்தின் தனிநபர் விருப்பம் சார்ந்த கடவுள்களைப் புராணங்களில் காணலாம். அதன் மதத் தத்துவம் பகவத் கீதையை மையமாகக் கொண்டது. கீதை எல்லாவற்றையும் விட்டு விட்டு தர்மத்தில் சரணடையும்படிக் கூறுகிறது. பக்தி இயக்கம் உணர்ச்சிமிகு தொடர்பைக் கடவுளுக்கும் பக்தனுக்கும் இடையே உருவாக்கியது. அந்த அன்பு பகவத் கீதை கூறுவதுபோல ஒரு மகன் தன் தந்தைமீது வைக்கும் பாசத்தோடு ஒப்பிடக்கூடியது. ஒருவர் தன் நண்பன் மீது, ஒரு காதலி தனது காதலன் மீது வைக்கக்கூடியது போன்றது.

பக்திக் கருத்துகளை நாம் பெரும் கவிஞர்கள், தத்துவ ஞானிகள் மற்றும் குருமார்களிடம் காண முடிகிறது. குஜராத்தின் நர்சி மேத்தா, மிதிலையின் வித்யாபதி, வங்காளத்தின் சைதன்ய தேவா (அவர் வங்காளத்தில் வைஷ்ணவ இயக்கத்தைத் தமது பக்தி மிகுந்த பாடல்கள், கீர்த்தனைகள் ஆகியவற்றால் நிறுவியவர்). ஞானேஸ்வரர், துக்காராம், ஏகநாதர், மகாராஷ்டிராவின் நாமதேவர், கர்நாடகத்தின் பசவண்ணா, தமிழ் நாட்டின் தியாகராஜர் இவர்கள் குறிப்பிடத்தகுந்தோர். அஸ்ஸாமின் ஷங்கர தேவா இந்தியா முழுவதும் பயணித்துப் பின் தமது அஸ்ஸாமுக்குத் திரும்பினார். அவரே வட கிழக்கு இந்தியாவில் இந்து மதத்தின் மறுமலர்ச்சிக்குக் காரணமானவர்.

பத்தாம் நூற்றாண்டின் இறுதியில் காஷ்மீரில் அபினவகுப்தர் காஷ்மீர சைவமுறையை முன்னெடுக்க அதுவே காஷ்மீர் மக்களின் மத நம்பிக்கை மீது மிகுந்த தாக்கங்களை ஏற்படுத்தியது. தத்தம் பகுதியில் ராமானுஜர் போன்ற மகானான குருமார்கள் தத்தம் மதப் பிரிவை உண்டாக்கி தம் மாநிலத்தில் மத வழக்கங்களைக் கடைப்பிடிக்க வழி கோலினர். பசவேஸ்வரர், பசவா என்றும் அழைக்கப்படும் கர்நாடகாவின் பசவண்ணா (பொ.யு. 1131-1167). ஜாதி பேதத்தையும் கடுமையாக எதிர்த்தார். ஆலயம் சென்று வழிபடுவதையும் நிராகரித்தார். சைவ உணவு சாப்பிடுவதை வலியுறுத்தினார். அவரே வீரசைவர்கள் எனப்படும் லிங்காயத்துக்கள் என்னும் பிரிவை நிறுவியவர். சமகால கர்நாடகாவில் லிங்காயத்துக்கள் மிகவும் செல்வாக்குள்ள பிரிவினர். பிறப்பால் பிராமணராக இருந்தாலும் பதினெட்டு வயதில் பூணூலைக் கழற்றியவர் அவர். 'வேதங்களின் சுமையைப் பொதி போல சுமக்கும் கழுதையே பிராமணன்; தன்னை உணர்ந்தவனே உயர்ந்த மனிதன்; ஒரு கீழ் ஜாதிக்காரனின் குடிசையும் ஒரு கோயிலும் ஒரே நிலத்தின் மீது இருக்கிறது; சடங்குகளுக்கோ அழுக்குத் துணியை அலசுவதற்கோ ஒரே

தண்ணீர்தான் பயன்படுகிறது; எல்லா ஜாதி மக்களும் ஒருவரே; பிராமணரும் கீழ் ஜாதிக்காரரும் ஒரே போலத்தானே பிறந்தார்கள்? உலகில் காதுகள் வழியே பிறந்தவர் யாரேனும் உண்டா?'

பசவா அனுபவ மண்டபா என்னும் ஓர் அமைப்பை ஏற்படுத்தி, தாழ்த்தப் பட்ட ஜாதிகளைச் சேர்ந்த ஆண்களும் பெண்களும் அதில் புரட்சிகரமான சிந்தனைகளைப் பகிர்ந்து விவாதிக்க வழி செய்தார். சமபந்தி போஜனம் என தாழ்த்தப்பட்டோர் மற்றும் மேல் ஜாதிக்காரர் ஒன்றாக அமர்ந்து உண்ணவும் வழி செய்தார். திருமணங்களும் ஜாதிகளைத் தாண்டி நடப்பதை ஆதரிக்கவே அரசியல் சமூக எதிர்ப்பால் அவரது அரும்பணி நின்றது. 'வசனாஸ்' என அழைக்கப்படும் அவரது சிந்தனைகளின் தொகுப்பு இன்று வரை சமூகத்துக்கு நல் வழிகாட்டியாக இருக்கிறது. அவர் உருவாக்கிய மடங்களில் சமண மடாலயங்களின் தாக்கம் தென்படுகிறது. விசிஷ்டாத்வைதத் தத்துவத்தைப் போன்றது பசவரின். சிவபெருமானே பரப்பிரம்மம்; சிவ வழிபாட்டால் பூரணத்தை அடையலாம் என்பதே அதன் உட்பொருள்.

மற்றொரு சீர்திருத்தவாதி மத்துவாச்சாரியார் (பொ.யு.1199-1294). அவர் இருமை (துவைதம்) என்னும் சகுண பிரம்மன் தத்துவத்தை முன்னெடுத்தார். பிரம்மத்தை கிருஷ்ணரின் வடிவத்தில் வழிபடுவதே அவரது வழிமுறை. சயன நூல்கள் மற்றும் வேதங்கள் உட்பட மத நூல்களுக்கு அவர் எழுதிய விளக்க உரைகள் ஆதி சங்கரருக்குப் பிறகு இந்துத் தத்துவத்துக்கு ஒப்பற்ற பங்களிப்பாகும். அவரது துவைத சித்தாந்தத்தின் படி பிரம்மமும் ஆத்மனும் என்றும் வெவ்வேறே. ஒன்றாவது சாத்தியமே இல்லை. ஆத்மன் பிரம்மத்தை நெருங்கலாம். அவ்வளவே. இந்து மதத்தில் நரகம் என்னும் கோட் பாட்டுக்கு மிக அருகில் சென்றவரும் இவரே. தமது கெட்ட செயல்களின் பளுவால் சில ஆன்மாக்களுக்கு என்றுமே மோட்சம் கிடையாது. அவர்கள் நிரந்தரமாக நிராகரிக்கப்பட்டவரே என்பதே இவரது கருத்து.

இதில் நம்மை அயர வைப்பது, பக்தி இயக்கத்தின் விளைவாக ஒரு புதிய மதமே உருவானதுதான். குரு நானக் (பொ.யு. 1469-1539) ஒரு கவிஞர் மற்றும் பாடகராக பக்திப் பாரம்பரியத்தில் இருந்து வந்தவர். அவரது குரு கிரந்த் சாஹிப் என்னும் சீக்கியர்களின் புனித நூலில் பெரிய எண்ணிக்கையில் பக்தி காலக் கவிஞர்களின் படைப்புகள் குறிப்பாக கபீரின் பாக்கள் உட்பட உண்டு. ஒரே கடவுள் என்னும் கொள்கையிலும் சமூக சமத்துவம் மற்றும் சகோதரத்துவம் பற்றிய வலியுறுத்தலிலும் இஸ்லாத்திலிருந்து சீக்கிய மதம் பல அம்சங்களை எடுத்துக்கொண்டது; இருப்பினும் பிற்கால இஸ்லாமியர்களால், குறிப்பாக அவுரங்கசீப்பால் மிகுதியான உயிரிழப்புகள் சீக்கியர்களுக்கு ஏற்பட்டதால் அவர்கள் போர்க்குணம் மிகுந்த மதத்தவர்களாக மாறி தமக்கும் இந்துக்களுக்கும் பாதுகாப்புத் தர முற்பட்டார்கள். பஞ்சாபில் ஒவ்வொரு இந்துக் குடும்பமும் தம் மகன்களுள் ஒருவரை சீக்கியராக, மதத்தைப் பாதுகாக்க வளர்த்தார்கள்.

இந்து மதம் பக்தியின் வெகுஜனங்களை ஈர்க்கும் காந்தத் தன்மையைப் பெற்றிருக்காமல் போனால், பலரும் ஆள்வோரின் மதத்துக்கே மாறியிருப்பார்கள்.

ஒரு தனி நபருடைய ஆன்மிக விருப்பத்தின் அடிப்படையிலும், ஒருவர் பிறந்த சூழ்நிலை, பிறப்பால் அவரது ஜாதி மற்றும் பாலின அடிப்படையில் பேதமற்று எல்லோருக்கும் ஆன்மிகம் எட்டக் கூடியது என்றும் பக்தி இயக்கம் முன் வைத்த சீர்திருத்தம், தொன்மை மிகு வேத காலப் பாரம்பரியத்துக்கு புத்துயிரும் மீட்சியும் அளித்தது. வேதச் சடங்குகளின் கறாரான அணுகுமுறையிலிருந்தும், துறவிகளின் துறவுத் தன்மையில் இருந்தும், முனிவர்களின் விளங்காப் புதிரான தத்துவங்களிலிருந்தும் வெகு தூரத்துக்கு இந்து மதத்தை இட்டுச் சென்றது. ஒரு தனி நபர் தன் விருப்பமாய்த் தேர்வு செய்த கடவுள் வடிவத்துக்கும் அவருக்கும் இடையே ஓர் அன்பான உறவாக மோட்சம் தேடலை அது பரிணமிக்கச் செய்தது. மதச் சேவைகளைப் பங்கிட்டுக் கொள்ளும் முறை, ஒன்று கூடி பஜனைப் பாடல்கள் பாடுதல், சமூகமாக வழிபடப்படும் தெய்வத்தின் பெயரை உச்சரித்தல், கடவுள் மீதான அன்பில் வெளிப்படையான (பல சமயங்களில் மிகவும் அதீதமான முறையில்) உணர்ச்சிவசப்படுதல், தீர்த்த யாத்திரை மற்றும் விழாக்களைக் கொண்டாடுதல் என இன்றைய இந்து மதத்தின் அனைத்து அம்சங்களின் மூலகாரணம் பக்தி இயக்கமே.

அடிப்படையான கோயில் கட்டுமானம்கூட மதத்தின் மீதான நம்பிக்கையை மீட்டெடுத்தது. இந்துத் தொன்மைக் கதைகளின் நாயகர்கள் கோயிலின் சுவர்கள் மற்றும் தூண்களில் சிற்பங்களாக இருக்கிறார்கள். வசதியாக இருக்கும் எந்தப் பகுதியும் கோயிலில் ஓவியங்களுக்கும் சிற்பங்களுக்கும் பயன்படுத்தப்படும். விதானங்கள், கோபுரங்கள், கர்ப்பக்கிரக வெளிச்சுவர்கள், உட்சுவர்கள் என அனைத்தும் இயன்ற வரைக்கும் பயன்படுத்தப் பட்டன. இதனால் ஓர் இந்துக் கோயில் தனது மதத்துக்கு நிரந்தரமான விளம்பர மையமாகவே ஆகிவிடுகிறது. கோயிலுக்கு வரும் பக்தர்கள் தொன்மைக் கதைகளையும் அதன் நாயகர்களையும் கண்ணால் பார்க்கும்போது அவர்களுக்கு மத அனுபவமாக அது அவர்களது விசுவாசத்தை இன்னும் உறுதியாக்குகிறது.

இதில் இருந்து நமக்குத் தெளிவாவது இந்து மதம் மாற்றமே இல்லாமல் இருந்ததே கிடையாது. பெரிய சீர்திருத்த இயக்கங்களை அது எதிர் கொண்டபோதோ அவற்றைத் தழுவிக் கொண்டது. அவற்றுள் பௌத்தம் குறிப்பிடத்தக்கது. சுவாமி விவேகானந்தர் அது பற்றி இவ்வாறு குறிப்பிட்டார்: சாக்கிய முனி (புத்தர்) அழிக்க வரவில்லை. அவரே நிறைவானவர், இந்துக்களின் மதத்தின் தருக்க ரீதியான நிறைவாகவும் தருக்க ரீதியான வளர்ச்சியாகவும் இருந்தார். ஒரு பௌத்தரால் இந்துவின் மூளையும் தத்துவமும் இல்லாமல் நிற்க முடியாது. பௌத்தரின் இதயமில்லாமல் இந்துவால் நிற்க முடியாது. மத்ச்ய புராணம் புத்தரை விஷ்ணுவின் அவதாரமாகவே கொண்டாடியது. பல கோயில்களின்

கல்வெட்டுக்களில் இதே பதிவை நாம் காண முடியும். தாய் மதத்தைத் தூய்மைப்படுத்தி, மேம்படுத்தி இறுதியில் பலப்படுத்த, இந்து மதத்தின் மாறுபட்ட வடிவங்களாக வந்த கிளை மதங்களே பௌத்தமும் சீக்கிய மதமும் என்றார் சுவாமி விவேகானந்தர்.

இந்து மதத்தின் வரலாற்றுச் சிறப்பு மிக்க பரிணாம வளர்ச்சி, அது தன்னை மாற்றங்களுக்குச் சீரமைத்துக் கொள்ளும் தன்மை கொண்டது என்பதன் நிரூபணம் ஆகிறது. வேதங்கள் அதீதமான சடங்கு முறைகள் கொண்ட ஒரு கறாரானதன்மைகொண்ட மதத்தையே ஈன்றெடுத்தன; உபநிடதங்கள் தத்துவ விசாரணை அடிப்படையிலான ஆன்மிக இயக்கமாக அதை லேசாக இளக வைத்தன. உபநிடத மதமும் மதக் கட்டுப்பாடுகள் பற்றிய சர்ச்சைகளால் தேக்கம் அடைந்தபோது, பௌத்தம் ஒழுக்கமும் எளிமையுமான ஒரு செய்தியுடன் வந்து இந்து மதத்தின் சடங்குகளுக்கு எதிர்த்திசையில் நின்றது. அதன் பின்னர் ஆதி சங்கரர் நாடு முழுவதும் பயணித்து ஒழுக்க மற்றும் ஆன்மிக விழிப்புணர்வை முன்னிறுத்தினார். சங்கரரும் ராமானுஜரும் இந்து மதத்தின் இழந்த பெருமையை மீட்டுக் கொடுத்து இந்தியாவின் தலையாய மதமாக நிமிர வைத்தனர். மத்வாச்சாரியார், சைதன்யர், ராமானந்தர், பசவா (அவரது வழி நடக்கும் லிங்காயத்துக்கள் சீக்கியர் போலத் தம்மை சிறுபான்மையினர் என்னும் அங்கீகாரத்துக்குள் வைக்க விரும்புகின்றனர்) ஆகியோர் பணி மகத்தானது.

கபீர், மீராபாய், துளசிதாஸர் ஏன்... சீக்கிய மதத்தைத் தோற்றுவித்த குரு நானக் கூட பெரும்பான்மை இந்துக்களால், குறிப்பாக சுவாமி விவேகானந்தரால் இந்து சீர்திருத்தவாதியாகவே காணப்படுகின்றனர். இவர்களின் பெயர்களே தொன்மை இந்து மதத்தைத் சீர்திருத்தி, மீட்டு மக்களின் நம்பிக்கைக்குப் புத்துயிர் தந்த நாயகர்கள் பெயர்களாகும். அந்த மீட்சி இந்து மதத்தின் வளைந்துகொடுக்கும் தன்மையால் அமைந்தது.

முதன் முதல் இந்து மீட்சி என்பது குப்தர்கள் காலத்திலேயே பௌத்த எழுச்சிக்கு எதிர்வினையாக ஆரம்பித்துவிட்டது. அவதாரங்கள் என்னும் கற்பனை வளம் மிகுந்த சித்தாந்தத்தை மையப்படுத்தி அது அமைந்தது. அந்த சித்தாந்தம் கிருஷ்ணரால் பகவத் கீதையில் தெளிவாக விளக்கப் பட்டுள்ளது: ‘எப்போதெல்லாம் தர்மம் பின்னடைந்து, தீயோரை அழிக்க வேண்டிய நிலை வருமோ, அப்போதெல்லாம் மீண்டும் மீண்டும் நான் அவதரிப்பேன்’.

பாணினியின் காலத்திலேயே சில அவதாரங்கள் வணங்கப்பட்டனர். ஆனால் கிருஷ்ணரின் வருகைக்குப் பின்னர்தான் ‘மகான்கள் தெய்வமாக்கப் படவில்லை; கடவுளே அவதரிக்கிறார்’ என்னும் கருத்து வலுவடைந்தது. புத்தரை அவதாரமாகக் காட்ட அந்தக் கருத்தே மிகவும் உறுதுணையாகவும் இருந்தது. மாற்றமில்லாததாகவோ ஒரே மாதிரியானதாகவோ இந்து மதம் எப்போதுமே இருந்ததில்லை. மானுட பிரக்ஞை வளர்ச்சி காண, முடக்கவே முடியாத வெளிப்பாடுகளைத் தந்தது இந்த மதமே ஆகும்.

இந்து மதத்தின் மூடுண்ட தன்மைக்கும் பதற்றத்துடனான தற்காப்பான வழக்கங்கள் பின்பற்றப்படுவதற்கும் இஸ்லாமியப் படையெடுப்புகளே காரணமாகியிருக்கின்றன. பொ.யு. 1000 நூற்றாண்டுக்குப் பின்னான ஐந்து நூற்றாண்டுகளில் இஸ்லாமிய படையெடுப்புக்களில் நிகழ்ந்த உயிர் இழப்புகள், பாலியல் பலாத்காரம் மற்றும் பெண்கள் கடத்தப்படுதல் போன்றவை மிகுதியாக நடந்தன. இதனால் அதற்கு முன் இந்து மதத்தில் இருந்திராத ஓர் இறுக்கம் வந்துசேர்ந்தது. மதம், உயிர்கள் மற்றும் பெண்களின் மானம் இவற்றைக் காக்கும் முயற்சி இந்து மதத்துக்குள் ஒரு கடுமையைக் கொண்டுவந்துவிட்டது. கோயிலுக்குள் நுழையக் கட்டுப் பாடுகள் (பொக்கிஷத்தைத் துழாவும் கண்களில் இருந்து காப்பதற் கென்று), குழந்தைத் திருமணங்கள் (காமக் கொடூர ஆக்கிரமிப்புப் படைகள் கடத்தும் வயதைப் பெண் குழந்தைகள் அடையும் முன்னரே திருமணம்), சதி என்னும் உடன்கட்டை ஏறும் முறை (எதிரிப் படையிடம் சிக்குவதில் இருந்து தப்பிக்க கணவன் உடலுடன் மனைவியையும் சேர்ந்து எரிந்துவிடல்) போன்றவை நடைமுறைக்கு வந்தன. இவை யாவுமே தற்காப்பாக, தன் மீது நிகழ்ந்த கொடூரத் தாக்குதலுக்குப் பதிலளிப்பதாக வந்தவையே ஒழிய, இந்து மதத்தின் உள்ளார்ந்த வழக்கங்கள் அல்ல.

ஆனால், இஸ்லாமிய மன்னர்கள் ஊடுருவியதைத் தாண்டி, தங்கி ஆட்சி செய்யத் துவங்கியதும் அவர்களுக்கு ஆதரவாளர்கள் அமைந்தது மட்டுமல்ல, ஆட்சியாளர்களும் நாட்டோடு அமைதியை ஏற்படுத்திக் கொண்டனர். இஸ்லாமியக் கொள்கைகள் இந்து மதம் மறு உருக்கொள்ள உதவின. பக்தி கால பிரத்தியேக தெய்வ வழிப்பாட்டு முறைகள் மற்றும் சீக்கிய மதத்தின் எழுச்சி இவை இஸ்லாமின் சமத்துவம் மற்றும் சகோதரத்துவத்தின் பாதிப்பில் உருவாகின.

தன்னார்வத்தோடோ கட்டாயத்தாலோ மத மாற்றங்கள் நிகழ்வது அதிகரித்து வந்தாலும் பெரும்பான்மை இந்துக்கள் தாய் மதத்திலேயே விசுவாசமாக இருந்தனர். ஒரு சமூகமே மதம் மாறிவிடுவது மிகவும் அரிதாகவே இருந்தது. அவைகூடப் பல மிரட்டல்கள் மற்றும் கட்டாயங் களாலேயே நிகழ்ந்தன. கைவினைப் பொருட்கள் செய்யும் கீழ்ஜாதிக் கலைஞர்கள் வட இந்தியாவில் அவர்கள் மதம் மாறாவிட்டால் அவர்கள் பொருட்களை ஆட்சியாளர்கள் வாங்க மாட்டார்கள் என மிரட்டப் பட்டார்கள். சுல்தான் சிக்கந்தர் என்பவரின் அச்சுறுத்தலாலேயே காஷ்மீரின் பெரும்பான்மை மக்கள், பிராமணர்கள் உட்பட மதம் மாறினார்கள். ஆட்சியாளர் மதத்துக்கு மாறுவதே நல்லது என விரும்பிக் குறைந்த எண்ணிக்கையில் சிலரும் மதம் மாறினர்.

பிரிட்டிஷாருக்கு இந்து மதத்தின் பதில்

நம்பவே முடியாத அளவுக்கு வெகு எளிதில் கைப்பற்ற முடிந்த ஒரு தேசமாகவே இந்தியா பிரிட்டிஷாருக்கு இருந்தது. இந்தியாவின் ஆட்சியை

அவர்கள் பிடித்த காலத்தில் அவர்களுக்கு இந்த மண்ணின் நம்பிக்கைகளும் மத வழக்கங்களும் ஒருவகையில் ஆவலைத் தூண்டுபவையாகவும் இன்னொரு கோணத்தில் வெறுப்பூட்டுபவையாகவுமே இருந்தன. மறுபக்கம் இந்து மதத்துக்கு ஒரே புனித நூல் மற்றும் கடவுள் என்னும் பண்பாட்டை முன் வைத்த ஆட்சியாளர்கள், நவீனத்துவம், முன்னேற்றம் ஆகியவற்றின் நன்மைகள் முழுவதையும் தானே எடுத்துச் செல்லத் துடித்த அந்நியர்களை (முன்னர் வந்த இஸ்லாமியர்களைப் போலல்லாத) எதிர்கொள்ளவேண்டியதாக இருந்தது. எதிரி மதங்களிலிருந்து தனது பாதுகாப்புக்காக ஒரு கூட்டுக்குள் தன்னை அடைத்துக் கொண்ட, தன்னைக் கவசம் போலச் சுற்றியிருக்கும் சில செயல்முறைகளை வகுத்துக் கொண்ட மதமாகவே பிரிட்டிஷாரின் பார்வையில் இந்துமதம் இருந்தது. உலகம் முழுதும் தனது தூதுவர்களை அனுப்பி, ரோம சாம்ராஜ்ஜியத்துடன் வணிகம் செய்து, ஆசியா முழுதும் தனது மதக் கருத்துக்களை ஏற்றுமதி செய்து வந்த ஒரு பண்பாடு, எந்த அளவு தற்காப்புள்ளதாக ஆனதென்றால் அது 'ஆறு, கடல்' தாண்டிப் பிரயாணம் செய்தோரை மத விலக்கம் செய்தது. குறைந்த பட்சம் அவர்களை சுத்தி சடங்குகளுக்கு ஆட்படுத்தியே மீண்டும் இந்து மதத்துக்குள் ஏற்றது.

பல ஆங்கிலேயர் இந்து மதத்தை காட்டுமிராண்டித்தனமானதாகவும் மூட நம்பிக்கைகளில் மூழ்கியதுமாகவே கண்டனர் (சில முக்கியமான விதிவிலக்குகள் இருந்தாலும் காலனி ஆதிக்கத்தின் கண்ணோட்டத்தில் இந்து மதம் விளங்கிக்கொள்ள முடியாததாகவும் வெறுக்கத்தக்கதாகவுமே காணப்பட்டது). அப்படியான பிரிட்டிஷாரை எதிர்கொள்ள நேர்ந்ததினால் மற்றுமொரு சீர்திருத்த அலை இந்து மதத்தில் எழுந்தது.

சில இந்துக்கள் பிரிட்டிஷாரைக் கண்டாலே வெறுத்து ஒதுங்கித் தமது மதத்தின் பாதுகாப்பான கூரைக்குக் கீழே ஒடுங்கிக்கொண்டனர். அனைத்துவித அந்நியச் செல்வாக்கிலிருந்தும் தம்மைத் துண்டித்துக் கொண்டனர். வேறு சில இந்துக்கள் இந்தப் புதிய தலையீட்டின் பின்னணியில் தமது மத நம்பிக்கைகளைப் பரிசீலித்தபோது மிகுந்த தலைக்குனிவு அடைந்தார்கள். பிரிட்டிஷாரின் கண்கொண்டு பார்த்தபோது அவர்களுக்குத் தாம் கடைப்பிடிக்கும் இந்து மதம் மூட நம்பிக்கைகளாலும் அர்த்தமற்ற சடங்குகளாலும் பின்தங்கி இருப்பதாகத் தோன்றியது. அதன் உருவ வழிபாடு, புழக்கத்தில் இல்லாத மொழியில் அமைந்த துதிப் பாடல்கள், ஜாதி ஏற்றத் தாழ்வு, துன்பம் தரும் சமூக வழக்கங்கள் ஆகியவற்றால் நிறைந்திருப்பதாகத் தோன்றியது. அவர்களுக்கு மேற்கத்திய கிறிஸ்தவத்தோடு ஒப்பிடக்கூடிய, பிரிட்டிஷார் மதிக்கக் கூடிய சீர்திருத்தப்பட்ட இந்து மதம் தேவை என்று தோன்றியது.

இப்படி உணர்ந்தவர்களில் மிகவும் முக்கியமானவர் ராஜா ராம்மோகன் ராய் (பொ.யு. 1772-1833). வங்காள மொழியைத் தாய் மொழியாகக்கொண்ட அவர் ஒரு செல்வந்தர் குடும்பத்தைச் சேர்ந்தவர். முறையான ஆங்கிலக் கல்விக்கு முன்னரே அவர் சமஸ்கிருதம், பாரசீகம், அராபி ஆகிய

மொழிகளைக் கற்றுத் தேர்ந்தவர். 'இன்றைய இந்து அமைப்பு தமது அரசியல் நலன்களை மேம்படுத்திக்கொள்ளும்வகையில் இல்லை. அரசியல் நலன்களுக்காகவும் சமூக வசதிகளுக்காகவும் மதத்தில் ஒரு மாற்றம் வர வேண்டியது அத்தியாவசியமானது' என்று சொன்னார். பிரிட்டிஷாரின் ஆட்சியின் தொடக்ககட்டத்தில் இந்து மதம் எதிர்கொண்ட பாதகமான சூழலுக்கான நேரடி எதிர்வினையாகவே இது இருந்தது.

ராஜா ராம்மோகன் ராய் பகுத்தறிவு மிக்க, அற நெறியுள்ள, அதிகார அடுக்குகள் இல்லாத நவீன இந்து மதத்தை முன்னெடுத்தார். அதன் நோக்கம் இந்து மதத்தின் மிகவும் மோசமான வழக்கங்களை ஒழித்து, இந்துத் தத்துவத்தை சீர்படுத்துவதாக இருந்தது. பிரம்ம சமாஜம் என்னும் ஒரு சீர்திருத்த இயக்கத்தை அதற்காக நிறுவினார். அத்வைத வேதாந்தத்தை தொடக்ககால விக்டோரிய கிறித்துவத்துடன் ஒப்பிடும் நவீன வாசிப்பின் மீது அமைந்த அது அவரது சீர்திருத்தக் கருத்துகளை மையமாகக் கொண்டிருந்தது. பிரம்ம சமாஜத்தினர் பிரிட்டிஷார் கண்ட உருவ வழிபாட்டு மதமான இந்து மதத்தை நிராகரித்து, உருவமே இல்லாத ஒரு கடவுளை வழிபட்டு அவர் ஒருவரே கடவுள் என்று கூறினர். உபநிடதங்களிலும் வேதாந்தத் தத்துவத்திலும் நவீன விளக்கம் கொடுக்க வசதியாயிருக்கும் பகுதிகள் பல உண்டு. அவற்றை ஒட்டி இவர்கள் 'மேன்மையான கடவுள், அவர் பிரபஞ்சத்தைக் காக்கும் அறிவும் ஆற்றலும் அறமும் உடையவர்' என்று அவரை மட்டுமே வணங்குவோம் என்னும் கருத்தை முன்வைத்தார்கள். 'மன ஒருமைப்பாட்டுடன் கோயில், அல்லது புனித நாட்கள் என்னும் எந்தக் கட்டாயமும் இல்லாமல் நாங்கள் அவரை வணங்குவோம்' என்பது அவர்களது வழிபாட்டு முறையாக இருந்தது.

பிரம்ம சமாஜம் 'யூனிடெரியனிஸம்' என்னும் கிறித்துவத்தின் ஒரு பிரிவினரின் 'ஒரே கடவுள்' என்னும் கோட்பாட்டால் (தந்தை, மகன் மற்றும் பரிசுத்த ஆவி என்னும் முக்கடவுட் தத்துவத்துக்கு மாற்றாக) மிகவும் தாக்கம் பெற்ற அமைப்பு. இந்து மதத்தின் மீது ராயின் அணுகு முறை பலவிதங்களில் 'யுனிடெரியன்' பிரிவினர் கிறித்துவத்தை அணுகிய விதத்தோடு ஒப்பிடக்கூடியது. ஒரே கடவுள் என்னும் தத்துவத்தை மட்டும் மையப்படுத்தி பல வழிபாடுகள் என்பவற்றை நீக்கிய அணுகுமுறை (உபநிடதங்கள் முன்வைத்த இந்து மதத்துடன் ஒப்பாய்வு செய்யாமல் இன்று யுனிடெரியன் கோட்பாடுகள் பற்றி விவாதிக்க இயலாது. அந்த அளவு இரண்டுக்கும் ஒற்றுமைகள் உண்டு).

பல பண்டிதர்கள் ராயின் பிரம்ம சமாஜத்தை இந்து மதத்துடையதாக ஏற்கவே இல்லை. அது இந்திய உடை அணிந்த கிறித்துவன் என்றே கருதினார்கள். வேறு சிலரோ ராயை இந்து மதத்துக்குட்பட்ட ஒரு சீர்திருத்த வாதியாகவே கருதினர். அவர் தம் ஆயுள் முழுவதும் பூணூலை அணிந்தவர். ஆனால், பிற மதங்கள் அதிசயிக்கும் வண்ணம் ஒரு

பக்குவப்பட்ட, நவீனமான மற்றும் உலகுக்கே பொருந்தும் தன்மையுள்ள இந்து மதத்தை முன் வைக்க ஒரு சுவாமி விவேகானந்தர்தான் எழுபது ஆண்டுகள் கழித்து வரவேண்டியிருந்தது. ராயால் அது முடிந்திருக்க வில்லை.

தமது ஐரோப்பிய சகாக்களிடம் நற்பெயர் வாங்கும் உந்துதலில் செயற் பட்டார் ராய். 'இந்து மதத்தின் தூய போதனைகளுக்கும் மூட வழக்கங் களுக்கும் தொடர்பே இல்லை' என்று சொன்னார். எனவே, அவர் கோட்பாடுகளையும் செயல்களையும் ஒன்று சேர்த்தார். சமூக சீர்த்திருத்தம் அவரது அணுகுமுறைக்கு மிக முக்கியமானதாக இருந்தது. தமது கல்வி எவற்றை சமூகச் சீர்கேடு என்றதோ அவற்றை நிராகரித்தார். ஜாதி பேதம், சதி என்னும் உடன்கட்டை ஏறும் முறை, குழந்தைகள் திருமணம், பெண்களுக்கு சம உரிமையின்மை, பலதாரத் திருமணம் ஆகியவற்றுக்கு மத நூல்களில் எந்த அனுமதியும் தரப்படவில்லை என்று குறிப்பிட்டார்.

நவீனமான பிரிட்டிஷ் முறையிலான கல்வி சமூக சீர்திருத்தத்துக்கு இன்றியமையாதது என ராய் மனதார நம்பினார். கிழக்கு இந்திய கம்பெனியோ இந்தியாவில் இருந்து எந்த அளவு சுருட்டி இங்கிலாந்துக்கு எடுத்துச் செல்லலாம் என்பதில் கவனமாயிருந்ததே ஒழிய, அவர்களுக்கு இங்கே கல்வி நிறுவனங்களைத் துவங்கி நடத்தும் ஆர்வம் எதுவும் இருக்கவில்லை. இதை ஒரு சவாலாக இந்தியர்கள் ஏற்க வேண்டும் என்று ராய் நினைத்தார்.

1817ல் ஸ்காட்லாந்துக்காரரான டேவிட் ஹாரேயுடன் சேர்ந்து கல்கத்தாவில் இந்து கல்லூரியைத் துவங்கினார். டேவிட் ஹாரே கிழக்கு இந்திய கம்பெனியுடன் தொடர்பற்றவர். அதைத் தொடர்ந்து 1822ல் ஆங்கிலோ இந்தியப் பள்ளிக்கூடத்தையும் பின்னர் 1826ல் வேதாந்தா கல்லூரியையும் ராய் துவங்கினார். மேற்கத்தியக் கல்வித் திட்டத்துக்கு இணையாக ஒரே கடவுள் தத்துவத்தை போதிக்கும் வேதாந்தா கல்லூரியையும் நிறுவினார். அது மேற்கத்திய இந்தியக் கல்வி முறையின் சங்கமமாக அமையும் என நம்பினார்.

அவர் மென் மேலும் கல்வி நிறுவனங்களை நிறுவும் வேகத்தில் செயல்பட்டார். உதாரணத்துக்கு அவர் 1830ல் துறவி அலெக்ஸாண்டர் டஃப் என்பவர் General Assembly's Institution கல்லூரியை நிறுவ உதவினார் (இப்போது அது Scottish Church College என்று அறியப்படுகிறது). ராய் அந்தக் கல்லூரிக்கான நிலத்தை வழங்கியது மட்டுமன்றி அதன் முதல் மாணவர் சேர்க்கைக்கு மாணவர்களையும் தேடித் தந்தார். அந்தக் காலத்தில் இருந்த அடக்குமுறைச் சூழலில் அவர் பத்திரிகைச் சுதந்திரத்துக்காகவும் பாடுபட்டார்.

ராய் தமது 61வது வயதில் காலமானார். அவரது மரணம் அவர் ஓர் இஸ்லாமிய மன்னருக்கு பிரிட்டிஷ் அரசு வழங்கி வந்த மானியப் பணத்தை அதிகரிக்க வேண்டுவதற்காகச் செய்யப்பட்ட இங்கிலாந்துப் பயணத்தின்

போது நிகழ்ந்தது. அதைத் தவிர்த்தும் தம் நாட்டைப் பற்றிய மதிப்பான ஒரு கண்ணோட்டத்தை பிரிட்டிஷ் அரசுக்கு ஏற்படுத்தவும் அவர் அந்தப் பயணத்தை மேற்கொண்டார். தாம் எந்த நாட்டை மறுமலர்ச்சிக்கு இட்டுச் செல்ல நினைத்தாரோ அந்தத் தாய் நாட்டில் இருந்து வெகு தொலைவில் பிரிஸ்டலில் தாம் நன்மதிப்பைப் பெற எண்ணிய மக்களின் நடுவே அவர் புதைக்கப்பட்டார். ராய் கனவு கண்ட அளவு புகழையோ அல்லது முக்கியத்துவத்தையோ பிரம்ம சமாஜம் பெறவே இல்லை என்றாலும் அவரது செல்வாக்கு அவரது காலத்துக்குப் பின்னும் தொடர்ந்தது.

பின்னாள் பிரம்ம சமாஜச் சிந்தனையாளர்களுள் இந்துக் கொள்கைகளைக் கேள்விக்குள்ளாக்கிய தேபேந்திரநாத் தாகூர் வேதங்களின் மாட்சிமை மற்றும் மறுபிறவி, கர்மா நம்பிக்கை ஆகியவற்றை நிராகரித்தார். கேசுப் சந்திர சென், தனிப்பட்ட மனிதனின் மத அனுபவமே தத்துவங்களை விடவும் மேலானது என்று கூறி சாதாரண மனிதர்களுக்கும் ஆன்மிக அனுபவம் வசப்பட வேண்டும் என்னும் கருத்தை முன் வைத்தார். விவேகானந்தரின் ஆரம்ப கால நம்பிக்கைகள் அவரது பதின் பருவத்தில் இந்தச் சிந்தனையாளர்களால் மிகவும் தாக்கம் கொண்டிருந்தது (நாம் இந்த நூலில் மேலும் பார்க்கப் போவதுபோல் அவர் புதிய சிந்தனைகளை ராமகிருஷ்ண பரமஹம்ஸரின் பாதம் பணிந்து பெற்றார்).

ஆங்கிலேய ஆட்சி காலத்தில் 'பிரிட்டிஷ்' கிறித்துவத்துக்கு பிரம்ம சமாஜம் மட்டும் பதிலாக இருக்கவில்லை. தாமே ஒரு விதவையை மணந்து, விதவையர் மறுமணத்துக்காக ஒரு சமூக இயக்கத்தை முன்னெடுத்த ஈஸ்வர் சந்திர வித்யா சாகர் வங்காளத்தில் எல்லா ஜாதியினரும் சமஸ்கிருதம் பயில வழிவகுத்தார். மிகப் பெரிய சமஸ்கிருத பண்டிதரான ஆர்.ஜி.பண்டார்கர் மும்பையில் எம்.ஜி.ராணடேயுடன் இணைந்து பிரார்த்தனா சமாஜம் என்னும் அமைப்பை ஏற்படுத்தினார். ராய் பிரம்ம சமாஜத்தை உருவாக்கிய ஐம்பது ஆண்டுகளுக்குப் பிறகு, சுவாமி தயானந்த சரஸ்வதி (1824-1883) என்னும் செயல்வீரரான துறவி ஆர்ய சமாஜம் என்னும் தூய ஆனால் இந்து மதத்தின் சீர்திருத்த வடிவத்தை முன்னெடுத்தார்.

ஒரே கடவுள் மற்றும் உருவ வழிப்பாட்டை நிராகரிப்பது போன்றவை பிரம்ம சமாஜத்தை ஒத்து இருப்பினும், தயானந்த சரஸ்வதி வேதங்களின் அசைக்க முடியாத மாட்சிமையை முன்னிறுத்தினார். கிறித்துவ மத போதகர்களால் வெறுக்கப்பட்ட பல கடவுள் வழிபாட்டுக்கு வேதங்களின் ஒப்புதல் இல்லை என்றே சொன்னார். மக்களை அவற்றை விட்டு விடக் கூறினார் (ஆனால் பசுவதையை எதிர்த்தார். இது ஒரு முரண்பாடே.. வேதத்தில் யாகங்களில் பலியிடப்படும் விலங்குகள் பற்றிய பதிவுகள் உண்டு. குறைந்த பட்சம் ஒரு பதிவில் பசு பற்றிய குறிப்பு வருகிறது).

சத்தியத்தைத் தேடும் இந்து பயில வேண்டியதையும் கடவுளிடம் காட்ட வேண்டிய ஈடுபாட்டையும் போதிக்கும் குருகுலங்களை ஆங்கிலக் கல்விக்கு மாற்றாக ஆரிய சமாஜம் நிறுவியது. அதன் கல்வி வேதத்தின்

விழுமியங்களையும் பண்பாட்டையும் மையமாகக் கொண்டிருந்தது. ஆர்ய சமாஜம் சனாதன தர்மத்தையே தன்னுடைய மதமாக முன்வைத்தது. தனது கடவுள் பிரம்மம் (ஓம் என்னும் மந்திரத்தின் வடிவமானவர்). யஜுர் வேதம் குறிப்பிடும் அவரை மட்டுமே அது ஏற்றது. புராணங்கள் கூறும் வெவ்வேறு கடவுள்களை அல்ல. பிற இந்துக்களில் சிலரைப் போலவே அந்த இயக்கமும் வேதங்களின் வரி வடிவத்தையே கடவுளாகக் கண்டது. வேதங்களை உச்சாடனம் செய்வதே ஒரு வழிபாடாகக் கொண்டது.

ஆனால் அவர்களது இந்த நம்பிக்கைகள் தொன்மையான தத்துவங்களின் வழி வந்தவை அல்ல; அவை கிறித்துவத்துக்கான ஓர் எதிர்வினையே. அந்த அடிப்படையிலேயே வேதங்கள் மட்டுமே 'கடவுள் அருளிய' பிரதிகள்; பிற இந்து மத நூல்கள் - புராணங்களோ, இதிகாசங்களோ, ஏன் பகவத் கீதை கூட - புனிதமானவை ஆகா என்று சொல்கிறார்கள். அதேநேரம் 'கடவுள் அருளிய' பைபிள் மற்றும் குரானை ஏற்கவில்லை. இந்து மதத்தின் முக்கியமான தன்மையான பிறரின் மதத்தையும் சரியானது என்று நம்பும் கொள்கையிலிருந்து விலகிச்சென்றுவிட்டார்கள். சுவாமி விவேகானந்தரின் இந்துமதம் அந்தக் கோட்பாட்டின்படி அமைந்ததே.

ஒரு சீர்திருத்த இயக்கமாக ஆரிய சமாஜம் எல்லா மனிதரும் சமம் என்பதையும், பெண்களுக்கு அதிகாரம் தரப்படவேண்டும் என்பதையும் முன்வைத்தது. ஜாதி பேதமற்று எல்லோருக்கும் கோயிலின் வாயிற் கதவுகள் திறக்க வேண்டும்; யஜுர் வேதத்தின் பிரமாணங்கள் பகுதி குறிப்பிடும்படியான எளிய முறைத் திருமணமே நடக்கவேண்டும் என்றும் வலியுறுத்தியது. முன்னர் எப்போதுமே இல்லாத வகையில் சுத்தி எனப்படும் ஒரு சடங்கு முறை வழியாக இந்து அல்லாதவர்களையும் இந்து மதத்தில் இருந்து வேறு மதத்துக்கு மாறியவர்களையும் இந்து மதத்துக்குள் கொண்டு வந்து அவர்களுக்கு அங்கீகாரம் வழங்கும் முறையை ஆரிய சமாஜம் கொண்டு வந்தது. இந்தச் சடங்கு கிறித்துவ மதத்தின் 'பாப்டிஸம்' எனப்படும் மதத்துக்குள் ஐக்கியப் படுத்திக் கொள்ளும் சடங்குக்கு நிகரானதே. *The Discovery of India* என்னும் தமது நூலில் ஜவஹர்லால் நேரு ஆர்ய சமாஜமே மத மாற்றம் என்னும் முறையை இந்து மதத்துக்கு அறிமுகப்படுத்தியது என்று குறிப்பிட்டார். (இந்து அல்லாதவர்கள் தாம் மணம் முடிக்கும் இந்துவின் மதத்துக்கு மாற வேண்டுமென்றால் ஆர்ய சமாஜமே ஒரே வழி)

'செமெடிக்' மதங்களான கிறித்துவம், இஸ்லாம் மற்றும் யூத மதத்தோடு பரிச்சயம் உள்ளவர்களுக்கு ஆரிய சமாஜத்தின் வழி புரியக் கூடியதே. அமெரிக்கா மற்றும் பிற நாடுகளில் உள்ள புலம் பெயர்ந்த இந்தியச் சமூகத்தினர் நடுவே ஆர்ய சமாஜம் வேரூன்றி இருப்பதில் வியப்பே இல்லை. அவர்கள் 'ஞாயிற்றுக் கிழமை' வகுப்புக்களை கிறித்துவர்கள் நடத்துவதுபோல மத வகுப்புகளை இந்துக் குழந்தைகளுக்கு நடத்து கிறார்கள். எனினும் தாய்நாட்டில் மிகக் குறைந்த எண்ணிக்கையிலான இந்துக்கள்மட்டுமே அவர்களை ஆதரிக்கிறார்கள்.

பத்தொன்பதாம் நூற்றாண்டில் ஏறத்தாழ ஒரே காலகட்டத்தில் தென்னிந்தியாவில் மூன்று மகான்களின் வாழ் நாட்களும் பணிகளின் தாக்கமும் ஒன்றாயிருந்தன. ஸ்ரீ நாராயண குரு (1856-1928), மகாத்மா ஐய்யன்காளி (1863-1941) மற்றும் சட்டாம்பி ஸ்வாமி (1853-1924). பெண்ணுரிமைக்காகவும், கீழ் ஜாதிக்காரர்கள் சமமாக நடத்தப்படவும் குரல் கொடுத்தார் மேல் ஜாதித் துறவியான சட்டாம்பி ஸ்வாமி.

திருவிதாங்கூரில் சில தெருக்களின் வழியாக கீழ் ஜாதிக்காரர்கள் நடக்கவே உரிமையில்லை என வரையறுக்கப்பட்டதை எதிர்த்துப் போராடினார் ‘தீண்டப்படாத’ ஜாதிக்காரரான மகாத்மா ஐய்யன்காளி. பிற்படுத்தப்பட்ட ஈழவர் ஜாதியைச் சேர்ந்த ஸ்ரீ நாராயண குரு நவீன இந்து மதத்தின் அன்பு, சமத்துவம், பிரபஞ்சத்தன்மை பற்றி போதித்தார். ‘ஒரே கடவுள் மானுடம் முழுமைக்கும், ஒரே ஜாதி, ஒரே மதம்’ என்பதே அவரது உபதேசம். ‘எந்த ஜாதியாயிருந்தால் என்ன? ஒரு மனிதன் நல்லவராக இருந்தால் அதுவே போதும்’ என்னும் அவரது வார்த்தைகள் மிகவும் புகழ் பெற்றவை. அவர் தென்னகமெங்கும் கல்வி நிலையங்கள் மற்றும் ஆசிரமங்களை நிறுவித் தம் கருத்துகள் பரவ வழி வகுத்தார். நாராயண குருவின் இறுதிக்கு மூன்று ஆண்டுகள் முன்பு அவரை காந்தியடிகள் சந்தித்தார். குருவுக்கோ ஆங்கிலம் தெரியாது. காந்தியடிகளுக்கு சமஸ்கிருதத்தில் பேச இயலாது. இருவரும் மௌனத்திலும் மொழி பெயர்ப்பாளர்கள் உதவியுடனும் உரையாடினர். காந்தியடிகளே நாராயண குருவால் பெரிதும் கவரப் பட்டார். 1999ல் ஒரு மலையாள இதழ் 20ம் நூற்றாண்டின் ஆகச் சிறந்த மலையாளி யார் என்னும் கருத்துக் கணிப்பை நிகழ்த்திய போது மக்கள் நாராயண குருவையே பெரும்பான்மையாக மொழிந்தனர்.

தவ யோகியான துறவி ரமண மகரிஷி (1879-1950) மற்றும் புரட்சிப் போராளியும் ஆன்மிக வழிகாட்டியுமான ஸ்ரீ அரவிந்தர் (1872-1950) இருவருமே பத்தொன்பதாம் நூற்றாண்டில் பிறந்த முக்கியமான ஆன்மிக வாதிகள். ரமணரின் தீவிரமான ஆன்மிகம், தன்னை அறியும் அவரது தேடல், அவரது உள்ளார்ந்த அத்வைதம், பக்தி மீதான பிடிமானம் இவையே அவரை மக்கள் பெரிதும் ஜீவன் முக்தர் எனப் போற்றக் காரணமாகும். ராமகிருஷ்ணரை பக்தி யோகத்துக்கும், விவேகானந்தரை கர்ம யோகத்துக்கும் ரமண மகரிஷியை ஞான யோகத்துக்கும் உதாரணங்களாக நாம் காணலாம்.

‘நான் யார்?’ என்பதே தன்னை உணர்வதில் ரமணரின் கேள்வியாக இருந்தது. நான் உடலா மனமா அல்லது புலன்களா? அவர் தமது செய்தியைப் பரப்பப் பயணங்கள் செய்யவில்லை. அவர் சேவை நிலையங்களை அமைத்தோ புதிய துறவு மடத்தை நிறுவியோ எதுவும் செய்யவில்லை. அவரது ஆன்மிகமே அவர் வணங்கப்படக் காரணம். அவரது இறுதி நாளில் ஒரு வால் நட்சத்திரம் அவரது ஆசிரமத்தில் இருந்து வானம் நோக்கிச் சென்றதை அருணாசலமலை அருகே கண்டார்கள் என்பது ஒரு செய்தி.

கேம்பிரிட்ஜில் கல்வி பயின்ற அரவிந்தர், ஒரு தீவிரவாதியாகவும் அரசியல் புரட்சியாளராகவும் தம் பொது வாழ்க்கையைத் துவங்கி மறு உலக ஆன்மிக ஞானியாக நிறைவு செய்தார். தமது அரசியல் காலகட்டத்தில் (பெரிதும் 1905-1910) ஆன்மிக தேசியம் என்னும் ஒரு தத்துவத்தை உருவாக்கினார். தாய் நாட்டை பவானி பாரதி என உருவகப்படுத்தி உணர்ச்சி மிகுந்த மற்றும் மன எழுச்சி தரக்கூடிய பாடல்களை எழுதினார் (ஒரு விதத்தில் இந்துத்துவா இயக்கத்தின் பாரத மாதாவின் முன்னோடி எனலாம்).

ஒரு வெடிகுண்டு சதி வழக்கில் அவர் சிறைவாசம் அனுபவித்த போது அவர் தம்மை அரசியலை விடவும் ஆன்மிகமே ஈர்க்கிறது என்பதை உணர்ந்தார். அப்போது பிரெஞ்ச் காலனியாக இருந்த புதுச்சேரியில் தம் வாழ் நாளின் எஞ்சிய நான்கு தசாம்சங்களைக் (1910-1950) ஆன்மிக சிந்தனையில் கழித்தார். இந்து மதத்தின் மீது சிறப்பான பல நூல்களை எழுதினார். பகவத் கீதைக்கு தலை சிறந்த உரை எழுதினார். அவர் அப்போது நிறுவிய ஆசிரமம் இப்போதும் ஆன்மிக மையமாகவே இயங்குகிறது. தனிப்பட்ட ஒரு மனிதனின் மோட்சத்தை விடவும் அவர் மனித குலம் முழுமைக்குமான ஆன்மிக மேம்பாட்டைப் பற்றியே கவலை கொண்டிருந்தார். அவருடைய ஒருங்கிணைந்த யோகக் கலை என்பது மூன்று கட்டமான செயல்பாடுகளை அடிப்படையாகக் கொண்டிருந்தது: தெய்வத்திடம் பூரண சரணாகதி, காட்சிப் பிரக்ஞையிலிருந்தும் உயர்ந்து மனத்தால் உணரும் மகத்தான பிரக்ஞை, மற்றும் நாடுகளின் எல்லைகளால் பிரிக்கப்படும் மனித இனம் புதிய உலக முறைமைக்கு மாறுவது.

ஸ்ரீ அரவிந்தர் எந்த ஒரு நவீன மேற்கத்தியக் கருத்துக்கான மூலத்தையும் தொன்மையான இந்து மத நூல்களில் இருந்து கண்டெடுத்துவிடுவார் என்று சொல்வார்கள். ஒருவரால் அவர் அப்படிச் சொல்வதை ஏற்கவோ புரிந்துகொள்ளவோ இயலவில்லை என்றால், இன்று நவீன சிந்தனை என்று நம்புவதைத்தான் குறியீடு வழியாகவும் நுட்பமாகவும் தொன்மையான இந்துத் துறவிகள் கூறியிருக்கிறார்கள். அதை நீங்கள் மேலோட்டமாகப் படித்திருக்கிறீர்கள் என்று சொல்லிவிடுவாராம்.

கிறிஸ்தோபே ஜாஃப்ரெல்லோ என்னும் பிரான்ஸ் நாட்டு அரசியல் ஆய்வாளர் (அவர் நவீன இந்து அரசியலின் மாணவரும் ஆவார்) இதுபற்றிக் கூறியிருக்கிறார். அதாவது மேற்கத்தியக் கருத்துகள், நம்பிக்கைகள் இவற்றை இந்து துறவிகள் அவையெல்லாம் இந்து மதத்தில் இருந்தவையே என்று சொல்லி உள்வாங்குவதை ஒருவகையான 'தந்திரமான உள்வாங்கல் முறை' என்கிறார். ஒவ்வொருவரின் கருத்து ஒவ்வொருவிதமாக இருந்தாலும், மேற்கத்திய காலனி ஆதிக்கக் காலத்தில் எந்த அளவு இந்து மதம் தன்னை மீட்டெழும் தன்மையுடன் இருந்தது என்பதை அரவிந்தரின் பணி மீண்டும் நிரூபித்தது. நவீன காலத்தில் தன் முக்கியத்துவத்தையும் பொருந்தும் தன்மையையும் நிரூபிக்கும் தருணம் வந்தபோது அது அந்தச் சூழலோடு ஒன்றித் தன்னை நிரூபித்தது.

சுவாமி விவேகானந்தர்

இஸ்லாமியரோ பிரிட்டிஷாரோ ஆட்சி செய்தபோது எப்படித் தன்னை இந்து மதம் மீட்டுக் கொள்ளவும், மேம்படுத்திக் கொள்ளவும் செய்தது என்பவை பற்றி நான் முன் பக்கங்களில் விரிவாக விவாதித்தேன். ரமணருக்கோ அரவிந்தருக்கோ அவர்களது காலத்துக்குப் பின்னரே புகழ் கிடைத்தது. அந்தப் பரிமாணக் கால கட்டத்தின் முடிவில் சுவாமி விவேகானந்தர் *(1863-1902)* இந்து மதத்தின் ஒரு போற்றுதலுக்குரிய வாரிசாக வந்தார். பல்வேறு தத்துவங்களை உள்ளடக்கிய ஒரு செறிவான மதமாக இருக்கும் ஆற்றலை இந்து மதத்தின் மிகப் பெரிய பலமாகக் கண்டார். அவர் குறிப்பிட்டார் : 'வேதங்களின் மதமாயிருந்ததை ஒவ்வொரு மத நம்பிக்கைகள் புதிது புதிதாக வந்து அதன் அஸ்திவாரத்தையே அசைத்துவிட்டன. ஆனால் (காலப்போக்கில்) இந்தப் பிரிவுகளை உள்வாங்கிக்கொண்டு, தன்னுள் ஐக்கியப் படுத்திக்கொண்டு, தன்வயமாக்கிக் கொண்டது பிரம்மாண்டமான அந்தத் தாய் மதம். வேதாந்தத்தின் மிக உயரமாக சஞ்சரிக்கும் சிந்தனையின் எதிரொலிகளை சமீபகால விஞ்ஞானக் கண்டுபிடிப்புக்களில்கூடப் பார்க்கிறோம். மறுபக்கம் மிகவும் தரையோடு ஒட்டிக்கொண்டிருப்பதான பல வடிவ உருவ வழிபாட்டுக்கும், மனிதனால் உணர முடியாத அளவு கடவுள் உயர்ந்தவர் என்னும் பௌத்தத்துக்கும் சமண மதத்தின் நாத்திகத்துக்கும் என எல்லாவற்றுக்குமே இந்து மதத்தில் இடம் உண்டு'.

ஆரம்ப காலத்தில் அவரது நம்பிக்கைகள் உபநிடதங்கள் மற்றும் அத்வைதத்தின் அடிப்படையில் பிரம்ம சமாஜம் முன் வைத்த உருவமில்லாத கடவுள், உருவ வழிப்பாட்டை நிராகரித்தல் ஆகிய கொள்கைகளால் ஈர்க்கப்பட்டவையாக இருந்தன. ஆனால் அது நிரந்தரமானதாக இருக்கவில்லை. பிரம்ம சமாஜத்தை விட்டு நீங்கிய விவேகானந்தர் ராம கிருஷ்ண பரமஹம்சரை *(1836-1886)* தன் குருவாக ஏற்றார். ராமகிருஷ்ண பரமஹம்சர் ஆன்மிக உச்சி நிலைக்கு அவ்வப்போது செல்பவர்; அவரது தரிசனங்கள் மற்றும் உணர்ச்சிமயமான பேச்சுகள் அவருக்கு ஓர் அப்பழுக்கற்ற பிரக்ஞையை அளித்தன. அவரை நாடி வந்த ஆயிரக்கணக்கானோரை அவர் எல்லாச் சண்டைகளையும் கைவிட்டு விட்டு பிரபஞ்ச ரீதியான மத நம்பிக்கை கொண்டு கடவுளைத் தூய மனத்துடன் தேடும்படி உபதேசித்தார். அவரது எளிய நீதிக் கதைகள் வெகுஜனங்களை அவர் பால் ஈர்த்தன. தமது பக்தர்களுள் ஆகச் சிறந்தவரான சுவாமி விவேகானந்தருக்கு அவர் ஆன்மிக சாதனை பற்றி போதித்தார். ஆத்மனும் பிரம்மனும் ஒன்றே என்பதையும், தன்னை உணருவதிலும் விடுதலையிலும் ஆன்மிகத்தின் முக்கியத்துவம் பற்றியும் போதித்தார்.

அமெரிக்காவின் சிகாகோவில் உலக மதங்களின் பொதுமன்றம் என்னும் கருத்தரங்கில் சுவாமி விவேகானந்தர் மேற்கத்தியப் பார்வையாளர்களுக்கு

எளிதில் விளங்கும் வகையில் தமது புனித நூல்களைப் பற்றி எடுத்துரைத்தார். 'இறைவன் வெளிப்படுத்தியதால் இந்துக்கள் வேதங்கள் கிடைக்கப் பெற்றார்கள். ஆதி அந்தம் இல்லாதவை வேதங்கள் என அவர்கள் நம்புகிறார்கள். ஒரு நூல் ஆதி அந்தம் அற்றதாக இருக்குமென்பது நகைப்புக்குரியதாகப் பார்வையாளர்களுக்குத் தோன்றலாம். ஆனால் வேதங்கள் என்று குறிப்பிடும்போது அவை நூல்கள் என்பது அல்ல பொருள். வெவ்வேறு மக்களால் வெவ்வேறு காலங்களில் கண்டுணரப் பட்ட ஆன்மிக தரிசனங்களின் பெட்டகம் ஆகும். புவியீர்ப்பு விசையைக் கண்டுபிடிக்கும் முன்பும் அது இருக்கத்தான் செய்தது. அதேபோல ஆன்மிக உலகை ஆளும் சட்டங்களும் மானுடம் அவற்றை மறந்தே போனாலும் இருக்கவே செய்யும். தனிமனிதர் தம் ஆன்மாவுக்கும் மற்றொரு ஆன்மாவுக்கும் உள்ள ஒழுக்கரீதியான, ஆன்மிகமான, அற நெறி சார்ந்ததான உறவுகளும், அவர்களுக்கும் எல்லா ஆன்மாக்களின் தந்தையானவருக்கும் உள்ள உறவுகளும் கண்டுபிடிக்கும் முன்பும் இருந்தன. நாம் அவற்றை மறந்தே போனாலும் இருக்கவே செய்யும்'.

மேற்கத்தியர் ஓர் உடல் ஓர் ஆன்மாவைச் சுமக்கிறது என நம்பிய போது, இந்து மதமோ ஓர் ஆன்மாவே ஓர் உடலைத் தனதாக வைத்திருக்கிறது எனக் காண்கிறது என்பதை சுவாமி விவேகானந்தர் தெளிவுபடுத்தினார். 'நான் உடலுக்குள் உறையும் ஓர் ஆன்மா; நான் உடல் அல்லன். உடல் மரணம் அடையும், ஆனால் எனக்கு மரணமே இல்லை'. தனது மதம் மேற்கத்தியரால் நன்றாக விளங்கிக் கொள்ளப்படவென்று பின் வருமாறு சுவாமி விவேகானந்தர் கூறினார்:

'யாருடைய கட்டளையால் காற்று வீசுமோ, நெருப்பு எரியுமோ, மேகங்கள் பொழியுமோ மரணம் பின்தொடருமோ' அவற்றின் தலைமையாக ஒவ்வொரு பொருள் மற்றும் சக்தியின் ஒவ்வொரு அணுவுக்குள்ளும் ஒருவர் நிற்கிறார் (சுவாமி விவேகானந்தர் மிகவும் சிந்தித்தே ஒரு காரணத்துடனே கவனமாக 'ஒருவர்' என்னும் பதத்தைப் பயன்படுத்தினார். சுவாமி சொல்ல வந்தது பிரம்மமும் ஆத்மனும் ஒருவரே என்பதைத்தான். மறுபக்கம் 'செமெடிக்' மதங்களுக்கோ அது ஒரே கடவுள் என்னும் பொருளில் பிடிபட்டது). அவர் எங்கும் இருக்கிறார். தூய, வடிவமே இல்லாதவர் அவர். எல்லாம் செய்ய வல்லவர் மற்றும் கருணையே வடிவானவர். 'நீங்களே தந்தை, நீங்களே தாய், நீங்களே நேசம் மிக்க நண்பர், நீங்கள் எல்லா சக்திகளின் மூலம்; எங்களுக்கு வலிமையை வழங்குவீராக; உலகின் சுமைகள் அனைத்தையும் தாங்குபவர் நீங்களே; இந்த வாழ்க்கையின் சிறிய சுமையைச் சுமக்க எங்களுக்கு உதவுங்கள்' என்றே வேதங்களின் ரிஷிகள் பாடினார்கள்'.

கூட்டத்தினர் எதிர்பார்த்ததுபோலவே ஒருவித பூடகத்தன்மை சுவாமி விவேகானந்தரின் உரையில் தவிர்க்கமுடியாதவகையில் இருந்தது: 'இந்து தானே ஆன்மா என நம்புகிறார். ஆன்மாவைக் கத்தியால் வெட்ட இயலாது, நெருப்பால் எரிக்கவோ, நீரால் கரைக்கவோ காற்றால் உலரவோ

செய்ய இயலாது. ஓர் இந்து ஆன்மா என்பது முடிவே இல்லாத ஒரு வட்டம் என நம்புகிறார். ஆனால் அதன் மையப்புள்ளி அவரது உடலில் இருக்கிறது. மரணம் என்பது இந்த மையப்புள்ளியானது ஓர் உடலில் இருந்து மற்றொரு உடலுக்கு மாறிவிடுவதாகும்... உடலுடன் பந்தத்தில் இருக்கும் ஆன்மா தெய்வீகமானது என்றே வேதங்கள் உபதேசிக்கின்றன; இந்த பந்தம் அறுபடும்போது பூரணத்துவம் எட்டப்படும். அதற்கு அவர்கள் பயன்படுத்தும் சொல் 'முக்தி' - விடுதலை, பூரணமின்மையில் இருந்தும், மரணத்திலிருந்தும் துன்பத்திலிருந்தும் விடுதலை'.

மேற்கத்தியரின் சொற்பொழிவுகளைக் கேட்டபோது சுவாமி விவேகானந்தருக்கு அவர்கள் தம் கடவுள் எங்கோ தொலைவில் மேகங்களுக்கு நடுவே வயதானவராக, வெள்ளை தாடிக்காரராக மிகுந்த கண்டிப்புடன் இருப்பது வியப்பளித்தது. 'கடவுளை எப்படி வழிபடுவது?' என்னும் கேள்வியைத் தமது கடவுள் பற்றி எழுப்பினார் சுவாமி விவேகானந்தர் 'அன்பின் வழியாகவே அவரை வழிபட வேண்டும். வேறு எதையும் விட நமக்குப் பிரியமானவராக, இந்த வாழ்க்கையிலும் பின்வரும் பிறவிகளிலும் வேறு எந்த ஒன்றையும்விடப் பிரியமானவராக வணங்க வேண்டும். வேதங்களால் பிரகடனப்படுத்தப்பட்ட இதை, இந்துக்கள் கடவுளின் அவதாரமாக எண்ணும் கிருஷ்ணர் எப்படி உருக்கொடுத்து உபதேசித்தார் என்பதைக் காண்போம். கிருஷ்ணர் உலகில் பிறந்த ஒவ்வொரு மனிதனும் ஒரு தாமரை இலை போலவே இருக்கவேண்டும் என உபதேசித்தார். 'தண்ணீரில் வளர்ந்தாலும் அது தண்ணீரால் ஈரமாகிவிடுவதில்லை; அதேபோல் ஒருவர் உலகில் இருந்தாலும் - கை தனது பணியைச் செய்ய, இதயம் கடவுள் வசம் இருக்க வேண்டும்'. தன்னலமற்று ஒருவர் கடவுளை நேசிப்பது பகவத்கீதையின் உபதேசங்களுள் உள்ளார்ந்து இருப்பதாகவே சுவாமி விவேகானந்தர் கருதினார்.

'மறு உலகில் வெகுமானம் கிடைக்கும் என்பதற்காகக் கடவுள் மீது அன்பு வைப்பது நல்லதே. ஆனால் அதைவிடவும் சிறப்பானது கடவுளின் மீது உள்ள அன்புக்காகவே அவர் மீது அன்பு செலுத்துவது. அதற்கான துதிப் பாடல் இது: 'எனக்கு செல்வமோ, குழந்தைகளோ கல்வியோ வேண்டாம். உங்கள் விருப்பம்... எனக்குப் பல பிறவிகள் என்றாலும், நான் உங்களை எந்த வெகுமானம் கிடைக்கும் என்னும் எதிர்பார்ப்பு இல்லாமல், உங்களை அன்பு செலுத்தும் ஒரே நோக்கத்துக்காக நேசிக்கும் வரத்தை மட்டும் எனக்குத் தாருங்கள்'.

அத்வைத வேதாந்தம் போதித்த 'மோட்சம்' என்னும் ஆத்மனும் பிரம்மமும் ஒன்றிணைவதை உணர்வதே விவேகானந்தரைப் பொறுத்த அளவில் 'இந்து மதம் என்றால் என்ன?' என்னும் கேள்விக்கு பதிலாகும். இதை அவர் விரிவாகப் பின் வருமாறு கூறினார்:

'இலக்கு என்பது (இந்து மதத்தின் இலக்கு) இடைவிடாது போராடி பூரணத்தன்மை அடைவது, தெய்வீகமாவது, கடவுளைச் சென்றடைவது,

கடவுளைக் காண்பதாகும். சொர்க்கத்தில் உள்ள தந்தையான கடவுள் எப்படிப் பூரணமாக இருக்கிறாரோ அப்படி நாம் பூரணமாவதைப் போன்றதே அவரைச் சென்றடைவதும் மற்றும் காண்பதும் ஆகும். இந்த ஆன்மிக சாதனையே இந்து மதத்தின் மையமாகும். இந்த அருமையான உடலுக்கு அப்பாற்பட்டு மனிதனின் ஆத்மா இருக்கிறது. ஆன்மாவுக்கு ஆரம்பமோ முடிவோ இல்லை. அதற்கு மரணம் என்பதே தெரியாது. நான் பிறந்த உடனேயே அந்த முடிவில்லா வாழ்க்கையுள்ள ஆன்மாவுடன் யோகத்தில் (ஒன்றுபட்டு) இருக்கிறேன்'.

இவ்வாறாக அவர்கள் புரிந்துகொள்ளும் விதத்தில் இந்து மதம் பற்றி விளக்கிய விவேகானந்தர் அவர்களது அடிப்படை நம்பிக்கைகளில் இருந்து மாறுபட்டவற்றைக் கூறலானார். 'இந்து மதம் என்பது உணர்வதே; அதற்குக் குறைவான எந்த ஒன்றுக்கும் அங்கு இடமில்லை'. 'மதத் தத்துவத்தை நம்பினாலே போதும். அதிலேயே எல்லாமும் அடங்கி விடுகிறது' என்று யாருமே எங்களிடம் கூற முடியாது. ஏனெனில் நாங்கள் அவ்வாறு நம்பவில்லை. நீங்கள் எதுவாக உருவாகிறீர்களோ அதுவே நீங்கள்.. மதம் என்பது உணரப்படவேண்டியது; ஒரு கிளிபோல வெறுமனே ஒரு தத்துவத்தைக் கேட்டு மிழற்றுவது அல்ல'.

கேள்வி-பதில் வடிவில் இருக்கும் மேற்கத்திய மத நம்பிக்கைத் தொகுப்பைத் தாண்டிச் சென்ற விவேகானந்தர் அத்வைதம் என்பது தத்துவத்தைத் தாண்டிய ஒரு விஞ்ஞானம் என்று சொன்னார். பிற மதங்களைப் பாடாய்ப்படுத்திய 'தத்துவமா விஞ்ஞானமா' என்னும் விவாதத்திலிருந்து இந்து மதம் விலகியே இருந்திருக்கிறது. 'இன்றைய நவீன விஞ்ஞானிகளுக்கு அத்வைதம் மிகவும் பொருளுள்ளதாகத் தென்படுவதற்கு என்ன காரணம்? இந்து மதம் மட்டுமே நவீன ஆராய்ச்சியாளர்களுடன் ஒத்துப்போகிறது. பொருண்மை உலகில் மற்றும் ஒழுக்க ரீதியான அணுகுமுறையில் முற்போக்காக இருப்பதும் அத்வைதமே. பழமைக்கால இருமை சித்தாந்தங்கள் அவர்களுக்கு ஏற்புடையதாக இல்லை. அவை அவர்களது தேவையைப் பூர்த்தி செய்யவில்லை. மத நம்பிக்கை மட்டுமல்ல ஒரு மனிதனுக்கு அறிவுபூர்வமான நம்பிக்கையும் அவசியமே' என்றார் விவேகானந்தர்.

அவர் 'பல தெய்வ வழிபாடு இந்தியாவில் இல்லை' என்றே வாதிட்டார். ஒருவர் இந்தியாவின் கோயில்களில் காணும் உருவ வழிபாட்டை அப்படியே எடுத்துக்கொள்ளக்கூடாது. 'ஒன்றாயிருத்தல் என்ற கோட்பாட்டின் படி புற வடிவம் ஒரு மனத்துள்ளான கருத்தையும், அதேபோல மனத்துள்ளான ஒரு கருத்து ஒரு புற வடிவத்தையும் விளைவிக்கின்றன. அதானாலேயே ஓர் இந்து ஒரு புறக் குறியீட்டைத் தான் வழிபடும் போதெல்லாம் பயன்படுத்துகிறார் ஓர் இந்து. அது தான் யாரை வழிபடுகிறாரோ அவரின் மீது மனத்தைக் குவிக்க உதவுகிறது என்றே அவர் கூறுவார். அது கடவுள் அல்ல அது எங்கும் நிறைந்த ஒன்றல்ல என்பது அவருக்குத் தெரியும்.

ஓர் இந்துவைப் பொறுத்த அளவில் ஒரு மனிதனின் நகர்வு பிழையிலிருந்து உண்மையை நோக்கியதல்ல. ஓர் உண்மையிலிருந்து மற்றொரு உண்மையை நோக்கிய நகர்வே அது. கண்மூடித்தனமான பக்தியிலிருந்து முழுமையான கடவுளை நம்புவது வரையிலான வழிபாட்டு முறைகள் எல்லாமே மனித ஆன்மா எல்லையற்ற ஒன்றை உணரும் முயற்சிகளே. தாம் பிறந்த சூழல் மற்றும் இணைந்திருந்த மக்கள் இவை அவர் மேற்கொள்ளும் முன்னேற்றத்தைக் குறிக்கின்றன.

ஒரே கடவுள் என்னும் மதங்களிலிருந்து மிகவும் வேறுபட்டதல்ல இந்து மதம். 'சித்திரங்கள். சிலுவைகள் அல்லது பிறை நிலாவின் வடிவம் இவை அனைத்துமே குறியீடுகளே. ஆன்மிகக் கருத்துகளை மாட்டிவைக்கும் பல ஆணிகள் போன்றவை அவை. இந்தக் குறியீடுகள் எல்லோருக்கும் தேவை என்று கூற இயலாது. ஆனால் தேவைப்படாதவர்களுக்கு அவை தவறானவை என்று கூற உரிமை இல்லை. 'இந்தியாவின் உருவ வழிபாட்டு முறை' வளர்ச்சி அடையாத மனங்கள் பெரிய ஆன்மிக உண்மைகளைப் பற்றிக் கொள்ளச் செய்யும் முயற்சிகளே'.

சுவாமி தனது மதத்தைத் தாமே குறைத்துப் பேச விரும்பவில்லை. மாறாக அவர் பெருமிதத்துடன் 'உலகின் ஆகத் தொன்மையான துறவிகளின் பாரம்பரியத்தின் பெயரில் பேசுகிறேன்' என்றும் 'எல்லா மதங்களின் தாய்மதத்தின் பெயரால் பேசுகிறேன்' என்றும் எடுத்துரைத்தார். இந்துக்களில் சிலர் உணவுகள் மீது வைத்திருந்த அதீதக் கட்டுப்பாடுகளைக் கண்டித்தார். அப்படிப்பட்ட இந்துக்களின் மதத்தை 'சமையலறை மதம்' என்று எள்ளிநகையாடினார். அவர் இந்துக்களையும் (மத ஒடுக்கு முறைகளால் பாதிக்கப்பட்டு இந்தியாவுக்கு வருபவர்களுக்கு அடைக்கலம் தருபவர்கள் போன்றவை) அவர்களுடைய செயல்களையும் (பிற மதங்களை சகிக்கும் தன்மை) ஒன்றாகவே மதித்தார்.

இந்து இந்தியாவில் தொன்மைக்காலத்தில் ரோமானியரின் மதத் தாக்குதலுக்கு ஆளாகி அடைக்கலமாக வந்த யூதருக்கும் பாரசீகத்திலிருந்து இஸ்லாமிய அச்சுறுத்தலுக்கு ஆளாகி வந்த 'ஜோராஸ்டிரியர்களுக்கும் இந்தியாவுக்கு வந்தபோது தரப்பட்ட ஆதரவைப் பெருமையுடன் நினைவுகூர்ந்தார். அவரைப் பொறுத்த அளவில் பிற மதத்தினருக்கு அடைக்கலம் வழங்கும் இந்துக்களுக்கும் பிற மதங்களைத் தழுவும் இந்துக்களுக்கும் வேறுபாடு எதுவுமில்லை. ஏனெனில் இந்துப் பண்பாடு என்பதே பல்வேறு மத நம்பிக்கைகளை அரவணைக்கும் உயரிய நாகரிகம்தான்.

அதே சிகாகோ கருத்தரங்கில் மற்றொரு பேருரையில் சுவாமி விவேகானந்தர் தம் தத்துவத்தை எளிய மொழியில் எடுத்துரைத்தார் 'பன்மையின் ஊடே ஒற்றுமை என்பதே இயற்கையின் இயல்பாகும்; அதை இந்து அங்கீகரித்துள்ளார். இந்து மதம் தவிர்த்த ஒவ்வொரு மதமும் சில கட்டுப்பாடுகளை விதித்து அவற்றை சமூகம் கடைப்பிடிக்க வேண்டும்

என்றே வற்புறுத்துகிறது. அது சமூகத்தின் முன் மேற்சட்டை (கோட்) ஒன்றை வைத்து, அதுவே ஜாக், ஜான் மற்றும் ஹென்றிக்குப் பொருந்தவேண்டும் என்கிறது. அது ஜான் அல்லது ஹென்றியின் உடலுக்குப் பொருந்தவில்லை என்றால் அவர்கள் தம் உடலை மறைக்க அந்தச் சட்டை இல்லாமலேயே போக வேண்டும்.

பூரணமானதை உணர மட்டுமே இயலும் என்று இந்து கண்டடைந்து இருக்கிறார். அதை சிந்தனையில் காணலாம்; அதைப் பற்றிய வர்ணனையை அதன் நெருங்கிய வடிவம் ஒன்றின் வாயிலாகவே கூற இயலும். உருவங்கள், சிலுவைகள் அல்லது பிறை நிலாவின் வடிவம் இவை அனைத்துமே குறியீடுகளே. ஆன்மிகக் கருத்துகளை மாட்டி வைக்கும் பல ஆணிகள் போன்றவை அவை. தேவை என்று கூற இயலாது. ஆனால் தேவைப் படாதவர்களுக்கு அவை தவறானவை என்று கூற உரிமை இல்லை. இந்து மதத்தில் உருவங்களை வைத்து வழிபட்டாக வேண்டும் என்ற கட்டாயம் எதுவுமே கிடையாது'.

தம் காலத்தோடு பொருந்தாதவிதமாக விவேகானந்தர் ஆண் பெண் சமத்துவத்தில் நம்பிக்கை கொண்டிருந்தார். அவரால் பெண்களின் உணர்வுகளைப் புரிந்துகொள்ள இயன்றது. அவருக்கும் மிக அணுக்கமான சீடராய் இருந்து, பின்னாளில் அவருடைய செய்தியை உலகம் முழுதும் எடுத்துச் சென்றவர்களில் பெண் சீடர்களும் நிறையவே இருந்தார்கள். எனவே அவர் உலக மதங்களின் பெருமன்றத்தில் தம் உரையை 'அமெரிக்காவின் சகோதர சகோதரிகளே எனத் துவங்கியதில் வியப்பே இல்லை. அவர் முதன் முறை அந்த வாக்கியத்தை உச்சரித்தபோது அது ஒரு மின்சார அதிர்வைப்போல் கேட்போரை சிலிர்க்க வைத்தது.

ராஜ யோகா என்னும் தமது நூலில் விவேகானந்தர் நான்கு யோகக் கலைகளை அறிமுகம் செய்தார். பதஞ்சலியின் யோக சூத்திரங்களை விவேகானந்தர் சாதாரண மனிதர் எளிய முறையில் பயிற்சி செய்து தன்னுள் இருக்கும் கடவுளின் ஆற்றலை உணர வழி வகுத்தார். ராஜ யோகா (மனோரீதியான, பூடகமான யோக, ஆன்மிகப் பயிற்சி), கர்ம யோகா (செயல்களும் சமூக சேவையும்), பக்தி யோகா (தெய்வத்துக்கு உணர்ச்சிப்பூர்வமான வழிபாடு) மற்றும் ஞான யோகா (அறிவு மற்றும் காரணமறியும் தருக்க முறையால் தன்னை உணரும் பாதை) இவையே அந்த நான்கு யோகக் கலைகள். அந்த நான்கு விதமான யோகங்களும் தனித்துவம் மிக்கவையே என்றாலும் அவற்றை ஒன்றன் பின் ஒன்றாகவோ இணையாகவோ பயிற்சி செய்ய இயலும். விவேகானந்தர் அந்த நான்கையும் தமக்குள்ளே ஒருங்கிணைத்தார். அவர் ஒழுங்கு, ஞானத் தேடல், ஆழமான வாசிப்பு, அழுத்தமான வெளிப்பாடு, மிகப் பெரிய உடலுழைப்பின் மூலம் (அதில் நிறைய தூரம் நடப்பதும் ஒன்று), இந்தியா முழுதும் பயணித்தார். அவர் கையில் ஒரு தண்டம் மட்டுமே இருந்தது. ஒரு தண்ணீர்க் குடுவையும் அவரது சுடர்விடும் முகமுமே அவருக்குத் துணையாக இருந்தன.

அவர் ஒழுக்கத்தின் உறைவிடமாக இருந்தார். நவீன இந்தியாவின் 'சாமியார்கள்' போல அவர் சுக அனுபவங்களில் திளைத்தவர் அல்லர். ஆதி சங்கரரின் உபதேசத்தை ஒட்டி அவர் சத்தியம், தூய்மை, பிரம்மச்சரியம், தன்னலமின்மை ஆகியவற்றைத் தமது இலக்காகக் கொண்டிருந்தார். அவருடைய சீடர்களில் பலரும் பெண்கள் என்றாலும் அவர்களை இளைஞரான அவர் சகோதரிகளாகவும் மகள்களாகவுமே நடத்தினார். மறுபக்கம் அவர் தமது ஆசான் ராமகிருஷ்ண பரமஹம்சர்போல இந்த உலகச் செயல்பாடுகளில் இருந்து ஒதுங்கியிருந்த மனிதர் அல்லர். அவர் ஓர் அற்புதமான பேச்சாளர். அவர் இருக்கும் இடத்தில் அவரது காந்தத் தன்மை உணரப்படும். அவர் தன்னைச் சுற்றியுள்ள மனிதர்களின் நடவடிக்கைகளை மாற்றியமைப்பவராக இருந்தார். பசியுடன் இருக்கும் ஒருவருக்கு மத போதனை செய்வது கடவுளை அவமதிப்பது என்று கூறினார். இந்தியாவில் பெரும்பாலானோருக்கு கடவுள் உணவின் வடிவத்திலேயே வருவார் என்றார்.

அவருடைய போதனைகள் வேதாந்தத்தின் சமகால நவீன விளக்கங்களைக் கொண்டதாக இருந்தது. விவேகானந்தர் கூறியது போல 'ஒவ்வொரு ஆன்மாவும் தெய்வீகத்தைத் தன்னுள்ளே வைத்திருக்கிறது. தன்னுள்ளே இருக்கும் அந்த தெய்வீகத்தை, உள்ளேயும் வெளியேயும் இருக்கும் இயற்கையைக் கட்டுப்படுத்தி, வெளிப்படுத்துவதே இலக்கு. இதை சேவை செய்தோ, பிரார்த்தனை செய்தோ, மனத்தை ஒருங்குபடுத்தியோ அல்லது தத்துவத்தாலேயோ செய்து முடிக்கவேண்டும். இவற்றுள் ஒன்றாலோ இவை அனைத்தையும் சேர்த்துச் செய்தோ விடுதலையை அடைந்துவிடவேண்டும். இதுவே மதத்தின் முழுமையான சாராம்சம். தத்துவங்கள், மதக் கட்டுப்பாடுகள், சடங்குகள், புனித நூல்கள், கோயில்கள் அல்லது வணங்கப்படும் வடிவங்கள் இவை யாவுமே இரண்டாம் பட்சமானவையே.'

தம் கொள்கைகளைத் தாமே செயல்படுத்தினார் விவேகானந்தர்: செயல், வழிபாடு, மனத்தைக் கட்டுப்படுத்தல், தத்துவம் இவை யாவற்றிலும் அவர் மேலான வெற்றி கண்டார். ஆன்மிக விழிப்புக்கு மானுட விழிப்பு அவசியம் என்று கருதினார்; சேவை மூலமாகவே ஆன்மிகத்தைக் காணும் தேவையை இது அவருக்குக் கொடுத்தது. உலகியல் வெற்றி முக்கிய மானதே; ஆனால் அது கவனம் மிக்க சிந்தனை மற்றும் செயல் என்னும் பாதையால் மட்டுமே எட்டக் கூடியது. சுவாமி விவேகானந்தர் ஆன்மிகத் தலைவராக இருந்தார்; அமரத்துவம் மிக்க ராமகிருஷ்ண பரமஹம்சரின் சீடராக இருந்தார்; இந்தியா முழுவதும் பயணம் செய்து வேதாந்தத்தையும் பகவத் கீதையையும் ஆன்மிகம் மற்றும் மதத்தின் செய்திகளையும் தாம் உணர்ந்த வகையில் போதித்த துறவியாகவும் இருந்தார். என்றாலும் -அவர் அன்றைய மற்றும் எதிர்கால இந்தியாவின் உண்மையான தேவைகளுடன் தன்னை வலுவாகப் பிணைத்துக் கொண்டுமிருந்தார்.

இந்தியாவின் பிரச்னைகளை வெவ்வேறு கோணங்களில் ஆராய முனைந்து, மத மற்றும் ஆன்மிக விஷயங்களில் இருந்து துவங்கினார்.

தன்னை உணர்தல் மற்றும் உலகுக்கு சேவை என்னும் இரண்டு லட்சியங்களுடன் அவர் ராமகிருஷ்ண மடத்தை நிறுவினார். மடம் என்பது ஒரு தியான மையம் என்பதால் அவர் ராமகிருஷ்ண சேவை நிறுவனத்தையும் நிறுவினார். தன்னலமின்மை, கர்ம யோகம் ஆகியவற்றை அடிப்படையாகக் கொண்ட அந்தத் தொண்டு நிறுவனம் விவேகானந்தரின் தன்னலமற்ற அப்பழுக்கற்ற சேவையைத் தன் பாதையாகக் கண்டது. அதற்கு முன் ஆன்மிகத்துடனும் தியான முறையோடும் அடையாளம் காணப்பட்ட கர்ம யோகம் செயல் மற்றும் செயற்படுதலையும் போதித்தது. 'ஆத்மனோ மோட்சம் ஜகத் ஹித்ய சா' என்னும் கொள்கைக்கு ஏற்பவே ராமகிருஷ்ணா மிஷன் செயற் படுகிறது. 'தனிப்பட்ட ஒருவரின் மோட்சத்துக்காகவும் மற்றும் உலக நன்மைக் காகவும்' என்று அதற்கு தமிழில் பொருள்.

சந்தேகத்துக்கு இடமின்றி விவேகானந்தர் ஓர் இந்துத் துறவியின் பிம்பத்தைப் புரட்சிகரமாக மாற்றியமைத்தார். அவர் தான் ஓர் முன்னுதாரணமாக சமூக சேவையே ஒரு சன்னியாசியின் வாழ்க்கையின் பிரிக்க முடியாத அம்சம் என்று உலகுக்குக் காட்டினார். தமது குருநாதர் ராமகிருஷ்ண பரமஹம்சரின் மறைவுக்குப் பின் விவேகானந்தர் புனிதப் பயணமாக பிருந்தாவனம், வாரணாசி, அயோத்தி மற்றும் இமய மலையில் உள்ள பல ஆசிரமங்களுக்குச் சென்று யோகிகளைச் சந்தித்த போதிலும், சுமார் இரண்டு ஆண்டுப் பயணத்துக்குப் பின் அவர் பார்வை தமது உயிர் வாழ்க்கைக்கே போராடும் வெகு ஜனங்கள் மீதே பதிந்தது.

1892 இறுதிவாக்கில் சுவாமி விவேகானந்தர் நடை பயணமாகவே கன்னியாகுமரி சென்று சேர்ந்தார். அங்கே தென் கோடியில் இருக்கும் சிறிய பாறைத் தீவில் தியானம் செய்தார். அந்த நாள் அவரது வாழ்க்கையில் ஒரு குறிப்பிடத்தக்க திருப்புமுனை எனக் கூறலாம். அப்போதுதான் அவர் நாடு முழுவதும் அல்லல் படும் ஏழைகள் பற்றிக் கவலைகொண்டார். அந்த சிந்தனையின் விளைவாகத்தான் 'ஒரே இந்தியா என்னும் தொலைநோக்கு' (vision of one India) என்னும் கனவை அவர் முன்னெடுத்தார். அது பற்றிய அவரது பதிவு இது:

'குமரி முனையில், குமரி அன்னையின் கோயிலில் அமர்ந்திருக்கும் போது எனக்கு ஒரு திட்டம் மனதுள் தோன்றியது: எத்தனை சன்னியாசிகள் நாங்கள் அலைந்து திரிந்து ஆன்மிகத் தத்துவம் போதித்து வருகிறோம்? இவையெல்லாம் பைத்தியக்காரத்தனமே. நம் குருதேவர் ஒருமுறை என்ன போதித்தார்? 'வயிறு காய்ந்தவனுக்கு மதமில்லை'. ஆனால் சாதாரண மக்களோ தமது அறியாமையால் ஒரு கீழான வாழ்க்கைக்குத் தள்ளப் பட்டிருக்கின்றனர். சில சன்னியாசிகள் கிராமம் கிராமமாகப் போய் கல்வி கற்பித்து, சண்டாளர் என அழைக்கப்படும் தாழ்த்தப்பட்ட மக்கள்வரை அனைவருக்கும் சேவை செய்தால் எதிர்காலம் நல்லவிதமாக அமையாதா? நாம் ஒரு தேசமாக நமது தனித்தன்மையை இழந்துவிட்டோம். நம் தேசம் எதிர்கொள்ளும் துயரங்கள் அனைத்துக்கும் அதுவே காரணம். நம் வெகு

ஜனங்களை நாம் மேம்படுத்தி நமது தனித்தன்மையை மீட்டெடுக்க வேண்டும்.' மிகவும் உயர்ந்த சிந்தனைகள் எல்லாம் மிகவும் ஏழ்மையும் கீழ்மையுமான மக்களின் வாயிலைச் சென்றடையும்வகையிலான வழிமுறையை நாம் உருவாக்கவேண்டும் எனக் கனவு கண்டார்.

அடக்குமுறைக்கும் ஒடுக்குமுறைக்கும் பழகிக் கொண்ட மக்களே பெரும்பான்மையாக இருந்த நாட்டில் அவரது சிந்தனைகள் பெரிய ஈர்ப்பை ஏற்படுத்தின. இவ்வாறாக அவரது வாழ்க்கையில் ஒரு புதிய எழுச்சியாகக் கிளர்ந்தெழுந்தது தேசியம் - பிற தேசத்து ஆட்சியாளரை விரட்டும் தேசியமாக மட்டுமல்லாது தேசத்தையே விழித்தெழச் செய்யும் தேசியம் அது - அதுவே அவரது சிந்தனையின் செறிவு மிகு கருவாக அமைந்தது. ஒரு நாட்டின் எதிர்காலம் முற்றிலும் அதன் மக்களைச் சார்ந்ததே என நம்பினார். இன்று நாம் மனிதவள மேம்பாடு என்று கூறுவதையே அவரது போதனைகள் மையமாய்க் கொண்டிருந்தன. நமது நவீன அரசாட்சி முறை அவரது போதனைகளிலிருந்து கற்றுக்கொள்ள நிறையவே இருக்கிறது. நம் சமூகப் பிரச்னைகளை அவர் யதார்த்த நிலையின் அடிப்படையில் புரிந்துவைத்திருந்தார். ஏட்டுச் சுரைக்காய் போல வெறும் கோட்பாட்டு அடிப்படையில் அவரது அணுகுமுறை இல்லை. கையில் கப்பரையுடன் தம்மைப் பின்பற்றுவோர் வெகு சிலரே என்னும் நிலையில், பல வருடங்கள் இந்தியா முழுவதும் அவர் பயணம் செய்து அலைந்து தேசத்தின் யதார்த்த நிலையை உணர்ந்ததே காரணம் ஆகும். இன்றைய அரசியல்வாதிகள் பொறாமைப்படும் அளவு அவரால் சாதாரண மனிதனுடன் தன்னை ஐக்கியப்படுத்திக் கொள்ள இயன்றது.

ஏழ்மையை விடவும் அதிகமாக ஏழை பணக்காரர் இடைவெளியும், அதிகாரம் மிக்க குலங்களில் பிறந்தோருக்கும் கீழ்மையில் பிறந்தோருக்கு முள்ள இடைவெளியுமே சுவாமியை மிகவும் கவலைப்பட வைத்தது. அதிகாரமுள்ளோர் எளியோரை ஒடுக்கும் விதம் அவரை மிகவும் பாதித்தது. 'மாட மாளிகைகளும் குடிசைகளும் அருகருகே இருப்பதே நம் நாடு' என்று அவர் குறிப்பிட்டார். எளியோர் வலியோர் மலையுச்சியும் பாதாளமுமாக வேறுபடும் அந்த அவலத்தின் பின்னணியில் இந்தியாவில் தேசியப் பெருமைக்கு அடிப்படையான சகோதரத்துவம் மற்றும் ஒற்றுமை எல்லாம் எப்படி சாத்தியம் என்று மனம் வருந்தினார். 'நமது தேசிய உணர்வு முழுமை பெற வேண்டுமென்றால் நாம் பிரிந்து பிறந்து ஒன்றிணையாமலே போகிறோம். அந்த ஒற்றுமை நிகழாமல் அந்த தேசியம் முழுமை அடையாது' என்பதே அவரது ஆழ்ந்த சிந்தனை.

அந்த தேசிய சிந்தனையும் ஒற்றுமையும் சாத்தியமாவதற்கு நமக்கு நம்மிடமிருந்தே விடுதலை வேண்டும்; பிரிட்டிஷாரிடமிருந்து மட்டுமல்ல என்னும் சிந்தனை விவேகானந்தருடையது. இந்தியாவைப் பிற்பட்ட நிலையிலேயே பிடித்து வைத்திருந்த சமூக நடவடிக்கைகளைக் கண்டிப்பதில் அவரது நேர்மை மிகவும் கூர்மையாயிருந்தது. ஜாதி பேதம் மற்றும் ஏற்றத் தாழ்வு செய்யும் முறைகளால் வெகு ஜனங்களை

ஒடுக்குவதை எதிர்த்தார். 'சமூக அந்தஸ்து எதுவாக இருந்தாலும் தெய்வீகம், பூரணம் எல்லா மனிதருக்குள்ளும் உறைகிறது' என்பதைப் பிரசாரம் செய்தார்.

'சிறு இடர்ப்பாடு அல்லது ஆபத்து கண்ணில்பட்டாலே கண்ணீர் விட மட்டுமே லாயக்கானவர்களாக' மற்றும் ஆண்களை எப்போதும் சார்ந்திருப் போராகப் பெண்களை அடக்கி வைத்திருக்கும் பாரம்பரியத்தைக் கண்டித்தார். அவர் நமக்குச் சொல்லிக் கொடுத்த விழுமியங்கள் சமூகத்தில் நிரந்தரமான மாற்றத்தைக் கோருபவை. குழந்தைத் திருமணம் போன்ற பிற்போக்கான வழக்கங்களுக்கு மதத்தைக் காரணம் காட்டுவதை விமர்சித்தார். அவர் மதம் மற்றும் சமூக சீர்திருத்தவாதியாகவே திகழ்ந்தார். ராம்மோகன் ராய் எதிர்த்த குழந்தைத் திருமணம் பல காலம் நாடெங்கும் நடந்துகொண்டே இருந்தது. பிரிட்டிஷார் அதைத் தடை செய்ய சட்டம் இயற்றத் தயங்கினர். 'எட்டு வயதுப் பெண் குழந்தை முப்பது வயது ஆணுக்குத் திருமணம் செய்து வைக்கப்படுகிறாள். அது பற்றிப் பெற்றோருக்கு ஒரே மகிழ்ச்சி. அதை யாராவது எதிர்த்தால் எமது மதத்தைச் சீரழிக்கிறீர்கள் என்று சொல்கிறார்களே' எனக் குமுறினார்.

இங்கிலாந்தில் பிறந்த மார்கெரெட் நோபிள் விவேகானந்தரின் சீடராகித் தன் பெயரை சகோதரி நிவேதிதா என மாற்றிக்கொண்டார். கல்கத்தாவில் பெண்களுக்கான பள்ளிக்கூடத்தைத் துவங்கினர். நூற்று இருபத்தைந்து ஆண்டுகள் கடந்த பின்னும் விவேகானந்தரின் கனவான 'முழுமையும் கல்வி பெற்ற இந்தியா'வை நாம் எட்டவேயில்லை.

இந்தத் தீய வழக்கங்களும் சர்ச்சைகளும் இந்து சமுதாயத்தைத் துண்டாடியது சுவாமி விவேகானந்தரை மிகவும் வருத்தப்படுத்தின. ஏனெனில் அவை மதத்தின் பெயரால் செய்யப்பட்டு வந்தன. 'பிறரை தெய்வீகத்தின் சாராம்சமாகக் காண்பது அன்பையும் சமூக நல்லிணக்கத்தையும் மேம்படுத்தும்' என்றே அறிவுறுத்தினார். இந்த நல்ல மனோபாவம் நிறைய பேரிடம் உண்டு என்ற பிரமை ஏதும் அவருக்கு இல்லை. தனது நம்பிக்கை மற்றவரின் நம்பிக்கையை விட உயர்ந்தது என்பவர்களின் கர்வம் அவருக்கு மிகுந்த கோபம் ஊட்டியது. 'யாரேனும் மதச் சண்டையை உண்டு பண்ண முயன்றால் அவரிடம் 'நீ கடவுளைக் கண்டதுண்டா? ஆத்மாவைக் கண்டதுண்டா? அப்படி நீ கண்டுணராதவன் என்றால் அந்தக் கடவுளின் பெயரை எனக்கு போதிக்க நீ யார்? - இருட்டில் நடக்கும் நீ என்னை அதே இருட்டில் அழைத்துச் செல்ல நினைப்பது கண் பார்வை இல்லாத ஒருவர் அதேபோன்ற வேறு ஒருவருக்கு வழி காட்டி இருவரும் ஒரு குழியில் விழுவதைப் போலத்தான்' என்று கேள்வி கேளுங்கள்' என்றார்.

விவேகானந்தர் தமது வாழ்நாளில் ஏழை எளியோர் இடையே சென்று பணியாற்ற முன்வரும் தன்னார்வ இளைஞர் படை உருவாக உதவினார். அந்த இளைஞர்களுக்கு உண்மையைத் தேடும் தேடலின் மனித

வடிவமாகவே சுவாமி விவேகானந்தர் தெரிந்தார். ராஜ யோகா பற்றிய அவரது பேருரைகளில்தான் இளைஞருக்கான வழிகாட்டுதலும் அறைகூவலும் இருந்தன. அது பின் வருமாறு:

'ஒரு கருத்தை எடுத்துக் கொள். அதையே உன் வாழ்க்கையாக ஆக்கிக்கொள். அதையே சிந்திப்பாய். அதையே கனவு காண்பாய். அதையே வாழ்வாயாக. உனது மூளை, தசைகள், நரம்புகள் மற்றும் உன் உடலின் ஒவ்வொரு பகுதியும் அந்தக் கருத்தாலேயே நிறைந்திருக்கட்டும். பிற எல்லாக் கருத்துக்களையும் ஒதுக்கி வை. அதுவே வெற்றிக்கு வழியாகும். அந்த வழியில் தான் ஆன்மிக மேதைகள் உருவாகிறார்கள்'.

தானே ஆன்மிகத்தின் விஸ்வரூபமாக இருக்கும் விவேகானந்தர் தமது இலக்கை எளிய மொழியில் முன்வைத்தார்: 'எல்லா மனங்களுக்கும் ஏற்புடையதான ஒரு மதத்தையே பிரசாரம் செய்ய விரும்புகிறேன்; அது தத்துவம், பக்தி, பூடகத்தன்மை, சேவை என அனைத்து தரப்பட்டவர் களையும் திருப்திப்படுத்துவதாக அது இருக்கும்'.

அவரது போதனைகள், ராமகிருஷ்ண மடம் மற்றும் மிஷன் அவர் அமரரான பின் கடந்த நூற்றாண்டில் ஆற்றியுள்ள பணிகள் அவரை 'நவீனகால இந்துவின் உலகம் பற்றிய மனப்பாங்கு மற்றும் அந்த உலகில் நம் இடம்' என்பவற்றுக்குக் கருத்து வடிவம் கொடுத்த மத ஞானியாக ஆக்கியுள்ளன.

ஆனால் அவர் தம்மை எப்போதுமே உலகில் இருந்து தனிமைப் படுத்திக் கொள்ளவே இல்லை; அவரது ஆன்மிகம் எப்போதும் உலகத்தின் மீதே நங்கூரமிட்டிருந்தது. அவர் நமக்கு சமூக சேவையிலும் ஆன்மிக தாகத்திலும் வேரூன்றிய தேசிய உணர்வையே போதித்தார். கதா உபநிடதத்தின் ஒரு சுலோகத்தின் சாரமாகவே அவரது கொள்கையான 'விழிமின், எழுமின், இலக்கை அடையும் வரை நில்லாது உழைமின்' என்னும் அறை கூவல் அமைந்தது. பொது வாழ்க்கையில் உள்ள எங்கள் எல்லோருக்கும் அவர் தந்திருக்கும் ஓர் அரிய படிப்பினை இதுதான்: நமக்கென உயரிய விழுமியங்கள் இருக்கவேண்டும்; நாம் தெய்வீகத்தை உணரும் தேடலில் சேர்ந்துகொள்ளவேண்டும்; ஏனெனில் ஆன்மிகம் என்பது அதைப் பற்றியதே ஆகும். நம் தேசத்தின் சாதாரண மக்களின் நலம் பற்றிய உண்மையான அக்கறையும் அவர்களுக்காக உழைக்கும் தீர்மானமும் இல்லாத ஆன்மிகம் அர்த்தமற்றதே.

இந்தியா மற்றும் உலகெங்கிலும் நிகழ்த்திய பல உரைகளில் சுவாமி விவேகானந்தர் ஓர் அடிப்படையான செய்தியை முன்வைத்தார்: உலகமெங்கும் நிறைந்துள்ள ஒரு மகத்தான ஆன்மாவை இந்து அடையாளம் காண்கிறார். அவர் தான் வணங்கும் ஒரே கடவுளைப் பிறர் வேறுவிதமாகவும் வேறு பெயரிலும் காண்கிறார்கள் என்பதையும் ஒப்புக்கொள்கிறார் (ஏகம் சத் விப்ர பஹுதா வதந்தி: உண்மை ஒன்றே. முனிவர்கள் அதை வெவ்வேறு பெயர்களில் அழைக்கிறார்கள்).

சுவாமிக்குப் பின்னர் மகாத்மாவை நோக்கி

அகாலமாகத் தமது முப்பத்து ஒன்பதாம் வயதில் விவேகானந்தர் காலமானார். இருபது ஆண்டுகள் கழித்து துறவியின் காவி உடைகளில் இல்லாமல் ஆக்ஸ்ஃபோர்டு பட்டம் பெற்ற, கருப்பு அங்கியுடன் ஒருவர் தோன்றினார். கல்வியாளர்கள் மற்றும் தத்துவவியல் அறிஞர்கள் கூட்டத்துக்கு இந்து மதத்தின் தன்மைகளை விளக்கிக் கூறினார். அவர்தான் டாக்டர் ராதாகிருஷ்ணன். முப்பத்து எட்டு வயதில் பெருமை மிக்க அப்டான் சொற்பொழிவுகளில் பங்கேற்று 'ஆல் சோல்ஸ் காலேஜ்' என்னும் கல்லூரியின் மிக இளவயது அங்கத்தினர் ஆகி 'வாழ்க்கை பற்றிய இந்துக் கண்ணோட்டம்' பற்றி நவீன வார்த்தைகளில் பின்வருமாறு விவரித்தார்: இந்துவைப் பொறுத்தவரையில் கடவுள் இந்த உலகம் இல்லை; இந்த உலகம் கடவுளும் இல்லை என்றாலும் கடவுள் இந்த உலகில் இருக்கிறார். அவர் சிருஷ்டி செய்பவர் என்பதை விடவும் அதையும்தாண்டி காப்பவராய், நிலைக்க வைப்பவராய், அழிப்பவராய், மீண்டும் உருவாக்குபவராய் மனிதர்களோடு சேர்ந்து போராடுபவராய் இருக்கிறார்'. பிருஹதாரண்யக உபநிடதம் இந்தக் கருத்தை மிகவும் அழகாக வர்ணிக்கிறது. ராதா கிருஷ்ணன் அதை மேற்கோளிடவில்லை.

> அவர் நிலத்தில் இருப்பார், ஆனால் நிலத்திலும் வேறானவர்
> அவர் நீரில் இருப்பார், ஆனால் நீரினின்றும் வித்தியாசமானவர்
> அவர் காற்றில் இருப்பார் ஆனால் காற்றிலிருந்தும் வித்தியாசமானவர்

- பிருஹதாரண்யக உபநிடதம், III.7.3-752

இரண்டு இடங்களில் மேற்காணும் சுலோகத்தில் சமஸ்கிருத வார்த்தை 'உள்ளுறையும்' மற்றும் 'வேறுபடும்' என்னும் இரு பொருள் கொண்டது. இயற்கையானதற்கும் (நம்மைச் சுற்றி நாம் காணும் மெய்ப்பொருட் களுக்கும்) இயற்கைக்கு அப்பாற்பட்டதற்கும் (பிரபஞ்ச ஆன்மாவுக்கும்) இருமை என்பது இல்லை. இருவரும் ஒருவரே. ஒருவருள் மற்றொருவர் வேர் விட்டு இருக்கிறார். இதை ராதா கிருஷ்ணன் பின்வருமாறு குறிப்பிட்டார்: 'மாறக்கூடியதும் காணக்கூடியதுமான உலகின் எண்ணற்ற வகைத் தோற்றங்களைக் காப்பதும் ஆதரிப்பதும் காண முடியாததும் அழிவற்றதுமான ஆன்மாவே'.

தமது உரையைக் கேட்க வந்த மேற்கத்தியப் பார்வையாளர்களுக்கு ராதா கிருஷ்ணன் விவேகானந்தர் போலவே அதிர வைக்கும் சில செய்திகளைக் கூறினார்: 'இது நல்லது... இது கெடுதியானது என்னும் கோணத்தில் இந்து சிந்திக்கவே இல்லை. கெட்டது என்பது நல்லதை அடைவதற்கான பாதையில் இருக்கக்கூடியதுதான். அழகற்றது என்பது அழகின் திசையில் பாதியில் தென்படுவது. தவறு என்பது உண்மையை நோக்கிய பயணத்தில் ஒரு நிலையே. இறுதியில் எந்த ஓர் ஆன்மாவும் மற்றதைப் போன்றது

அல்ல. மிகவும் கெடுதி மிக்க ஆன்மாவை அழிப்பதும் கடவுளின் திட்டத்தில் ஒரு வெற்றிடத்தையே உண்டாக்கும்'.

இந்தத் தத்துவத்தில் பாவம் என்பது கிடையாது. சொர்க்கம் நரகமும் கிடையாது. (இருந்தும் பாவம் பற்றி வேதங்களில் பதிவுகள் உண்டு. பாவங்களைப் புனித நீரில் கழுவலாம் என்பது ரிக் வேதத்திலேயே இடம்பெற்றுள்ளது). நரகத்துக்குத் தள்ளுவது என்பது கடவுளின் வழிமுறை அல்ல. கடவுள் இல்லாத இடமே இருக்க முடியாது என்னும் போது நரகம் என்ற ஒன்று எப்படி சாத்தியம்? பல வருடம் முன்பே விவேகானந்தர் 'இந்துக்கள் பயம், பாவம் என்னும் கருத்துகளை நிராகரிக்கிறார்கள்' என்று குறிப்பிட்டிருந்தார். ஆரியர்கள் அது மிகவும் காட்டுமிராண்டித்தனமான ஒன்று என விட்டெறிந்துவிட்டு இன்னும் மேல் நோக்கில் நகரும் கருத்துக்கான தத்துவத்தைத் தேடிக்கொண்டார்கள். இந்தக் கருத்தை ராதா கிருஷ்ணன் கவித்துவமாக 'தவறுக்குப் பரிகாரம் கழியோ அல்லது லத்தியோ அல்லது பலப் பிரயோகமோ அல்லது தண்டனையோ அல்ல. அமைதிமிகு வெளிச்சம் எங்கும் பரவுதலே' என்றார்.

ராதா கிருஷ்ணன் தத்துவப் பேராசிரியராகவே உரை நிகழ்த்தினார். விவேகானந்தரோ மதப் பிரசாரகராக இருந்தார். ஆனால் அவர்கள் இருவரின் செய்தியும் ஒன்றே. அத்வைத வேதாந்தத்தை மையமாகக் கொண்ட இந்து மதத்தைத் தான் இருவருமே நவீன மேற்கத்திய மனம் புரிந்துகொள்ளும் வண்ணம் தந்தார்கள். ஆனால் மக்களைக் கவர்ந்த சுவாமியின் உரைகளே பெரிய பாதிப்பை ஏற்படுத்தின. அவர் பிற மதங்களை வெளிப்படையாக மதித்தது அவர் போதனையின் உள்ளார்ந்த ஒன்றே. அவர் தொன்மையான ஞானத்தை சமகாலப் புரிதல்களுக்கு உள்ளாக்கினார். பகுத்தறிவுடன் இணைந்த மத நல்லிணக்கம் மற்றும் ஆன்மிகமே அவரது செறிவான படிப்பினை.

'எந்த வடிவின் மூலமாக என்னிடம் வந்தாலும் நான் அவர்களை அடைகிறேன். மனிதர்கள் பயணிக்கும் பல்வேறு பாதைகள் முடிவில் என்னையே வந்து அடைகின்றன' என்னும் பொருளில் பகவத் கீதையின் சுலோகத்தை சுவாமி விவேகானந்தர் மேற்கோள் காட்டினார். 'பிரிவினை வாதம், மதவெறி, கடும் பிடிவாதம் இவையே இந்த அழகிய பூமியைத் தன் கட்டுக்குள் வைத்திருக்கின்றன. அவை இந்த உலகை வன்முறையால் நிரப்பி, அனேக முறைகள் மனித ரத்தத்தால் சேறாக்கியுள்ளன, பண்பாட்டை அழித்துப் பல தேசங்களை விரக்தியில் தள்ளியுள்ளன'.

'இந்தத் தீய சக்திகளுக்கு சாவு மணி அடிக்கப்பட்டது' என்னும் அவரது தன்னம்பிக்கை மிகுந்த கருத்து இன்று நம்மால் ஏற்க முடியாததே காலத்தின் கட்டாயம். இருந்தாலும் அவரது தீர்க்க தரிசனம் - சமஸ்கிருதத்தில் 'சர்வ தர்ம சமபாவா'- எல்லா மதங்களுக்கும் சம மரியாதைக்குரியவை- என்னும் உணர்வே, இந்தியாவில் இந்து மதத்தைக் கடைப்பிடிக்கும் பெரும்பான்மை இந்துக்களின் மனப்பாங்கு ஆகும். இந்து என்னும்

அடையாளத்தைத் தாண்டி, இந்தியத்தன்மையாய், பண்பாட்டு மற்றும் ஆன்மிகத் தளங்களில் விரிவதாய் நாம் பிற மதங்களை அவர்களின் வழிபாட்டு முறையை இந்துக்கள் ஏற்பதைக் காண்கிறோம்.

பிரிட்டிஷ் காலனி ஆதிக்கம் கிறித்துவமே மேலானது என்னும் கர்வத்தை இனவெறியோடு வெளிப்படுத்தியது. அதற்குப் பதிலளிக்கும் விதமாக, தம் மதத்தின் மீது தாம் கொண்ட நம்பிக்கையை மீண்டும் அழுத்தமாய் வெளிப்படுத்துவோராகவே சுவாமி விவேகானந்தர் மற்றும் பல இந்து சீர்திருத்தவாதிகள் செய்த முயற்சிகள் இருந்தன. பிரிட்டிஷ் ஆட்சியாளர்கள் இந்துக்கள் மூட நம்பிக்கை கொண்டவர்கள் மற்றும் உருவ வழிபாட்டில் ஊறிப் போனவர்கள் என்னும் சித்திரத்தை நிலை நிறுத்த முயன்றபோது இந்த சீர்திருத்தவாதிகளே 'இந்து மதம் என்பது நாகரிகமானதே; ஒரே கடவுள் என்னும் சித்தாந்தம் கொண்டதும் அனைவரையும் உள்ளடக்கும் ஆன்மிக பலம் கொண்டதுமாகும்' என்று நிலை நாட்டினார்கள்.

இந்து மதம் பல சீர்திருத்தங்களை உள்வாங்கித் தன்வயம் ஆக்கிக் கொண்டது; பௌத்தக் கருத்துகளை இந்து மதம் தனதாக்கிக் கொண்டதால் - மேற்கத்தியருக்குப் பரிச்சயமானவரும் அவர்களால் மதிக்கப் படுபவருமான மகான் புத்தர் இந்து மதத்தின் ஓர் அம்சமாகவே கருதப்பட்டார். இவ்வாறாக மேற்கத்தியக் காலனி ஆதிக்கத்தை எதிர் கொண்டு அதைத் தாண்டிச் செல்லும் நாகரிக வடிவமும் பல இனத்தாரை உள்ளடக்கியதாகவும் பரிணாமம் கொண்டது.

மிகவும் ரசிக்கத்தக்க அம்சம் ஒன்று இதில் இருந்தது; பிரிட்டிஷாரின் ஆதிக்கத்தை எதிர்த்துத் தன்னம்பிக்கையுடன் இந்துக்களை இது தலை நிமிரச் செய்தது. அதேநேரம் குறுகிய இந்து தேசியம் என்னும் உணர்வை அது விளைவிக்கவில்லை. அத்வைத வேதாந்தம் குறிப்பிடும் இந்து மதம் அனைவரையும் உள்ளடக்கிய தன்மை கொண்டது என்றால், அது துடிப்புடன் வெளிப்படுத்திய இந்து தேசியமும் அனைவரையும் உள்ளடக்குவதாகவே இருக்க வேண்டும். எனவே பிற மத சமூகங்களையும் மகிழ்ச்சியுடன் தம்மோடு சேர்த்துக்கொண்டு, தமது லட்சியமான சுய ஆட்சி என்னும் சுயராஜ்ஜியத்தை அடைய ஆங்கிலேய ஏகாதிபத்தியத்தை எதிர்த்துப் போரிட்டார்கள்.

மகாத்மா காந்தி

இந்த அணுகுமுறையில் ஆகச் சிறந்தவர் மகாத்மா காந்தியே. அவர் தம்மை அத்வைத வேதாந்தத்தைப் பின்பற்றுபவராகவே அடையாளப் படுத்திக்கொண்டார். சுவாமி விவேகானந்தர் அத்வைதத்தை பிரபஞ்ச மதமாகவும் எல்லோரையும் உள்ளடக்குவதாகவுமே கண்டார்; அதேபோல் காந்தியடிகள் தமது இந்து மதத்தின் மீதான ஈடுபாட்டை மறைக்கவே

இல்லை. மறுபக்கம் அதை அவர் பிற மதங்களை மதிக்கும் அரவணைக்கும் மதமாகவே கண்டார். அவர் இந்து நம்பிக்கைகளிலும் வழக்கங்களிலும் ஊறியவர். ஆதிசங்கரரின் யமங்கள் அவர் மீது மிகுந்த தாக்கத்தை ஏற்படுத்தின. அவற்றுள் அஹிம்சை மற்றும் சத்தியத்தை அவர் ஆழ்ந்த பொருள் உள்ளவையாகக் கண்டார். தேசிய லட்சியத்தில் அவற்றையே அவர் பிரயோகப்படுத்தினார்.

அவருக்கு இந்து பஜனைப் பாடல்கள் மிகவும் பிரியமானவை. அதே சமயம் பிற சமயங்களின் புனிதப் பாடல்களையும் தமது பிரார்த்தனைக் கூட்டங்களில் பாடினார். அவர் பன்மதங்களை ஒன்றாய்க் கருதும் மனப்பாங்கையே மக்களிடம் பிரசாரம் செய்தார். 'ரகுபதி ராகவ ராஜா ராம்' என்னும் பிரார்த்தனைப் பாடல் அவருடன் வெகுவாக அடையாளம் காணப்படுவது. 'ஈஷ்வர் அல்லா தேரோ நாம்' என்னும் வரி அதில் பல மதங்களை ஒன்றாகக் கருதும் தன்மையை வலியுறுத்துகிறது. இந்த வழக்கம் 'எல்லா மனிதர்களும் கடவுள்களும் ஒருவரே' என்னும் வேதாந்த நம்பிக்கையிலிருந்து வந்தது. அவர் 'எல்லா மனிதர்களுக்குள்ளும் உறைவது ஒரே ஆத்மனே. எனவே எல்லோரையும் சமமாக நடத்த வேண்டும்' என்பதை மிகவும் தீவிரமாக நம்பினார். இந்த நம்பிக்கையே அவரை எல்லா நம்பிக்கைகள் மற்றும் மத வழக்கங்களை மதிப்பதை நோக்கி இட்டுச் சென்றது. அந்த நம்பிக்கைகளின் மீது தமது நம்பிக்கைகளை அவர் திணிக்க விரும்பவே இல்லை (பசுவதைத் தடையை அவர் பரிந்துரைக்க மறுத்தது ஏன் என விளக்கும்போது அவரே இதைப் பதிவு செய்தார்).

அவரது இந்த நடவடிக்கை எல்லா இந்துக்களுக்கும் உவப்பானதாக இருக்கவில்லை. காந்தியடிகளைக் கொன்ற நாது ராம் கோட்சே குற்ற வழக்கு விசாரணையின்போது, அவரின் கொள்கையை 'இந்து மதத்தை ஏமாற்றிய வேலை' என்று கண்டனம் செய்தார். கோட்சே சொன்னது மக்களின் உணர்வை பிரதிபலிக்காத ஓர் உதிரியான குற்றச்சாட்டே. காந்தியடிகள் இந்துக்களின் மகத்தான தலைவராகவே இந்திய அரசியலில் காணப்பட்டார். மறுபக்கம் அவரது இந்து மதம் சம்பிரதாயமான இந்து மதத்துக்குள் பொருந்தவில்லை என்பதும் உண்மையே. ராமரின் பெயரை உச்சரித்தபடிதான் அவர் உயிர் பிரிந்தது. ஆனால் அவர் இஷ்ட தெய்வம் ஒருவரை வணங்கினார் என்பதற்கு ஆதாரம் எதுவுமில்லை (விளக்க முடியாத ஒரு மாயத் தன்மை கொண்ட எல்லா இடத்திலும் இருக்கும் சக்தி கடவுள். அவரை ஒரு தனி நபராக நான் காணவில்லை' என்றே காந்தியடிகள் பதிவு செய்தார்). கே.பி. சங்கரன் காந்தியடிகள் 'இந்து மத நூல்களின் பெயராலுள்ள எல்லா நம்பிக்கையுமே தனது மத நம்பிக்கை' என்ற சுய விளக்கத்தை'அதே போல் நான் எல்லா மத நூல்களையும் நம்புகிறேன்' என்று கூறியே நிறைவு செய்தார் என்று குறிப்பிட்டுள்ளார்.

பல்வகைப்பட்டதும் பன் முகம் கொண்டதுமான இந்து மத நூல்களை அப்படியே வார்த்தைக்கு வார்த்தை மொத்தமாகவே எடுத்துக்கொண்டார்.

அதேநேரம் அவற்றுள் எதை நம்புவது, எவற்றின் போதனைகளை விளங்கிக் கொள்வது மற்றும் தன்னால் ஏற்க முடியாத எவ்வெவற்றை விட்டு விடுவது என்பதெல்லாம் தனது உரிமை என்பதே காந்தியடிகளின் நிலைப்பாடாக இருந்தது. சத்தியம் மற்றும் அஹிம்சை என்னும் இரு அறங்களையே அவர் இந்து மதத்தின் வேறு எந்த சித்தாந்தங்களை விடவும் உயர்த்திப் பிடித்தார். 'சத்தியமே என் கடவுள்' என்று பிரகடனம் செய்தார்.

அவர் இந்து சீர்திருத்தவாதி என்பதைவிடவும் இந்துக் கருத்துகளுக்குப் புது விளக்கமளித்தவர் என்றே நாம் கருதலாம். தமது நம்பிக்கைகளுக்குப் பொருந்தும் மேற்கொள்களை அவற்றிலிருந்து அவர் எடுத்துக்கொண்டார். ஆனால் வார்த்தைகளுக்குப் புதிய பொருள் அளித்தார். அம்பேத்கர் இந்து மதத்தின் ஏற்றத் தாழ்வுகளைக் கடுமையாக விமர்சித்தார் மதம் மாறவும் செய்தார். ஆனால் காந்தியடிகளோ இந்து மதத்தின் பிற்போக்கான வழக்கங்களைக் கண்டித்தாரே ஒழிய மதத்தை விமர்சிக்கவே இல்லை. காந்தியடிகள் உள்ளிருந்தே அதை சீர்திருத்தவே முயன்றார். ஐரோப்பியரின் அறிவும் நவீனமுமான சொற்களை காந்தியடிகள் முற்றிலும் நிராகரித்ததால் (அதற்கான காரணங்களை காந்தியடிகள் 1909ல் வெளியான இந்த சுவராஜ் என்னும் தமது நூலில் தெளிவுபடுத்தியுள்ளார்) அவர் தமது பெற்றோர் பின்பற்றிய வைணவப் பாரம்பரியத்தின் சொற்களையே பயன்படுத்தினார். தாம் அத்வைதத்தில் கண்ட நன்னெறிகளான சத்தியம் மற்றும் அஹிம்சையின் மீது அமையக்கூடிய அற நெறிப் பட்ட ஓர் அரசாங்கத்தையே காந்தியடிகள் உருவாக்க விரும்பினார்.

முண்டக உபநிடத்தில் உள்ள 'சத்யமேவ ஜெயதே' (வாய்மையே வெல்லும்) என்னும் இந்தியாவின் தேசிய குறிக்கோள் காந்தியடிகள் தேர்வு செய்ததே. தமக்கு வழிகாட்டும் நன்னெறி அது என அவர் கருதினார். கீதைக்கான காந்தியடிகளின் விளக்க உரையில் அது அனசக்தி யோகம் என்னும் அஹிம்சையின் ஆதரவாளர்களின் தரப்பை வலியுறுத்துகிறது என்றே எழுதினார். செயற்படு என்றும் போர் புரி என்றும் உபதேசிப்பதாகக் கருதப்பட்ட பகவத் கீதை காந்தியடிகளைப் பொறுத்தவரை அஹிம்சை மற்றும் உண்மை பற்றியே போதிப்பது. அது ஒரு சிறப்பான சாதனையே (பலரும் அதை படைப்பூக்கம் மிகுந்த 'தவறான விளக்க உரை' என்றார்கள்). அது இந்து மதத்தை அஹிம்சை மற்றும் சத்தியம் ஆகிய மேடைகளின் மீது ஏற்றிவிட்டது. மறுபக்கம் அவரது அரசியல் திட்டமும் இந்து மத நம்பிக்கைக்கு உட்பட்டு வெகு ஜனங்களிடம் போய்ச் சேர்ந்தது.

தமது விரிந்து பரந்த, பன்முகமான இந்து மதத்துக்குள் பிற மதத்து இந்தியர்களையும் சேர்த்துக் கொள்ளத் தவறவில்லை. பண்பாட்டு மற்றும் மத நம்பிக்கை அடிப்படையிலான பன்முகத் தன்மையைப் போற்றும் பதிவுகள் ஆத்திக மற்றும் நாத்திக நூல்களில் இருக்கின்றன என்பதை காந்தியடிகள் கண்டார். அவர் தமது அத்வைத நம்பிக்கைகளுக்கான ஆதாரத்தை வேதாந்தத்தில் மட்டும் காணவில்லை; 'அனேகாந்தவதா' என்னும் சமண சித்தாந்தத்திலும் கண்டார். அனேகாந்தவதா உண்மையை

வெவ்வேறு மக்கள் வெவ்வேறு கோணத்தில் பார்ப்பதால் ஒருவரின் கருத்தும் முழுமையான ஒன்றல்ல என்று உணர்த்துவது. பல தத்துவங்களை ஒன்றாக நெய்யும் தடமானது இந்தியப் பண்பாட்டின் முக்கிய இயல்பு என்றே கருதினார். இதனாலேயே அவர் அடிப்படையில் ஓர் இந்து என அவரை முத்திரை குத்த முயற்சிகள் நடந்தபோது 'நான் ஓர் இந்து, ஒரு முஸ்லிம், ஒரு பார்சி மற்றும் ஒரு யூதன்' என்று அறிவித்தார் (அதற்கு முகம்மது அலி ஜின்னா 'ஓர் இந்துவால் மட்டுமே இப்படிக் கூற முடியும்' என்று பதிலளித்தார்).

வேதங்களின் அடிப்படையில் துவங்கிய சிந்தனை மற்றும் செயலுமாய் ஆன ஒரு பாரம்பரியத்தின் வாரிசாக நான் அந்தப் பொக்கிஷத்துக்கு உரிமை கோருவதில் கர்வம் அடைகிறேன். வேதங்களில் துவங்கி, ஆதி சங்கரரால் முளை விட்டு, பக்தி இயக்கத்தால் பூப் பூத்து, நாராயண குரு மற்றும் ராம்மோகன் ராய் போன்ற சீர்திருத்தவாதிகளைத் தழுவிய அதன் இரண்டு நீரூற்றுக்கள் சுவாமி விவேகானந்தர் மற்றும் மகாத்மா காந்தியடிகள் ஆவர்.

❦

பகுதி இரண்டு

~

அரசியல் (ஆக்கப்பட்ட) இந்து மதம்

அத்தியாயம் 5

இந்து மதமும் இந்துத்துவ அரசியலும்

'தி இந்து' ஆங்கில நாளிதழில் நான் பத்தி எழுதுபவராகப் பணி புரிந்தேன். அதன் பெயர் அப்படி இருந்தாலும் மதச்சார்பற்ற மற்றும் இடதுசாரிச் சிந்தனை உள்ளதாகவே அந்நாளிதழ் பெயர் பெற்றிருந்தது. எனினும் வாசகர் கடிதங்கள் இந்து அறம் மற்றும் தர்மம் என்னும் கருத்தை மையமாக வைத்து, அவை பற்றிய என் பத்திக்கு எதிர்வினையாக வந்து கொண்டிருந்தன.

திரிபுராவில் இருந்து ஓய்வு பெற்ற காவல் துறையின் 'டைரக்டர் ஜெனரல்' திரு பி ஜே கே தம்ப்பி தமது கடிதத்தில் ஒரு கருத்தை முன் வைத்திருந்தார். தர்மத்துக்கு இந்து வாழ்க்கையில் உரிய முக்கியத்துவம் தரப்படவேண்டும் என்ற தம்ப்பி 'தர்மம் என்பது அடிப்படையிலேயே மதம் கடந்த ஒரு கருத்தாக்கமே. மதச் சார்பற்று 'சட்டத்துக்கு உட்படும் சமூக அறங்கள்' என்னும் பொருள் கொண்டதே தர்மம் என வாதிட்டார்.

'தர்ம, அர்த்த, காம, மோட்ச (அறம், பொருள், இன்பம் வீடுபேறு) எனும் வரிசையில் மனித வாழ்க்கையின் லட்சியங்கள் அமைகின்றன. இதன் பொருள் என்ன? செல்வம் மற்றும் இன்பம் தேடுவது ஆகியவற்றை தர்மம் மற்றும் மோட்சம் என்னும் எல்லைகளுக்கு உட்பட்டே செய்யவேண்டும்'. தமது இந்தக் கருத்துக்குத் துணையாக ராமகிருஷ்ண மடத்தின் பதின் மூன்றாவது தலைமைத் துறவி ரங்கநாதானந்தா சொன்னதையும் மேற்கோள் காட்டியிருந்தார்: 'மிகவும் அதீதமாகவே மறு பிறப்பு பற்றிய கவலையில் ஓர் இந்து கவனம் கொள்கிறார். உலக வாழ்க்கையின் தர்மத்தைப் புறக்கணித்துவிட்டு, விண்ணுலகுக்கு மோட்சம் அடைந்து சென்று சேருவதைப் பற்றியே அதிக கவனம் கொள்கிறார். இதனால்

இவ்வுலக விஷயங்கள் மற்றும் மறு உலக ஆன்மிகம் இரண்டிலுமே அவர் தோல்வியுறுகிறார்'.

தொழிலில் காவல் துறை உயர் அதிகாரியாக இருந்தாலும் திரு தம்ப்பியின் மதத் தத்துவ ஞானமும் அவரது சீர் ஆய்வும் என் மதச்சார்பற்ற மனத்துக்கு உவப்பளித்தன. நான் அவரை இன்னும் சந்திக்கவில்லை. உண்மையில் இந்துத்துவா படைகளால் கடுமையாகத் தாக்கப்பட்ட பின்பும் எனக்கு தர்மத்தைப் பிரசாரம் செய்வதில் நம்பிக்கை உண்டு. மதவாதம் மற்றும் மதச்சார்பின்மை என இரண்டாகப் பிரிந்துள்ள இன்றைய இந்தியச் சூழலில் ஒருவர் தமது தர்மத்தை சமூகத்தின் எல்லாத் தட்டுக்களிலும் கடைப்பிடிக்க வேண்டும் என்றே நம்புகிறேன். அதுவே மத நம்பிக்கை மற்றும் மதச்சார்பின்மைக்கு இடைப்பட்ட தற்கால இடைவெளியைக் குறைக்க வல்லது.

சமூக விஞ்ஞானியான டி.என்.மதன் மதச்சார்பின்மை விரிவாகிக் கொண்டிருக்கும் நவீன இந்தியாவில் அதன் விளைவாகவே அடிப்படை வாதமும் தலை தூக்குகிறது என்கிறார். 'மதச்சார்பின்மை என்பது மதங்களை விளிம்புக்குத் தள்ளுவது; அது மதத்தின் விகாரமான ஒரு வடிவத்தைப் பொருட்படுத்தாது. தொன்மைச் சமூகத்தில் அடிப்படை வாதிகளோ மறுமலர்ச்சிவாதிகளோ இருக்கவில்லை. இந்தியர்களுக்கு மதச்சார்பின்மை அவர்களது ஒழுக்க ரீதியான அஸ்திவாரத்தை மறுத்து விட்டது. மதம் வாழ்க்கைக்குத் தரும் பொருள் அந்த அஸ்திவாரமே. எனவே பயங்கரவாதம் மதச்சார்பின்மைக்கு எதிராக எழுந்துவிட்டது' என்கிறார்.

இந்த இரண்டுக்கும் இடைப்பட்ட இந்துக்களுக்கு, தமது சகிப்புத்தன்மை கொண்ட, அரவணைத்துச் செல்லக் கூடிய, பன்முகமும் பல பண்பாடு களும் உள்ளடங்குவதான தர்மத்தை நோக்கித் திரும்புவதே தீர்வு. உலக மற்றும் ஆன்மிகக் கடமைகளை ஒருங்கே நிறைவேற்ற அதுவே சுவாமி விவேகானந்தர் கண்ட வழியாகும்.

திரு. தம்ப்பி குறிப்பிடுவதுபோல, ஓர் இந்துவின் மதச்சார்பில்லாத இவ்வுலக இன்பங்களைத் தேடும் பணி அவரது மத ஒழுக்கங்களை விசுவாசத்துடன் கடைப்பிடிப்பதில் இருந்து விலகி இருக்க வேண்டும் என்னும் கட்டாயம் எதுவும் இல்லை. எனவே 'மதச்சார்பின்மை' மற்றும் 'மத நம்பிக்கையோடு இருத்தல்' இரண்டுக்கும் இடையே இந்து மதத்தில் பேதம் எதுவுமே கிடையாது. இப்படி ஒரு பகுப்பே இந்து மதத்தில் இல்லை. தனது கடமைகளைத் தவறாமல் நிறைவேற்றும் ஒருவராக இருக்கும்போது நீங்கள் 'மதச்சார்பற்றவரா?' அல்லது (உங்கள் ஒழுக்க நெறிகளுக்கு ஏற்ப தர்மத்தைக் கடைப்பிடிப்பதால்) ஒரு 'நல்ல இந்துத்வா'?

'மதச்சார்பின்மை' என்னும் சொல்லைப் பற்றியும் இங்கே பிரச்னை இருக்கிறது. பனாரஸ் இந்துப் பல்கலைக்கழகப் பேராசிரியர் ஆர்.எஸ்.மிஸ்ராவின் வாதமான 'தர்ம நிரபேட்சதா' என்னும் 'மதங்களில் இருந்தும் விலகி இருத்தல்' என்பதையே திரும்பத் திரும்ப வந்த இந்திய

மைய அரசுகள் முன் வைத்தன. இது ஓர் இந்துவால் ஏற்கவே முடியாத ஒன்று. மதங்களில் இருந்து விலகி இருக்கமுடியாது; எந்தவொரு மதத்துக்கும் சார்பாக இருக்கக்கூடாது என்பதுதான் சரியான இலக்கு என்று இன்று ராஜ் நாத் சிங் அல்லது யோகி ஆதியநாத் போன்ற பிஜேபி தலைவர்கள் கூறுகிறார்கள். நான் அரசியலில் நுழைவதற்குப் பல ஆண்டுகள் முன்பே முன்வைத்த கருத்துக்கு இணக்கமானதுதான் இது. மதச் சிந்தனைகளால் நிரம்பி வழியும் இந்தியாவுக்கு மதச் சார்பின்மை என்பது பொருந்தவே செய்யாது. இந்தியச் சூழலில் மத பன்மைத்துவம் என்னும் சொல்லே பொருத்தமானது என்று நான் அன்றே சொல்லியிருந்தேன். வேறுபாட்டை ஏற்பது என்பதை இந்து மதத்தின் ஓர் அம்சமாகவே இந்திய சமூகத்தினர் ஏற்றிருக்கிறார்கள். சரியான இந்திய அறம் என்பது மதச்சார் பற்ற இலக்குகளைத் தர்மத்துக்குள் கொண்டிருப்பதாகும். இதுவே தர்ம நிரபேட்சதா' என்னும் 'மதங்களில் இருந்தும் விலகி இருத்தல்' என்பதை நாம் வலியுறுத்துவதில் உள்ள பிரச்னை.

இது தெளிவை நோக்கிய கருத்து என்றாலும் முழுமையற்றது என்றே எனக்குத் தோன்றுகிறது. இவ்வுலக நலன்களுக்காகவும் பொது ஒழுங்குக் காகவும் நல்ல அரசாங்கத்துக்காகவும் தர்ம வழியில் செயற்படுவதே நல்லது. ஆனால் இதற்கான அர்த்தம் பொது முடிவை மதத் தலைவர் களிடமும் துறவிகளிடமும் விட்டு விடலாம் என்பதல்ல. இந்திய சமூகத்தின் எந்த ஒரு பகுதியினரையும் (சிறுபான்மையினர், இந்து தர்மம் தமக்கு சம்பந்தமில்லாதது என அதை நிராகரித்தவர்கள்) விட்டு விட முடியாது. நாம் தர்மத்தை நமது தேசிய வாழ்க்கைக்குள் கொண்டு வரும் பட்சத்தில் அது இந்தியப் பன்முகத் தன்மையை நிலை நிறுத்துவதாக இருக்கவேண்டுமே ஒழிய, அதை நீக்கிவிட்ட நிலையில் அல்ல.

இந்து மதம் எப்போதுமே எதிர் எதிரானவை இருக்க இயலும் என்பதை ஒப்புக்கொண்டுள்ளது (அவற்றுடன் சமரச உடன்படிக்கை செய்தும் உள்ளது). இன்பம் துன்பம், வெற்றி தோல்வி, வாழ்க்கை மரணம் என இரு நிலைகள் மானுட வாழ்க்கையில் உள்ளார்ந்து இருப்பவை. இந்த இரு எதிர் உண்மைகள் முரண்களாக இல்லாமல் ஒன்றை ஒன்று நிறைவு செய்வதாக இருப்பவை. இவை ஒரே பேருண்மையின் அம்சங்களே. அதே போன்றவையே மதச்சார்பற்றவையும் புனிதமானவையும்: ஓர் இந்துவின் வாழ்க்கையில் இரண்டுமே பங்களிக்கும். இதன் அர்த்தம் இந்து மத மறு மலர்ச்சியின் மோசமான விளைவுகளை ஏற்கவும் மறுக்கவும் செய்யவேண்டும்.

ஆர்.எஸ்.எஸ்.ஸும் சாவர்க்கரும்

இந்தியாவின் தற்போதைய ஆளும் கட்சியான பாரதிய ஜனதா கட்சி, இந்துத்துவத்தைத் தமது விளக்க நெறியாக அதிகாரபூர்வமாக அறிவித்திருக்கிறது. அதுவே இந்து தேசியத் தன்னார்வ அமைப்பான

ராஷ்டிரீய ஸ்வயம் ஸேவக் ஸங் என்னும் 1925ல் தொடங்கப்பட்ட அமைப்பின் சித்தாந்தமாகும். அதன் குடும்பத்தில் இணைந்துள்ள அமைப்புகள் பல. 'சங் பரிவார்' என்னும் அந்தக் குடும்பத்தின் ஓர் அமைப்புதான் 1964ல் துவங்கப்பட்ட விஷ்வ இந்து பரிஷத். இந்து மதத்தை மேம்படச் செய்வதும் காப்பதுமே அதன் குறிக்கோள். இந்துத்துவா என்னும் சொல் அவர்களால் மிகவும் அதிகமாகப் பயன்படுத்தப்படுகிறது. ஆனால் அந்தச் சொல்லின் பொருள் என்ன?

இந்துத்துவா என்னும் சொல்லை உருவாக்கியவர் என்னும் பெருமை வினாயக் தாமோதர் சாவர்க்கருக்கே (1883-1966) உண்டு. தமது *Essentials of Hindutva* (Veer Savarkar Prakashan, 1st edition 1923) நூலிலும் அதன் 1928ல் அதன் மறு பதிப்பு Hindutva: Who Is a Hindu? என்ற பெயரில் வெளிவந்த போதும் இந்தச் சொல் மகத்துவம் பெற்றது. இந்து தேசியம் பேசும் கூட்டத்துக்கு இந்த நூல் அடிப்படையான வழிகாட்டியாகும். இந்துத்துவத்தின் பொருள் இந்துத்தன்மை என்பதே.

சாவர்க்கர் இந்துவாயிருப்பது என்பதை இன, பண்பாட்டு மற்றும் அரசியல் பொருளில் 'இந்துத்துவம்' என்று விளக்கம் தந்தார். பாரதத்தை தாய் நாடு (மாத்ரு பூமி) மூதாதையர் நாடு (பித்ரு பூமி) மற்றும் புண்ணிய பூமி என நினைப்பவனே இந்து என்று குறிப்பிட்டார். இந்து மதம் இந்தியாவில் வேர் விட்டதாலும் மற்றும் இன அடிப்படையிலும் இந்தியா இந்துக்களின் நாடு என்றும் அவர் சொன்னார் (இந்தத் தகுதிகள் சமணம், பௌத்தம் மற்றும் சீக்கிய மதங்கள் இந்தியாவில் தோன்றியவை என்பதால் அவற்றுக்கும் சாவர்க்கரின் கண்ணோட்டதில் இருந்தன. ஆனால் இந்தியாவுக்கு வெளியே தோன்றிய கிறித்துவம் மற்றும் இஸ்லாமுக்கு அந்தத் தகுதிகள் இருக்கவில்லை). எனவே ஒருவரின் பெற்றோர்கள் இந்துவென்றால் அவர் இந்து. 'பாரத வர்ஷம் என்னும் இந்த பூமி சிந்துவில் இருந்து கடல்கள் வரை' உள்ளதைத் தன் தாய் நாடு மற்றும் புண்ணிய பூமி என்று நம்புகிறான். அதுவே அவனது மதத்தின் 'தொட்டில் நாடு'.

அவர் காலகட்டத்தில் இருந்த இன அடிப்படையிலான சித்தாந்தங்களை ஒட்டி, இந்துத்துவாவை வரையறுத்தார். 'இந்து' இனத்துக்குள் இருக்கும் விளக்கமுடியாத ஓர் அம்சம் அது. அதை நேரடியாக இந்து மதத்தின் போதனைகளுடன் அடையாளம் காண இயலாது என்று சொன்னார். 'இந்துத்துவம் என்பது மிகவும் சக்தி வாய்ந்ததும், நுட்பமானதும், புதிரானதும் பிரகாசமானதும் ஆக இருப்பதாலேயே எந்த விளக்கத்துக் குள்ளும் அடைத்து விட முடியாதது என்றார். ஆனால் இந்துத்துவம் என்பது இந்து மதம் என்னும் மதத்தோடு இணைத்து விளக்கப்படாவிட்டால் அது பொருளற்றதாகப் போய்விடும் இல்லையா; அதனால் 'இந்துயிஸம் என்பது இந்துத்துவத்தின் விளைபொருள், இந்துத்துவத்தின் ஒரு மிகச் சிறிய பகுதி மற்றும் அதன் ஒரு பாகம்' என்று அறுதியிட்டார். எனவே, அவரைப் பொறுத்த அளவில் இந்துயிஸம் என்பது அரசியல் கருத்தான இந்துத்துவத்தின் ஒரு பகுதி மட்டுமே, இரண்டும் ஒன்றையே

குறிப்பிடுபவை ஆகா - இது இந்துத்துவத்தை முன்னெடுக்கும் பலருக்குமே கூட வியப்பையே அளிக்கும்.

மாறாக சாவர்க்கர் ‘இந்துத்துவத்துக்கும் இந்துயிஸத்துக்கும் இடைப்பட்ட வேறுபாட்டைப் புரிந்து கொள்ளத் தவறிவிட்டிருக்கிறோம். அதனால், பொதுவான பொக்கிஷமாகவும் அளக்க முடியாத வளமானதுமான இந்துப் பண்பாட்டின் வாரிசுகளான சகோதர சமூகங்களுக்கும் இந்துக்களுக்கும் இடையே மன வேறுபாடும் பரஸ்பர சந்தேகங்களும் ஏற்பட்டுள்ளன. தெளிவாக வரையறுக்க முடியாத இந்துயிஸத்தையும் இந்துத்துவத்தையும் ஒன்றாகக் கருத முடியாது. ‘இஸம்’ என்பது பொதுவாக ஒரு மதத்தின் ஆன்மிக அடிப்படையிலான ஓர் அமைப்பு கோட்பாடு அல்லது கட்டுப்பாடு மீது அமைந்ததே. நாம் இந்துத்துவத்தின் அத்தியாவசியமான முக்கியத்துவம் பற்றி விசாரணை செய்யும் போது, நாம் ஒரு மதக் கட்டுப்பாட்டையோ அல்லது ஒரு குறிப்பிட்ட நம்பிக்கையையோ மையப்படுத்துவதில்லை’ என்று விளக்கமளித்தார்.

வேறு கோணத்தில் கூறினால், இந்துத்துவா என்பது இந்துயிஸத்தை விடவும் பெரியது. ‘ஓர் அரசியல் தத்துவமாக அது இந்துமத நம்பிக்கை உள்ளோரை மட்டும் உள்ளடக்கியது அல்ல’. இப்படியான வரையறை கொண்டதாகக் குறிப்பிடப்பட்டாலும் இந்துத்துவா என்பது அரசியல்ரீதியாக இந்துக்கள் மட்டுமே ஒருங்கிணைய வழிவகுக்கும். ஏனெனில் ‘ராஷ்டிரம் என்னும் பொது தேசம், ஜாதி என்னும் பொது இனம் மற்றும் சம்ஸ்கிருதி என்னும் பொதுப் பண்பாடு ஆகிய மூன்றுக்கும் இந்தியாவிலேயே பிறந்திருந்தாலும் கிறித்துவர் மற்றும் இஸ்லாமியர் உரிமை கோர முடியாது. பொதுப் பண்பாடு என்பது ஒரு பொது வரலாறு, பொது மாவீரர்கள், பொது இலக்கியம், பொது கலை மற்றும் பொது சட்டம் மற்றும் நீதிமுறை, வழக்கங்கள், சடங்குகள், விழாக்கள் மற்றும் விரதங்களைப் பிரதிநிதித்துவம் செய்வதாகும்’ என்பதே சாவர்க்கரின் வாதமாக இருந்தது.

இந்த வரையறையின் மூலம் இந்துக்களே பன்னெடுங்காலமாக இருந்துவரும் இந்த தேசத்தை உருவாக்கியவர்களாக, அதன் உறுப்பினர்களாக ஆனார்கள். பிரிட்டிஷ் பார்வையில் சொல்லப்பட்ட சர்ச்சிலின் கூற்றான ‘நிலநடுக்கோடு என்பது எப்படி ஒரு தேசமாகமுடியாதோ அதுபோல் இந்தியா என்பதும் ஒரு தேசமே அல்ல. அது வெறும் ஒரு பூகோள அடையாளம் மட்டுமே’ என்பதை சாவர்க்கர் மறுத்தார். இந்தியா என்பது சாவர்க்கருக்கு உயிரோட்டமுள்ள ‘இந்து ராஷ்டிரம்’ என்னும் தத்துவத்தால் ஆனது. அது இந்தியத் துணைக் கட்டம் முழுவதுமாகி அதையும் தாண்டி ‘அகண்ட பாரதமாக’ மௌரியர்கள் (பொ.யு.மு. 320-பொ.யு.மு.180) ஆண்ட மொத்த நிலப்பரப்பையும் அடக்கியது. சந்திர குப்தர் மற்றும் அசோகர் மொத்தத் துணைக் கண்டத்தையும் ஒரு குடைக்குக் கீழ் ஆட்சி செய்தனர். ‘இந்துக்களே பாரதம் மற்றும் இந்துத்துவமே தேசியம் என்பது தெளிவானது’ என்று ஆர்.எஸ்.எஸ். தமது என்னும் *Sri Guruji, the Man and his Mission* நூலில் குறிப்பிட்டுள்ளது.

சாவர்க்கருக்கோ இந்துத்தன்மையும் இந்தியத்தன்மையும் ஒன்றே. 'இண்டிக்' என அழைக்கப்படும் பண்பாட்டுக்கு உரிய எல்லாமே இந்துத்துத்துக்கு உட்பட்டதே. 'இந்துத்துவம் என்பது ஒரு வார்த்தையல்ல; வரலாறு. நமது மக்களின் ஆன்மிக, பண்பாட்டு மற்றும் மத வரலாறைக் குறிக்கும் இந்துயிஸம் என்பதோடு முடிந்துவிடும் வார்த்தை அல்ல. வரலாறு முழுமையையும் மற்றும் இந்து என்னும் இனத்தின் சிந்தனை மற்றும் செயலின் எல்லா இலாக்காக்களையும் உள்ளடக்கியது இந்துத்துவா'.

எனவே, இந்து 'இனம்' பிரிக்கவே முடியாத அளவு தேசம் என்னும் கருத்துடன் பிணைந்திருந்தது. 'இந்துக்களாகிய நாங்கள் எங்கள் மூதாதையர் பூமி மீது வைத்திருக்கும் பாசப் பிணைப்பால் மட்டும் ஐக்கியமாகி இருக்கவில்லை; எங்களுக்குள் ஓடும் ஒரே ரத்தம் மட்டும் எங்கள் இதயத் துடிப்பை, உயிர்ப்புடன் இருக்கும் எங்கள் அன்பை நிலைநிறுத்தவில்லை; ஒரே ஈடுபாட்டுடன் நாங்கள் எங்கள் மகத்தான பண்பாட்டுக்குச் செய்யும் அஞ்சலியில் - எங்கள் இந்துக் கலாச்சாரத்துக்குத் தரும் அர்ப்பணிப்பில் நாங்கள் ஒன்றாயிருக்கிறோம்'.

தமது விளக்கத்தின் மூலம் அவரது இந்துத்துவா என்னும் கருத்தில் வேறு நிலத்தில் இருந்து வந்திருந்தால் அவர்கள் இதிலிருந்து விலக்கானவர்கள் என்று நிறுவ முயன்றார். இவ்வாறாக இந்தியாவின் மிகப் பெரிய சிறுபான்மையினரான கிறித்துவர் மற்றும் இஸ்லாமியரை அந்நியப் படுத்தினார். சாவர்க்கரின் இந்து ராஷ்டிரத்தில் அவர்களின் இடம் என்னவாக இருக்கும் என்பதை வெளிப்படையாக அவர் கூறவில்லை. அதிகபட்சம் அவர்கள் இரண்டாந்தரக் குடி மக்களாக இந்தியாவில் சகிப்புத்தன்மையுடன் வாழவேண்டும் என்பதாக அது இருக்கலாம்.

1939-ல் சாவர்க்கர் நாஜி ஆதரவாளரும், ஐரோப்பியப் பிரஜையுமான ஒருவருடைய புத்தகத்துக்கு இந்த முன்னுரையை எழுதினார். இந்து மறுமலர்ச்சிக்கொள்கைகொண்ட அந்த ஐரோப்பியர் தன்னை சாவித்திரி தேவி என அழைத்துக்கொண்டார். அவரது இயற் பெயர் மாக்ஸியாமினி போர்டாவாஸ். கிரேக்க, பிரெஞ்ச் மற்றும் ஆங்கிலேயப் பெற்றோரின் வாரிசான அவர் சாவர்க்கரின் கால கட்டத்தில் கவனம் பெற்ற ஓர் ஆளுமை. பல விசித்திரமான எண்ணங்கள் கொண்ட அவர் அடாஃப் ஹிட்லரை விஷ்ணுவின் அவதாரமாகக் கருதினார். *A Warning to the Hindus* என்னும் அவரது நூலுக்கு சாவர்க்கர் முன்னுரை எழுதினார். அது இந்துவின் எழுச்சிக்கு மிகுந்த உணர்ச்சியோடு அறைகூவல் விடும் நூல்.

சாவித்திரி தேவி 'இந்து மதம் தான் இந்தியாவின் தேசிய மதம், மற்றும் இந்து இந்தியாவைத் தவிர்த்த இந்தியா என்று எதுவும் இல்லை' என்று அவர் அந்த நூலில் எழுதியிருந்தார். சாவர்க்கர் 'பல காலமாக மந்தகதியைத் தரும் எண்ணங்களே இந்துக்களின் மனத்தில் விதைக்கப்பட்டுள்ளன. அந்த எண்ணங்கள் 'மோட்சம்' ஒன்றைத் தவிர வாழ்க்கையின் லட்சியம் எதையும் அடைய முனையும் படி அவர்களை ஊக்குவிக்கவில்லை.

அதாவது இந்த உலகில் இருந்து தப்பிப்பது. தப்பித்து எங்கே போவது? கடவுளுக்குத்தான் வெளிச்சம். இதுவே பல நூற்றாண்டுகளாக இந்து ராஷ்டிரம் அடிமைப்பட்டிருந்ததற்குக் காரணம்' என்றார். அத்வைதத்தின் தத்துவ விசாரணை மிகுந்த சிந்தனைக்குரிய விஷயங்கள் அவரைக் கவரவே இல்லை. அவரும் சாவித்திரியும் இந்த நிமிடமே, இந்த உலகில் கிடைக்கும் அரசியல் அதிகாரத்தில் தான் கவனமாயிருந்தார்கள்.

'அரசியல் அதிகாரம் என்பது சட்டத்தின் அதிகாரம் ஓர் ஒழுங்கு படுத்தப்பட்ட ராணுவத்துடன் இருப்பதே ஆகும்'. இதை இந்துக்கள் நினைவில் கொள்ளவேண்டும் என நாங்கள் விரும்புகிறோம். அவர்கள் அரசியல் அதிகாரத்தை என்ன விலை கொடுத்தேனும் கைப்பற்ற முயலவேண்டும். சமூக சீர்திருத்தங்கள் தேவையே. அவை 'மனித நேயம்' மிகுந்த இந்துக்களை உண்டாக்கும் என்பதால் அல்ல. இந்துக்களை ஒன்றுபடுத்த அவை பயன்படும். அந்த ஒற்றுமையே அதிகாரம்' என்பதே சாவித்திரியின் கருத்து.

☸ தேசியத்தின் வரையறை: கோல்வார்க்கர் ☸

எம்.எஸ்.கோல்வார்க்கர் (1906-1973), ராஷ்டிரிய சுயம் சேவக் சங் (ஆர்.எஸ்.எஸ்) அமைப்பின் முப்பதாண்டு கால (1940-1973) சர்சங்கசாலக் (தலைவர்). சாவர்க்கரை இந்து தேசியத்தின் தலையாய சித்தாந்தியாகக் கண்டு, சாவர்க்கரின் இந்த தேசியம் பற்றிய தருக்கத்தை முன்னெடுத்தார். 1939ல் அவர் செய்த பதிவில் We, or Our Nationhood Defined (3rd ed, Bharat Prakashan, 1945) பின்னர் வெளிவந்த Bunch of Thoughts (4th ed, Vikrama Prakashan, 1968) என்னும் அவரது சிந்தனைத் தொகுப்பிலும் கோல்வார்க்கர் 'இந்தியா இந்துக்களின் புனித பூமி. அங்கே இந்து தேசம் மட்டுமே மலர இயலும்' என்று குறிப்பிட்டார்.

'தொன்மையான காலத்தில் இந்தியா ஓர் இந்து நாடாகவே இருந்தது. ஈடு இணையற்ற புகழோடு விளங்கிய அந்த தேசம் பின்னாட்களில் படையெடுத்து வந்தவர்களால் அழிக்கப்பட்டு விட்டது. அதை மீள் உருவாக்கம் செய்யவேண்டியது மிகவும் அவசியம். எந்தத் தாய் நாட்டுக்காக இந்து மக்கள் ரத்தம் சிந்தினார்களோ அதை மீள் உருவாக்கம் செய்வது இந்துத் தன்மையை மறுமலர்ச்சி காணச் செய்வதால் மட்டுமே சாத்தியம்' என்பதை அவர் தம் எழுத்துகளில் தொடர்ந்து வலியுறுத்தி வந்தார். 'பூகோள எல்லைக்கு உட்பட்ட தேசியம்' மற்றும் அதனுள் உறையும் எல்லா மக்களுக்கும் சம உரிமை என்பதை அவர் முற்றிலுமாக நிராகரித்தார். ஒரு பூமி தேசமாகாது. அதன் மக்களே தேசம். யார் அந்த மக்கள்? இந்தியாவைப் பொறுத்த அளவில் இந்துக்களே. 'கலாசார தேசியம்' என்பதன் தீவிரப் பிரசாரகர்களாக கோல்வார்க்கரும் ஆர்.எஸ்.எஸ்ஸும் இருந்தார்கள். குடிமை தேசியம் என இந்திய அரசியல் நிர்ணயச் சட்டம் வழிகாட்டும் தேசியத்துக்கு இந்தக் கருத்து நேரெதிரானது.

காலனி ஆதிக்கத்திலிருந்து 1947ல் இந்தியா பெற்ற விடுதலை, உண்மையான விடுதலை அல்ல என்றும் புதிய தலைவர்கள் திரிபுவாத தேசியத்தை முன்வைக்கிறார்கள் என்றும் கோல்வார்க்கர் குறிப்பிட்டார். 'பூகோள எல்லைகளால் ஆன தேசியம் என்பது நம்மை மிகவும் வஞ்சித்துவிட்டது. திறன் இல்லாத உடல் என்ன செய்யும்? இயற்கையான உயிர்ப்புள்ள தேசியத்தை விட்டு விட்டு செயற்கையான, விஞ்ஞான பூர்வமற்ற, உயிரற்ற செயற்கைப் பயிர் போன்ற பூகோள தேசியக் கோட்பாட்டை நாம் கையில் எடுத்துக் கொண்டிருக்கிறோம்' என எழுதினார்.

கோல்வார்க்கர் தமது *Bunch Of Thoughts* என்னும் நூலில் 'பூகோள தேசியம் என்பது காட்டுமிராண்டித் தனமானது; ஒரு தேசம் அரசியல் மற்றும் பொருளாதார உரிமைகளால் ஆனதல்ல. அது தேசியக் கலாசாரத்தின் அடிப்படையிலானது. இந்தியாவில் அது 'தொன்மையான உள்ளார்ந்த இந்து மதமே' என எழுதினார். ஜனநாயகம் இந்துக் கலாசாரத்துக்கு அன்னியமானது என அதை எள்ளுகிறார். அவர் மனுவை ஓர் உயர்ந்த மனிதராகக் காண்கிறார். மனுவை உலகமே மதிக்கிறது என்னும் கருத்தை வலியுறுத்த அவர் பிலிப்பைன்ஸ் நாட்டில் மனுவின் பளிங்குச் சிலைக்குக் கீழே 'ஆகச் சிறந்தவரும் மனித குலத்துக்கு ஆகச் சிறந்த சட்டத்தைத் தந்த ஞானம் மிக்கவருமான மனு' என எழுதியிருப்பதைச் சுட்டிக்காட்டுகிறார் (ஜாதி ஏற்றத்தாழ்வு, மேட்டிமைக்குணம், பெண் பாலருக்கு எதிரான கருத்துக்கள், எதேச்சதிகாரத்தை முன் வைத்தல், கீழ் ஜாதியினருக்கு எதிரான சட்டங்களைக் கொண்டிருப்பது ஆகியவற்றுக்காக மனு ஸ்மிருதி கடுமையாக விமர்சனம் செய்யப்படுவது அவரின் மனதில் படவே இல்லை).

இருப்பினும் கோல்வார்க்கரை நடுநிலையோடு நாம் பார்த்தால் அவர் நீட்சே மனு ஸ்மிருதி பற்றிக் கூறியதையே எதிரொலித்திருக்கிறார் என்று சொல்லலாம். நீட்சே மனுஸ்மிருதிபற்றிச் சொன்னது: 'இது முழுமையான ஓர் ஆரியப் படைப்பு. வேதங்களின் அடிப்படையில் அமைந்த புரோகித ஒழுக்கவிதிகளை வகுக்கும் நூல். புரோகித நூலாக இருந்தபோதிலும் ஜாதி முறை மற்றும் தொன்மையான மரபுகளை சாதகமான முறையில் வடிவமைத்திருக்கும் நூல்; மதம் பற்றிய என் கருத்துகளை முழுமை செய்யும் குறிப்பிடத்தக்க நூல்'.

அப்படியாக, கோல்வார்க்கருக்குத் தீர்வு என்பது இந்திய ஜன நாயகத்தில் (டெமாக்ரஸி) அல்ல, வரலாற்றறிஞர் மனு எஸ். பிள்ளை குறிப்பிடுவது போல இந்து தர்மத்தின் வெற்றியில்தான் (தர்மாக்ரஸி) உள்ளது.

பிள்ளை குறிப்பிட்டது கிண்டலாகத் தோன்றியிருக்கலாம். ஆனால் நிஜத்தில் கோல்வார்க்கர் ஜாதி பேதம் உட்பட பாரம்பரியமான இந்து வழக்கங்கள் இந்து ராஷ்டிரத்தில் தொடர்வதையே விரும்பினார். 'வரலாற்றில் நாம் காண்பதெல்லாம், வடகிழக்கு மற்றும் வடமேற்குப் பகுதிகளில் எங்கெங்கெல்லாம் பௌத்தம் பரவியதோ அங்கெல்லாம்

அவர்கள் முஸ்லீம் தாக்குதலுக்கு மிகவும் எளிய பலிகடாக்களாக விழுந்து விட்டார்கள். ஆனால் டெல்லி அல்லது உத்திரப் பிரதேசம் போன்ற அரசுகளின் அதிகார மையங்களாக இருந்த இடங்களில், அவை மிகவும் பழமைவாதத்தில் ஊறிய இடங்கள் மற்றும் ஜாதிக் கட்டுப்பாட்டை வலியுறுத்துபவை என்று பலரும் சாடினாலும் அங்கே பெரும்பான்மை இந்துக்கள், இந்துக்களாகவே இருந்தார்கள். ஜாதியில் ஊறிய சமூகம் தப்பியது. ஆனால் ஜாதியில்லாத சமூகம் மண்ணைக் கவ்வியது' என்று கோல்வார்க்கர் எழுதுகிறார். அதாவது எவ்வளவு ஜாதி வெறியோ அந்த அளவு வெளி நாட்டு மதங்கள் இந்து மதத்தைச் சீரழிக்காது காத்துக் கொள்ளமுடியும் என்பதே அவரது வாதம்.

கோல்வார்க்கரைப் பொறுத்தஅளவில் பூகோள எல்லைக்கு உட்பட்ட தேசியத்துக்கு மாற்று இன அடிப்படையிலான தேசியம். தமது *We, or Our Nationhood Defined* என்னும் நூலில், ஹிட்லர் பெரிய சர்வாதிகாரியாக உயர்ந்த காலத்தில், அவர் 'தனது இனத்தின் தூய்மை மற்றும் பண்பாட்டை நிலை நிறுத்திக்கொள்ள ஹிட்லர், 'செமெடிக்' மதங்களுள் ஒன்றான யூதர்களைத் தம் நாட்டில் இருந்து நீக்கி, நாட்டைத் தூய்மை செய்து உலகையே அதிர்ச்சிக்கு உள்ளாக்கினார். இனப் பெருமையின் அதி உச்சமே அவரது இந்தச் செய்கை. வேர்கள் வரை வேறுபாடுகள் உள்ள இனங்களும் பண்பாடுகளும் ஒன்றாக இருந்து ஒரே முழுமையாக ஆவது சாத்தியமே இல்லை என்பதையே இது காட்டுகிறது. இந்துஸ்தானில் இருக்கும் நாம் கற்றுப் பயன் பெறவேண்டிய முக்கியமான படிப்பினையாகும்'.

சவார்க்கரின் இந்துத்துவா என்பது ஒரு பண்பாட்டு அடையாளம்; இந்துயிஸம் என்பது அந்த தேசிய இந்துப் பண்பாட்டின் ஓர் அம்சமே என்னும் கருத்தை கோல்வார்க்கர் வேறு கோணத்தில் முன்னெடுத்தார். கோல்வார்க்கர் சாவர்க்கரின் தருக்கத்தை தலைகீழாக்கி 'பண்பாடு என்பது அனைத்தையும் உள்ளடக்கிய ஒரு மதத்தின் ஓர் அம்சமே.அது மதம் என்னும் உடலின் ஓர் அங்கமே. அதில் இருந்து தனியே அதற்கு அடையாள மில்லை'. கோல்வார்க்கர் காலத்துக்குப்பின், இந்துத்துவம் என்பது இந்துக்களின் மேலாதிக்கத்தை நிலைநாட்டும் ஒரு சித்தாந்தமாகவே பார்க்கப்படுகிறது. இந்துக்களின் அறங்கள் மற்றும் இந்து வாழ்க்கை முறைகளுக்கே இந்திய அரசியல் ஏற்பாடுகளில் மேலாதிக்கம் தரும் கருத்து அது. சாவர்க்கர் காந்தியடிகளின் பிரபஞ்ச நோக்கு மற்றும் அஹிம்சை இரண்டையுமே மனதை மழுங்கடிக்கும் போதைப் பொருட்களாகவே கண்டார். காந்தியடிகள் அமைதிக்கென போதித்தவற்றுக்கு மாற்றாக சாவர்க்கர் அரசியலில் எழுச்சியுறும் ஓர் இந்துத்துவத்தை முன்வைத்தார். கோல்வார்க்கரின் மூலம் அந்தக் கருத்து முழு மலர்ச்சி கண்டது.

இன அடிப்படையிலான தமது வெறுப்பு யாரைக் குறிவைக்கிறது என்பதை கோல்வார்க்கர் மறைக்கவே இல்லை. 'இந்துஸ்தானத்துக்குள் முஸ்லீம் காலடி வைத்த அந்தக் கெட்ட நாள் முதல் இந்த நொடிவரையில், இந்து தேசம் அந்தக் கொள்ளைக்காரர்களைத் துரத்தி அடிக்கப் போரிட்டு

வருகிறது. இன உணர்வு விழித்துக்கொண்டு வருகிறது'. முஸ்லீம்களுக்கு எதிரான இந்துத்துவத்தின் திட்டம் தெள்ளத் தெளிவான கோல்வார்க்கரின் சபதங்களில் கண்டறியப்படுகின்றன. நாஜிக் கொள்கையின் பார்வையில் 1930களில் கோல்வார்க்கர் 'இனம்' என்று குறிப்பிட்டது அவர் எந்தப் பொருளில் கூற வந்தாரோ அதற்குப் பொருத்தமான சொல் அல்ல. ஏனெனில், இன அடிப்படையில் இந்தியப் பெரும்பான்மை முஸ்லீம்கள் யாருக்காக கோல்வார்க்கர் பேசுகிறாரோ அந்த இந்துக்களின் இனத்தினரே.

இந்துத்துவவாதிகளைப் பொறுத்தஅளவில், ஒரே மூதாதைகளைக் கொண்டவர்கள் என்றாலும், முஸ்லீம்கள் இந்துக் கலாசாரத்தில் இருந்து தம்மைத் துண்டித்துக்கொண்டுவிட்டார்கள்: அவர்கள் இந்தியாவின் சமஸ்கிருதத்தை விட்டு விட்டு, அராபி மொழியில் பிரார்த்தனை செய்கிறார்கள். அவர்களது புனிதமான வழிபாட்டுத் தலம் (மெக்கா) அந்நிய நாட்டில் இருக்கிறது. இந்தியாவின் புனித பூமியில் எந்த மூலமும் இல்லாத ஒரு புனித நூல் வழி அவர்கள் நடக்கிறார்கள்.

நய்பால் இந்த எண்ணத்தைத் தமது *Among the Belivers* என்னும் நூலில் எதிரொலிக்கிறார்: 'இறுதியில் அராபியர்களே ஆக்கிரமிப்பாளர்களுள் மிகவும் வெற்றி பெற்றவர்கள்; அவர்களால் வெல்லப்படுவோம் (அதன் பின் அவர்களைப் போல இருப்போம்) என்னும் எண்ணம் இன்னும் மத நம்பிக்கையுள்ளவர்களாகவும் மற்றும் காக்கப்பட வேண்டியவர்களாகவும் இருப்போர் மனதில் இருக்கிறது'.

கோல்வார்க்கரின் தீர்வு இந்திய முஸ்லீம்கள் மற்றும் பிற சிறுபான்மையினர் இந்து தேசிய நீரோட்டத்தில் கலந்துகொண்டு தமது வெளி நாட்டு விசுவாசங்களை விட்டுவிடுவதாகும் (450 வருடங்களுக்கும் முன்பு *Spanish Inquisition* என்று அழைக்கப்படும் கத்தோலிக்கர் அல்லாதோர் கத்தோலிக்கர் ஆக வேண்டும் என்று ஸ்பெயினில் கொண்டு வரப்பட்ட சட்டத்தை நினைவுபடுத்துவது போல). 'வொல்க்ஸ்கயிஸ்ட்' என ஜெர்மானியர் குறிப்பிடும் 'இன உணர்வு' எல்லோரையும் கட்டாயப் படுத்தும் நோக்கமுள்ளது. அது கோல்வார்க்கருக்கு மிகவும் பிடித்தமானது. இந்தியாவில் இருக்க வேண்டும் என்றால் முஸ்லிம்கள் இந்துக்களுக்குப் பணிந்து போக வேண்டும். 'முகம்மது தான் மலையிடம் போக வேண்டும்' என்னும் பழமொழி அடிப்படையில் கோல்வார்க்கர் 'இங்கே இந்துக்களே அந்த மலை' என்று எழுதினார். நாஜித் தத்துவங்களைப் புகழ்ந்து அவர் எழுதியவற்றை நான் முன் பக்கங்களில் தந்திருக்கிறேன். முதுகுத் தண்டை சில்லிட வைக்கும் பல அவருடைய எழுத்துகளில் உண்டு.

இந்து அல்லாதவர்களில் முஸ்லீம் மற்றும் கிறித்துவர் மீதே கோல்வார்க்கரின் வெறுப்பு கடுமையாயிருந்தது. பார்சீக்கள் மற்றும் யூதர்களை அவர் முன்மாதிரிச் சிறுபான்மையினராகக் கருதினார். அவர்கள் சமுதாயத்தில் தம் இடம் எது என்று புரிந்துகொண்டு நடந்து கொண்டார்கள். இந்துக்களை அவர்கள் வெறுப்பேற்றவில்லை. 'இந்தியா ஏற்கெனவே ஒரு முழுமையான தேசமாகவே, பல சமூகங்களை

உள்ளடக்கி இருந்தது. அவர்களில் சிலர் விருந்தாளிகளாக யூதர் மற்றும் பார்சீக்களைப் போல இருந்தார்கள். அல்லது இஸ்லாமியர் மற்றும் கிறித்துவர் போல ஆக்கிரமிப்பாளர்களாக இருந்தார்கள். அவர்களைப் பார்த்து யாரும் எப்படி இப்படி முரண்பட்ட குழுக்கள் ஒரே மண்ணின் குழந்தைகள் என அழைக்கப்பட முடியும் என்று கேட்கவில்லை. ஏனெனில் விபத்துபோல அவர்கள் பொது நிலப்பரப்பில் பொது எதிரியின் ஆட்சியில் இருந்தார்கள்'.

கோல்வார்க்கர் மதச் சார்பற்ற இந்தியா என்னும் பேச்சையே கடுமையாக எதிர்த்தார். அவர் *We, or Our Nationhood Defined* என்னும் தமது நூலில் 'அந்நிய சக்திகளுக்கு இரண்டே வழிகள் உண்டு. ஒன்று தேசிய இனத்துடன் இணைந்து, அதன் பண்பாட்டை ஏற்க வேண்டும். இல்லையேல் அவர்களது கருணையின் அடிப்படையில் அந்த தேசிய இனம் அனுமதிக்கும் வரை இருந்துவிட்டு அதன் பின் அவர்களின் இனிய அனுமதியுடன் வெளியேறுவதே. இது மட்டுமே சிறுபான்மையினர் பிரச்னை பற்றிய தீர்க்கமான கருத்தாக இருக்க முடியும். இந்துஸ்தானத்தில் இருக்கும் அன்னிய இனங்கள் இந்துக் கலாச்சாரம் மற்றும் மொழிகளை ஏற்க வேண்டும். இந்து மதத்தை, இனத்தை மற்றும் பண்பாட்டை மதிக்கக் கற்றுக் கொள்ள வேண்டும். இந்து தேசத்தையே முதன்மையாகப் போற்றி, தமது தனிப்பட்ட இருப்பை விட்டு விட்டு, இந்து இனத்துடன் இணைந்து கொள்ளவேண்டும். இல்லையேல், இந்த நாட்டில் இந்து தேசத்துக்கு விசுவாசமான பிரஜையாக, எதையும் கோராமல், எந்த உரிமைக்கும் தகுதி கோராமல், பிரத்தியேக சலுகைக்கு மிகவும் கீழான ஒன்றாக சாதாரணக் குடிமகனுக்கு உள்ள உரிமை கூட இல்லாமல் இருக்கவேண்டும்' என்றே எழுதினார்.

கோல்வார்க்கர் இந்துயிஸத்துக்குள் இருக்கும் மாறுபட்ட வழிபாடுகள் பற்றிய உண்மையை உணர்ந்தே இருந்தார். ஆனால் அவர் இந்துக்கள் 'ஒரே வாழ்க்கைத் தத்துவத்'தை, 'ஒரே இலக்கை', ஒரே 'சடங்கு முறை'களை பகிர்கிறார்கள் என்று கூறினார். அவர்களே தேசத்துக்கு பண்பாட்டு மற்றும் நாகரிகத்தின் அஸ்திவாரங்களாக விளங்குகிறார்கள் என்றார். ஆனால் அவர் கண்ணோட்டத்தில் முஸ்லீம்களோ கிறித்துவர்களோ இந்த விழுமியங்கள், தத்துவம் மற்றும் விழைவுகளைக் கொண்டிருக்கவே இல்லை. இந்துத்துவவாதிகளுக்கு கோல்வார்க்கரை யாருடனும் ஒப்பிடுவது பிடித்தமானதாக இருக்க வாய்ப்பில்லை. இருப்பினும் அவரது இந்து இந்தியா என்பது இன்றைய முஸ்லீம் பாகிஸ்தானின் கொள்கைக்கு இணையானது.

இந்துத்துவா தனது வெறுப்பு முழுவதையுமே முஸ்லீம்களுக்காக சேமித்து வைத்திருந்தபோது, கோல்வார்க்கர் வெளிப்படையாகவே கிறித்துவர்கள் மீதும் ஐயப்பாடு கொண்டிருந்தார். 'பள்ளிகூடங்கள், கல்லூரிகள், சேவை நிறுவனங்கள் இவற்றுடன் வரும் கிறித்துவர்கள் ஆபத்தானவர்கள் அல்லர் போலத் தோற்றம் அளித்தாலும், அவர்கள் பெரிய சதியின் பங்காளிகளே'.

‘இங்கே உள்ள கிறித்துவர்கள் உலகளாவிய இயக்கத்தின் வழியாகக் கிறித்துவத்தைப் பரப்பும் நோக்கத்தோடு அதன் முகவர்களாகச் செயற் பட்டு, இங்கே உள்ள தேசத்தின் பாரம்பரியம், பண்பாடு ஆகியவற்றின் உண்மையான குழந்தைகளாக நடந்து கொள்ளாத வரை அவர்கள் எதிரிகளாகவே இங்கே இருப்பார்கள். நடத்தவும் படுவார்கள்’ என்று *Bunch of Thoughts* நூலில் பதிவு செய்கிறார்.

சிறுபான்மையினரைப் பொறுத்தவரை *Bunch of Thoughts* நூல் அதற்கு முந்தைய புத்தகத்தை விடவும் ஆக்கிரோஷமாகப் பேசுகிறது. ‘சங்கத்தில் நாங்கள் முழுக்க முழுக்க இந்துக்கள். அதனாலேயே நாங்கள் எல்லா மதங்களையும் எல்லா நம்பிக்கைகளையும் மதிக்கிறோம். இந்துவாயிருந்து கிறித்துவராகவோ அல்லது இஸ்லாமியராகவோ மத மாற்றம் ஆனவர்கள் நிலை என்ன என்பதே கேள்வி. அவர்கள் இந்த தேசத்தில் பிறந்தவரே. ஆனால் அவர்கள் இந்த தேசத்துக்கு விசுவாச மானவர்களா? அவர்கள் தம்மை வளர்த்து ஆளாக்கிய இந்த தேசத்துக்கு நன்றி உடையவர்களா? அவர்கள் இந்த தேசத்தின் மற்றும் பாரம்பரியத்தின் குழந்தைகளாக அதற்கு சேவை செய்வது தமது நல்லூழ் என்று நினைக் கிறார்களா? அவர்கள் இந்தியத் தாய்க்கு சேவை செய்வது தமது கடமை என நினைக்கிறார்களா? இல்லை. தமது மதத்தின் மீது அவர்கள் காட்டும் விசுவாசத்தினால் தேசத்தின் மீதான பற்றும் விசுவாசமும் போயே போய்விட்டது’.

எந்த விதிவிலக்கும் இல்லாமல் பொத்தாம் பொதுவாக கோல்வார்க்கர் உதிர்க்கும் சிந்தனைகள் இவை: ‘நாம் நம்பியவற்றுக்கெல்லாம் முஸ்லீம் எதிராகவே இருக்கிறார். நாம் கோயிலில் கும்பிட்டால் அவர் அந்தக் கோயிலை இடிப்பார். நாம் தேர் இழுத்தாலோ அல்லது பஜனைப் பாடல்கள் பாடினாலோ அது அவருக்கு எரிச்சலூட்டும். நாம் பசுவை வழிபட்டால் அவர் அதைத் தின்று விடுவார். நாம் பெண்களைத் தாயாக மதித்தால் அவரோ அவரைப் பாலியல் பலாத்காரம் செய்வார்’.

தேசப் பிரிவினைக்குப் பிறகு டிசம்பர் 1947ல் நிகழ்த்திய உரையில் அவர் உலகில் எந்த சக்தியாலும் முஸ்லீம்களை இந்துஸ்தானத்தில் வைத்திருக்க முடியாது என்றார். ‘அவர்கள் இந்த நாட்டை விட்டே வெளியேறவேண்டும். அவர்கள் இங்கேயே இருக்க வேண்டுமென்றால் அது அரசாங்கத்தின் பொறுப்பே. இந்து சமுதாயம் பொறுப்பேற்காது. மகாத்மா காந்தி இனியும் அவர்களுக்குத் தவறான வழி காட்டுதல் தர இயலாது. எங்களது எதிரிகளை வாயடைக்க வைக்க எங்களுக்குத் தெரியும்’ என்றார்.

இந்தப் பிரச்னைக்கான விடை கோவார்க்கரைப் பொறுத்த அளவில் மறு மதமாற்றமே. ‘நாம் அந்த திக்கற்ற, நூற்றாண்டுகளாக மத அடிமைத் தனத்தில் மாட்டிக்கொண்ட சகோதரர்களைத் தமது மூதாதையர் வீட்டுக்குத் திரும்ப அழைப்பதே நம் கடமை. நேர்மையான விடுதலையின் மீது அன்பு கொண்டோராய் அவர்கள் தமது அடிமைத்தனத்தின் எல்லா அடையாளங்களையும் அடக்குமுறையையும் தூக்கி எறிந்துவிட்டு,

மூதாதையர் வழியான பக்தியை தேசிய வாழ்க்கையைப் பின்பற்றட்டும்'. இதை மனு எஸ் பிள்ளை 'தர்ம நாயகத்'தைக் கட்டமைப்பதில் தாய் வீடு திரும்புதல் என்பதே அனைத்தையும் சாதித்துவிடும்'.

ஆர்.எஸ்.எஸ். அமைப்பின் இந்துத்துவம் பற்றிய அதிகாரபூர்வமான புரிதல் இன்றும் கோல்வார்க்கரின் கருத்தை ஒட்டியே இருக்கிறது. சட்டவிரோத நடவடிக்கைகளைத் தடுக்கும் சட்டம் 1967 (Unlawful Activities (Prevention) Act 1967) என்னும் சட்டத்தின் கீழ் அமைக்கப் பட்ட தீர்ப்பாயத்துக்கு ஆர்.எஸ்.எஸ். 1993ல் அளித்த பதில் கீழ்க் கண்டவாறு இருந்தது:

> இந்து என்னும் சொல் ஆர்.எஸ்.எஸ்ஸின் சாசனத்திலும் நம்பிக்கையிலும் பண்பாடும் மற்றும் நாகரிகத்தின் சித்தாந்தம் மட்டுமே; அது அரசியல் அல்லது மதச் சொல் அல்ல. சீக்கியர், பௌத்தர்கள் மற்றும் சமணர்களைப் பண்பாட்டுச் சித்தாந்தமாக அந்தச் சொல் எப்போதும் உள்ளடக்கியது மற்றும் இனியும் உள்ளடக்கும். இந்தியாவின் கலாச்சார தேசியம் இந்து என்பதே ஆர்.எஸ்.எஸ்ஸின் தீர்க்கமான நம்பிக்கை. அது இந்தியாவில் பிறந்து இந்தியாவைத் தன் தாய் நாடு என ஏற்ற முஸ்லிம்கள், கிறித்துவர்கள் மற்றும் பார்ஸீக்களை உள்ளடக்கும். இது பதிலளிக்கும் எங்கள் அமைப்பின் நம்பிக்கை மட்டுமல்ல. சரித்திரத்திலிருந்து தெரிய வந்திருக்கும் உண்மை என்னவெனில் நம்பிக்கையில் பிற மதத்தைச் சார்ந்திருந்தாலும் இந்துக்கள் அல்லாதிருக்கும் பார்ஸீக்கள், முஸ்லீம்கள் மற்றும் கிறித்துவர்கள் பண்பாட்டின் அடிப்படையில் இந்துக்களே.'

இந்த அறிக்கை, நிச்சயமாக, 'புனித பூமி' பிரச்னைக்கு சாவர்க்கர் முன் வைத்த மும்முனைத் தீர்வை முற்றிலுமாகத் தவிர்த்த ஒன்றே. மும்முனைத் தீர்வு என்பது, 'நீங்கள் ஒரு முஸ்லீம், கிறித்துவர் அல்லது பார்ஸி என்றாலும் பண்பாட்டில் நீங்கள் ஓர் இந்துவாக இருந்தாலும், இந்தியா உங்கள் புனித பூமி அல்ல'. இந்துத்துவா தொண்டர் படையினர் இந்த முரண்பாட்டுக்கு ஒரு விளக்கம் தந்து விடுகிறார்கள்: சிறுபான்மையினர் தமது அடிப்படை இந்துத் தன்மையை ஏற்கவேண்டும். அவர்கள் தம்மை முகம்மதிய இந்துக்கள், கிறித்துவ இந்துக்கள் மற்றும் பார்ஸி இந்துக்கள் என ஒப்புக் கொள்ளும் பட்சத்தில் இந்தியாவும் அவர்களை ஏற்கும். அந்த மதங்களில் மிகமிக சொற்பமானோரே இதற்கெல்லாம் ஒப்புக் கொள்வார்கள் என்பதால் அவர்கள் அனைவருமே இந்துத்வா வழி நடத்தப் படும் இந்தியாவில் வரவேற்கப் படாதோரே.

மிகவும் வியப்பளிப்பது எப்படி இந்த இந்துத்துவாவாதிகள் தெற்கு ஆசிய மற்றும் மத்திய கிழக்கு நாட்டு இருபதாம் நூற்றாண்டு முஸ்லீம் நவீனத்துவ வாதிகளைப்போலவே சிந்திக்கிறார்கள் என்பதுதான். அவர்கள் இப்படித்தான் தங்களுடைய இறந்த காலம் புகழ்மிக்கது என்று கருது கிறார்கள். நடுவில் ஒரு மோசமான இடைக்காலம் இருந்தது என்று நம்புகிறார்கள் (அதற்கான காரணங்கள் என்னவோ உள்ளார்ந்த

நான் ஏன் இந்துவாக இருக்கிறேன்? | 165

பண்பாட்டுத் தோல்விகளும் பேராசை மிகுந்த ஆக்கிரமிப்பாளர்களுமே). இவர்களது கோணலான பண்பாடு மற்றும் பண்பாட்டு வேற்றுமை பற்றிய புரிதல், மேற்கத்திய விழுமியங்கள், மேற்கத்தியமயமாக்கம் பற்றிய அவர்களது விமர்சனபூர்வமான கருத்து, தேசத்தின் புகழை மீண்டும் நிலை நிறுத்த ஒரு மதத்தின் உறுப்பினர்கள் அரசியல்ரீதியாக ஒன்றிணைவதே அத்தியாவசியமானது என்று நம்புகிறார்கள். இந்துத்துவர்களும் அவர்களைப் போலவே இவை யாவற்றையும் முன்வைக்கிறார்கள்.

கோல்வார்க்கர் இறந்து ஐம்பது ஆண்டுகளுக்குப் பின்னரும் அவரது சித்தாந்தம் அரசியலில் அவரது வழி நடப்போருக்கு உத்வேகம் தருகிறது. இங்கு கவனத்தில் கொள்ளவேண்டிய விஷயம் என்னவென்றால் இவற்றை முதன் முதலில் மொழிந்த போது இருந்த சூழலைவிட, இப்போது அவர் கருத்துகள் மீது நம்பிக்கை கொண்ட ஆட்கள் இப்போது அதிகாரத்தில் இருக்கிறார்கள். அந்தக் கோட்பாடுகளை நடைமுறைப்படுத்த ஏதாவது செய்யும் நிலையில் இருக்கிறார்கள்.

தீன் தயாள் உபாத்யாயா மற்றும் பாரதீய ஜன சங்கத்தின் உதயம்

சாவர்க்கர் மற்றும் கோல்வார்க்கரின் கருத்துகள் பலரது கவனத்தையும் 1920களில் ஈர்க்கத் துவங்கி இருந்தாலும் அவர்களின் அடுத்தகட்ட நகர்வு மெதுவாகவே இருந்தது. 1937ல் சாவர்க்கர் தலைமை ஏற்ற இந்து மகாசபா என்னும் அரசியல் கட்சி மட்டுமே அவர்களைத் தீவிரமாக ஏற்க முன் வந்தது. முஸ்லீம் லீக்குக்கு மாற்றாகத் தன்னைக் காட்டிக் கொண்ட இந்து மகா சபாவுக்கு முஸ்லீம்களுக்கிடையே முஸ்லீம் லீக்குக்குக் கிடைத்த ஆதரவோடு ஒப்பிட மிகவும் மோசமான நிராகரிப்பே இந்துக்களிடமிருந்து கிடைத்தது. அவர்கள் மதச்சார்பற்ற கொள்கையைக் கொண்ட இந்திய தேசிய காங்கிரஸை மட்டுமே ஆதரித்தார்கள். ஒரு பக்கம் தேசப் பிரிவினையை முன் வைத்த முஸ்லீம் லீக்கால் நாடு மத அடிப்படையில் பிரிந்து போய்க்கொண்டிருந்தபோது, இந்து மகாசபா தனது இந்து ராஷ்ட்டிரா மற்றும் இந்துத்துவாவைப் பிரச்சாரம் செய்து கொண்டிருந்தது.

1944ல் இந்து மகாசபாவின் தலைமையில் இருந்த சியாமா பிரசாத் முகர்ஜி, அன்றைய சூழ்நிலையில் இந்து தேசியத்தை அரசியல் தளத்தில் முன்னெடுப்பதில் உள்ள இடர்ப்பாடுகளைக் கருத்தில் கொண்டு இந்து மகாசபாவின் அங்கத்தினர் சேர்க்கை எல்லா மதத்தவருக்கும் திறந்து விடப்படவேண்டும் என்னும் கருத்தை முன் வைத்தார். ஆனால் எதிர்பார்க்கக்கூடியபடியே இந்து மகாசபாவின் மதவாதத் தருக்கமே அதனால் அடிபடும் என்பதால் அதன் அங்கத்தினர்கள் இதைக் கடுமையாக எதிர்க்கவே அவர் அந்த அமைப்பில் இருந்து ராஜினாமா செய்தார். ஆர்.எஸ்.எஸ்ஸுடன் இணைந்து பாரதிய ஜன சங் என்னும் அரசியல் கட்சியைத் துவங்கினார்.

முகர்ஜி தமது கட்சிக்கான பெயரில் சில உள்ளர்த்தங்களை வைத்திருந்தார். ‘பாரதிய’ என்றால் இந்திய என்றே பொருள். ‘ஜன’ என்பதற்கு மக்கள் என்று பொருள். சங்கம் என்பதோ ஆர்.எஸ்.எஸ். பெயரை ஒட்டிச் சேர்க்கப்பட்ட சொல் ஆகும். அதற்கு அமைப்பு என்றே பொருள். இவ்வாறாக பாரதீய ஜன சங்கம் என்பது இந்திய மக்களின் அமைப்பு என்று பொருள் கொடுத்தது. ஆர்.எஸ்.எஸ்.ஸின் அரசியல் வடிவமாகவே வெளிப்படையாக ஜன சங்கம் கருதப்பட்டது. ஆர்.எஸ்.எஸ்ஸோ காந்தியடிகளின் கொலைக்குப் பிறகு 1948லிருந்து ஒரு சமூக மற்றும் பண்பாட்டு அமைப்பாகச் செயற்பட மட்டுமே அனுமதிக்கப்பட்டது. ஆர்.எஸ்.எஸ். இந்து சமாஜ் அதாவது இந்து சமுதாயம் பற்றி மட்டுமே பேச முடியும். இந்து ராஷ்டிரம் என்பது அரசியல் இலக்கு உடைய கொள்கை என்பதால் அதை ஓர் அரசியல் கட்சி மட்டுமே முன்னெடுக்க இயலும். அதனால்தான் ஓர் அரசியல் கட்சி உதயமானது. அப்போது தொப்புள் கொடி பந்தம் ஆர்.எஸ்.எஸ்ஸுக்கும் ஜன சங்கத்துக்கும் உண்டு எனக் கூறப்பட்டது.

பாரதிய ஜன சங்கம் ஆர்.எஸ்.எஸ்ஸின் அரசியல் கிளையாகவே, இந்து மேம்பாட்டை, மத அடிப்படையின்றி தேசியக் கண்ணோட்டத்துடன் முன்னெடுக்கும் அமைப்பாக உருவானது. இருந்தாலும் முகர்ஜி சாவர்க்கரை ஒட்டி, எல்லா இந்தியர்களும் இந்துக்களே என்னும் நம்பிக்கையைக் கொண்டிருந்ததால் ஆர்.எஸ்.எஸ்ஸுக்கும் ஜன சங்கத்துக்கும் பெரிய முரண்பாடு எதுவுமில்லை. முகர்ஜிக்கும் அவரது வழி நடந்தவர்களுக்கும் இந்துயிஸம் என்பது மத அடையாளம் என்பதைவிட தேசிய அடையாளம் ஆகும். இவ்வாறாக ஜன சங்கம் தமது இந்துத்துவா இலக்குக்கு தேசியம் என்னும் மரியாதையை உரிமை கோரியது.

உதயமாகி இருபத்தைந்து ஆண்டுகள் வரை ஒரு கட்டுக்கோப்பு மிக்க அமைப்பாகவும் மற்றும் துடிப்புள்ள எதிர்க் கட்சியாகவும் மக்களின் மதிப்பைப் பெற்றாலும் ஆட்சியைப் பிடிக்கும் கனவில் இருந்து வெகு வெகு தொலைவில் அது நின்றுவிட்டது. 1967 தேர்தலில் தான் அது ஓரளவு வெற்றி கண்டது. அப்போதும் அதிக பட்சம் அது நாடாளுமன்றத்தில் பெற்ற உறுப்பினர்கள் 35 மட்டுமே. சுதந்திர வர்த்தகத்தை முன் வைத்த சுதந்திராக் கட்சியும் ஜன சங்கமும் ஒன்றாகப் பெற்ற தொகுதிகளின் எண்ணிக்கை 44. காங்கிரஸின் 283 என்னும் எண்ணிக்கைக்கு முன் அது மிகவும் சிறியதாயிருந்தது. இந்தக் காலகட்டத்தில்தான் இந்துத்துவா முழுமையான மலர்ச்சியை ஜன சங்கத் தலைவர் பண்டிட் தீன் தயாள் உபாத்யாயாவின் ‘உள்ளார்ந்த மனித நேயம்’ என்னும் கொள்கை வடிவில் கண்டது. பின் வரும் பத்திகளில் அதை நான் விரிவாக விவாதிப்பேன்.

பண்டிட் தீன் தயாள் உபாத்யாயா இன்றைய இந்துத்துவ இயக்கத்தின் ஆக முக்கியமான சிந்தனையாளர். பாரதீய ஜன சங்கத்தின் தலைவராக அவர் ஒரே ஒரு வருடம் மட்டுமே (1967-1968) பொறுப்பில் இருந்தார். இன்றைய

பிஜேபியின் தாய்க் கட்சியின் தலைமையில் இருந்தபோது அகால மரணமடைந்தார். இன்று பண்டிட் தீன் தயாள் உபாத்யாயாவுக்கு ஒரு மறு மலர்ச்சி கிடைக்கத் துவங்கி இருக்கிறது. 2014ல் இருந்து இந்தியாவை ஆண்டு வரும் நரேந்திர மோடி அரசு அவரின் சிந்தனைகளைப் பரப்பு வதற்காகப் பல கருத்தரங்கங்களை நடத்தியது. அவரது பெயரை மேலும் புகழ்பெறச்செய்ய என்றே அரசு செலவில் ஆரம்பிக்கப்பட்டுள்ள நிறுவனங்கள் மற்றும் அவரது பெயரைச் சுமக்கும் அரசுத் திட்டங்களின் பட்டியல்:

> பண்டிட் தீன் தயாள் உபாத்யாயா ஷேகாவதி பல்கலைக் கழகம், சிகார், ராஜஸ்தான். தீன் தயாள் உபாத்யாயா மருத்துவமனை, டெல்லி. தீன் தயாள் உபாத்யாயா மேம்பாலம், பெங்களூரு. பண்டிட் தீன் தயாள் உபாத்யாயா சமூகப் பாதுகாப்பு தேசியக் கல்வி நிறுவனம், ஜனக்புரி டெல்லி.
>
> அந்தியோதாயா திட்டம் அவரது சிந்தனையின் அடிப்படையில் உருவானது. 'மேக் இன் இந்தியா' கொள்கை அவருக்கு அர்ப்பணிக்கப் பட்டது. புதிரான சூழலில் அவர் மரணம் அடைந்த முகல்சராய் ரயில் நிலையத்துக்கு அவர் பெயர் சூட்டப்பட்டது.
>
> தீன் தயாள் உபாத்யாயா ஆராய்ச்சிக்கழகம் பல அரசுத் துறைகள் அவரது சிந்தனை பற்றித் தெரிந்து கொள்ளும் ஆவலில் அனுப்பும் நூற்றுக் கணக்கான வேண்டுகோள்களால் திணறி வருகிறது.

பாரதீய ஜன சங்கத்தின் கொள்கைகள் பற்றி உபாத்யாயாவின் எழுத்துகள் மற்றும் பேச்சுகள் மற்றும் அவரது தத்துவமான 'உள்ளார்ந்த மனித நேயம்' ஆகியவையே பிஜேபியின் சித்தாந்தத்தின் ஆகச் சிறந்த தொகுப்பாகும். இன்றைய ஆளும் கட்சி அவருக்குத் தரும் மரியாதையால் அவர் இந்துத்துவா இயக்கத்தின் ஆகச் சிறந்த சிந்தனையாளராக நிலைநிறுத்தப் பட்டுள்ளார்.

தமது சிந்தனைகள் ஆர்.எஸ்.எஸ்ஸின் சர்சங்கசாலக்காக இருந்த குரு கோல்வார்க்கரிடமிருந்து உருவாகிவந்ததாக அவருடன் நெருங்கிப் பணி புரிந்த உபாத்யாயா குறிப்பிட்டார். கோல்வார்க்கரோ அது சாவர்க்கரின் இந்துத்துவாவினால் உத்வேகம் பெற்றது என்றார். ஆனால் நாஜிக்களின் செயல் முறைகளில் கோல்வார்க்கருக்கு இருந்த அவரது ஆவலால் மைய நீரோட்டப் பார்வையில் மிகவும் தீவிரமானவராகவே கருதப்பட்டார். தமது கருத்துகளை மிருதுவான சொற்களால் வெளிப்படுத்திய உபாத்தியாயாவே அதிகமும் ஏற்கப்பட்டார்.

பெரும்பாலான சிந்தனையாளர்கள் போலல்லாமல் உபாத்தியா ஒரு கோட்பாட்டியலாளர் அல்ல. அவர் ஒரு வளரும் கட்சியின் தலைவரும் ஒருங்கிணைப்பாளரும் ஆனவர். ஓர் அரசியல் தலைவராக அவருக்கு கட்சியின் அன்றாடப் பிரச்னைகளுக்குப் தீர்வு காணவும், அரசாங்கத்தை விமர்சிக்கவும், பிரசார செய்திகளை இறுதி செய்யவும் அதை நெறிப்

படுத்தவும் வேண்டியிருந்தது. போராட்டங்களை நடத்தவும், கட்சியின் தேர்தல் யுக்தியை முடிவு செய்யவும் கூட்டணிகளைப் பேரங்களால் உருவாக்கவும் வேண்டிய தேவை இருந்தது. எனவே அவரது தத்துவ மானது நடைமுறைச் செயற்பாடுகளின் அடிப்படையில் இருந்தது. அந்த நடைமுறையே தத்துவத்தை நியாயப்படுத்தியது.

மறுபக்கம், உபாத்யாயாவின் ஜன சங்கம் நடைமுறையில் அதிகாரத்தைக் கைப்பற்றும் முயற்சியில் இருக்கவே இல்லை. அரசுப் பதவியைக் கைப்பற்றும் குறுகிய கால இலக்கை விடவும், ஒரு சிந்தனையாளராக நீண்ட கால நோக்கில் அரசியல் வெளியில் தேசிய எண்ணத்தை கவனப் படுத்த விரும்பினார். இது அவரைப் போற்றுபவர் ஒருவரின் கருத்து. பதவிகளைக் கைப்பற்றுவது இன்னும் அண்மையாயிருந்திருந்தால் தத்துவங்களைப் பேசாமல் கட்சித் தலைவர் அந்தப் பதவிகளைக் கைப்பற்றும் திசையில் சென்றிருக்கலாமே என வாதிடலாம். ஆனால் உபாத்தியாவின் தத்துவம், அது என்றைக்குமே நிறைவேறாத ஒன்று என்று நம்பியவரின் சிந்தனையாக இருந்தது.

தத்துவ அறிஞர் அந்த நேர அரசியல் கட்டாயங்களுக்காகத் தனது எண்ணங்களை கச்சிதமாக மாற்றிக் கொள்ளாமலிருப்பதை இது உறுதி செய்வதால் பலவிதங்களில் இது சாதகமான ஒன்றாகவே இருந்தது. இந்த வசதி தீன் தயாள் உபாத்யாயாவுக்குக் கிடைத்தது. ஆனால் ஆளும் கட்சியில் இருந்த அவரது எதிரணியினருக்கு இந்த வசதி கிடைக்கவே இல்லை. அதாவது எந்தவித சமரசமோ மாற்றமோ இல்லாத தூய தத்துவக் கருத்துக்களை உருவாக்கும் வசதி அவர்களுக்கு இல்லை. தீன் தயாள் உபாத்யாயாவுக்கே இருந்தது. அவரைக் கொண்டாடுவோர் அவரது அரசியல் கட்சி ஒரு தேசத்தைக் கட்டமைக்கும் சாதனமாகவே அவருக்குப் பயன்பட்டது என்று சொல்லமுடிந்தது. எனவே அவரது சிந்தனை எல்லாம் எது இந்திய தேசமாக இருக்கிறது மற்றும் அது ஏன் வலுவாகவும் ஒற்றுமையாகவும் இருக்கத் தவறியது என்பது பற்றியே இருந்தது. அவர் இதை 'அரசியலில் ஊழல், பொது மக்களுக்கு இந்தியாவை வலிமையாக்க வேண்டும் என்னும் முனைப்பு இன்மை, சமூகத்தின் 'அழுகும்' நிலை மற்றும் சுதந்திரப் போராட்ட காலத்து லட்சிய உணர்வு நீர்த்துப் போனது ஆகியவற்றின் விளைவாகப் பார்த்தார். இந்தியர்கள் வெளி நாட்டு ஆட்சியாளர்களை விரட்டி அடித்ததே விடுதலை என நினைத்துக் கொண்டார்கள். இந்த எதிர்மறைப் புரிதல் நேர்மறையாக தேசத்தின் மீது பற்றும் அன்பும் வைப்பதாகப் பரிணமிக்கவே இல்லை என்றார்.

சாவர்க்கர் மற்றும் கோல்வார்க்கரைப் போலவே உபாத்யாவும் பூகோள எல்லைக்கு உட்பட்ட தேசியத்தை ஏற்கவில்லை. அது இந்திய நிலப்பகுதியில் வசிக்கும் அனைவரையும் இந்தியராகவே கருதியது. அப்படிச் சொல்வதை அவர் மறுத்து சில கேள்விகளை எழுப்பினார்.

இது யாருடைய தேசம்?

சுதந்திரம் எதற்காக?

எந்த மாதிரியான வாழ்க்கையை இங்கே நாம் உருவாக்க விரும்புகிறோம்?

எந்த மாதிரியான விழுமியங்களை நாம் ஏற்கப்போகிறோம்?

தேசியம் என்பது எதை அடிப்படையாகக் கொண்டது? இந்த அடிப்படைக் கேள்விகளை பூகோள தேசியம் கவனத்தில் கொள்ளவில்லை என்று அவர் கருதினார்.

மேற்கத்திய சிந்தனையில் ஊறிய இந்தியர்கள் நம்புவதெல்லாம் இந்துக்கள், முஸ்லிம்கள் மற்றும் கிறித்துவர்களும் பிறரும் ஒரு பொது தேசியத்தை பிரிட்டிஷ் ஆட்சிக்கு எதிராக ஒன்றுபட்டு உருவாக்கினார்கள் என்பதே. இது தவறான கருத்து என்றார் உபாத்யாயா. 'தேசம் என்பது ஒரு பூகோள வடிவம் அல்ல. எல்லையற்ற விசுவாசத்தைத் தம் இதயத்தில் தம் மக்கள் கொண்டிருப்பதே தேசியத்தின் அடிப்படைத் தேவை. நம் தாய் நாட்டுப்பற்றுக்கு ஓர் அடிப்படை உண்டு: நீண்ட கால, தொடர்ச்சியான பரம்பரைகளாக ஒரு நிலத்தில் வாழ்ந்த பாரம்பரியம், அந்த சொந்தத்தால் 'இது எனது' என்னும் உணர்வை ஏற்படுத்துகிறது'.

அன்னிய ஆட்சியாளர்கள் அகற்றப்பட்டது ஒரு வெற்றிடத்தை ஏற்படுத்தியதாகவே அவர் கருதினார். மக்களின் மனதில் எதிர்மறையான தேச பக்தி மற்றும் காலனி ஆதிக்கத்தின் மீது வெறுப்பு இவையே இருந்தன. தேசியம் என்பது அன்னிய ஆட்சியை நிராகரிப்பதை விடவும் பல உணர்வுகளை உள்ளடக்கியது. பிரெஞ்ச் புரட்சியும் அதற்கான காரணங்களுமே தேசியம் என்னும் சித்தாந்தத்துக்கு வித்திட்டது என்னும் மேற்கத்திய சிந்தனையைக் கடுமையாக எதிர்த்தார். மேற்கத்திய சிந்தனை தேசியத்தை அரசியல் ரீதியாகப் பார்த்தது. பொது இனம், நிலம், வழக்கங்கள், பொதுவாகப் பகிர்ந்த பேரிடர்கள், போக்குவரத்துச் சாதனங்கள், பொது அரசியல் நிர்வாகம் போன்ற ஒரு சிலவற்றைப் பட்டியலிட்டு அவை இருப்பதே தேசம் என்பதை அவர் வன்மையாக எதிர்த்தார். இந்தக் கருத்துகள் தேசியத்தின் அடிப்படையான தாய் நாட்டின் மீது அன்பு என்பதைக் கோட்டை விட்டன என்றார்.

தாய் நாட்டுப்பற்று என்ற ஒன்று மக்களுக்குத் தேவையில்லை என நாம் விட்டுவிட்டதால், சுதந்திர இந்தியாவில் மக்களின் கவனமெல்லாம் பணம் மற்றும் பேராசையைச் சுற்றியே இருக்கிறது. புருஷார்த்தங்களில் அர்த்தம் மற்றும் காமம் (பொருள் மற்றும் இன்பம்) இவை இரண்டுமே அவர்களுக்கு முக்கியமானவையாகிவிட்டன. தர்மத்தையும் மோட்சத்தையும் கைவிட்டுவிட்டு மீதமுள்ள இரண்டையும் அவர்கள் தேடி அலைகின்றனர். தமது *Rashtra Jeevan Ki Disha* (The Direction of National Life, Lucknow: Lohit Prakashan, 1971) என்னும் நூலில் அவர் கீழ்க்கண்டவாறு பதிவு செய்கிறார்:

> நமது அரசியல் வாழ்க்கையில் இன்று நாம் அனுபவிக்கும் எல்லா நோய்களுக்கும் மூல காரணம் நமது பேராசையே. உரிமை கோரும் ஓர் இனம் சேவை என்னும் கருத்தைத் தடை செய்து விட்டது. தனி மனிதனின் கௌரவத்துக்குத் தரமும் தகுதியும் அல்லாமல் செல்வமே

உரைகல்லாகிவிட்டிருக்கிறது; அளவுக்கு அதிகமான பொருளாதார வாழ்க்கைக்குத் தந்த முக்கியத்துவம் பல வீழ்ச்சிகளுக்கு வழிவகுத்து விட்டிருக்கிறது. இது மிகவும் கசப்பான சூழல்... பணத்தை அன்றாடத் தேவைகளைப் பூர்த்தி செய்யும் ஒரு சாதனமாகவே நாம் கருத வேண்டும்... பணமே நமது லட்சியமாகி விடக்கூடாது. இந்தியப் பண்பாட்டின் லட்சியங்களின் அடிப்படையில் மட்டுமே நம் மனோபாவத்தில் ஒரு மிகப் பெரிய பரிணாமம் நிகழ முடியும்.

வளர்ந்த நாடுகளின் பொருளாதார முன்னேற்றத்தைக் கண்டு அதிர்ந்த உபாத்தியாயா, இந்தியா பிற நாடுகளை முட்டாள்தனமாக அப்படியே பின்பற்றுவதாக வாதிட்டார். ஐந்தாண்டுத் திட்டம் என்னும் பட்டம் சூட்டிப் பிற நாடுகளின் நகலான திட்டங்களை இங்கே கொண்டு வந்தோம். தனிமனிதனுக்கும் சமூகத்துக்கும் இருக்கும் உறவு பற்றிய அசலான இந்தியக் கருத்துகளை ஒதுக்கிவிட்ட ஓர் அரசியல் நிர்ணய சட்டத்தை மேற்கத்தியரின் சட்ட நகலாக நாம் உருவாக்கி வைத்திருக்கிறோம் (மனு ஸ்மிருதியில் இருந்து ஒன்றைக்கூட எடுத்துக் கொள்ளாத ஓர் அரசியல் நிர்ணய சட்டத்தைத் தாம் நாம் வடிவமைத்தோம்' என்னும் கோல்வார்க்கரின் கருத்தை இது எதிரொலிப்பதாக இருந்தது).

இவ்வாறாக உபாத்யாயா புராதனமான தேசமான இந்தியாவுக்குப் பொருத்தமான ஓர் இந்து அரசியல் தத்துவத்தின் தேவையை உணர்ந்தார். எந்த மாதிரியான அரசியல் தத்துவமாக அது இருக்கும்? காலத்தின் பரிட்சையில் தேறிய உள்ளார்ந்த நல்லறம், பண்பாடு மற்றும் ஆன்மிக வேர்கள் உள்ள நிரந்தரமான விழுமியங்களை அடிப்படையாகக் கொண்டதாக அது இருக்கும். அதன் இலக்கு என்னவாக இருக்கும்? தேசத்தின் பாதுகாப்பு, ஒற்றுமை, ஒவ்வொரு தனி மனிதனின் வளர்ச்சி மற்றும் முன்னேற்றம் இவையே இலக்குகள்.

உபாத்தியாவைப் பொறுத்த அளவில் நம் தொன்மையான நாட்டுக்கு பிறரிடம் இருந்து தனித்த ஓர் ஆளுமை இருந்தது; தனக்கென அது நெறிகளைக் கொண்டிருந்தது. அதைப் பிரதிபலிக்கும் ஒரு தேசியத் தத்துவம் மட்டுமே வெற்றியடையும். அசலான ஓர் இந்திய அணுகுமுறை மட்டுமே இந்தியர்களுக்கு மகிழ்ச்சியைத் தர முடியும். தனிநபர் வாதம் (inidvidualism), ஜனநாயகம், சமூக உடைமை (socialism) முதலாளித்துவம் (capitalism) அல்லது பொது உடைமை (communism) என்னும் மேற்கத்திய சித்தாந்தங்களை இந்தியா சார்ந்திருக்க முடியாது; இந்த சூத்திரங்களை இந்தியா தூக்கி எறிந்துவிட்டுத் தனது சுயமான ஓர் அணுகு முறையை வகுக்க வேண்டும். அசலான இந்தியத் தத்துவங்களுக்குப் பதிலாக, மிகவும் துரதிருஷ்டவசமாக வலுவில்லாத மற்றும் மேலோட்டமான மேற்கத்திய அஸ்திவாரங்கள் மீதே இந்திய அரசியல் சுதந்திரத்துக்குப் பிறகு கட்டமைக்கப்பட்டது என்றே அவர் கருதினார்.

மேற்கத்திய சிந்தனை மோதல்களை எதிர் நோக்கும் கருத்துகளால் ஆனது: அது தனி மனிதனுக்கும் சமூகத்துக்கும், ஆள்பவருக்கும்

ஆளப்படுபவருக்கும், மத குருமார்களுக்கும் அதிகார வர்க்கத்துக்கும், இருப்போருக்கும் இல்லாதோருக்கும் இடையேயான மோதல்களை அது எதிர் நோக்கியது. மறுபக்கம் இந்திய சிந்தனையோ கூட்டுறவு மற்றும் இணைந்திருத்தலையே வலியுறுத்தியது; மோதல்களை அல்ல.

மேற்கத்திய மனத்துக்கு உரிமைகளின் மீதே மோதல்கள் உருவாகும் என்னும் எண்ணம். தனிமனிதனின் அல்லது அவன் பிரதி நிதித்துவம் செய்யும் குழுக்களுக்குமான உரிமைக்கும் இடையே நடக்கும் மோதல்கள். இந்த இடத்தில்தான் இந்து மதம் வேறுபட்டது. பாரதிய அறங்கள் கடமை களையே வலியுறுத்தின. உரிமைகளை அல்ல. அது ஒருங்கிணைப்பையும் புரிதலையுமே முன் வைத்தது. மோதல்களையும் வெறுப்பையும் அல்ல. இந்து எப்படி 'சுய ஆன்ம தேடலை' இலக்காகக் கொண்டிருக்கிறாரோ அதுபோல் இந்தியாவும் தனக்குள்ளே தன்னைத் தேடியாகவேண்டும். இந்திய அரசியல் அதன் புராதன இந்துப் பண்பாட்டின் பாரம்பரியம் மற்றும் அறங்களில் நங்கூரம் இட்டிருக்கவேண்டும்.

கிலாஃபத் இயக்கத்துக்குப் பின் முஸ்லீம்களைத் தாஜா செய்யும் கொள்கைக்கு சுதந்தரப் போராட்டம் தடம் மாறியதற்கு ஒரு தேசத்தை பூகோளப் பரப்பாகக் குறுக்கும் தவறான புரிதலே காரணம் என்றார். அப்படி இஸ்லாமிய தாஜாவுக்கு பிரிட்டிஷாரை ஒன்றுபட்டு எதிர்க்க அணி சேரவேண்டும் என்பது ஒரு சாக்காகக் கூறப்பட்டது. ஆர்.எஸ்.எஸ் நிறுவனர் கே.பி.ஹெட்கேவார் (அவரது வாழ்க்கை வரலாற்றை உபாத்யாயா மராட்டியிலிருந்து மொழிபெயர்த்தார்) 'இந்தக் கொள்கைக் குழப்பமே' முஸ்லிம் மதவாதத்துக்கு வழிகோலியது எனச் சுட்டிக் காட்டினார். காங்கிரஸ் அவர்களை அரவணைக்க எந்த அளவு தனது முதுகை வளைத்ததோ அந்த அளவு அவர்கள் மேலும் மேலும் உக்கிர மானார்கள் என அவர் கருதினார்.

1947ல் இந்திய தேசப் பிரிவினை சந்தேகத்துக்கு இடமின்றி இந்தியாவை ஒன்றாக வைத்திருக்க நினைத்தவர்களுக்குத் தோல்வி தான். ஆனால் அது இந்து அல்லாதவரை தேச ஒற்றுமையின் பெயரால் உடோபியாக் கற்பனையில் அணைத்துக் கொள்ளவிரும்பியவர்களுக்கே அதைவிட மோசமான தோல்வி என்றார்.

'ஒவ்வொரு தேசமும் தனது இயல்புப்படி சந்தோஷமாகவும் வளமாகவும் வாழ விரும்புவதாலேயே சுதந்திரத்தை தீவிரமாக விரும்புகிறது. அதன இயல்புக்கு மாறான பாதை மற்றும் எண்ணத்தில் செல்லும் நாடு பின்னடைவையே சந்திக்கும். இதனால் தான் நமது நாடு இடர்களின் சுழலில் சிக்கித் தவிக்கிறது' என்றார் உபாத்யாயா.

அந்தக் கலாசாரம் கண்டிப்பாக இந்துக் கலாசாரமே. 'இங்கே இருப்பது ஒரே பண்பாடே. முஸ்லிம்களுக்கும் கிறித்துவருக்கும் என இங்கே எந்த விதமானத் தனிக் கலாசாரமும் கிடையாது'. எனவே ஒவ்வொரு சமூகமும்,

முஸ்லிம் கிறித்துவர்களையும் சேர்த்து 'தம்மைத் தொன்மையான தேசியப் பண்பாட்டு நீரோட்டத்துடன் அடையாளம் காண வேண்டும். 'எல்லா மக்களும் ஒரே கலாசார நீரோட்டத்தில் இணையும்வரை தேச ஒற்றுமையும் ஒருமைப்பாடும் சாத்தியமில்லை. நாம் இந்திய தேசியத்தைக் காக்க விரும்பினால் இது மட்டுமே ஒரே வழி. தேசியப் பண்பாட்டு நீரோடை தொடர்ந்து ஒன்றாக இருக்கும். அதனுடன் தன்னை அடையாளப் படுத்திக் கொள்ளாதோர் குடிமக்களாகக் கருதப்படமாட்டார்கள்'.

உபாத்தியாயா குறிப்பிடும் தேசியப் பண்பாடு என்பது இந்துக் கலாசாரமே; அது முஸ்லிம் கலாசாரமாக இருக்க முடியாது. 'மெக்கா, மதீனா, ஹசன் மற்றும் ஹுசைன், சொராப், ருஸ்தம் மற்றும் பாபுல் அவர்களுக்குத் தம் வழியில் முக்கியமானதாக இருக்கலாம். ஆனால் அவர்கள் இந்திய தேசிய வாழ்க்கையின் அங்கம் அல்லர். அந்த அந்நியர்களுடன் உணர்வுபூர்வமாக இணைந்திருப்பவர்கள் மற்றும் ராமர் கிருஷ்ணர் தமக்கு அந்நிய மானவர்கள் எனக் கருதுபவர்களை எப்படி குடிமக்களாகக் கருதலாம்? நான் காண்பதெல்லாம் எந்தக்கணம் ஒருவர் இஸ்லாத்துக்கு மத மாற்றம் ஆகிறாரோ அந்த நொடியிலேயே அவர் இந்த நாட்டின் முழுப் பாரம்பரியத்திலிருந்தும் துண்டிக்கப்படவும் அந்நிய கலாசாரத்தைத் தனதாகக் கருதச் செய்யவும் முயற்சி செய்யப் படுகிறது' என்பது அவர் கருத்து.

முஸ்லீம்கள் உபாத்தியாயாவைப் பொறுத்தவரை இந்தியாவின் இறந்த காலத்துடன் வித்தியாசமாகவே தம்மைப் பிணைத்துக் கொண்டிருப்பவர்கள்: 'சில சம்பவங்கள் வெற்றிகள். சில நமது அவமானங்கள். பெருமைக்குரிய செயல்கள் நம்மை கர்வப் படவும், மோசமான செயல்கள் நாம் வெட்கித் தலைகுனியவும் வைக்கின்றன.' ஆனால் இந்துக்களோ இந்த வரலாற்று நிகழ்வுகளை முஸ்லீம்களோடு ஒப்பிட வேறு கண்ணோட்டத்தோடு மட்டுமே பார்த்தார்கள். 'முகம்மது கஜினி அல்லது கோரியின் படையெடுப்புகள் நம் மனதை வேதனைப்படுத்துகின்றன. பிரித்திவிராஜ் மற்றும் பிற தேச பக்தர்கள் மீது நமக்குப் பற்றும் பாசமும் உண்டு. ஆனால் ஒருவருக்குத் தன் நாட்டின் ஆக்கிரமிப்பாளர்கள் மீது பெருமிதமும் தாய் நாட்டின் மீது எந்தப் பாசமும் இல்லை என்றால் அவர் தன்னை தேச பக்தர் என்று கூறிக் கொள்ளவே முடியாது.

ராணா பிரதாப், சத்திரபதி சிவாஜி அல்லது குரு கோவிந்த சிங் ஆகியோரின் பெயரைக் கேட்டதுமே நாம் நம் தலைகளை மரியாதையால் தாழ்த்தி வணங்குகிறோம். மறுபக்கம் அவுரங்க சீப், அலாவுதீன், கிளைவ் அல்லது டல்ஹவுசியின் பெயர்கள் நம்மை அந்த அந்நிய ஆக்கிரமிப்பாளர்கள் மீது ஆத்திரம் கொள்ள வைக்கின்றன'. உபாத்தியா அடிக்கோடிட்டு இந்து சமுதாயம் மட்டுமே அந்த வீரர்களுக்காக இப்படிப் பெருமிதம் கொண்டன எனக் குறிப்பிட்டார். அவர் அக்பரை விட ராணா பிரதாப் சிங்கையே வீரராகக் கண்டார். இவ்விதமாக இந்திய தேசியம் என்பது இந்து தேசியமே என்பதில் ஐயமே இல்லை.

உபாத்தியாயாவின் முடிவு மிகவும் வெளிப்படையானது: முஸ்லீம்கள் 'இந்தியப் பண்பாட்டின் விழுமியங்களை அழிக்கவே முனைந்தார்கள். அதன் லட்சியங்கள், தேசிய வீரர்கள், வழக்கங்கள், தலங்கள் மற்றும் வழிபாடு அனைத்தையுமே அழிக்க முயன்றார்கள். எனவே, அவர்கள் இந்த தேசத்தின் அங்கமாக என்றுமே ஆக முடியாது. இந்துக்களை இந்து தேசமாக ஆக்கியது உள்ளார்ந்த ஒற்றுமை பற்றிய பிரக்ஞை, சரித்திரம் மற்றும் சம்பிரதாயம் பற்றிய ஒரே மாதிரியான பிணைப்புகள், நிலத்துக்கும் மக்களுக்குமான பாசப் பிணைப்பு மற்றும் பகிரப்பட்ட நம்பிக்கைகளும் விருப்பங்களும் ஆகியவையே என்பதே அவரின் கருத்து. 'நாம் நம் தேசியம் என்பது இந்து தேசியமே என்பதை ஒப்புக்கொள்ள வேண்டும். அன்னியர் யாராவது வந்தால் அவர் இந்துவை ஒட்டி நடந்து தன்னை இந்து தேசியத்துடன் பொருத்திக் கொள்ள வேண்டும்' என்றார்.

ஆனால் உபாத்தியாயா, ஹிட்லர் யூதர்களை வெளியேற்றியதுபோல இந்திய முஸ்லீம்களை நடத்தவேண்டும் என்னும் கோல்வார்க்கரின் கருத்தைத் தனதாகக் கொள்ளவில்லை. *Akhand Bharat: Objectives and Means* என்னும் கட்டுரையில் 'புத்திசுவாதீனமுள்ள எந்த மனிதனும் ஆறு கோடி முஸ்லீம்களைக் கொல்லவேண்டும் அல்லது தூக்கி எறியவேண்டும் என்று கூறமாட்டான். ஆனால் அவர்கள் தம்மை முழுவதுமாக இந்திய வாழ்க்கையோடு அடையாளப்படுத்திக் கொள்ள வேண்டும். இந்த ஒற்றுமையானது ஒரேமாதிரியான பண்பாடுகளுக்குள் மட்டுமே நிகழ முடியும். எதிர் எதிர் கலாசாரங்களுக்குள் அது நிகழாது. பல காய்களால் ஒரு கூட்டு செய்யலாம். ஆனால் அதில் மண் துகள்கள் விழுந்தால் அவற்றை நீக்கத்தான் வேண்டும். இந்த மண் துகள்களை நீக்குவது என்பது முஸ்லீம்களைத் தூய்மைப்படுத்துதல் அல்லது சரியான இந்தியர்களாக அவர்கள் ஆவதற்காக அவர்களை தேசியமயமாக்குதலே.

காங்கிரஸ் பிரிட்டிஷாரை எதிர்கொள்ள இந்து முஸ்லீம் ஒற்றுமையை விபரீதமாகச் செய்துவிட்டது. எல்லாரும் ஒரே கலாசார நீரோட்டத்துக்குள் இணையாதவரையில் தேச ஒற்றுமை அல்லது ஒருமைப்பாடு சாத்தியமே அல்ல. இஸ்லாமின் அரசியல் ஆசைகள் வேரோடு களையப்படும் ஒரு சூழலை உருவாக்க வேண்டும். அப்போதே கலாசார ஒற்றுமைக்கான ஏக்கம் வேர் விடத் தொடங்கும்'.

முஸ்லீம்களும் இதர சிறுபான்மையினரும் இந்துக்களுக்குப் பணிந்து போய் மற்றும் இந்து ராஷ்டிரத்துடன் தம்மை அடையாளம் கண்டு வாழவேண்டும் என்னும் கோரிக்கையில், காரணங்களில் வேறுபட்டாலும், அணுகுமுறையில் வேறுபட்டாலும் அவர் சாவர்க்கர் மற்றும் கோல்வார்க்கரின் சிந்தனைகள் சந்திக்கும் அதே புள்ளியில்தான் இருந்தார். அவர்களைவிடச் சில படிகள் தாண்டிப் போய் இந்து ராஷ்டிரம் எதைக் கொண்டிருக்கும் என்னும் கோட்பாட்டை உருவாக்க முயன்றார்.

தமது இந்து ராஷ்டிரக் கோட்பாட்டை நியாயப்படுத்த அவர் தற்போதைய அரசியல் நிர்ணய சட்டத்தைச் சாடினார். (விசித்திரமாக அவருடைய

சீடர்களில் பிரதம மந்திரி நரேந்திர மோதியில் இருந்து கீழே உள்ளோர் யாவரும் அதன் பெயரால் சபதம் எடுக்கிறார்கள்). தமது *Rashtra Jeevan Ki Disha* நூலில் நாம் 1947ல் சுதந்திரம் பெற்றோம். ஆங்கிலேயர் இந்தியாவை விட்டு வெளியேறினார்கள். நமது தேசத்தை நிர்மாணிக்கும் பாதையில் இருந்த ஒரு பெரிய தடை நீங்கியதாக நாம் கருதினோம். ஆனால் திடீரென கஷ்டப்பட்டுப் பெற்ற இந்த சுதந்திரத்தின் முக்கியத்துவம் என்ன... இதன் மூலம் என்ன செய்யவிருக்கிறோம் என்னும் பிரச்னையை எதிர் கொண்டோம்'.

'இந்தியத் தலைவர்கள் இந்தப் பிரச்னையை இந்திய அரசியல் நிர்ணய சட்டத்தை வடிவமைக்கும்போது தீர்க்க முயன்றார்கள். ஆனால் எது தேசம் என்பதைச் சரியாகக் கருத்தில் கொள்ள முடியாததே அவர்களைப் பிழைக்குத் தள்ளியது. நாம் வெளி நாட்டுக்காரர்களை எந்த அளவு நகல் எடுத்தோம் என்றால் நாம் நமது உள்ளார்ந்த தேசிய லட்சியங்களும் அறங்களும் நமது அரசியல் நிர்ணய சட்டத்தில் பிரதிபலிக்க வேண்டும் என்பதை உறுதி செய்யத் தவறிவிட்டோம். அதனால் அவை நமது தேசிய உயிரின் ஆன்மாவை விட்டுவிட்டன'.

அரசியல் நிர்ணயச் சட்டத்தின் பின்புலத்தை நிராகரித்த கையோடு உபாத்யாயா அதன் வரைவையும் சட்ட வடிவ ஒப்புதலையும் கடுமையாகச் சாடினார். 'ஒரு தேசம், தொடங்கவும் முடிக்கப் படவும், ஒரு பொழுது போக்கு சங்கம் போன்றதல்ல. சில கோடி மக்கள் ஒரு தீர்மானத்தை நிறைவேற்றி, எல்லோரையும் கட்டுப்படுத்தும் ஒரு பொது நடத்தை விதிமுறைகளை வகுத்து, ஒரு தேசத்தை உருவாக்க முடியாது. தேசம் என்பது ஒரு பெரும் மக்கள் திரளின் உள்ளார்ந்த உந்துதலால் ஆனது. அது ஆன்மா உடலை ஓர் ஊடகமாகப் பயன்படுத்துவது போன்றது' என இந்துத் தத்துவத்தின் துணையுடன் விளக்கினார்.

ஒரு சிறப்பு மிகு இந்து சூத்திரம் ஓர் அரசர் தனது ராஜ தர்மத்தின் படி இயங்க வேண்டும் என்று போதிக்கும். ராஜ தர்மம் என்பது மன்னன் வகுத்ததல்ல; தன்னலமில்லாத பற்றில்லாத ரிஷிகளால் அவனுக்காக வகுக்கப்பட்டது. இன்றைய மொழியில் கூறினால், உபாத்யாயா ஒரு மன்னனை ஒரு குழுமத்தின் தலைமைச் செயல் அதிகாரியாகவும், அவருக்கு அதிகாரம் பங்குதாரர்கள் (இந்த இடத்தில் மக்கள்) இடமிருந்து வருவதாகவும், அந்த அதிகாரத்தை மக்களிடமிருந்து இடைத்தரகர்களாக குழும இயக்குனர்களின் குழு (இங்கே ரிஷிகள்) பெற்றுத் தருவதாகவும் கருதினார். அரசியல் நிர்ணய சட்டம் அதிகாரத்தில் இருக்கும் யாருமே, 'அரசியல் நிர்ணய சட்டத்துக்கு விசுவாசமாக இருப்பேன்' என்னும் உறுதி மொழி ஏற்க வேண்டும் என்று கூறுகிறது. இதுபற்றி உபாத்யாயா மூன்று கேள்விகள் எழுப்பினார்:

ரிஷிகளுக்கு இருந்த தன்னலமின்மை, பொது சேவை செய்யும் தீவிர வேட்கை, தர்மத்தின் சட்ட திட்டங்கள் பற்றிய ஆழ்ந்த ஞானம் இவையெல்லாம் அவர்களுக்கு இருந்தனவா?

ஒரு வேளை அந்த காலக்கட்டத்தில் இருந்த நிச்சயமற்ற சூழலை மனதில் கொண்டு சுதந்திர நாட்டுக்கு ஒரு ஸ்மிருதி போல எழுதினார்களா?

அவர்களிடம் அசலான சிந்தனை இருந்ததா, இல்லை அவர்கள் பிறரை நகலெடுத்தனரா?

'இல்லை' என்பதே உபாத்யாயாவின் பதில்களாகக் கேள்விகளுக்குள் ஒளிந்திருந்தன. அரசியல் நிர்ணய சட்டத்தை வடிவமைத்தவர்கள் ஆங்கிலக் கல்வியால் பாதிக்கப்பட்டும் மேற்கத்திய சிந்தனையால் ஆக்கிரமிக்கப்பட்டுமே இருந்தார்கள். பாரதியமாக, அதாவது இந்தியத் தன்மையுடன் அவர்கள் பணி இருக்கவே இல்லை. எனவே அது குறைபாடுகளுள்ள ஒரு பிரதி; அதனால் இந்தியாவை ராஜ தர்மத்தை நோக்கி இட்டுச் செல்ல இயலாது. உண்மையில் அது இந்துக்களை அடிமைத்தனத்துக்குள் தள்ளுவதாகும். 'தன்னாட்சியும் சுதந்திரமும் ஒரே பொருள் தரும் சொற்களே. ஆழ்ந்த சிந்தித்துப் பார்த்தால் நமக்கு சுதந்திர நாட்டில்கூட அடிமைத்தனம் இருக்கும் என்பதையே புரிய வைக்கும்'. இந்து தேசமானது பொருத்தமில்லாத மேற்கத்தியமயமாக்கலால் அடிமைப்படுத்தப்பட்டது என்பது அவருடைய கருத்து.

எந்த மொழியில் அரசியல் நிர்ணய சட்டம் உருவாக்கப்பட்டது என்பது உட்பட பல கேள்விகளை எழுப்பினார் உபாத்தியாயா. 'அரசியல் நிர்ணய சட்டத்தின் மூலப்பிரதி இந்தியில் உருவாக்கப் பட்டிருந்தால் அல்லது வேறு எந்த இந்திய மொழியில் இருந்திருந்தாலும் இந்தியத் தன்மைக்கு அன்னியமான விஷயங்கள் அதில் இருந்திருக்காது. ஆனால் ஆங்கிலத்தின் உணர்ச்சிப் பிணைப்புக்களே முக்கியத்துவம் பெற்றன. எனவே ஓர் ஆங்கிலக் குழந்தை இந்தியாவில் பிறந்தது போல இது ஆங்கிலோ இந்தியனாக இருக்கிறது. தூய இந்தியத்தன்மையுடன் இல்லை' என்றார்.

எனவே உபாத்யாயா அரசியல் நிர்ணய சட்டம் முறைப்படியானதா என்பதையே கேள்விக்குள்ளாக்கினார். அது உருவாக்கப்பட்ட முறையையும் தான். அவரைப் பொறுத்தவரை இந்து ராஷ்டிரக் கருத்து இல்லாத அரசியல் நிர்ணய சட்டம் ஏற்க முடியாதது. தர்மமே தேசத்தை உருவாக்குவதில் மையக் கருத்தாக இருக்க முடியும். மதச் சார்பற்றோரின் கருத்தான 'மதம் தனி நபரின் சொந்த விருப்பத்துக்கு உட்பட்டது; அது சமூகம் மற்றும் தேசத்துடன் தொடர்பில்லாதது' என்பதைக் கண்டித்தார். ஜாதி, குலம் மற்றும் மொழி பேதங்களைத் தாண்டி (இந்து) வாழ்க்கைக்கு என ஒரு மகத்தான லட்சியம் உண்டு என்று அவர் சொன்னார். அது ஒரு பெரிய ஏகாதிபத்தியத்தை உருவாக்குவதோ ராணுவத்தால் உலகை ஆட்டுவிப்பதோ அல்ல. மத ஆதிக்கமோ ராணுவ ஆதிக்கமோ இந்துக் கருத்தே அல்ல என்றார் உபாத்யாயா. அலெக்ஸாண்டர், செங்கிஸ் கான், கஜினி போன்ற இந்து அல்லாத ஆக்கிரமிப்பாளர்களைப்போல பிற நாட்டு மக்களை இந்துக்கள் ரத்தம் சிந்தவைத்ததே இல்லை என்றார். பார்சீக்கள், யூதர்கள் போன்ற அகதிகளை வரவேற்று நிழல் தந்தவர்கள் இந்துக்கள் என்றார்.

மேற்கத்திய சித்தாந்தங்கள் மீது தமக்கு இருந்த காழ்ப்பை ஒட்டி, உபாத்தியாயா தமது நம்பிக்கைகளை சமஸ்கிருத வார்த்தைகள் மூலமாகவே வெளிப்படுத்தினார். அவற்றை சமகால அர்த்தத்தில் பயன்படுத்தினார். அவருக்கு சமஸ்கிருதத்தில் மிகவும் பிடித்த வார்த்தை 'ஸித்தி'. அதற்கு ஒரு நாட்டின் ஆன்மிக பலம் என்று பொருள். ஒரு நாவிதரை உதாரணமாகக் காட்டியே அவர் இதை விளக்கினார்.

ஒரு நாவிதர் தமது வாடிக்கையாளரிடம் தாம் பயன்படுத்தும் கத்தி அறுபது ஆண்டு பழமையானது என்றார். சில கேள்விகள் கேட்டபிறகு வாடிக்கையாளருக்குப், பல முறை அதன் கைப்பிடி அல்லது கத்தி மாற்றப்பட்டு வந்தது தெரிந்தது. ஆனால் நாவிதரோ தமது அப்பா பயன்படுத்திய அதே கத்தியையே தானும் பயன்படுத்துகிறேன் என்றார். அவருக்கு அது மிகவும் கௌரவமும் சந்தோஷமும் தரும் விஷயமாக இருந்தது. அந்தக் கத்தியின் பாகங்கள் மாறியிருந்தாலும் அதன் சாரம்சம் அவருக்கு மாறவில்லை. ஒவ்வொரு தேசத்துக்கும் சூழ்நிலைகளாலோ அல்லது ஆட்சி மாற்றங்களாலோ பாதிக்கப் படாத ஓர் அடையாளம் உண்டு. சோகம் என்னவென்றால் நவீன இந்தியா, அரசியல் நிர்ணய சட்டத்தில் இருந்து வெளிப்பட்ட போது அதற்கு ஸித்தி எதுவும் இல்லை.

இதற்கான ஓர் உதாரணம் தேசத்தின் அரசியல் நிர்ணயக் கட்டமைப்பு. ராஜ்ஜியங்களை மாநிலங்கள் எனப் பெயர் மாற்றம் செய்வதில் அமெரிக்கர்களை நகலெடுப்பதாகவே கண்டார் உபாத்யாயா. பல மாநிலங்களின் கூட்டமைப்பாக இந்தியா ஆகி விடுவதாகக் கண்டார். அது மிகவும் பிரிவினை மிகுந்ததாக ஆபத்தானதாக அவருக்குத் தோன்றியது. மறுபக்கம் அமெரிக்காவில் உள்ளதுபோல் ஒரு மாநிலத்துக்கெனத் தனி குடியுரிமை இங்கே இல்லை. என்றாலும் ஒன்றுபட்ட பாரத வர்ஷம் என்னும் கருத்தை அது நீர்த்துப்போகச்செய்துவிட்டதாகவே உபாத்யாயாவுக்குத் தோன்றியது. ஒரே நாடு என்றே குறிப்பிட்டிருக்க வேண்டும், மாநிலங்களின் கூட்டமைப்பு என்று குறிப்பிட்டிருக்கக்கூடாது. பாரதத்தின் ஸித்தி இதில் இல்லை என்றார். மொழி வாரி மாநிலங்கள் அமைக்கப்பட்டதாலேயே பல வேறுபாடுகளைத் தாண்டி இந்தியா ஒன்றானது என்பது அவருக்குத் தெரிந்திருக்கவில்லை. ஒருமித்த தேசம் என்னும் பெரிய லட்சியத்தை அடைந்தது மூலமாக பாரதத்தின் ஸித்தி காக்கப் பட்டதே ஒழிய நீர்த்துப்போகச் செய்யப்பட்டிருக்கவில்லை.

'ஸித்தி'யுடன் சேர்ந்து அவர் 'விராட் சக்தி' என்னும் மற்றொரு ஆற்றலை உபாத்யாயா கண்டார். அதன் எளிய பொருள் சக்தி அல்லது பலம் என்பதே. 'ஸித்தி உயிர்த்துடிப்புடன் இருக்கும் வரை ஒரு தேசம் எப்போதும் வளம் பெறும்'. ஸித்தியின் ஊக்கமே விரிந்த சக்தியை, ஆக்கிரமிப்புக்களில் இருந்தும் கருத்து மோதல்களில் இருந்தும் தேசத்தைக் காக்கும். ஸித்தி என்பது தேசத்தின் ஆன்மா. விரிந்த சக்தி என்பது அதன் உயிரின் ஆற்றல். இந்த இரண்டுமே இல்லாத இந்திய அரசியல் நிர்ணய சட்டம் உபாத்யாயாவைப் பொறுத்த அளவில் இயல்பிலேயே பிழையானது.

உபாத்தியாயாவுக்கு இந்திய அரசியல் நிர்ணய சட்ட அமைப்பு அதன் உள்ளார்ந்த தேசிய உணர்வை நீக்கி அமைக்கப் பட்டிருப்பதால், நவீன இந்தியா இதே வழியில் சென்றால் இந்துப் பண்பாடு அழிந்துவிடும் என்னும் கவலை இருந்தது. இப்படிப் பட்ட அழிவு கிரேக்க மற்றும் எகிப்திய பண்பாடுகளுக்கு அவர்களது நவீன வடிவம் தொன்மைப் பண்பாட்டோடு ஒட்டாத நிலையில் நிகழ்ந்தது. அவர்களது சமூகத்தின் சாராம்சமும் அடையாளமும் மாறிவிட்டன. மேற்கத்திய மதசார்பற்ற பாதையில் சென்றால் இந்தியாவுக்கும் இதுவே நிகழும் என அவர் நினைத்தார்: இந்தியா தனது அரசியல் நிர்ணய சட்டத்துக்கு வழி காட்டுதலாக மதச்சார்பற்ற மேற்கத்திய வழியில் தொடர்ந்து சென்றால் அது தனது அடையாளத்தை (அதன் ஸித்திகளில் இருப்பது) இழந்துவிடும். அது தனது மையமான ஆற்றலை இழந்துவிடும். அது தொன்மைக் காலத்தில் இருந்து நீடித்துவரும் பாரதியப் பண்பாடுடன் தொடர்புடைய பண்பாடாக இல்லாமல் போய்விடும் என்றார்.

மறுபக்கம், தீன் தயாள் உபாத்யாயா, சாவர்க்கரையும் கோல்வார்க்கரையும் போலல்லாமல், தாம் எந்த இந்தியா பற்றி எழுதுகிறாரோ அது முஸ்லீம்கள் மற்றும் கிறித்துவர்களையும் உள்ளடக்கியதாகவே இருக்கும் என்று தெளிவாகக் குறிப்பிட்டார். 'ஒரு மத அடிப்படையிலான அரசாக இந்து மதத்தை மட்டுமே பிரசாரம் செய்யும் அரசு' என்பதே இந்து ராஷ்டிரத்தின் விளக்கம் என்பதை நிராகரித்தார். இந்து ராஷ்டிரத்தின் விமர்சகர்கள், அது பழங்காலச் சடங்குகள் நிறைந்த, சமூக ஏற்றத் தாழ்வுகளும், ஜாதி வெறியும் கொண்ட அசைந்து கொடுக்காத சமூக அடுக்குகளான ஓர் இந்து நாடாக அது இருக்கும் என்றுதான் முத்திரை குத்தியிருந்தார்கள். உபாத்யாயா அப்படி இருக்காது என்று தெளிவாகத் தெரிவித்தார்.

'இந்து ராஷ்டிரம் எந்த சமுதாயத்தின் மீதும் வெறுப்பைக்காட்டாது. அது எதிர்வினை செய்யும் ஓர் அமைப்பல்ல. அவரது இந்துயிஸம் உள்ளடக்கும் தன்மை கொண்டதாக இருக்கும். ஓர் இந்துவாகத் தமக்கு முஸ்லீம் அல்லது கிறித்துவ வழிபாட்டு முறைகள் எதிர்ப்புக்குரியவை ஆகாது என்றார். அவர் எந்த இறை தூதரையும் விமர்சிக்கவும் இல்லை. எந்தக் கடவுளை எப்படி வணங்குவது என்பது ஒருவரின் தனிப்பட்ட தேர்வு என்றே நம்பினார். அரசுக்கு இந்த உணர்வுகள் மீது எந்தக் கட்டுப்பாடும் இருக்காது. அவரது எதிர்ப்பு எந்தவொரு பிரிவு அல்லது வழிபாட்டுமுறையைக் குறி வைத்தது அல்ல; அது அரசியல் ரீதியானது.

உபாத்தியாயா தாம் எல்லா மதங்களையும் மதிப்பதாகக் குறிப்பிட்டு, முஸ்லிம் மற்றும் கிறிஸ்தவர்களின் பிரச்னை மதத்தின் அடிப்படையில் ஆனதல்ல என வாதிட்டார். காந்தியடிகள் சர்வ மத சம பாவனையை முயற்சி செய்து, ஈஷ்வரும் அல்லாவும் ஒன்று என்னும் பொருளில் பஜனைகள் பாடினார். ஆனால், இரு சமுதாயங்களிடையே ஒற்றுமை மலரவில்லை. அரசியல்ரீதியான எந்த விசுவாசமும் அவர்களுக்கு இந்த தேசம் மற்றும் அதன் விழுமியங்களின் மீது இருக்கவில்லை. ஒருவரின் மதம் அல்லது நல்லியல்பு சம்பந்தப்பட்டு இருக்கவில்லை.

ஒவ்வொரு சமுதாயத்திலும் எப்படியும் நல்லவர்கள் மற்றும் கெட்டவர்கள் எல்லோருமே இருப்பார்கள். உபாத்யாயா தமது வாசகர்களுக்கு சத்திரபதி சிவாஜியின் படையில் முஸ்லிம் படைத்தலைவர்கள் மற்றும் படை வீரர்கள் இருந்தார்கள் என்பதை நினைவுபடுத்தினார். மொஹம்மது கரீம் சாக்லா என்னும் நவீன நாகரிகத்தில் ஊறிய மதச்சார்பற்ற நீதிபதியும் இந்தியத் தூதரும் ஆனவரையும், மற்றும் இஸ்லாமிய சமூகத்தில் சீர்திருத்தம் வேண்டும் எனப் போராடிய ஹமீத் தளவாய் மற்றும் புரட்சியாளரான அஸ்பதுல்லா கான் ஆகியோரையுமே அவர் முன் உதாரணமாகக் காட்டினார். அவரது தலைமுறையினர் அவர்கள்; அந்த அளவு விசுவாசம் நாட்டின் மேல் இருந்தால் பிரச்னையே வராது என்றார்.

'சில நல்ல முஸ்லீம்கள்' மற்றும் பிரச்னை மிகுந்த 'முஸ்லீம் சமுதாயம்' இரண்டுக்கும் இடைப்பட இந்த வித்தியாசமே உபாத்யாயாவின் முஸ்லீம்கள் பற்றிய தவறான அபிப்ராயத்துக்கு அடிப்படையாக இருந்தது. அவர் முஸ்லிம் சமுதாயத்தைக் கடுமையான கட்டுப்பாடுகள்கொண்ட ஒற்றைக் கட்டமைப்பு என்றே கருதினார். ஆனால், முஸ்லீம்களின் வழக்கங்கள் இந்தியா முழுவதும் பார்க்கும்போது, பலவிதமாகவே வேறுபாடுகளுடன் இருப்பதே. அவர் சொல்வதுபோல் இந்தியா முழுவதுமான ஒரே முஸ்லிம் அடையாளம் என்று எதுவும் இருந்திருக்கவே இல்லை. பெயரளவே இது போன்ற கருத்துகளை அவர் கூறினார்; தமது முன்னோடிகள் இனம் காட்டிய இந்து ராஷ்டிரத்தைத் தாண்டி அவர் வித்தியாசமாகவே சிந்தித்தார். அவர் 'இந்த நாட்டின் மக்கள் இந்துக்கள், முஸ்லிம்கள், பார்சீக்கள் மற்றும் பல்வேறு பிரிவானவர்' என்பதை ஒப்புக்கொண்டார். மதம் தொடர்பான பதற்றங்களுக்கு ஒரு மதத்தினர் ஒரு பகுதியில் தமது எண்ணிக்கை அதிகரித்ததும் அரசியல் அதிகாரத்தை கைப்பற்றச் செய்யும் முயற்சியே காரணம் எனக் கருதினார். இந்திய தேசியத் தன்மையை மறுதலித்து ஜின்னா முஸ்லீம்களுக்கு என ஒரு தனி நாட்டை நிலை நிறுத்திய முயற்சிகளுக்கு இணையான செயலாகவே அவற்றைப் பார்த்தார். முஸ்லீம்கள் கருத்தடையை எதிர்த்து பலதார மணம் புரிந்து கொள்வதும், கிறித்துவர் வெளி நாட்டு அமைப்புக்களின் உதவியுடன் திட்டமிட்டுப் பலரையும் மதமாற்றம் செய்வதும் இந்த நோக்கத்தில்தான் என்றார். கிறித்துவ மத போதகர்கள் மிகுந்த தீவிரத்துடன் இந்துக்களை அவர்களது பாரம்பரியப் பண்பாட்டில் இருந்து விலகிச் செல்ல பிரிட்டிஷ் ஆட்சியில் முயற்சித்தார்கள். ஆனால், அவர்களது மதமாற்ற முயற்சிகள் முஸ்லீம்கள் அளவுக்கு வெறி மிகுந்ததாகவோ வன்முறையானதாகவோ இருக்கவில்லை. இருப்பினும் இது போன்ற நடவடிக்கைகள் நிறுத்தப்பட வேண்டும். இந்த நடவடிக்கைகள் இந்து ராஷ்டிரம் உருவானால் கட்டுக்குள் வரும் என்று அவர் சொன்னார்.

இந்து ராஷ்டிரம் என்ற வார்த்தையையே எதிர்ப்பவர்கள் நம் நாட்டின் அரசியல் போட்டியில், இந்து ராஷ்டிரம் என்னும் வார்த்தை அவர்களுக்கு உகந்ததாக இருக்காது என்பதாலேயே அப்படிச் சொல்கிறார்கள்.

அவர்களுக்கு முஸ்லீம், கிறித்துவ வோட்டுகள் இழப்பு ஏற்படும் என்பதாலேயே அவர்கள் அதைக் கருத்தில் எடுத்துக் கொள்ளவில்லை என்றார். தேசியப் பண்பாட்டு நீரோட்டத்தில் இந்த இரு சமூகங்களும் கலந்தால் - தமது வழிபாட்டு முறைகளில் எந்த மாற்றமும் இன்றி- அவர்கள் புதிய இந்தியாவுக்கு வரவேற்கப்படுவார்கள். அவர்கள் செய்யவேண்டியதெல்லாம் தொன்மையான இந்திய வழக்கங்களைத் தமது என்று கருத வேண்டும், இந்து வீரர்களைத் தமது தேசிய வீரர்களாகவும் கண்டு, பாரத மாதா மீது பக்தியை வளர்த்துக்கொள்ளவேண்டும். அவர்கள் இந்து ராஷ்டிரத்தின் பிரஜைகளாக நிச்சயம் முழுமனதுடன் ஏற்கப்படுவார்கள் என்றார்.

இந்தியாவின் அரசியல் அடையாளத்தை அறுதியிடுவதில், உபாத்யாயா சாவர்க்கர்-கோல்வார்க்கர் இருவரின் ஆதார நிலைப்பாட்டுக்கே திரும்பினார். பிற வழிபாட்டு முறைகளுக்கு மனம் திறந்த இடம் அவர் தந்தது பிரமையான ஒன்றாகவே நின்று விட்டது. ஏனெனில் அது இந்துயிஸத்தின் ஆதிக்கத்துக்கு மண்டியிடுவது என்பதாகவே இருந்தது. ஆனால், பிற விஷயங்களில், குறிப்பாக ஏழை எளியோரின் பொருளாதாரத் தேவைகள் என்ற விஷயத்தில், அனைவரையும் உள்ளடக்கிய அணுகுமுறையையே முன்வைத்தார் என்பதை நாம் மறுக்க முடியாது.

காந்தியடிகளுடன் ஒப்பிடும் அளவு அவருக்கு 'ஸ்வராஜ்யா' (தன்னாட்சி) மீது நம்பிக்கை இருந்தது. கூட்டாட்சியாக, மாநிலங்களுக்கு அதிகாரம் பகிர்ந்தளிக்கப்படவேண்டும்; தன்னிறைவுள்ள ஒரு பொருளாதாரம் கிராமங்களை மையமாகக் கொண்டிருப்பதாக இருக்கவேண்டும் என்று கனவு கண்டார். அந்த அணுகுமுறைக்கு ஓர் அழுத்தமான பின்விளைவும் இருந்தது. அவர் ஒரு பக்கம் சோஷலிஸ்டுகளை எதிர்த்து வந்தாலும், மறு பக்கம் காங்கிரஸ் முன்னெடுத்த 'ஜமீந்தாரி ஒழிப்பு சட்டம்' என்னும் நில உச்சவரம்பை எதிர்த்த ஏழு சட்ட சபை உறுப்பினர்களை ஜன சங்கக் கட்சியில் இருந்து நீக்கினார். ஜனநாயகத்தில் தனிநபர் சுதந்திரம் என்பது, பணக்காரர்கள் உற்பத்தியை ஏகபோகமாக்கி, பொருளாதார அதிகாரத்தைக் கைப்பற்றி அரசு இயந்திரத்தின் மீது செல்வாக்கைச் செலுத்த உதவுகிறது என வாதிட்டார். நிஜத்தில் பெரிய தொழிற்சாலைகளால் இந்திய கிராமப்புற மக்கள் தம் வேலை வாய்ப்புக்களை இழந்தார்கள் என்பதைக் கண்டு அவர் மனம் வருந்தினார். சோஷலிஸம் என்பது தொழில்மயமாக்க கால கட்டத்தில் வெகு ஜனங்களின் மீதான சுரண்டலுக்கான பதில் எனக் கூறினார்.

இருப்பினும் அவர் அரசியலில் சோஷலிஸ்டுகளை எதிரணியினராகவே கண்டார். சோஷலிஸம் (சமூக உடைமை), கேப்பிடலிஸம் (முதலாளித்துவம்) இரண்டுமே தமது கவனத்தையெல்லாம் மனிதனின் பொருளாதார ஆசைகள் மற்றும் அவனது பெரிய விழைவுகளை நிறைவேற்றுவதிலேயே கவனம் செலுத்துகின்றன. இரண்டு கோட்பாடு களுக்குமே நவீன விஞ்ஞானம், தொழில் நுட்ப முன்னேற்றம்

ஆகியவற்றின் மீது முழு நம்பிக்கை இருக்கிறது. அந்த வழிமுறைகளில் மக்களின் தேவைகள் அல்லது நலவாழ்வைக் கணக்கில் எடுத்துக் கொள்ளாமல், இயந்திரங்களின் தேவையை வைத்தே உற்பத்தியின் தன்மை முடிவாகிறது. அதி மாற்றி நவீனத் தொழில் நுட்பத்தை இந்தியத் தேவைகளுக்கு ஏற்பவே மாற்றி அமல்படுத்தவேண்டும் என்றார்.

முதலாளித்துவமோ சோஷலிஸமோ, தனி மனிதனின் கட்டுப்பாடோ அரசின் கட்டுப்பாடோ, மையப்படுத்தப்பட்ட உற்பத்தியில், மனிதனின் தனித்தன்மை இழக்கப்படுகிறது. பிரமாண்ட இயந்திரச் சக்கரத்தின் ஒரு பல்லாகவே ஒவ்வொரு மனிதனும் ஆகிவிடுகிறார். பொருளாதார ஆன்மிகத் தேவைகளுக்கு இடையே ஒரு சம நிலையைக் கொண்டு வராமல், இரு கோட்பாடுகளுமே மோதல்களையே உண்டாக்கின. இதற்கான விடை மனித ஆளுமையை முழுமையானதாகக் கண்டு, பொருளாதார முன்னேற்றம், ஆன்மிக முன்னேற்றம் இரண்டையுமே சமமாகக் கருதும் ஓர் அமைப்பே தேவை. 'ஒருங்கிணைந்த மனிதத்துவம்' என இதற்கு அவர் பெயரிட்டார். (சிலர் எம்.என்.ராயின் 'முழுமையான மனிதத்துவம்' என்பதற்கு மாற்றாக இதை எடுத்தார் என்றும் கூறுவர். என் கற்பனையில் அவர் ஸ்ரீ அரவிந்தரின் 'ஒருங்கிணைந்த யோகா' என்பதில் இருந்து இரவல் வாங்கியது என்றே தோன்றுகிறது).

ஒருங்கிணைந்த மனிதத்துவம் என்பது மனிதனின் உடல், மனம், அறிவு, ஆன்மா ஆகியவை ஒருங்கிணைந்து செயல்படுவதைக் குறிப்பதாகும். ஒருங்கிணைந்த மனிதத்துவம் என்னும் தத்துவம் பொருளாதார -ஆன்மிக மற்றும் தனி மனித - சமூக ஒருங்கிணைப்பு. 'புதிய காற்றை' இந்தியா சுவாசிக்க அது அவசரத் தேவை என உபாத்யாயா கண்டார்.

இந்தத் தத்துவத்தை அவர் 500 கட்சித் தொண்டர்களுக்கு 1964ல் அறிமுகம் செய்தார். 1965ல் ஜன சங்கக் கட்சியின் தேசிய மாநாட்டில் முழுமையான வடிவில் 'ஒருங்கிணைந்த மனிதத்துவம்' என்னும் தலைப்பில் நான்கு உரைகளின் வழியே அவர் முழு வடிவில் சமர்ப்பித்தார். அதன் தாக்கம் மிகவும் வலுவாகவும் நிரந்தரமாகவும் இருந்தது: ஜன சங்கத்தின் அதிகாரபூர்வமான சித்தாந்தம் அதன் வாரிசான பாஜகவால் பூர்விகச் சொத்தாகக் கொண்டாடப்படுகிறது. லூதிரன் கிறித்துவர் ஒருவர் சர்ச்சின் கதவுகளில் பொறிக்கப்பட்ட பைபிள் வாசகங்களுக்குத் தரும் மரியாதையையே பாஜக தலைவர்கள் ஒருங்கிணைந்த மனிதத்துவத்துக்குத் தருகிறார்கள்.

மானுடத்தின் மீது உபாத்யாயா நம்பிக்கை வைத்திருந்தார். மானுடத்துக்கு எனப் பொது அறங்களும் ஆன்மாவும் உண்டு. அதையே தொன்மையான இந்து மத நூல்கள் ஆத்மன் என அழைத்தன. பன்முகத்தன்மை என்பது வெளித்தோற்றமே. அடிப்படையான ஒற்றுமை ஆழமானது. ஒரே ஆத்மா (ஏகாத்மா) என்னும் இந்தக் கருத்தின் பொருள் ஒரே ஆன்மா உலகெங்கும் நிறைந்திருக்கிறது. உலகை ஒன்றுபடுத்துகிறது.

ஒரு மனிதன் உடல், மனம், அறிவு மற்றும் ஆன்மா ஆகிய நான்கு மூலக்கூறுகளின் சேர்க்கையால் ஆனவன். இந்த நான்குமே செழித்தால் மட்டுமே சமூகம் வளர்ச்சியடைய முடியும். அதனாலேயே பாரதியப் பண்பாடு நான்கு இலக்குகளை புருஷார்த்தங்களாக மனிதனுக்கு வைத்தது. அதை அடைய முயல்வது அவரவர் தனிப்பட்ட முயற்சி. ஏகாத்மா என்னும் தத்துவப்படி தனி மனிதனும் சமூகமும் ஒருவரை ஒருவர் பூர்த்தி செய்பவர்கள். ஒருமைப்பாடு பற்றிய பிரக்ஞையினால் மட்டுமே மானுடத்தின் நலன் பற்றிய விழைவு எழ முடியும். தானும் சமூகமும் ஒரே ஆத்மனே என்னும் விழிப்புடன் ஒரு தனி மனிதன் செயற்படும்போது அவனது செயல்கள் மக்களின் பொது நலனுக்கு உகந்ததாகவே அமையும்.

மனிதனைத் தனியானவன் எனக் கருதும் அமைப்புகள் எல்லாமே பழுதானவை என வாதிட்டார். ஏனெனில் அவை முக்கியமான விஷயத்தைக் கருத்தில் கொள்வதில்லை. லட்சிய மனிதன் இந்த நான்கு புருஷார்த்தங்கள் வழியாகவே வாழ்க்கையைக் காண்கிறான். ஒவ்வொருவரும் அத்வைதத் தத்துவத்தை மனதில் கொண்டு, தனி மனிதனின் நன்மையும் சமூகத்தின் நன்மையோடு ஒன்று சேரும் என்னும் நோக்குடன் செயற்படவேண்டும். அப்போதுதான் லட்சியங்களை அடைவதில் வரும் உள் முரண்பாடுகள் நீங்கும்; கூட்டுறவும் ஒருவரை ஒருவர் அனுசரிக்கும் பண்பும் தானே நிகழும். (அவரின் இந்த உறுதியான கருத்துக்கு, மத அடிப்படையிலான ஒரு பெரிய பாய்ச்சலே தேவைப்படும். பொருள் தேடும் ஒரு தனி நபர் அதைத் தன்னலத்துடனே தேடுவார்; சமூகத்துக்குப் பயன்படும் கூட்டுக் கண்ணோட்டத்துடன் செயற்பட வேண்டும் என்பது நடைமுறை அனுபவத்தை அடிப்படையாகக் கொண்டிருப்பதாகத் தெரியவில்லை).

உபாத்தியாயா ஏற்கெனவே இருக்கும் அமைப்பின் தோல்விகளைத் தனியே பிரித்துக்கண்ட பின்னர், பிரபஞ்சத்தின் ஒன்றுபட்ட காட்சியை வழங்கும் பாரதியப் பண்பாட்டின் ஒருங்கிணைந்த மனிதத்துவம் மட்டுமே உகந்தது என்றுரைத்தார். புருஷார்த்தங்களை சமமாகத் தேடுவது மனிதனுடைய புலன்களுக்கு மட்டும் திருப்தி தராமல் அவனது மனம், அறிவு ஆன்மா என அனைத்துக்கும் மகிழ்ச்சியைத் தரும். ஆன்மாவின் மகிழ்ச்சியே முக்கியம் என்பதை அவர் அழுத்தமாகக் கூறி வந்தார். எல்லா மகிழ்ச்சியுமே ஆன்மாவுடன் இணைவதில் கிடைக்கும் என்று நம்பினார்.

‘அர்த்த’ எனப்படும் பொருள் ஈட்டுதல் என்பது தன்னளவில் முழுமையானது; அதாவது பணம் ஈட்டுவதே நோக்கம் என்று செயல்பட்டவர்களைக் கடுமையாகச் சாடினார் உபாத்யாயா. ஒருவர் தன் ஆன்ம மேம்பாட்டை மறந்து, பணம் காசைக் கும்பிடத் தொடங்கினால் சமூகத்துக்கு, நாட்டுக்கு, தர்மத்துக்கான தன் கடமைகளை மறந்து விடுகிறார். அதேபோல் காமம் என்பதைப் பிற விஷயங்களைக் கைவிட்டு, புலனின்பமே முக்கியம் என்பதாகக் குறுக்கிவிட முடியாது. சமூகத்தின் முன்னேற்றத்துடன் மக்களின் நலமும் வளர்ச்சியும் இருப்பதை உறுதி

செய்வதால் தர்மமே மிகவும் முக்கியமானது. தர்மம் என்பது அதன் அகராதிப் பொருளை வைத்துக் காணக் கூடியதோ இந்துக்களுக்கு மட்டுமே ஆனதோ அல்ல. உண்மையில் எல்லா வழிபாட்டுத் தலங்களுமே, கோயில்கள், சர்ச்சுகள், மசூதிகள் எதுவுமே மக்களிடம் தர்மத்தைக் கடைப்பிடிப்பதை வலியுறுத்தவேண்டும் என்றார்.

நான்கு புருஷார்த்தங்களுமே ஒன்றை ஒன்று சார்ந்தவையே. அவை நான்கும் ஒன்று சேர்ந்த மோட்சத்துக்கான பாதையை வகுக்கின்றன. ஒவ்வொரு தனி மனிதரும் தனது புருஷார்த்தங்களை அடையும் பாதையில் முறையாகச் செல்லத் துவங்கினால் ஒட்டுமொத்த சமூகமுமே தர்மத்தின் வழிக்கு வந்துவிடும். ஒருவர் தன் புருஷார்த்தங்களை நேர்மையாகப் பின்பற்றத் தொடங்கும்போது பரந்துபட்ட சமூகத்துடன் தொடர்பில் வருகிறார். பிறருக்காக உழைக்க முன் வருகிறார். பரஸ்பர மகிழ்ச்சி, பரஸ்பரப் புரிதல் போன்றவற்றை அனுபவத்தில் காண்கிறார். குடும்பங்கள், சமூகங்கள் மற்றும் தேசங்கள் இவற்றாலேயே பிறக்கின்றன. ஆனால் மித மிஞ்சியதான மேற்கத்திய முதலாளித்துவ நாடுகளில் உள்ள தனி நபர் சுதந்திரம் மற்றும் கீழை நாடுகளில் பொதுமைப் படுத்தும் கம்யூனிஸம் இரண்டுமே தர்ம சிந்தனையைத் தேய்ந்து போகச் செய்து விட்டன. இப்போது அது இந்தியாவுக்குள் பெரும் ஆபத்தில் இருக்கிறது என்றார்.

உபாத்யாயாவைப் பொறுத்த அளவில், சமூகத் தொடர்புகள் பற்றிய மேற்கத்திய தத்துவம் நிராகரிக்கப்பட வேண்டியதாகும். சமூகம் என்பது தனி நபர்களைக் கொண்ட ஒரு கேளிக்கை இடம் அல்ல. 'சமூகம் என்பது தனி நபர்கள் ஒன்று சேர்வதால் உருவாகும் ஓர் அமைப்பு அல்ல. ஓர் உடலுக்கும் அதன் உறுப்புகளுக்கும், ஒரு மரத்தின் இலைகளுக்கும் அதன் பூக்களுக்கும் உள்ள உறவைப் போன்றதே தனிநபருக்கும் சமூகத்துக்கும் உள்ள உறவு. இதில் யார் நலம் அதிக முக்கியமானது என்னும் கேள்வியே பாரதியப் பண்பாட்டில் எழாது. ஏனெனில் நாம் தனி நபர் அல்லது சமூகம் இருவரது நலத்தையுமே விட்டுத் தள்ளமுடியாது.

சமூகம் என்பதும் ஓர் உயிர் போன்றது. அதற்கென மனம், புத்தி, ஆன்மா உண்டு. எனவே அதற்கென புருஷார்த்தங்களும் உண்டு. சமஷ்டி தர்மம் (சமூகத்தின் தர்மம்) தனி மனிதன் மற்றும் சமூகம் இரண்டும் நிலைத்து நிற்க உதவக்கூடிய அனைத்தையும் உள்ளடக்கியது. இதை பாரதம் என்னும் பெரிய சமூகத்தில் பொருத்தினால், அது தாய் நாட்டின் மீதுள்ள பற்றைக் காப்பதாகும். பொது வரலாறு, பண்பாடு, உடை மற்றும் இனம் என எல்லாம் ஒன்றிணையும் ஓர் உயிர் அது. பிரபவ் எனப்படும் பணக்காரர்களுக்கு பெரிய சமூக அந்தஸ்து தருவது மற்றும் அபவ் எனப்படும் ஏழ்மையால் பிற நாடுகளைச் சார்ந்திருப்பது இந்த இரண்டின் எதிரிடையாக 'அர்த்த புருஷார்த்தம்' என்னும் பொருள் தேடுதலை சமூகம் மேற்கொள்ள வேண்டும்.

'காம புருஷார்த்தம்' என்பதில் இந்தியாவின் இச்சை என்னவாக இருக்க முடியும்? அகண்ட பாரதத்தை மீண்டும் உருவாக்குவது, சீனாவை இந்திய

மண்ணில் இருந்து வெளியேற்றுவது மற்றும் இந்தியப் பண்பாட்டைப் பரப்புவது இவையே அந்த இச்சைகளாக இருக்க முடியும்.

'மோட்ச புருஷார்த்தம்' என்னும் விடுதலை என்பது கலாசார, பொருளாதார, அரசியல் தளங்களில் அந்நியரின் ஆதிக்கத்தில் இருந்து சமூகத்தை விடுவிப்பது. நன்கு நிறுவனப்படுத்தப்பட்ட சக்தி மிகுந்த வளமான இந்து நாடாக இவையே இந்தியாவை மாற்றும். இந்து விழுமியங்களான அஹிம்சை, இலக்கியம் மற்றும் பண்பாடு இவையே அதன் அடித்தளமாக இருக்கும்.

புருஷார்த்தங்கள் என்பவை இலக்குகள் மட்டுமல்ல; அவை தனி மனிதனுக்கும் சமூகத்துக்கும் இடையே பந்தத்தை ஏற்படுத்துகின்றன. கல்வி, வேலை, பணி, மனமகிழ்ச்சி அல்லது தியாகத்தின் மூலமாக அவர்கள் ஒன்றிணைகிறார்கள். ஒரு மனிதனின் தியாகம் ஒருவர் தனக்காக மட்டு மல்லாமல் சமூகத்துக்காகவே செய்யவேண்டும் என்று வலியுறுத்துகிறது. ஒரு விவசாயி சோளத்தை விளைச்சல் செய்தால் அது தனக்காக மட்டுமன்றி, முழு சமூகத்துக்குமே ஆகும். கடமை உணர்வு மற்றும் தியாக உணர்வுடன் செய்யப்படும் பணி சமூகத்துக்கு நன்மை பயக்கிறது.

சமூகமும் தனி மனிதனுக்குக் கடமைப்பட்டதே. ஒருவருக்கு நல்ல கல்வி மற்றும் தன்னைப் பாதுகாத்துக் கொள்ளும் அளவிலான வேலை வாய்ப்பு இவை கிடைக்காத பட்சத்தில் சமூகம் அவரைக் கை விட்டுவிட்டது என்பதே அர்த்தம். மறுபக்கம், சமூகத்தினால் கல்வியும் வேலை வாய்ப்பும் கிடைக்கப்பெற்ற ஒரு நபர் சமூகத்துக்கு எதுவுமே செய்ய முன் வரவில்லை என்றால் அவர் சமஷ்டி தர்மத்தைக் கைவிட்டவரே. அவர் ஒழுக்கத்தில் தரம் தாழ்ந்தவரே. எனவே, சமூகம் மற்றும் தனி மனிதர் ஒருவருக் கொருவர் நிறைவு தரும் விதமானவர். தர்மத்தைப் பின்பற்றுவதில் இருவரும் இணைந்தே செயற்பட வேண்டும். இது நடக்காமல்போகும் போதே ஆதிக்க ஜாதியினருக்கும் தீண்டத்தகாதோர் என அவர்கள் ஒதுக்கிய பிரிவினருக்கும், முதலாளிகளுக்கும் தொழிலாளிகளுக்கும் இடையே மோதல்கள் உருவாகின்றன.

இந்திய சமூகத்தில் உள்ளார்ந்த, அடிப்படையான வித்தியாசங்கள் கொண்ட பல சமூகங்கள், அரசியல் குழுக்கள், மொழிவாரியான வகுப்புகள் உண்டு என அரசியல்வாதிகள் நம்புவதே அவர்கள் செய்யும் மிகப் பெரிய தவறு என உபாத்யாயா கூறினார். உண்மை என்னவென்றால் பாரதம் என்பது ஒரே நாடு. அதன் குடி மக்களும் ஒருவரே. அவர்கள் ஒரே நபராகவே வாழப் போகிறார்கள். ஏழையிலும் ஏழைக்கும் சமூகத்தின் மிக நலிவடைந்த பிரிவினருக்கும் உதவுதல் எனும் அந்த்யோதயா சித்தாந்தம் இந்துக்களின் அடிப்படையான அம்சமே. அதில் சிறுபான்மையினரைத் திருப்திப் படுத்தும் அம்சம் எதுவுமில்லை.

உபாத்யாயா 'வர்ண வியவஸ்தா' என்பதை ஒரு ஜாதி முறையாகக் காணாமல் வர்க்கங்கள் அடிப்படையிலானதாகக் காண்கிறார். கடவுளால்

உருவாக்கப்பட்டதே ஜாதி பேதம் என்போரை அவர் கண்டிக்கிறார். போன ஜென்மத்தில் செய்த வினைப் பயனாலேயே இந்த ஜென்மத்தில் இந்த ஜாதியில் பிறக்கிறார்கள் என்பவர்களையும் ஜாதியை வைத்து அரசியல் அதிகாரத்தைக் கைப்பற்ற நினைப்போரையும் கண்டிக்கிறார். தன்னால் இயன்றதைச் சிறப்பாகச் செய்யட்டும் ஒருவர் என்னும் பொருளில் மட்டுமே ஜாதி முறை கொண்டுவரப்பட்டது. அதில் மேல் கீழ் என்றெதுவு மில்லை. யாரால் என்னென்ன செய்ய இயலும் என்பது மட்டுமே இருந்தது. சமூகம் ஒரு நிறுவனமாக முழுமையானது என்னும் அடிப்படையில் ஒவ்வொருவருக்கும் இவ்வுலக மற்றும் ஆன்மிக அடிப்படையிலான மகிழ்ச்சியைத் தரவென்றே ஜாதி முறை ஏற்படுத்தப்பட்டது என்றார்.

உபாத்யாயாவின் தத்துவம் அத்துடன் நின்றுவிடவில்லை. அது 'சமஷ்டி'யிலிருந்து 'பரமேஷ்டி' (சமூகத்தில் இருந்து கடவுள்) என நீட்சி பெற்றது. பாரதிய கலாசாரம், மனிதத்துவத்துடன் நின்று விடுவதில்லை. விலங்கினங்கள், தாவரவினங்கள், காற்று, சூரிய வெளிச்சம், நதிகள் மற்றும் கோள்கள் என விரிவடையக்கூடியது. 'பாரதிய அத்வைத'த் தத்துவம் குடும்பத்தில் துவங்கி, மானுடத்தை உள்ளடக்கி, விலங்குகள் உலகம், தாவரங்களின் வாழ்க்கை, உயிரற்றவற்றின் உலகம் என விரிந்து பிரபஞ்சத்தையே தனக்குள் கொண்டது. இவ்வாறாக ஒருங்கிணைந்த மனிதத்துவம் 'மேன்மை உண்டாக்கும் மனிதப் பிரக்ஞையின் விரிவு' என்பதைக் குறிக்கிறது.

ஒருங்கிணைந்த மனிதத்துவம் ஒரு குறிப்பிட்ட சூழலின் எதிர்வினையாக மேற்கத்திய சமூக, அரசியல் சிந்தனைகளைப் போன்று உருவானதல்ல. 'நேர்மறையான சிந்தனை' என்னும் அடிப்படையில் உருவானது என்று அழுத்திக் கூறுகிறார் உபாத்யாயா. 'ஒரு மனிதர் அடிப்படையில் தனது நலனுக்காக பிறரை அழிக்கும் குணம் கொண்டவர் என்றால் அவருக்குப் பிறரை நேசிக்கவும் அவர்களுக்காக வாழவும் சொல்லித் தருவது முடியாத காரியம்' என்றார் உபாத்யாயா. இந்தியச் சூழலில் பாரதிய அத்வைதத்தை ஒட்டிப் பார்க்கும்போது ஒருங்கிணைந்த மனிதத்துவம் ஒன்றே வழி. இந்தத் தத்துவத்தின் அடிப்படையில் தேசம் மறு புனரமைப்பு செய்யப்பட வேண்டும் என்று உபாத்யாயா வலியுறுத்தினார். 'நாம் வலிமையுடன் அணிவகுத்து முன்னேறினால் ஜனநாயகம், சமத்துவம், உலக ஒற்றுமை ஆகிய விழுமியங்களையும் பாரதியப் பண்பாட்டின் நிரந்தர மதிப்பீடு களையும் நம்மால் உலகுக்குத் தரமுடியும்' என்றார் உபாத்யாயா முத்தாய்ப்பாக.

தீன் தயாள் உபாத்யாயா தமது அரசியல் தத்துவத்தை விளக்கிக் கொண்டிருந்த காலகட்டத்தில், அவருடைய கொள்கைகளின் அடிப்படையில் இயங்குவதாகச் சொல்லிக் கொள்ளும் ஓர் அரசியல் கட்சி பிற்காலத்தில் அபரிமிதமான பெரும்பான்மையுடன் ஆட்சியைப் பிடிக்கும் என்று அனுமானித்திருக்கவே மாட்டார். அவருடைய கோட்பாடுகளை அந்த அரசியல் கட்சியினர் எந்த அளவுக்கு நடைமுறைப்படுத்துவார்கள்?

தீன் தயாள் உபாத்யாயா பெயரில் பெருகிவரும் நிறுவனங்கள் ஒரு பொய்யான தோற்றத்தைத் தருகின்றன. பாஜகவின் அவதார புருஷருக்கு உதட்டளவிலேயே இதுவரை மரியாதையாக செலுத்தப் பட்டிருக்கிறது. அவர் முன்வைத்தவற்றை நடைமுறைப் படுத்துவதில் அல்ல.

பலவிதத்திலும் பாஜக உபாத்யாயாவின் சிந்தனையைவிட சாவர்க்கர், கோல்வார்க்கார் முன் வைத்த இந்து ராஷ்டிரத்துக்கே எண்ணத்திலும் மற்றும் நம்பிக்கையிலும் நெருக்கமாக இருப்பதாகத் தெரிகிறது. ஓரளவு பெருந்தன்மையுடன் முஸ்லீம் மற்றும் கிறிஸ்தவருக்கான இடத்தை அங்கீகரிப்பதுகூட அவர்களுக்கு சாத்தியமில்லை; இவர்கள் சகிப்புத்தன்மை குறைந்தவர்கள் (மோதியின் அரசில் மந்திரியாயிருக்கும் ஒருவர் இந்தியாவை ராம் ஜாதியினர், ஹராம் ஜாதியினர் என்று இரு பிரிவுகளாகப் பார்க்கிறார்.) பார்சீக்களுக்கும் யூதர்களுக்கும் தொன்மை இந்தியா இடம் தந்தது குறித்து உபாத்யாயா பெருமைப்படும்போது இவர்களோ ரோஹின்கியா முஸ்லீம்கள் அடைக்கலம் கேட்கும்போது அவர்கள் முஸ்லீம்கள் என்பதால் நாட்டின் பாதுகாப்புக்கு அச்சுறுத்தல் என்று அவர்களுக்கு இடம் தர மறுக்கிறார்கள்.

உபாத்யா எவற்றைப் பரிந்துரைத்தார்? பொருள் முதல் வாதத்தை அவர் நிராகரித்தார். பெரும் நில உடமைகளை எதிர்த்தார். எளிய கிராமப்புற விவசாயிக்காகப் பேசினார். எளிய வாழ்க்கையை லட்சியமாக முன்வைத்தார். ஆனால் அவரது பின்னோடிகள் உள் நாட்டு உற்பத்தி, பொருளாதார சமநிலை என்ற பெயரில், குறுக்கு புத்தி முதலாளித்துவ நிறுவனங்களுக்குப் பல கோடி முதலீடுகளுக்கு மானியம் தருகிறார்கள். ஆடம்பரமான வெளி நாட்டுக் குளிர் கண்ணாடிகளை அணிந்து, ‘மாண்ட் பிளாங்க்’ பேனாவுடன் மிக அதிக விலையுள்ள ஆடைகளை அணிந்து வலம் வருகிறார்கள்.

‘தொழில் செய்ய உகந்த சூழல், ‘தொழில் முனைவோரின் இந்தியா’ பற்றித்தான் கோஷங்கள் எழுப்புகிறார்கள். கிராமப்புற ஏழைகள் பற்றியோ இந்தத் தொன்மையான பண்பாட்டை உயிர்ப்புடன் வைத்திருக்கும் சக்தி பற்றியோ அல்ல. அவர் தன்னிறைவு பற்றிப் பேசினார். இவர்களோ ஜி.டி.பி. வளர்ச்சி, அந்நிய நேரடி முதலீடு இவற்றைத் தான் தேடுகிறார்கள். பொருள் முதல் வாதத்தை நிராகரித்து, தன்னிறைவு பற்றி அவர் பேசியவற்றை இவர்கள் கை விட்டார்கள். கோடிஸ்வரர்களின் ஆதரவுக்கு அலையும் இவர்கள் பொருள் தேடுதலில் மிதமிஞ்சிய தீவிரத்தை எதிர்த்து, ’பிரபவ்’ (சமூக, பொருளாதார ஏற்றத்தாழ்வுகள்) பற்றி எச்சரித்த அவரின் கொள்கை வழி நடக்கவில்லை.

சுதந்திரத்துக்குப் பின், இந்து ராஷ்டிரத்தை உருவாக்காமல் போனதால் நம்மை ஒன்றிணைக்கும் மாபெரும் சக்தியை நாம் புறக்கணித்துவிட்டோம் என்று உபாத்யாயா நம்பினார். ஆனால் உண்மையில் அந்த சக்தி என்பது ஒன்றிணைக்கக்கூடியது அல்ல; பிரிட்டிஷாரின் மீதிருந்த வெறுப்பை சிறுபான்மையினர் மீது இடம் மாற்றி இந்த நாட்டைத் துண்டாடும்

சக்தியே என்றும் ஒருவர் சொல்லமுடியும். மொழி, மாகாணம், ஜாதி மற்றும் கலாசார வழக்கங்களினால் பல விதமாய்ப் வேறுபட்டு இருக்கும்போது நாம் ஒவ்வொருவருமே சிறுபான்மையினரே என்று நான் எப்போதுமே வாதிட்டு வந்திருக்கிறேன். பன்முகத் தன்மையை ஏற்பதும் அதை முறையாக நிர்வகிப்பதுமே ஒற்றுமைக்கு மேலான வழியாகும். ஆனால் ஒருவரின் கருத்தைப் பிறர் மீது திணிப்பது பேரிடருக்கே வழி வகுக்கும். அந்தப் பொற்காலத்துக்கு இட்டுச் செல்லாது.

பாஜகவும் இந்துத்துவாவும்

உபாத்யாயாவின் மரனத்தைத் தொடர்ந்து 1971 தேர்தலில் முழுத் தோல்வியை சந்தித்தது ஜன சங்கம். 1977ல் இந்திரா காந்தியின் நெருக்கடி நிலையை எதிர்த்த ஜனதா கட்சியில் தன்னை ஐக்கியப் படுத்திக்கொண்டது. பொதுத் தேர்தலில் ஜனதா கட்சி வெற்றி பெற்ற பின்பு முரண்பாடுகள் மேலெழுந்தன. அவற்றுள் முக்கியமானது ஜனதா கட்சியின் பல அங்கத்தினரும் 'இரு உறுப்பினர்' என்னும் பிரச்னையைக் கிளப்பியதே. பல முன்னாள் ஜன சங்க உறுப்பினர்மீது ஆர்.எஸ்.எஸ்.ஸின் செல்வாக்கு தொடர்ந்து இருந்தே வந்தது. இந்தப் பிரச்னையால் ஜனதா கட்சி உடைந்தது. 1980ல் பாரதிய ஜன சங் கட்சியின் உறுப்பினர்கள் ஜனதா கட்சியிலிருந்து விலகி தம்மை பாரதிய ஜனதா கட்சி என அறிவித்தார்கள். மைய நீரோட்டத்தில் தமக்கான அங்கீகாரம் அதிகமாக இருக்கவென அவர்கள் தமது கொள்கையை 'காந்திய சோஷலிஸம்' என அறிவித்தார்கள்.

இந்த மென்மையான செய்தி வெற்றி அளிக்கவில்லை. 1984 தேர்தலில் 545 உறுப்பினர்கள் இருக்கும் நாடாளுமன்றத்தில் பாஜகவுக்குக் கிடைத்தது இரண்டே இடங்களே. தமது அடிப்படைக் கோட்பாடுகளை மாற்றிக் கொண்ட பிறகும் அரசியல்ரீதியாக அங்கீகாரம் கிடைத்திருக்காத நிலையில், தனது மையமான நம்பிக்கைகளுக்குத் தீவிர வடிவம் கொடுத்துத் தம்மை வெளிப்படையாகவே இந்துக் கட்சியாகக் காட்டிக்கொண்டு இந்து உணர்வுகளை ஒருங்கிணைக்க முயன்றார்கள்.

1980கள் இந்தியாவில் ஒரு கொந்தளிப்பான கால கட்டமாக அமைந்தன. சீக்கியத் தனி நாடாக காலிஸ்தான் கோரிக்கை உச்சத்தை எட்டியிருந்தது. அஸ்ஸாம் மாணவர்களின் போராட்டம் ஆரம்பித்தன. ஸ்ரீலங்காவில் தமிழ் தனி நாட்டுக் கோரிக்கைக்குள் இந்தியாவை அந்த நாடு இழுத்தது. மேற்கத்திய சிந்தனை உள்ளவரும் இளைஞருமான ராஜீவ் காந்தி பிரதம மந்திரியாக ஒரு காலத்தில் தாம் விமானம் ஓட்டியதுபோலவே வெகு உயரமான நிலையில் இருந்து நிர்வகித்தார். இப்படியான சூழலில், இந்துக்களின் நலன்களைப் பாதுகாக்கும் கட்சியாகத் தனக்கென தனியான ஓர் இடத்தை நிலை நாட்டிக்கொள்ள பாஜக முடிவு செய்தது. இந்து

நலன்களைத் தாம் காப்போம் என 1989ல் பாலம்புர் மாநாட்டில் அதிகாரபூர்வமாக அறிவித்தது. அது இந்துத்துவாவே தனது சித்தாந்தம் என்று சொன்னது. அது 'பண்பாட்டின் மீது அமைந்த தேசியம்; இந்திய தேச ஒற்றுமையை உள்ளடக்கியது. அது மத அடிப்படையிலானதோ இறையியல் சம்பந்தமானதோ அல்ல என அறுதியிட்டது. பின் வந்த வருடங்களில் பாஜக 'இந்து' திட்டத்தை முன்னெடுத்தது. அவற்றில் சில இந்து நலன் என்பதையும் தாண்டிச் சென்றது. காஷ்மிர் பண்டிட்டுகள் இஸ்லாமியத் தீவிரவாதிகளால் படுகொலை செய்யப்பட்டும் தமது மண்ணிலேயே அகதிகள் ஆக்கப்பட்டத்தையும் எதிர்த்து காஷ்மீர் பண்டிட்களின் உரிமைகளுக்காகப் போராடியது. சிறுபான்மை மதங்களுக்கென தனி சட்டம் இருப்பதை மாற்றி பொது சிவில் சட்டம் இவற்றை முன்வைத்துப் போராடியது.

'இஸ்லாமிய அபாயம்' என்பது பல வழிகளில் தன்னை வெளிப்படுத்திக் கொண்டது. அஸ்ஸாமில் சட்ட விரோதமாகக் குடியேறிய முஸ்லீம்கள், ஷா பானு வழக்கில் வெளியான தீர்ப்பை பழமைவாத முஸ்லிம்கள் எதிர்த்தது (அந்த வழக்கில் விவாகரத்து செய்யப்பட்டால் இஸ்லாமியப் பெண்ணுக்கு ஜீவனாம்சம் வழங்கப்படவேண்டும் என நீதிமன்றம் உத்தரவிட்டது. மத்திய காங்கிரஸ் அரசு அதைத்தடை செய்து அந்த இஸ்லாமியப் பெண்கள் வக்ஃப் வாரியத்திடம் உதவிகேட்க வேண்டும் என சட்டம் இயற்றியது). *Satanic Verses* என்னும் நாவலில் 'மத அவமதிப்பு' செய்த சல்மான் ருஷ்டிக்கு எதிராக இஸ்லாமியரின் கொந்தளிப்பு. இவற்றுக்கு எதிராக எதிர்மறையாக எந்தவொரு கண்டனத்தையும் வைக்காமல், நேர்மறையாக பல இந்து உள்ளங்களுக்குப் பிரியமான ஓர் இலக்கை அது கையில் எடுத்தது. பதினாறாம் நூற்றாண்டில் கட்டப்பட்ட பாப்ரி மஸ்ஜித் இருந்த இடத்தில் ராமர் கோயில் இருந்ததாக நம்பப் பட்டதால் அங்கேயே கோயில் கட்டும் ஓர் இயக்கத்தை அது அறிவித்தது.

பாப்ரி மஸ்ஜித் ராமர் பிறந்த இடத்தில் கட்டப்பட்ட கோயில் மீது தான் எழுப்பப்பட்டது என்று ஒரு கருத்து உண்டு. இதற்கு மாற்றுக் கருத்துகளும் உண்டு; மறுபக்கம் அங்கே ஒரு கோயில் இருந்தது என்பதிலும் ஐயமில்லை. அந்த மசூதி இடிப்புக்கு வெகு காலம் முன்பாக 1975ல் 'இந்தியத் தொல்லியல் ஆய்வு மையம்' (ASI) என்னும் மத்திய அரசின் அமைப்பு இந்துக் கோயிலின் குறியீடுகள் உள்ள 14 தூண்களைக் கண்டெடுத்தது. இருப்பினும் அங்கே இருந்த கோயில் பற்றி அதிக விவரங்கள் இல்லை. மசூதியைக் கட்ட ஒரு கோயிலை இடித்தார்களா என்னும் விவரமும் இல்லை. ஆனால் ராமர் அங்குதான் பிறந்திருக்க வேண்டும். எனவே, அங்குதான் வழி படவேண்டும் என்பது பெரும்பான்மை மக்களின் ஆழ்ந்த நம்பிக்கை. முஸ்லிம்கள் மனதில் காயத்தை ஏற்படுத்தாமல் இதை அடைய முடியுமென்றால், காட்டு மிராண்டித்தனமான பாபர் மசூதி இடிப்புக்குப் பரிகாரமாக ஏதேனும் செய்யமுடியுமென்றால் தேசமே நிம்மதிப் பெருமூச்சுவிடும். ஆனால் மசூதி இடிக்கப்பட்டு கால் நூற்றாண்டு ஆன பிறகும் அந்த வழக்கு

இன்னும் உச்ச நீதி மன்றத்தில் நிலுவையிலுள்ளது. கோயிலும் கட்டிமுடிக்கப் படாததால் இந்துத்துவா இயக்கத்தின் உந்து சக்தியாகவும் அதன் அரசியல் கட்சிக்கு ஓட்டுக்களை அள்ளித் தரும் அட்சய பாத்திரமாகவும் இருக்கிறது.

ராம ஜென்ம பூமி பிரசாரம் பொறி பறக்க வைக்கும் அரசியல் யுக்தி. அது மசூதி இடத்தில் கோயில் கட்டும் கொந்தளிப்பூட்டும் அறைகூவல் களுக்கான வெடி மருந்தை உள்ளடக்கியது. ஆனால் அது பாஜகவுக்கு பயனளித்துள்ளது. பாஜக தலைவர் எல்.கே.அத்வானி இந்தியின் இதய பூமி என அழைக்கப்படும் வட இந்திய மாகாணங்களின் வழியாக, ரதம் போல வடிவம் மாற்றப்பட்ட ஒரு வாகனத்தில் அனல் பறக்கும் உரைகளை நிகழ்த்தியபடி 'ரத யாத்திரை' மேற்கொண்டார். இந்துக் குழுக்கள் ஒவ்வொரு கிராமத்திலும் கரசேவை செங்கல்களைப் புதிதாகச் செய்து அவற்றுக்கு பூஜைகளும் செய்து அவற்றை அயோத்தியாவில் பின்னாளில் வரும் கோயிலுக்கென சேர்க்கக் கோரின. இந்துக்களின் புனித இடத்தில் மசூதி அமைந்திருப்பதைக் கண்டு மனம் கொந்தளிக்கவென்று புனித யாத்திரைகள் ஏற்பாடு செய்யப்பட்டன. உணர்ச்சிகள் கொந்தளிப்பின் உச்சத்தை எட்டியதால் ஓர் உன்மத்த நிலையில் இருந்த கும்பல் 470 ஆண்டு பழமையான அந்த மசூதிக் கட்டிடத்தை இடித்துத் தள்ளியது. காவல் துறை அதை வேடிக்கை பார்த்துக் கொண்டிருந்தது. பாஜக தன் முத்திரையைப் பதித்துவிட்டது.

இந்த இரண்டு நிகழ்வுகளும் அவமானத்தின் வரிசையில் பிறவற்றை விட உயரம் அதிகமாக எழுந்து நின்றாலும் இந்துத்துவா சக்திகள் அவிழ்த்து விட்ட வன்முறை இந்து அல்லாதவர்களை மட்டும் குறி வைக்கவில்லை. ஜனவரி 1948ல் நாதுராம் கோட்ஸே, முஸ்லீம்கள் மீது மிகவும் கருணையுடன் இருந்தார் என்று கூறி காந்தியடிகளைக் கொன்றதில் தொடங்கி, செப்டம்பர் 2017 கௌரி லங்கேஷ் என்னும் கர்நாடக இதழியலாளரைக் கொன்றது வரை பட்டியல் மிக நீண்டது. சங்க பரிவாரை எதிர்த்த ஒரே காரணத்துக்காக, இந்துக்களுள் மிதவாதிகள், சுதந்திர சிந்தனை கொண்டோர், பகுத்தறிவுவாதிகள் குறிவைக்கப் பட்டார்கள். காந்தியடிகளின் சிலைக்குப் பதில் கோட்சே சிலையை வைக்கவேண்டும் என்ற பாஜக நாடாளுமன்ற உறுப்பினர்களும் உண்டு என்பது மிகவும் வேதனைக்குரியது.

இந்துத்துவவாதிகளின் தூண்டுதலால் நிகழ்ந்த மதவாத வன்முறை மற்றும் கலவரங்களின் பட்டியல் மிகவும் மனதை வருத்தப் படுத்துவது. நீண்டது. அவற்றுள் சில:

1964, 1965, 1967 வருடங்களில் ரூர்க்கெலா, ஜாம்ஷெட்பூர் மற்றும் ராஞ்சி ஆகிய நகரங்களில், முன்னாள் கிழக்கு பாகிஸ்தானில் இருந்து வந்த இந்து அகதிகள் குடியேறிய பகுதிகளில் நிகழ்ந்த வன்முறை. அகதிகளின் சோகக் கதைகளை வைத்து, மத உணர்வுகளைத் தூண்டி வன்முறையையும் கலவரங்களையும் இந்துத்துவவாதிகள் நிகழ்த்தினார்கள்.

1969ல் நிகழ்ந்த கலவரங்கள் 'இந்திய முஸ்லீம்களை இந்துமயமாக்குதல்' என்னும் ஜன சங்கத்தின் தீர்மானத்தின் பின் விளைவே.

பிவாண்டி - ஜல்கான்வ் கலவரங்கள் சிவசேனா கட்சியின் மதவாத இலக்குகளால் நிகழ்ந்தது.

1980ல் மொரதாபாத்தில் துவங்கி, பிகார்ஷரீஃப், மீரட், பிவாண்டி, பரோடா மற்றும் அஸ்ஸாமின் நெல்லி ஆகிய பகுதிகளில் நிகழ்ந்தது.

90களில் 'ராம சீலா பூஜன்' பகுதிகளிலும், பின்னர் பாபர் மசூதி இடிப்புக்குப் பின் மும்பை, சூரத், அஹமதாபாத், கான்பூர் மற்றும் டெல்லி உள்ளிட்ட பல பகுதிகளிலும் கலவரங்கள் வெடித்து ஆயிரக்கணக்கான முஸ்லீம்கள் கொல்லப்பட்டனர் (இந்துத்துவாவோடு தொடர்பில்லாததாக, 1984ல் சீக்கிய எதிர்ப்புக் கலவரங்களில் காங்கிரஸின் தொடர்பிலிருந்த சில தலைவர்கள் இந்திரா காந்தி சீக்கியப் பாதுகாவலர்களால் கொல்லப் பட்டதற்குப் பழி வாங்கும் நோக்கில் தூண்டி விட்ட கலவரங்கள். டெல்லியில் மட்டும் கொல்லப்பட்ட 2,100 அப்பாவி சீக்கிய மக்கள் உட்பட மொத்தம் இந்தியா முழுவதும் 2800 உயிர்களைப் பலி வாங்கியது).

பாஜக மத்தியில் ஆட்சிப் பொறுப்பேற்றபின் இந்துத்துவ சக்திகளால் பல வன்முறைச் சம்பவங்கள் நிகழ்ந்தன. 2014க்குப் பின்னர் ஐம்பதுக்கும் மேற்பட்ட சிறுபான்மை மக்கள் கொல்லப்பட்டனர். ஜுனைத் கான் என்னும் பதினைந்து வயது பாலகன் ஈத் பண்டிகைக்காகத் துணிகளை வாங்கிக்கொண்டு ரயிலில் பயணம் செய்யும் போது, கத்தியால் பல முறை குத்திக் கொல்லப்பட்டு, ஓடும் ரயிலில் இருந்து வீசி எறியப்பட்ட சம்பவம் மனதை உலுக்குவதாகும் (பசுப் பாதுகாப்பு பெயரால் நிகழ்த்தப் பட்டவற்றைத் தனியே பின்னர் காண்போம்). பத்திரிகைத் தலைப்புச் செய்திகள் நெற்றியில் இருக்கும் அடையாளம் அல்லது ஆண் குறியின் முன் பக்கத் தோல் இல்லாதிருத்தல் ஆகியவற்றுக்காகக் கொல்லப்பட்ட கொடூரக் கதைகளால் நிறைந்தன.

❀ துண்டாடும் அரசியல் ❀

ஒற்றுமை மற்றும் துண்டாடுதல் என இருவிதமான அரசியல் சக்திகள் நம் நாட்டில் எப்போதுமே இருந்துள்ளன. ஒற்றுமைக்கான சக்திகள் பெரிதும் உள்ளொடுங்கியதாகவே இருக்க, மொழி, ஜாதி அல்லது மதத்தின் அடிப்படையில் வாக்காளர்களைப் பிளவு படுத்தும் முயற்சிகள் வேகமாகப் பலனளிப்பதால் அதையே அரசியல்வாதிகள் கையில் எடுத்துக்கொள் கிறார்கள். இருப்பினும் வன்முறை என்பது நம் அரசியல் வாழ்க்கையின் ஒரு புதிய பெரும் வீழ்ச்சி. கிறித்துவர்களில் தொடங்கிப் பின்னர் பெருமளவு முஸ்லீம்களைக் குறி வைத்து, அவர்களது வழிபாட்டுத் தலங்களை சேதப்படுத்துதல், வாழும் இடங்களை நாசம் செய்தல், பெண்களை பாலியல் பலாத்காரம் செய்தல், அங்கஹீனம் செய்தல் மற்றும்

உயிரோடு எரித்தல் என செய்யப்பட்டவை எல்லாம் பலியானவர் அல்லது வன்முறைக் கும்பல் இருவரது மத நம்பிக்கைகளுக்கும் எந்த விதத்திலும் சம்பந்தமே இல்லாதவையே. இன்னொருவகையில் பார்த்தால் இந்துத்துவர்கள் மிகவும் கண்டிக்கும் இஸ்லாமிய பயங்கரவாதத்துடன் வெகுவாக ஒப்பிடக்கூடியவையே.

இஸ்லாமிய பயங்கரவாதிகள் ஜனவரி 1993ல் மும்பையிலும், பின்னர் 'இந்திய முஜாஹிதீன் டெல்லி, ஜெய்ப்பூர், அஹமதாபாத் ஆகிய இடங்களில் மருத்துவமனைகள், கடை வீதிகள் மற்றும் விளையாட்டுத் திடல்களில் செய்த பயங்கரவாதச் செயல்களும் இந்து பயங்கரவாதிகள் செய்த கொலைகளும் தேச விரோதமானவையே. இரண்டுமே இந்த நாட்டைத் துண்டாடி, மக்களை மத அடிப்படையில் பிரிந்து போகச் செய்யும் சூழ்ச்சிகளே. இரு குழுக்களுமே இந்தப் பிளவால் பயன் பெறும் நம்பிக்கையில் ஊறியவர்களே.

நாம் இந்த இரண்டு பயங்கரவாதிகளுள் யாரையுமே சகித்துக் கொள்ளக்கூடாது.

❀

1996ல் பாஜக பாராளுமன்றத் தேர்தலில் தனிப் பெரும் கட்சியாக வந்தது. 'மதச் சார்பற்ற' கட்சிகள் அதனுடன் கை கோக்க விரும்பாததால் அது 13 நாட்கள் மட்டுமே பதவியில் நீடித்தது. அரவணைக்கும் மற்றும் தீர்வு காணும் திறன் கொண்ட அடல் பிகாரி வாஜ்பாயி தலைமையில் 1998ல் அது மீண்டும் ஆட்சிப் பொறுப்பை ஏற்றது. மற்றொரு தேர்தலும் வந்தாலும் அந்த அரசு, ஆறு ஆண்டுகளை நிறைவு செய்தது. பாஜக ஒரு கூட்டாட்சியில் தலைமை வகித்த நிலையிலும் தனது சித்தாந்தப் பிடிமானங்களை விட்டுக் கொடுக்காமல் அந்தமான் சிறையில் சாவர்க்கருக்கு ஒரு சிலை வைத்து அஞ்சலி செலுத்தியது. அவர் மன்னிப்புக் கடிதம் எழுதிக் கொடுத்து சிறைவாசத்தை முடித்துக் கொண்டார் என்பதை அது மூடி மறைத்துவிட்டது. 1911ல் தாம் எழுதிய கருணை மனுவுக்குப் பயனில்லாததால் 14.11.2013ல் மீண்டும் அவர் எழுதிய கடிதத்தின் சில பகுதிகள் கீழே:

'ஒரு வேளை அரசு தமது பன்மடங்கான கருணை மற்றும் அருளுடன் என்னை விடுதலை செய்தால் நான் அரசியல் சட்டத்தின் முன்னேற்றம் மற்றும் ஆங்கில அரசுக்கு விசுவாசமாக இருப்பேன் என்பதை உறுதி கூறுகிறேன். மேன்மைமிகு மன்னரின் ஆயிரக்கணக்கான பிரஜைகள் மனதில் நாங்கள் ஜெயிலில் இருக்கும் வரை மகிழ்ச்சி என்பது இருக்க இயலாது. ரத்தம் தண்ணீரைவிட அடர்த்தியானது இல்லையா? மறுபக்கம் தண்டிக்கவும் பழிவாங்கவும் எண்ணாமல் மன்னிக்கவும் திருத்தவும் விரும்பும் அரசாங்கம் எங்களை விடுதலை செய்தால் மக்கள் மகிழ்ச்சி ஆரவாரம் செய்வார்கள். மேலும் அரசியல் நிர்ணயச் சட்டம் பற்றிய எனது

வார்த்தைகள் தவறான வழி செல்லும் ஆயிரக்கணக்கான இந்தியாவின் இளைஞர்களை நல்ல பாதைக்குத் திருப்பும். ஒரு காலத்தில் அவர்கள் என்னையே வழிகாட்டியாய்க் கண்டவர்கள்.

நான் அரசின் விருப்பப்படி, எந்தப் பொறுப்பில் வேண்டுமென்றாலும் அரசுக்கு சேவை செய்யத் தயாராக இருக்கிறேன். எனது மனமாற்றம் மனப்பூர்வமானது. அதுவே என் நடத்தையிலும் வெளிப்படும். என்னை வெளியில் விடுவதால் வரும் நற்பயன்களை ஒப்பிட, என்னை ஜெயிலில் வைத்திருப்பதால் எந்தப் பலனுமில்லை. வலுவானவர்கள் மட்டுமே கருணை காட்ட இயலும். எனவே, ஒரு வழி தவறிய மகன் தனது பெற்றோருக்கு ஒப்பான அரசின் கதவுகளை மட்டுமே தட்ட இயலும்'.

பாஜகவின் 'பெற்றோர் போன்று கருணை கொண்ட கதவுகள்' கண்டிப்பாக சாவர்க்கருக்காகத் திறந்தன. அவர் பிரிட்டிஷாரிடம் நடந்துகொண்ட விதமெல்லாம் அவரது வாழ்க்கையின் அதிகாரபூர்வ பத்திகளில் இருந்து நீக்கப்பட்டன. புகழுரை மொழியில் அவரது வாழ்க்கை வரலாறு திரித்து எழுதப்பட்டது. மகாத்மா காந்தியின் படத்துக்கு நேர் எதிரே நாடாளு மன்றத்தின் கூடத்தில் அவரது புகைப்படமும் மாட்டப்பட்டது.

பாஜக மத்திய அரசில் ஒரு கூட்டணியின் தலைமையாகவும், குஜராத் மாநிலத்தில் முழுப் பெரும்பான்மையுடனும் ஆட்சியில் இருந்த போது, அனல் பறக்கப் பேசும் திறன் கொண்ட கொள்கைப் பிரசாரகரான நரேந்திர மோதி முதலமைச்சராக இருந்தார். 2002ல் அவரது ஆட்சியில் நடந்த மதக் கலவரத்தில் 1000 முதல் 2000 பேர் வரை கொல்லப்பட்டனர். அவர்களில் பெரும்பான்மையினர் முஸ்லீம்கள். அந்தக் கலவரம் அமைதிக்கு பெயர் போன காந்தியின் மாநிலமான குஜராத்தின் பல பகுதிகளுக்கும் மற்றும் அகமதாபாத்துக்கும் அவப் பெயரைத் தேடித் தந்தது. குற்றச்சாட்டுகள் முதலமைச்சர் மீதே மையம் கொண்டன. முதலமைச்சர் அந்தக் கலவரத்தைக் கண்டும் காணாமல் இருந்தார் அல்லது உரிய நடவடிக்கை எடுக்கவில்லை என்று குற்றம்சாட்டப்பட்டார். மூன்று நாள் கழித்து ராணுவம் அழைக்கப்பட்ட பின்னரே கலவரம் அடங்கியது என்றும் அவர் குற்றம்சாட்டப் பட்டார்.

அப்போது பிரதம மந்திரியாக இருந்த வாஜ்பாய், மோதி முதலமைச்சர் பதவியில் இருந்து விலகவேண்டும் என விரும்பினார். ஆனால் இந்துவாதத்தில் ஊறிய பல தலைவர்கள் அவர் கருத்தை ஏற்கவில்லை. மூத்த தலைவரான வெங்கையா நாயுடு இதை உறுதி செய்திருக்கிறார். ஆனால் குஜராத்தில் 2002ல் நடந்த தேர்தலில் மறுபடி வென்ற மோதி, 2007லும் மற்றும் 2012லும் முன்பைவிட அதிக எண்ணிக்கையில் இடங்களை வென்று ஆட்சியைப் பிடித்தார். அவரது பேச்சுகள் இந்துத்துவக் கருத்துகளைப் பிரதிபலித்தன. எனினும் நல்ல ஆட்சி, சிறந்த பொருளாதார வளர்ச்சி தரும் ஆட்சி என்றெல்லாம் அவர் பிரசாரம் செய்தார். இதன் எதிரொலி குஜராத்தைத் தாண்டி வெளியேயும் கேட்டது. அவருக்கு நிர்வாகத் திறமையாளர் மற்றும் முடிவெடுப்பதில் வல்லவர்

என்னும் பிம்பம் ஏற்பட்டது. 2014ல் அவரை பிரதமர் பதவி வேட்பாளராகக் காட்டி பாஜக களத்தில் இறங்கியது. கணிசமான பெரும்பான்மையுடன் அவர் பிரதமரும் ஆனார்.

பிரதம மந்திரி மோடி தலைமையில் பாஜக அதற்கு முன் தனக்குக் கிடைத்தே இராத நாடாளுமன்றப் பெரும்பான்மையைப் பெற்றது. கூட்டணிக் கட்சிகளின் தயவு அதற்குத் தேவைப்படவில்லை. இந்துத்துவா எண்ணம் குறைவாயிருக்கும் அவற்றுக்காகத் தமது திட்டங்களை மாற்றிக் கொள்ள வேண்டிய கட்டாயம் பாஜகவுக்கு இருக்கவில்லை. சுதந்திர இந்தியாவில் ஒரு லோக் சபா முஸ்லீம் உறுப்பினர்கூட இல்லாமல் ஆட்சி அமைத்த முதல் கட்சி பாஜக. அவர்களின் மந்திரிசபையில் அங்கம் வகித்த மூன்று முஸ்லீம்களும் ராஜ்ய சபா அங்கத்தினர்கள். அதேபோல் இந்திய ஜனநாயகத்தில் அரசியல் நிர்ணயச் சட்ட அதிகாரங்களான குடியரசுத் தலைவர், துணைத் தலைவர் மற்றும் பிரதம மந்திரி மூவருமே ஆர்.எஸ்.எஸ் அங்கத்தினர்களாக, ஒரே சித்தாந்தப் பின்னணி உள்ளவர்களாக இருப்பது இதுவே முதல் தடவை.

இந்துத்துவாவின் திட்டமான இந்தியாவை இந்து நாடாக, அல்லது குறைந்தபட்சம் தனித்த இந்து அடையாளம் உள்ளதாக மாற்றுவதில் இது ஒரு தாவல் என்பதை யாரும் மறுக்க முடியாது. பல இந்துத்துவவாதிகளின் வருத்தம் இந்தியாவில் இந்து மதம் மீதுள்ள அன்பை ஒருவர் வெளிக் காட்டிக்கொள்ள முடியாது என்பதே. ஏனெனில் இந்திய அரசு அதிகார பூர்வமாக மதச் சார்பின்மையை முன்னிறுத்துகிறது. ஒரு கிறித்துவர் தாம் கிறித்துவர் என்பதிலும், ஓர் இஸ்லாமியர் தாம் முஸ்லீம் என்பதிலும், ஒரு சீக்கியர் தாம் ஒரு சீக்கியர் என்பதிலும் பெருமை கொள்ளலாம். ஆனால், இந்துவோ... தாம் மதச் சார்பற்றவர் என்பதில் மட்டுமே கர்வம் கொள்ள முடியும். அதிருப்தியில் இருக்கும் இந்துத்துவர்கள் கீழ் வரும் அம்சங்களைப் பட்டியலிடுகிறார்கள்:

பிற்போக்கான முஸ்லீம் மத வழக்கங்கள் எந்த விமர்சனமும் இன்றி அப்படியே ஏற்றுக் கொள்ளப்படும்; ஆனால் இந்துவுக்கோ முற்போக்கான உபதேசங்கள்.

சிறுபான்மையினரின் கல்விக்கு சலுகைகள்; இந்துவுக்கு அதெல்லாம் கிடையாது.

குடும்பக் கட்டுப்பாடு இந்துக்களுக்கே; இஸ்லாமியருக்கோ அது கிடையாது.

பழமைவாத இஸ்லாமியத் தலைவர்கள் துணையுடன் உருவாக்கப்படும் ஓட்டு வங்கி. ஆனால் இந்துத் தலைவர்கள் அப்படிச் செய்தால் கடும் கண்டனங்கள்.

மேற்கூறிய வாதங்களை முன் வைத்தே இந்துத்துவவாதிகள் 'முஸ்லீம்களைத் தாஜா செய்தல்' மிகவும் அதிகரித்திருப்பதாகக் கூறி வருகிறார்கள். ஆனால், உண்மை நிலை அவ்வாறானதல்ல. வீட்டு வசதி

மற்றும் வேலைவாய்ப்பில் முஸ்லீம்கள் இன்று வரை மிகவும் பின்தங்கியவரே. அவர்களது மக்கட் தொகையை ஒப்பிட காவல் துறையில் அவர்களது எண்ணிக்கை மிகக் குறைவு; சிறைப்படுத்தப் பட்டோரில் மிக அதிகம் என்பதே புள்ளி விவரங்கள் கூறுவது. ஆனால் இந்துத்துவா பிரசாரகர்கள் சிறுபான்மையினரின் நலனை மட்டுமே கருத்தில் கொண்ட அரசு இயந்திரம் இது என்று கூறி இந்து தன் நிலையை அழுத்தமாய் நிலை நாட்ட வேண்டும் என்னும் உசுப்பலில் வெற்றி அடைந்து வருகிறார்கள். சிறிதும் குற்றவுணர்வில்லாத இந்த இந்துத்துவ நிலை நாட்டல், இன்னும் முழுமையாக கணிக்கப் படாத இந்திய அரசியலின் ஒரு பெரிய அதிகார மையத்தின் இடமாற்றத்தை நாடகமாய் நடத்தி முடித்து விட்டது.

ஃபாசிஸத்தின் அப்பழுக்கற்ற உதாரணம் இந்த இந்துத்துவா இயக்கம் என பல இந்திய சமூக விஞ்ஞானிகள் சுட்டிக் காட்டி உள்ளார்கள். 'திட்டத்திலும் வழி முறைகளிலும் ஆதரவிலும் முழுக்க முழுக்க ஃபாசிஸ இயக்கமே இந்துத்துவா இயக்கம்' என எடுத்துக்காட்டுகிறார் மார்க்சிய சமூக விஞ்ஞானியான பிரபாத் பட்னாயக். அவர் முன் வைக்கும் ஃபாசிஸ அம்சங்கள் கீழே:

'இந்துக்கள்' என ஒரே மாதிரியான ஒரு பெரும்பான்மையினரை அவர்கள் உருவாக்க முயல்வது.

கடந்த காலத்தில் இழைக்கப்பட்ட அநீதி என்னும் அவர்களின் புகார் - குறிப்பாக இஸ்லாமிய மன்னர்களை முன் வைத்து.

பண்பாட்டு மேன்மை மற்றும் காலத்தால் அளக்க முடியாத உண்மைகள் இந்து மதத்தில் அதுதான் இருக்கின்றன என்னும் அவர்களின் தீவிரம்.

சரித்திரத்தைத் தமது மதத்தின் உபதேசங்களின் அடிப்படையில் மட்டுமே வாசித்து, ஆக்கிரமிப்பாளர்கள் எங்களை வஞ்சித்தார்கள் என்னும் புகார்.

இன மற்றும் ஆண்மை என்னும் அடிப்படையில் மத மற்றும் பண்பாட்டு அடிப்படையிலான இந்துப் பெரும்பான்மை வேண்டும் என்னும் அவர்களின் அறைகூவல் (இங்கே அவர் பெரும்பான்மை இந்துக்கள் சிறுபான்மையினரின் மீது செய்யும் கோரத் தாக்குதல் கடந்த சில வருடங்களாக அதிகரித்து வருவதையும் சேர்த்துக் கொண்டிருக்க வேண்டும்). சமூகவியலாளரான அஷீஷ் நந்தி, மோதி பிரதமராவதற்கு வெகு காலம் முன்பே அவரை ஓர் அசல் பாசிஸ்ட் என்று வர்ணித்தார்.

இருப்பினும், நந்தி குறிப்பிட்டபடி மோதி பிரதம மந்திரி பதவியில் நடந்து கொள்ளவில்லை என்பதையும் குறிப்பிடத்தான் வேண்டும். அவர் திரும்பத் திரும்ப, தாம் எல்லா இந்தியர்களின் பிரதமர் என்பதையே எடுத்துரைத்தார். அவரது மிகவும் ஆக்கபூர்வமான கோஷம் - 'எல்லோருடனும் ஒன்றாய், எல்லோருக்கும் வளர்ச்சி' என்பதுதான்.

இந்தியாவின் மதச் சார்பற்ற அரசியல் நிர்ணய சட்டத்தின் கீழ், இந்துத்துவவாதிகள் அதிகாரபீடத்தை, முற்றிலும் ஜனநாயக மற்றும்

சட்டத்துக்கு உட்பட்ட வழிகளில் கைப்பற்றி இருக்கிறார்கள் என்பதையும் மறுக்கவே முடியாது. இப்போது கேள்வியெல்லாம் அரசியல் நிர்ணய சட்ட வரையறைகள் இந்துத்துவாவைக் கட்டுப்படுத்துமா, இந்துத்துவா அரசியல் நிர்ணய சட்டத்தின் செயல்பாடுகளை மாற்றிவிடுமா என்பதே.

சுதந்திர சிந்தனையாளரான தலைமை நீதிபதி ஜெ.எஸ்.வர்மா தலைமையிலான உச்ச நீதிமன்றத்தின் மூன்று நபர் குழு 11.12.1995 அன்று வெளியிட்ட தீர்ப்பில் கீழ்க்கண்ட சில பதிவுகளைச் செய்தது:

'இந்துத்துவம் என்பதை ஒரு மன நிலை அல்லது வாழ்க்கை முறை என்று புரிந்துகொள்ளவேண்டுமே ஒழிய, அதை இந்து மத அடிப்படை வாதத்துடன் ஒப்பிடுவதோ அல்லது அப்படிப் புரிந்து கொள்வதோ சரியல்ல. 'இந்துத்துவா' அல்லது இந்துயிஸம்' என்னும் சொற்களைப் பயன்படுத்துவது பிற மதங்களைச் சேர்ந்த அனைவருக்கும் எதிரானது என்னும் அனுமானத்தில் செயல்படுவது சட்டப்படிப் பிழையான புரிதலாகும். மதச் சார்பின்மையை மேம்படுத்த இவை ஒரு சொற்பொழிவில் பயன்படுத்தப்படலாம். அல்லது இந்திய மக்களின் வாழ்க்கை முறை, பண்பாடு அல்லது அறங்கள் பற்றி விளக்கு வதற்காகக்கூட இதைப் பயன்படுத்தலாம். அல்லது பாரபட்சம் காட்டும் அல்லது சகிப்புத் தன்மை இல்லாத ஓர் அரசியல் கட்சியை விமர்சிக்கக் கூடப் பயன்படுத்தலாம்'.

பிறகென்ன? 1996ம் ஆண்டு வந்த பொதுத் தேர்தலுக்கான பாஜக அறிக்கையில் அந்தத் தீர்ப்பு இடம் பெற்றதில் வியப்பே இல்லை. 'உச்ச நீதிமன்றமே இந்துத்துவா என்பது மதச்சார்பின்மையின் உண்மையான பொருள் மற்றும் விளக்கம் என அங்கீகரித்து விட்டார்கள்' என்று பறை சாற்றிக்கொண்டது. இதுவே அரசியல் நிர்ணயச் சட்டம் இந்துத்துவக் கோட்பாட்டை அங்கீகரித்ததின் துவக்கம். இப்போது அது கேள்விக் குள்ளான ஒன்றே அல்ல. 2.1.2017ல் உச்ச நீதிமன்றம் தமது 1995 தீர்ப்பை மறு பரிசீலனை செய்ய மறுத்துவிட்டார்கள்.

அப்படியாக, அரசியல் நிர்ணய சட்டத்தின் காப்பாளர்கள் இந்துத்துவத்துடன் இணக்கமாகிவிட்டார்கள். ஆனால் இந்துத்துவா முழு மனதுடன் அரசியல் நிர்ணய சட்டத்தை ஏற்குமா?

இந்தியாவை ஆண்ட/ ஆளும் இரண்டு பாஜக பிரதம மந்திரிகளுள் சற்றே அரவணைக்கும் தன்மை கொண்டிருந்தவர் அடல் பிகாரி வாஜ்பாயி (1998 முதல் 2004 வரை பதவியிலிருந்தார்). அவர் அரசியல் நிர்ணய சட்ட மாற்றங்கள் பற்றி மிக மென்மையான கருத்துகளையே முன்வைத்தார். 'எவ்வளவு வலுவான கோட்டையாயிருந்தாலும் அதன் சுற்றுச்சுவர்களை நாம் பராமரிக்கவே வேண்டியிருக்கும்' என்றார் (அதற்கு பதிலளித்த விபி சிங் 'வாடகைக் குடித்தனக்காரர்கள் ஒரு கட்டடத்தைப் பராமரிப்பதாகக் கூறி மாற்றிக் கட்டிவிடக் கூடாது' என்றார்).

வாஜ்பாயின் ஆட்சி காலத்தில் இந்தியா அரசியல் நிர்ணய சட்ட ஏற்பாடுகள் பெரிய மாற்றங்களைக் கண்டன. அவரது அரசு, அரசியல் நிர்ணய

சட்டத்தை மாற்றியமைக்க என்று 1979 பக்க அறிக்கை ஒன்றைத் தயாரித்தது. அதை யாருமே படிக்கவில்லை. இரண்டாவது பிரதம மந்திரியான நரேந்திர மோடியின் தலைமையிலும் அரசியல் நிர்ணய சட்டத்தில் பெரிய மாற்றம் எதுவும் நிகழவில்லை. ஆனால் இந்த நிலை எத்தனை காலம் நீடிக்கும் என்பது சந்தேகமே.

அரசியல் நிர்ணய சட்டத்தை அதன் உருவாக்கம், வடிவம் மற்றும் தத்துவம் என்ன எல்லா பரிமாணத்திலும் நிராகரித்த தீன் தயாள் உபாத்தியாயா அவரது வழி நடப்போர் நாடாளுமன்றத்தில் அதை சட்டவடிவமாக்கிய தினத்தை (குடியரசு தினம் அல்ல; புதிதாய்க் கண்டுபிடித்திருக்கும் 'அரசியல் நிர்ணய சட்ட' தினம்) உணர்ச்சி பூர்வமான பேச்சுகளால் கொண்டாடுவதைக் கண்டால் என்ன நினைப்பாரோ? 'வீர் சக்தி'யோ அல்லது 'ஸித்தி'யோ இல்லாததும், மேற்கத்தியத்தன்மை கொண்டதும் பிழையான பார்வைகொண்டதுமாக எந்த அரசியல் நிர்ணய சட்டத்தை உபாத்யாயா கண்டாரோ அதையே தனது 'புனித நூல் 'என்று உபாத்யாயா பெயராலேயே சபதம் செய்வதை உபாத்யாயா எப்படிப் புரிந்து கொண்டிருப்பார் என்றே வியக்கிறேன்.

உபாத்தியாயா மீது இந்துத்துவவாதிகளுக்கு இருக்கும் அதே விசுவாசம், அவர்கள் கொண்டாடும் தற்போதைய மதச் சார்பற்றதும், தாராளமானதும், மேற்கத்தியமானதுமான அரசியல் நிர்ணய சட்டத்தின் மீது இருக்குமா என்பதை கணிப்பது கடினமான ஒன்றே. மோடியும் அவரது படைகளும் ராஜ்ய சபா பெரும்பான்மை மற்றும் மாநில ஆட்சிகளைக் கைப்பற்றிய பிறகு தாம் உற்சாகமாக விசுவாசம் காட்டிய அரசியல் நிர்ணய சட்டத்தையே கிழித்து எறிவார்களோ?

ஏற்கெனவே இதற்கான சூசகங்கள் தெரிகின்றன. அரசியல் நிர்ணய சட்டம் மாற்றமில்லாமல் தற்போதைய வடிவில் தொடர்வது சாத்தியமில்லை என்னும் பேச்சைத் துவக்கிவிட்டார்கள். இந்துத்துவா சித்தாந்தியான கே.என்.கோவிந்தாசார்யா 'அரசியல் நிர்ணய சட்ட திருத்தம் என்பது குறுகிய கால லட்சியமே. நீண்ட கால இலக்கு அரசியல் நிர்ணய சட்டத்தையே மாற்றி எழுதுவதே' என்றார். அவரது விமர்சனக் கருத்துகள் அரை நூற்றாண்டு முன்னால் உபாத்யாயா கூறியவற்றில் இருந்து விலகியவை அல்ல.

பல இந்தியப் பத்திரிகைகள் பிரசுரித்த அந்தப் பேட்டியில் அவர் 'நமது அரசியல் நிர்ணய சட்டம் தனி மனிதக் கோட்பாட்டின் அடிப்படையில் ஆனது. அது தனி மனிதத்துவத்தையே மேம்படுத்துகிறது. அது அற நெறிகளுக்கு எதிரானது. இந்தியப் பண்பாடு குடும்பம் என்னும் அமைப்பை அடிப்படையாகக் கொண்டது. கூடியிருத்தலை மையப் படுத்துவது. நமது ஜாதி முறையோ பஞ்சாயத்து முறையோ அதில் இடம் பெறவில்லை. தனி மனிதத்துவம் என்பது ஒரு மேற்கத்திய கருத்து. அது இந்திய அரசியல் நிர்ணய சட்டத்துக்கு அடிப்படை ஆக முடியாது. புதிய

அரசியல் நிர்ணய சட்டம் எழுதப்படவேண்டும். அது 'சர்வ' என அனைவரையும் பற்றிப் பேசவேண்டும். தனி நபரைப் பற்றி அல்ல. இந்திய சமுதாயமும் மற்றும் இந்தியப் பண்பாட்டின் ஆன்மா அரசியல் நிர்ணய சட்டத்தில் பிரதிபலிக்கவேண்டும். பாரதிய சமூகத்தில் குடும்பமே அடிப்படைச் செங்கல் போன்றது. கியூபாவின் அரசியல் நிர்ணய சட்டத்திலோ தனி நபர் அல்ல, குடும்ப அறங்களே முக்கியமானவை' என்றார் கோவிந்தாசார்யா.

வலதுசாரிக் கட்சி என்று சொல்லிக்கொள்ளும் ஒரு கட்சி கியூபாவை இந்தியாவுக்கு முன் மாதிரி என்று சொல்வது ரசிக்கும்படியாகவே இருக்கிறது. ஆனால் பல கம்யூனிஸ அமைப்புகளைப் போலவே கியூபாவிலும் நாம் நம் நாட்டில் காணும் நாடாளுமன்ற ஜனநாயகம் கிடையாது. 'பலவேறு ஜாதிகள், தொழில்கள் மற்றும் சமுதாயங்களில் இருந்து குழுக்கள் தேசிய பிரதிநிதித்துவ அமைப்பில் சேர்த்துக் கொள்ளப்படுவார்கள். லோக்சபா மற்றும் ராஜ்ய சபாவுக்கு பதிலாக, தேசிய பிரதிநிதித்துவ அமைப்பில் ஆயிரம் பிரதிநிதிகள், பிராந்திய அடிப்படையில் 500 பேரும், தொழில் அடிப்படையில் ஐநூறு பேரும் என அந்தப் பிரதிநிதித்துவம் இருக்கும்'.

கோவிந்தாசார்யாவைப் பொறுத்தவரை மனித உரிமை என்பதே மேற்கத்திய சிந்தனையே. 'கண்காணிப்பும் தடைகளும் இன்றி எந்த உரிமையும் இருக்க முடியாது. நமக்கு அடிப்படை உரிமைகளை மட்டும் அரசியல் சாசனம் தரவில்லை. அது கடமைகளையும் சேர்த்தே தருகிறது. உங்கள் உரிமைகளை நிலைநாட்ட நீங்கள் உங்கள் கடமைகளையும் செய்தாகவேண்டும். முழுமையான சுதந்திரம் என்று எதுவும் கிடையாது' என்றார் கோவிந்தாசார்யா. உபாத்யாவின் கருத்தான 'மனித உரிமைகளைப் போலவே மதச்சார்பின்மையும் போகவேண்டும்.. அடிப்படைக் கடமைகள் அரசியல் சாசனத்தில் கொண்டுவரப்படவேண்டும். மதச் சார்பின்மை என்பது முஸ்லீம் மற்றும் பிற சிறுபான்மையினரைத் தாஜா செய்யவே. இதை எவ்வளவு சீக்கிரம் முடியுமோ அவ்வளவு சீக்கிரம் நீக்கிவிட வேண்டும். இந்தியச் சூழலுக்கு இது பொருத்தமில்லாதது' என்பதையே கோவிந்தாச்சார்யாவும் இங்கு பிரதிபலிக்கிறார்.

அரசியல் சாசன முன்னுரைப் பகுதியில் 'சோஷலிஸம்' என்னும் சொல்லுக்குப் பதிலாக 'நம்மிடம் அதைவிட மேம்பட்டதாக - இந்தியப் பாரம்பரியத்துக்குட்பட்டதாக - ஒரு சொல் இருக்கிறது. (உபாத்யாயாவின் எழுத்தில்) அது அந்த்யோதயா ஆகும். அந்த்யோதயா என்றால் கடைசி மனிதன் என்று பொருள். அதுபோல் ஜனநாயகம் என்பதும் அவருக்கு உவப்பில்லாத சொல்லே. ஏனென்றால் அது அரசியல் போட்டியை முன்னிறுத்துகிறது. 'போட்டியிடுதலுக்குப் பதிலாக, ஒன்றிணைதல், அனைத்து தரப்பின் சம்மதம், கூட்டுறவு இவையே ஜனநாயகத்தின் ஊக்க சக்தியாக இருக்கவேண்டும்' என்றார் கோவிந்தாச்சார்யா. கியூபாவின் வண்ணங்கள் மீண்டும்!

அரசியல் சாசனத்தில் இந்து கருத்தாக்கங்களைப் புகுத்தும் வேலை துவங்கி விட்டது: 'நாங்கள் அதைச் சத்தம் போடாமல் செய்து கொண்டுதான் இருக்கிறோம். ஆலோசனைகளும் விவாதங்களும் சில காலமாகவே நடந்துவருகின்றன. நான் உங்களிடம் கூறியதெல்லாம் விவாதத்தின் ஆரம்ப சாராம்சமே. பலவிடுபடல்களைச் சரி செய்ய விரிவான கருத்துப் பரிமாற்றங்கள் நிகழவேண்டும். நிதானமான, புரிதல் மிகுந்த, விருப்பு வெறுப்பற்ற விவாதங்கள் நடக்க உகந்த சூழலும் நிர்வாக அமைப்பும் தேவை. கண்களைக் கூசவைக்கும் இப்போதைய ஊடக வெளிச்சத்தில் அது சாத்தியமே இல்லை' என்கிறார் கோவிந்தாசார்யா.

உதாரணத்துக்கு இந்துத்துவா தாக்கம் கொண்ட அரசியல் சாசனம், தற்போது சாசனத்தின் வழிகாட்டு நெறிகள் கூறும் பால் தரும் விலங்குகள் மற்றும் விலங்கு நலன் என்னும் தளத்தில் இருக்கும் பசுக்கொலை தடையை, மத நம்பிக்கைக்கு உட்பட்ட வெளிப்படையான மதக் கட்டுப் பாட்டானதாக மாற்றுமா? கோவிந்தாசார்யா கீழ்க்கண்டவாறு தெளிவாகக் கூறுகிறார்:

'உற்பத்தி அடிப்படையிலான ஒரு வளர்ச்சிக்குப் பதிலாக சுற்றுச் சூழலை மையமாகக்கொண்ட ஒரு வளர்ச்சிக்கு ஆதரவாகவே இந்துத்துவாவின் அரசியல் சாசன வரைவு இருக்கும். நான் பசுவின் உரிமைகளைப் பற்றி மட்டும் பேசவில்லை. நிலம், நீர், விலங்கு மற்றும் காடு - இவற்றைப் பாதுகாப்பதில் தான் மனிதனின் நலனும் சேர்ந்திருக்கிறது. இந்த ஐந்துக்குமே சம உரிமை உண்டு. அந்த உரிமை கடமை அடிப்படை யிலானதோ உரிமை அடிப்படையிலானதோ அல்ல. பசு என்பது நமது பண்பாட்டுச் சிறப்பு மிக்க தொன்மைக் காலத்தின் அடையாளம். அது சுற்றுச் சூழல் அறங்களைப் பிரதிபலிப்பதால் அதை அரசியல் சாசனத்தின் முன்னுரையிலேயே நாம் சேர்க்க வேண்டும். இது இந்து அறங்களில் ஒன்றே. பிஷ்னோயி என்னும் பழங்குடியினர் மரங்களைக் கட்டிக்கொண்டு அவற்றைக் காக்கவில்லையா? இவை எல்லாமே 'பாரதிய' கலாசாரம். இயற்கையை வென்றான் மனிதன் என்று நினைத்துக் கொள்ளாமல் மனிதன் இயற்கையைக் காக்க வேண்டும் என்னும் சிந்தனை தேவை. இந்தக் கடமையை நாம் அரசியல் சாசனத்தில் சேர்க்கவேண்டும்'.

சுற்றுச்சூழல் ஆர்வலர்கள் இதை உடனடியாக ஏற்றுக் கொள்ளக் கூடும். ஒருவேளை இந்துத்துவாவால் திருத்தப்பட்ட அரசியல் சாசனம் சட்டமானால் அது சுதந்திர இந்தியாவின் மிக ஆதாரமான தத்துவமான 'எல்லா மக்களும் எந்த மதத்தைச் சேர்ந்திருந்தாலும் சமமானவர்' என்பதையே தீர்த்துக் கட்டிவிடுமா? கவனத்துடன் இந்துத்துவாவின் மையக் கருவான 'இந்து அல்லாதவர் இந்துக்களை விடக் கீழானவர்' என்னும் கொள்கையைத் தழுவுமா? அது சுவாமி விவேகானந்தர் மற்றும் மகாத்மா காந்தியின் இந்துயிஸமாக இல்லாமல் சாவர்க்கர், கோல்வார்க்கர் மற்றும் உபாத்யாயாவின் இந்துயிஸமாகவே இருக்கும். சுவாமி விவேகானந்தர் மற்றும் மகாத்மா காந்தி இந்தியக் குடிமையை அல்லது

இந்தியத் தன்மையை ஒருவர் வழிபடும் கடவுள், ஒருவர் உண்ணும் உணவு, ஒருவர் உடுத்தும் உடை அல்லது ஒருவரது தீர்த்த யாத்திரையை வைத்து முடிவு செய்யவில்லை. அப்படி அவர்கள் செய்தால் நூறு ஆண்டுகளாக இந்துத்துவா என்று பேசி வந்த சித்தாந்தத்தை போலி மதச்சார்பின்மை என்று சொல்லி அவர்கள் எதிர்த்துவந்த சித்தாந்தத்துக்கு அடிபணிய வைத்ததுபோலவே ஆகும்.

இது இந்துத்துவா சித்தாந்திகளுக்கு ஒரு முக்கியமான ஊசலாட்டம். அவர்கள் இந்த வாய்ப்பைப் பயன்படுத்தி, இந்தப் பெரும்பான்மையைப் பயன்படுத்தி - வெகு நாள் அவர்கள் காத்திருந்தால் அதுவும் கை நழுவிப் போகலாம்- அவர்களது தலைமையான சிந்தனையாளர்களின் வழியில் அரசியல் சாசனத்தை மாற்றி எழுதுவார்களா? அல்லது பல இன, பல மொழி பேசும், பன்மத நம்பிக்கை உள்ள ஒரு நாட்டில் 'இந்து, இந்தி, இந்துத்துவா' என்பதெல்லாம் நடைமுறை சாத்தியமல்ல என்னும் நிஜத்தை உணர்ந்து தம்மை மாற்றிக்கொள்வார்களா?

மற்றொரு அமிலச் சோதனையாக இருக்கக்கூடிய கேள்வி: இந்தியாவில் உள்ள எல்லாக் குடிமக்களுக்கும் இந்துத்துவா 'பொது சிவில் சட்டம்' கொண்டுவருமா? தனி நபர் சட்டத்தில் திருமணம், வாரிசுதாரர் உரிமை மற்றும் விவாகரத்தில் இஸ்லாமியருக்கு எனத் தனிச் சட்டம் இருக்கிறது. மற்றும் சில சிறுபான்மையினருக்கு மதத்தின் அடிப்படையில் வித்தியாசமான சட்டம் உண்டு. இந்துத்துவவாதிகள் இவை அரசியல் சாசனத்தின் 44 விதிக்கு எதிரானது என வாதிடுகிறார்கள். அது சமூகத்தில் பிளவை உண்டாக்குகிறது. நாம் எல்லோருமே இந்துக்கள் என்றால் (இந்த இடத்தில் நாம் இந்து மொஹம்மதன்கள், இந்து கிறித்துவர்கள் என்று வாசித்துக் கொள்ள வேண்டும்), நாம் எல்லோருமே ஏன் ஒரே சிவில் சட்டத்தை ஏற்றுக்கொள்ளக்கூடாது?

ஜவஹர்லால் நேருவில் துவங்கி பல மதச்சார்பற்ற காங்கிரஸ் தலைவர்கள் 'பொது சிவில் சட்டம்' என்பது வரவேற்கத்தக்கதே. ஆனால் அது பாதிக்கப்படக்கூடிய பிற சமூகத்தினரின் சம்மதத்தோடு நடைபெற வேண்டும் என்றார்கள். அந்த சம்மதம் என்பது அழுத்தம் தந்தோ சட்ட ரீதியான அச்சுறுத்தலாலோ நடக்கக்கூடாது. அதை சுமுகமான வேண்டுகோள்களால் மட்டுமே நாம் செய்விக்க முடியும். சிறுபான்மையினத் தலைவர்கள், குறிப்பாக இஸ்லாமியர்கள் இதை இந்துப் பெரும்பான்மையின் நம்பிக்கைகளைத் திணிக்கும் செயலாகக் கண்டு எதிர்த்து வருவதால் இதைக் காலவரையறையின்றித் தள்ளிப் போடுவதே நல்லது. பக்குவமான காலம் கனியும்போது அதை விவாதிக்கலாம்.

இந்த அணுகுமுறையை சிறுபான்மையினரின் விருப்பங்களுக்கு விட்டுக் கொடுத்துப் போதல் என்று கிண்டலடிக்கிறார்கள். ஷரியத் சட்டம் என்பது மனித உரிமைகளுக்கு எதிரானது மற்றும் இஸ்லாமியப் பெண்களின் உரிமைகளைப் பறிப்பது என்பது அவர்களின் வாதம். முஸ்லீம் தலைவர்கள் மக்களால் தேர்ந்தெடுக்கப்பட்டவர்கள் அல்ல. முஸ்லீம் மதத்

தலைவர்களின் ஆணையே சட்டமாக ஆகிவிடுகிறது. இந்துத்துவர்கள் ஆட்சிக்கு வந்த பின்பும் மதவாரியான தனி நபர் சட்டங்கள் இருப்பதை அவர்கள் அனுமதித்தால் அவர்கள் நம்பகத்தன்மை பாதிக்கப் படாதா?

காஷ்மீருக்கு விசேஷ அந்தஸ்து வழங்கும் அரசியல் சாசனத்தின் 370வது பிரிவை இந்துத்துவா தொடர அனுமதிக்குமா? நாடாளுமன்றம் இயற்றிய ஒரு சட்டம் ஜம்மு காஷ்மீர் சட்டசபை சட்டம் இயற்றாமல் செல்லு படியாகுமா? வேறு மாநிலத்தவர் காஷ்மீரில் நிலம் வாங்க முடியாது; காஷ்மீரப் பெண் வெளி மாநிலத்தவரை மணந்தால் தனது காஷ்மீர பிரஜை உரிமையை இழக்க நேரும்' என்னும் ஷரத்துகள் தொடர இந்துத்துவா அனுமதிக்குமா?

இந்திய அரசியல் சாசன அறிஞர்கள் அது எப்போதுமே உயிர்ப்புடன் இருக்கும் ஒரு பிரதி; காலத்தின் தேவைகளை ஒட்டி சட்டத் திருத்தங்கள் செய்யலாம்; நீதிமன்ற அனுமதியின் அடிப்படையில் மட்டுமே அதில் மாற்றங்கள் செய்ய இயலும் என்று சொல்லியிருக்கிறார்கள். நீதிமன்றங்களோ அரசியல் சாசனத்தின் 'அடிப்படை கட்டுமானம்' மாற்றப் படவே முடியாதது என்றே கூறியுள்ளது. சமத்துவ மற்றும் மதச்சார்பற்ற அரசியல் சாசனத்தை இந்துத்துவா கொள்கைக் கலப்பால் மாற்றுவது அதன் அடிப்படைக் கட்டமைப்பை மாற்றுவது ஆகாதா? இருந்தாலும் சாவர்க்கர், கோல்வார்க்கர் மற்றும் உபாத்யாயாவின் பின்னோடிகள் அதைச் செய்யாமல் விடுவார்களா?

இந்து மதம் பற்றிய ஒரு தவறான விளக்கம்

இந்துத்துவத்தை நான் தொகுத்துக் கூறும்போது அதில் உள்ள எல்லாமே ஆட்சேபணைக்குரியவை என்று கூறவில்லை- பாராட்டத்தக்க சிலவும் இருக்கின்றன. உதாரணத்துக்கு உபாத்யாயாவின் மனித நேய அணுகு முறை. அதே நேரம் நிறைய விஷயங்கள் நெருடல்களை உருவாக்கவும் செய்கின்றன. தேச பக்தி என்ற தெளிவாக வரையறுக்க முடியாத ஒன்றை அடிப்படையாக வைத்து பூகோள அடிப்படையிலான தேசப் பற்றை அது நிராகரிக்கிறது. இதனால் அந்த பூகோளப் பரப்பில் வாழும், விசுவாசமான குடிமகன்கள் சிலர் பாரத மாதா கருத்துரு பற்றி மாறுபட்ட கருத்துக் கொண்டிருக்கும் ஒரே காரணத்தினால் அந்நியர்களாகிவிடும் அபாயம் ஏற்படுகிறது.

தொன்மையான அசலான இந்தியப் பண்பாட்டின் வழக்கங்களுக்கும் நம்பிக்கைகளுக்கும் அது மரியாதை காட்டும் போது, அது இவற்றை நம்பாதவர்களை அந்நியப்படுத்தும் பின் விளைவைப் பொருட்படுத்துவ தில்லை. தேச ஒற்றுமை, கூட்டுறவு பற்றியெல்லாம் பேசினாலும், இவற்றை ஏற்போரையும், தமது அரசியல் அல்லது மத விசுவாசத்தின் அல்லது அறிவுபூர்வமான முடிவின் அடிப்படையில் ஏற்காதோரையும்

அது பிரித்துவிடுகிறது. சிறுபான்மையினரைத் திருப்திப்படுத்துதல் தவறு என்று கூறும் இந்துத்துவர்கள் சிறுபான்மையினர் இந்துக்களின் வழி முறைகளை ஏற்கவேண்டும் என்று கட்டாயப்படுத்துகிறார்கள். இந்தியாவின் 20% சிறுபான்மையினரை இந்துக்களின் நம்பிக்கையை ஏற்க வேண்டும் என்று கட்டாயப்படுத்த முடியாது.

அது இந்து மதத்தின் நோக்கையும் அதன் பன்முகத்தன்மையையும் புறந்தள்ளிவிடுகிறது. இந்து மதம் நாட்டின் வெவ்வேறு பகுதி மக்களால் வெவ்வேறுவிதமாக அனுசரிக்கப்படுகிறது. வெவ்வேறு வடிவக் கடவுள்கள், வெவ்வேறு ஜாதி மற்றும் பிரிவுகள் இந்துக்களிடையே உண்டு. பிராமணர்களை எடுத்துக் கொள்வோம். அவர்கள் கல்வி, பூஜைக்கிரமங்கள், மதக் கல்வி இவற்றுக்கானவர்கள். அவர்களுடைய சமூக வழக்கங்களிலும் பல வேறுபாடுகள் உண்டு: மலையாள பிராமணர்கள் குடுமியை முன் பக்கமும், தமிழ் பிராமணர்கள் பின்பக்கமும் வளர்ப்பார்கள். ஐயங்கார் பிராமணப் பெண்கள் விதவைகளுக்கே வெள்ளை சேலை என்று கருதுவார்கள். ஆனால் நம்பூதிரி மணப் பெண் அதைத் தனது திருமணத்தன்று உடுத்துவார். நாம் ஏற்கெனவே பார்த்தபடி இந்து மதம் என்பது ஒட்டுமொத்தப்படுத்தி ஒரே மாதிரி இருக்க வைக்கும் மதம் அல்ல. தனது தர்மம் (கடமை) பற்றி ஒவ்வொரு இந்துவுக்கும் பிறரிடமிருந்து வித்தியாசமான தனித்துவம் மிக்க கண்ணோட்டம் இருக்கும். ஒருங்கிணைந்த மனிதத்துவம் (Integral Humanism) என்பது அத்வைதத்தை மிகவும் அணுக்கமாக வாசித்ததன் விளைவாக இருக்கலாம். ஆனால் உபாத்தியாயா காட்டுவது மட்டுமே இந்துயிஸம் அல்ல. பிற ரிஷி முனிவர்கள் வெவ்வேறு மாற்று அணுகுமுறைகளை ஒரே புதிருக்குத் தந்து இருக்கிறார்கள். உபாத்யாயாவின் தத்துவம் அதன் அதீதமான திடமான தன்மையாலேயே விமர்சனத்துக்கு உள்ளாகிறது. அதில் மறுத்துக் கூறுவோரின் குரலுக்கு இடமில்லை.

சிலர் உபாத்யாயாவின் அணுகுமுறை இஸ்லாமின் உறுதிப்பாட்டுக்கு எதிர்வினை என்று கூறுகிறார்கள். முன்னாள் பத்திரிகையாளரும் பாஜகவின் முன்னாள் அமைச்சருமான அருண் ஷோரி கூர்மையாகக் கூறினார்: 'ஒரே வார்த்தையில் கூற வேண்டுமென்றால் இந்துக்களை இஸ்லாமிய முறைக்கு மூன்று விஷயங்கள் தள்ளுகின்றன: அரசாங்கம் மற்றும் மதச்சார் பற்றோரின் இரட்டை வேட நிலைப்பாடுகள், இஸ்லாமியர்கள் தமது மிரட்டலால் அரசு மற்றும் மதச்சார்பற்றோரைப் பணிய வைத்திருப்பது, இந்துக்கள் இஸ்லாமியர் போல மிரட்டத் துவங்கினால் மட்டுமே மதச்சார்பற்றோரும் அரசும் அவர்களின் உணர்வுகளுக்கு மதிப்புத் தருகிறார்கள். (என்) கணிப்பு: இரட்டைவேட நிலைப்பாடுகளை மதச்சார் பற்றோர் முன்னெடுக்கும் அளவுக்கு இந்துக்கள் இஸ்லாமியர்போல் நடக்க ஆரம்பிப்பார்கள்'.

சங்க பரிவாரின் 'இஸ்லாமியமயமான இந்துயிஸம்' என்பது என்ன? ஆர்.எஸ்.எஸ்ஸுக்கு சாவர்க்கர், கோல்வார்க்கர், உபாத்யாயா ஆகியோர்

ஒரு தெளிவான சித்தாந்தத்தைத் தந்திருக்கிறார்கள். அந்தச் சித்தாந்தம் வெகு நாளாக நம்பப்பட்டு வரும் 'இந்தியாவில் காலம் காலமாக இந்துக்களே இருந்து வந்திருக்கிறார்கள். அவர்களது அடையாளமும் இந்தியாவின் அடையாளமும் பிரிக்க முடியாதவை' என்னும் எண்ணத்தை அடிப்படையாகக் கொண்டது.

இந்துத்துவவாதிகளின் வாதம் தொன்று தொட்டே இந்திய வாழ்க்கையின் சாராம்சமாக இந்துப் பண்பாடும் நாகரிகமுமே இருந்து வந்துள்ளன என்பதே. எனவே, இந்திய தேசியம் என்பது இந்து தேசியமே. இந்திய வரலாறு என்பது இந்துக்களின் போராட்டத்தின் கதையே. இந்த மண்ணின் சொந்தக்காரர்களும் பாதுகாவலர்களுமான அவர்கள் அந்நியத் தாக்குதலை எதிர்த்து நடத்திய போராட்டத்தின் கதையே அது. இந்த மண்ணில் இந்து அல்லாதவர்கள் இருக்கிறார்கள் என்பதும் உண்மையே. ஆனால் அவர்கள் ஆக்கிரமிப்பாளர்கள் (முஸ்லீம்கள், கிறித்துவர்கள்) அல்லது விருந்தாளிகள் (யூதர்கள், பார்சீக்கள்). அவர்கள் இந்து கலாசாரத்தை ஏற்று, இந்தியாவில் இந்துக்களே மேலானவர் என்பதையும் அவர்களது வழக்கங்களையும் ஏற்று, இந்த மண்ணுக்கும் விசுவாசமாக இருக்கும் பட்சத்தில் மட்டுமே அவர்களை சகித்துக் கொள்ள இயலும். தமது பூர்வீகம் இந்து மூதாதையர்தான் என்பதை அங்கீகரிக்க வேண்டும். அவர்கள் தாய் மதத்துக்கு மாறித் தமது பண்பாட்டு வேர்களுக்குத் திரும்பி விட்டால் அது மிகவும் நல்லது.

சங்க பரிவாரின் தரப்பு இதுதான்:

சங்க பரிவாரத்தை எதிர்ப்போர் 'தேச ஒற்றுமை'யையும் 'பூகோள அடிப்படையிலான ஒற்றுமை'யையும் (ஒரு நிலப்பரப்புக்குள் வாழும் வெவ்வேறு மதத்தவர், வேறு மூல வேர்கள் கொண்டவர்களிடையேயான ஒற்றுமையையும்) குழப்பிக் கொள்கிறார்கள். இப்படிப் பேசுபவர்கள் தேச விரோதிகள். பெரும்பான்மை மக்களின் நலன்களைப் பற்றிச் சிந்திக்காமல் சிறுபான்மையினரின் வாக்குகளைக் கவரும் சுய நல நோக்குடன் செயல் படுபவர்கள். எனவே இந்து மக்களின் ஒற்றுமையும் ஒட்டு மொத்தமாக அவர்கள் ஒருங்கிணைவதும் மிகவும் அவசியம். இந்துக்கள் எதிரிகளால் சூழப்பட்டுள்ளார்கள். இந்துக்கள் ஒன்று சேர்ந்து எதிரிகளுடன் போராடும் காலம் வெகு தூரத்தில் இல்லை. இந்துக்களைத் தொடரும் எல்லாத் தீமைகளுக்கும் அவர்களின் ஒற்றுமையின்மையே காரணம். சங் பரிவாரத்தின் லட்சியமெல்லாம் அந்த ஒற்றுமையை உண்டாக்கி இந்து தேசம் எனும் மேம்பட்ட புகழை அடைவதுதான்.

தெளிவானதும், தர்க்கபூர்வமானதுமாகத் தென்படும் இந்த சித்தாந்தத்தின் பிரச்னையே அது இந்து மதம் என்றால் என்ன என்பதன் அடிப்படையை மறுப்பதே. சுவாமி விவேகானந்தர் எந்தப் பன்முகத்தன்மையை, பல நம்பிக்கைகளை அரவணைக்கும் தன்மையை இந்து மதத்தின் பலமாகக் கண்டாரோ, மதத் தடைகளை மற்றும் ஒரே புனித நூல் என்னும் நிலையை

ஏற்காததை சிறப்பாகக் கண்டாரோ, அதன் ஒன்று கலக்கும் தன்மையை உயர்ந்ததாகக் கண்டாரோ, 'செமெடிக்' மதங்களைப் போல ஒன்று போலில்லாமல் இருக்கும் தனித்தன்மையைப் போற்றினாரோ - அந்தத் தன்மைகளை ஆர்.எஸ்.எஸ் சித்தாந்திகள் பலவீனங்களாகக் காண்கிறார்கள்.

எது இந்து மதத்தின் தன்மை கிடையாதோ அதைக் கொண்டு வருவதே ஆர்.எஸ்.எஸ்.ஸின் லட்சியமாக இருக்கிறது. அதாவது, இந்துக்களை ஓரணியில் திரட்டுவதன் மூலம் இந்து மதத்தை செமிட்டிக் மதமாக ஆக்க முயற்சி செய்கிறார்கள். மதத் தடைகள் மற்றும் கட்டுப்பாடுகளை அவர்கள் 'ஆக்கிரமிப்பாளர்கள்' என அழைக்கும் மதங்களில் உள்ளது போலவே இந்து மதத்துக்குள்ளும் ஏற்படுத்த விரும்புகிறார்கள். ஒரே கடவுள் (அநேகமாக ராமர்), ஒரே மத நூல் (பகவத் கீதை), நிர்வகிக்கத் தோதான மதத் தலைவர்களின் ஆதிக்கம் இவற்றுக்கெல்லாம் மேலாக ஒன்றுபட்ட இனம் மற்றும் அதைக் கொண்டாடும் மக்கள் என்னும் குறுகிய அடையாளத்தை இந்து மதத்தின் மீது திணிக்கவே விரும்புகிறார்கள். பெருவாரியான இந்துக்கள் பின்பற்றும் இந்து மதம் இது இல்லை. ஒவ்வொரு இந்துவும் இந்த இந்துத்துவா திட்டத்துக்கு உடன்படுகிறார் என அனுமானித்துக் கொள்வது சரியா? பெரும்பான்மையினர் ஒப்புக் கொள்ளாதபோது அவர்களை இந்துத்துவா வட்டத்துக்குள் கொண்டு வருவதே அந்தத் திட்டம் நிறைவேற ஒரே வழியா?

ஆனால் இந்து மதமோ உள் நோக்கி இயக்கப்படும் நம்பிக்கையாகும். அதன் கவனமெல்லாம் தன்னை உணர்தலும் ஆன்மா பூரணத்துடன் ஐக்கியமாவதுமே. இந்துத்துவமோ வெளி நோக்கி விரியும் கருத்தாக்கம். அதன் நோக்கமெல்லாம் பண்பாட்டு மற்றும் சமூக வேறுபாடுகளை உண்டாக்கி அரசியல் ஆதாயம் அடைவதே. இதனாலேயே இந்துத்துவா இந்து மதத்தின் மையமான அறங்கள் மற்றும் அனுமானங்களில் இருந்து துண்டிக்கப் பட்டதாகும். ஆனால், இந்து மதத்தையே தான் பிரதிநிதித்துவப்படுத்துவதாகச் சொல்லிக் கொள்கிறார்கள். அதோடு இந்து மதத்தை பல்வேறு கோட்பாடுகளின் தொகுப்பாகப் பார்க்காமல் கலாசாரக் குறியீடாக மட்டுமே பார்க்கிறது. இவர்களின் இந்து மதத்துக்கும் ஆதி சங்கரர், விவேகானந்தரின் இந்து மதத்துக்கும் எந்த சம்பந்தமும் கிடையாது. இது இருபதாம் நூற்றாண்டில் இருபதாம் நூற்றாண்டுக்கு உரிய அரசியல் சிந்தனையில் உருவானது. அனைவருக்குமாகப் பேசுதல் அல்லது 'வொல்க்' என ஜெர்மனியில் முன் வைக்கப்பட்ட கோட்பாட்டை 1945லேயே ஐரோப்பா நிராகரித்து அழித்தொழித்துவிட்டது. அதையே மீண்டும் எழுபது ஆண்டுகள் கழித்து இந்துத்துவவாதிகள் கையில் எடுத்திருக்கிறார்கள்.

என்னைப் பற்றித் தனிப்பட்ட முறையில் கூற வேண்டுமென்றால் என்னுடைய இந்து மதத்தை மிகவும் வசதியாக நேருவிய இந்தியத் தன்மையுடன் பொருந்தி இருக்கிறது. அதை ஒரு குறுகிய, துண்டாடும்

தத்துவமாகக் காட்டும் இந்துத்துவாவின் சித்தரிப்பு இந்து மதத்தைத் திரித்துக் காட்டுவதே. 'கர்வத்துடன் நீ உன்னை இந்து என்று சொல்' என்று என்னிடம் யார் கூறினாலும் 'ஆம், நான் ஓர் இந்துவாக இருப்பதில் கர்வமடைகிறேன். எந்த விஷயங்களினால் தெரியுமா? அதன் வெளிப்படைத்தன்மை, அதன் பன்முகம், விரிந்து பரந்த அதன் தத்துவம், அதன் வேதாந்தத்தின் ஆழ்ந்த தெய்வீகம் மற்றும் பல்வேறு விதங்களில் அனுசரிக்கப்படும் அதன் பல பரிமாண வடிவம் மற்றும் வேற்றுமைகளை ஏற்கும் அசாதாரணத் தன்மை இவற்றுக்காக' என்பேன்.

துரதிர்ஷ்டவசமாக இந்துத்துவவாதிகள் ஒரு கால் பந்துக் குழுவுக்கு ஒருவர் தரும் ஆதரவு போலவே அதை ஓர் அடையாளச்சின்னமாக மட்டுமே பார்க்கிறார்கள். இந்து மதத்தின் அறங்கள், தத்துவங்கள் மற்றும் நம்பிக்கைகளின் மொத்த வடிவமாக இல்லாமல் ஒரு 'டி-ஷர்ட்' மீது இருக்கும் சின்னம் போல, அதன் அண்டம் நோக்கி விரியும் தன்மையை மறந்தவர்களாக இவர்கள் ஆதரவு இருக்கிறது.

டாக்டர் ராதாகிருஷ்ணன் குறிப்பிட்டது போல இந்துத்தன்மை இந்தியத் தன்மை என்பதில் சகிப்பின்மை, மதவெறி மற்றும் பிற மதத்தவரைத் தாக்குவது இவற்றுக்கு இடமே இல்லை. நான் ஓர் இந்துவாக இருப்பதால் தேசியவாதியாக இருக்கிறேன். ஆனால் நான் இந்து தேசியவாதி அல்ல. கேள்விக்கே இடமில்லாமல் எனது தேசியம் என்பது அனைத்தையும் தழுவுவதாக இந்தியத்தன்மை கொண்டது. சங்கமோ என்னைப் போன்ற இந்தியர்களுக்காகப் பேசுவதில்லை.

❦

அத்தியாயம் 6

புனிதப் பசுக்களைத் தாண்டி

'**ம**தச்சார்பற்ற' இந்தியாவின் பன்முகத் தன்மையின் வாரிசாகவே நான் வளர்ந்தேன். மதச்சார்பின்மை என்பதன் பொருள் மத நம்பிக்கை இல்லாமல் போய்விடுவது அல்ல. அவ்வாறு பிரகடனம் செய்த கம்யூனிஸ்ட்டுகள் மற்றும் திமுக போன்றவைகூட தமது ஆதரவாளர் களிடையே அந்தக் கொள்கைக்கு வரவேற்பு இல்லை என்பதைப் புரிந்து கொண்டிருக்கின்றன. உண்மையில் வருடாந்திர துர்கா பூஜையின்போது இரு கம்யூனிஸ்ட் கட்சிகளும் ஒருவரோடு ஒருவர் போட்டி போட்டுக் கொண்டு மிகவும் பெரிய துர்க்கைப் பந்தல்களை அமைப்பார்கள். உண்மையில் இந்தியாவில் மதச் சார்பின்மைக்குப் பொருள், எல்லா மதங்களும் இருக்கலாம்; ஆனால், அரசின் தனிப்பட்ட ஆதரவு எந்த மதத்துக்குமே கிடையாது என்பதே.

நான் பள்ளி நாட்களில் கொல்கத்தாவில் படித்தபோது, தொழுகை தொடங்கி விட்டதன் அடையாளமாக குரானில் இருந்து மசூதியில் ஓதும் குரலும், அருகிலுள்ள சிவன் கோயிலில் மணி ஓசையும், ஒலிபெருக்கியில் குருத்துவாராவிலிருந்து பிரார்த்தனைகளும் ஒன்றாகக் கேட்கும். மிக அண்மையிலேயே இருந்தது புனித பால் கெதீட்ரல்.

இதில் நகை முரணே, இத்தகைய பன்மத ஒற்றுமை என்பது இந்தியாவில் சாத்தியமாகக் காரணமே இந்தியாவில் இருப்பவர்களில் பெரும் பான்மையினர் இந்துக்கள் என்பதுதான். வேற்றுமைகளை ஒப்புக்கொண்டு ஒன்றாயிருக்கும் இந்து மதத்தின் தன்மையே விவேகானந்தர் மற்றும் பல

மகான்கள் நமக்குக் காட்டிய இந்து மதமாகும். இந்த நூலின் பல இடங்களில் நான் அதைக் குறிப்பிட்டிருக்கிறேன். மாறுபட்டவர்களுடன் இணக்கமாக வாழ்வது என்பதே இந்தியாவின் ஆதார குணம். பல்வேறு வித்தியாசங்களை ஏற்கும் ஒரு சமூகத்தில் பல மதங்களை ஏற்பது என்பது இன்னொரு இயல்பான செயலே. நாம் வெவ்வேறு மொழிகள் பேசுகிறோம், வெவ்வேறு உணவுப் பழக்கங்கள் நம்முடையவை, நாம் உடை உடுப்பதும் வெவ்வேறான முறைகளிலேயே. நம் தோலின் நிறமும் வேறுபடுவதே. அதுபோலவே நம்மிடையே பல மதங்கள் இருக்கவும் முடியும்.

மதச்சார்பின்மையும் மதக்கலவையும்

எனவே இந்திய மதச்சார்பின்மை என்பது அரசையும் மதத்தையும் பிரித்து விடுவது அல்ல. இந்தியாவில் மதச்சார்பின்மை என்பது எல்லா மதங்களுக்கும் அரசின் சம ஆதரவு உண்டு; எந்த மதத்துக்கும் விசேஷ சலுகை கிடையாது என்பதே.

பிரெஞ்ச் மதச்சார்பின்மை போன்றதல்ல இந்தியாவின் மதச்சார்பின்மை. பிரெஞ்ச் கருத்தாக்கத்தில் மதம் அரசு நிறுவனங்களுக்கு உள்ளே வரக்கூடாது. அரசும் மத நிறுவனங்களுக்குள் தலையிடாது. இந்திய அமைப்பிலோ மதங்களுக்கு சலுகைகள் உண்டு. சிறுபான்மை மதங்களின் பள்ளிகளுக்கு அரசின் நிதியும் சலுகைகளும் ஏராளம் உண்டு. பொதுக் கல்வி நிறுவனங்களுக்கான சட்ட திட்டங்கள் அவர்களைக் கட்டுப் படுத்தாது. (அரசுப் பள்ளிகளில் மதத்தின் எந்த பிரார்த்தனை யும் மதம் பற்றிய எந்தக் கல்வியும் அனுமதிக்கப்படுவதில்லை. ஆனால், அரசின் சலுகைகளைப் பெறும் சிறுபான்மையினரின் கல்வி மையங்களில் அவர்களுடைய மத போதனைகளுக்கு அனுமதி உண்டு என்பதுபோன்ற இந்தச் சலுகைகள் எதற்கு என்று இந்துத்துவவாதிகளின் விமர்சனம் எப்போதும் இருக்கிறது.)

1951 Religious and Charitable Endowment Law என்னும் சட்டத்தின் படி மாநில அரசு இந்துக் கோயில்களைத் தனது கட்டுப்பாட்டுக்குள் எடுத்துக்கொண்டு அவற்றின் வருமானத்தை அரசு தன் விருப்பப்படி கோவில் சாரா விஷயங்களில்கூடச் செலவு செய்யலாம். ஆனால் முஸ்லீம் வக்ஃப் வாரியங்கள் மற்றும் பௌத்த மடாலயங்களுக்கு, கிறிஸ்தவ சர்ச்சுகளுக்கு இந்திய மதச்சார்பின்மையின்படி அரசின் நிதி உதவி உண்டு. இதை மறுபரிசீலனை செய்யலாம் என்பது ஒருபக்கம். ஆனால் 2016ல் ஒரு ஜைனத் துறவியை ஹரியானாவின் சபாநாயகர் இருக்கையைவிட உயரமான ஆசனத்தில் அமர வைத்து பாஜக அவரை சட்டப் பேரவையில் உரையாற்ற வைத்ததைப் பல இந்துக்களே கண்டித்தார்கள். மத அம்சங்கள் நம் அரசியல் சூழலில் இல்லாமல் இல்லை. பல காவி உடை அணிந்த சாதுக்கள் நாடாளுமன்றத்துக்குத் தேர்ந்தெடுக்கப்பட்டிருக்கிறார்கள்.

உத்தரபிரதேசத்தின் யோகி ஆதித்யநாத் முதலமைச்சராகவே இருக்கிறார். ஆனால், மக்களால் தேர்ந்தெடுக்கப்பட்டவர்கள் இருக்கும் சட்டசபையில் மக்களால் தேர்ந்தெடுக்கப்படாத ஒருவருக்கு இத்தனை மரியாதை கொடுப்பதென்பது அடிப்படை யிலேயே மிகப் பெரிய பிழை. இதுவரையிலும் இப்படியான ஒரு மரபு மீறல் இருந்ததே இல்லை.

ஹரியானா மாநில அரசின் செயல் நம்மால் ஏற்க முடியாததே. என்றாலும் இந்திய அரசு மதச்சார்பற்ற என்ற வார்த்தையின் உண்மைப் பொருளின்படி நடந்துகொள்ளும் அரசு அல்ல. நான் வளர்ந்த காலகட்டம் இந்துப் பெரும்பான்மை மிக்க அரசு எப்போதும் சிறுபான்மையினரின் வெற்றி மற்றும் நல மேம்பாட்டுக்காக அரசு நிறுவனங்களை நடத்தி வந்திருக்கும் சூழலே. 'தர்ம நிரபேட்சதா' என்னும் அரசு எல்லா மதங்களையும் தள்ளி வைப்பதாக அல்லாமல் அரசு எல்லா மதங்களையும் தழுவிக் கொள்ளும் மதச்சார்பின்மையே இந்திய மதச்சார்பின்மை.

எனது தலைமுறை 'வேற்றுமையில் ஒற்றுமை' என்னும் கோஷத்தில்தான் வளர்ந்தது. பிரிட்டிஷார் வெளியேறும்போது பாகிஸ்தான் என்னும் மத அடிப்படையிலான தனி நாட்டுக் கோரிக்கையை எப்போது இந்தியா நிராகரித்ததோ அப்போதே அது தேசியத்தை மத அடையாளத்தால் நிர்ணயிக்கும் சித்தாந்தத்தையும் நிராகரித்துவிட்டது. 'பாகிஸ்தான் முஸ்லீம் நாடென்றால் எஞ்சியதெல்லாம் இந்து நாடு' என்னும் வஞ்சகப் பொறிக்குள் நாம் அடைபடவே இல்லை. இந்தியா என்னும் கருத்தை நாம் ஏற்க வேண்டுமென்றால் மத அடிப்படையில் நாட்டைத் துண்டாடும் தருக்கத்தை நாம் நிராகரிக்கவே வேண்டும்.

பொ.யு.மு. மூன்றாம் நூற்றாண்டில் அசோகர் முதல் தொடங்கி பொ.யு. ஆறாம் நூற்றாண்டின் ஹர்ஷவர்த்தனர்வரை மன்னர்கள் எப்போதும் பல மதங்களையும் ஆதரித்தே வந்துள்ளனர். அசோகரின் கல்வெட்டுகளில் உள்ள ஆணைகளுள், பிற மத நம்பிக்கைகளை எதிர்ப்பதோ மற்றும் பிற மதங்களைத் தடை செய்து தனது நம்பிக்கைகளைப் பின்பற்றுவதோ தடை செய்பவையும் உண்டு. குடிமை மற்றும் அரசியல் நிலவரங்கள் எப்போதும் ஒருவரது மதத்தைச் சார்ந்து இருக்கவில்லை. ஐந்தாம் மற்றும் பத்தாம் நூற்றாண்டுகளில் உருவான எல்லோரா குகைச் சிற்பங்களில் அருகருகே இந்து, ஜைன மற்றும் பௌத்த மத உருவங்கள் இருப்பது பல மதங்கள் ஒன்றாக இருக்கும் பாரம்பரியத்தையே காட்டுகிறது. இந்தப் பாரம்பரியமே பின்னாளில் இருபதாம் நூற்றாண்டில் ஆட்சி செய்த இஸ்லாமிய மன்னர்கள் தமது மந்திரி சபை மற்றும் ராணுவத்தில் இந்துக்களுக்கு முக்கிய இடம் கொடுக்க வழி வகுத்தது. பெரும்பான்மை இந்துக்களை ஆள்வதை அவர்கள் உணர்ந்திருந்தார்கள். அவர்களுள் அக்பர் 'தீன் இலாஹி' என்னும் இந்து, இஸ்லாம் மற்றும் பிற மதங்களின் போதனைகள் ஒன்றாகக் கலக்கும் புதிய மதம் ஒன்றையே ஏற்படுத்தினார். அவரது ஆட்சிக்குப் பின்னர் அது நிலைக்கவில்லை என்றாலும் அது மிகவும் அசாதாரணமான ஒரு முனைப்பு ஆகும்.

சர்வ தர்ம சமபாவனை என்னும் எல்லா மதங்களையும் சமமாய்க் காணும் மாண்பை மிகப் பெரிய மகான்களான ராம கிருஷ்ண பரமஹம்சரும் சுவாமி விவேகானந்தரும் உபதேசித்தனர். அதையே தேசிய இயக்கத்தை வழி நடத்தியபோது மகாத்மா காந்தியும் போற்றிப் பின்பற்றினார். எனது தலைமுறையில்தான் சர்வ தர்ம சமபாவனை மற்றும் பிரபஞ்சமயமான சிந்தனைகளை இந்துத்துவவாதிகள் நிராகரித்து இந்துயிஸத்தையே மற்றும் இந்துக்களின் அரசியல் உரிமைகளையே உயர்த்திப் பிடிப்பது என்னும் கொள்கையை வைத்து அரசியலைத் துவங்கினார்கள்.

டேவிட் ஃப்ராலி (பண்டிட் வாமதேவ சாஸ்திரி) என்னும் இந்துத்துவ சித்தாந்தி சர்வ தர்ம சமபாவனை ஏன் இந்துக்களிடம் இருந்து மட்டும் எதிர் பார்க்கப்படுகிறது என்று எச்சரிக்கிறார். 'எதிரிகள் ஏற்காத ஒன்று இந்துக்களை மட்டும் ஏன் கட்டுப்படுத்துகிறது?' என வினவினார். ஃப்ராலி 'இந்திய கிறித்துவர்கள் மற்றும் முஸ்லீம்கள் எப்போதாவது சர்வ தர்ம சமபாவனைக்கு எதிராகச் சென்றதற்காக விமர்சிக்கப்பட்டார்களா? மதத் தடைகளும் கட்டுப்பாடுகளும் கொண்ட பிற மதங்களின் குறைகளை அலசுவதற்கு இந்த 'எல்லா மதங்களும் சமம்' என்னும் கருத்தே தடைக் கல் ஆகிறது' என்றார் அவர்.

பன்மதங்கள் ஒன்றாயிருக்கும் இந்துப் பாரம்பரியத்தை மறுக்கவே இயலாது. வட காஷ்மீரத்தில் அமர் நாத் என்னும் பனிலிங்க குகைக் கோயிலின் வருவாயில் மூன்றில் ஒரு பகுதி ஆதாம் மாலிக் என்னும் முஸ்லீம் இடையரின் வம்சாவளியினருக்குப் போய்ச் சேருகிறது என்பது தமது மலை ஏறி அங்கே சென்று வணங்கும் இந்துக்களுக்குத் தெரிந்திருக்காது. பல நூற்றாண்டுகளுக்கு முன்பு அந்த முஸ்லீமே அந்த அற்புத லிங்கத்தைக் கண்டு அதை ஓர் இந்து சாதுவுக்குக் காட்டினார். Riot என்னும் எனது நாவலில், நான் ஒரு படை வீரரான காஸி மியான் என அழைக்கப்படும் சயித் மசூத் காஸியை ஒரு துறவியாக உத்திரப் பிரதேசத்தின் பஹரைச் பகுதி இந்துக்கள் வழிபடுவதுபற்றிக் குறிப்பிட்டுள்ளேன். நிஸாமுத்தின் அவுலியா, மொயினுத்தின் கிறிஸ்தி, ஷா மதார் மற்றும் ஷேக் நஸுருத்தின் (சிராக் இ தில்லி) ஆகிய இஸ்லாமிய மதத் தலைவர்கள் இந்துக்களால் வழிபடப்படுகிறார்கள். சபரி மலையில் ஏறும் போது, முதல் நிறுத்தத்தில் மூலவர் இல்லாத ஒரு கோயில் உண்டு. அதில் ஐயப்ப சுவாமியின் நண்பரான வாவர் சுவாமி வழிபடப்படுகிறார். இந்துக் கோயில்களிலேயே செல்வச் செழிப்பானதான திருப்பதி கோயிலுக்கும் ஓர் இஸ்லாமியத் தொடர்பு உண்டு. ஒரு சுல்தானின் மகளாயிருந்த பீபீ நான்சிரா, பாலாஜியின் இரண்டாவது மனைவி என்பது ஒரு நம்பிக்கை. சுல்தான் தமது கனவில் திருப்பதி பாலாஜி தோன்றி அவரது மகளையே தாம் மணக்க விரும்பியதாகக் கூறியதும் சுல்தான் மனம் மாறினார். பத்மாவதி பாலாஜியின் இதயத்தில் வாழும்போது, அந்த இரண்டாவது மனைவி அவரது பாதத்துக்குக் கீழே, உள்ள நகரத்தில் வாழ்கிறார் என்பதும் நம்பிக்கை.

இது போன்ற கதைகள் இந்தியாவில் அரிதானவைகளே அல்ல. இஸ்லாமியப் பெண் கடவுளான போன்பீபீ ஒரு சிலை வடிவில் வங்கக் கடலை ஒட்டிய சதுப்பு நிலங்களில் வழிபடப்படுகிறார். அவத் நாட்டின் நவாப்புகள் வருடாந்திர ராம லீலா மற்றும் கிருஷ்ண லீலா இரண்டையுமே நிலை நிறுத்தி லக்னௌவின் படா மங்கள் என அழைக்கப்படும் ஹனுமான் விழாவுக்கு ஆதரவு தந்தனர். மிகப் பெரிய ஓவிய அட்டைகளில் பதுவா என்னும் முஸ்லீம் ஓவியர்கள் இந்து இதிகாசங்களைச் சித்திரமாக வரைவதில் சிறப்பு பெற்றிருந்தனர். நான் ஏற்கெனவே இந்த நூலில் குறிப்பிட்டபடி இந்துக்கள் பசூலிக்கா ஆஃப் அவர் லேடி எனப்படும் தமிழ் நாட்டின் வேளாங்கண்ணி மாதா மற்றும் மவுண்ட் மேரி மும்பை ஆகிய தலங்களில் வழிபடுகிறார்கள். கேரளாவில் புனித தாமஸின் திருவுருவம் அம்பலப்புழாவின் கிருஷ்ணர் கோயில் விழாக்களில் கிருஷ்ணர் உள்ளிட்ட பல இந்து உருவங்களுடன் ஊர்வலமாக கிருஷ்ணர் கோயில்வரை எடுத்துச் செல்லப்படும்.

பிரிட்டிஷ் காலனி ஆதிக்க நாட்களுக்கு முன்பாகவே சரித்திரத்தில் இந்துக்கள் கிறித்துவர் மற்றும் இஸ்லாமியர் பரஸ்பரம் அன்பும் மரியாதையும் வைத்திருந்ததற்கான பல ஆதாரங்கள் உண்டு.

மசூதியை முஸ்லீம்கள் புனரமைக்க இந்துக்கள் உதவியதும், கோயில் கட்டுவதில் இஸ்லாமியர் துணை நின்றதும் பலமுறை நிகழ்ந்ததுண்டு. மிகவும் தீவிரமான இந்துக் குடும்பங்களில்கூட இஸ்லாமியப் பெயர்கள் சூட்டப்பட்டது உண்டு. பல இந்துக்கள் பாரசீக மொழியில் பண்டிதர்களாக இருந்தனர். மராட்டிய மன்னன் சிவாஜி படையில் முஸ்லீம்களும், அவரங்கசீப்பின் சேனையில் ராஜபுத்திரர்களும் பணியாற்றினர். விஜய நகரத்தின் படையில் இஸ்லாமிய குதிரைப் படை வீரர்கள் இருந்தனர். கிராமப்புறங்களில் ஒரே வழிபாட்டு இடத்தில் இருவருமே பிரார்த்தனை செய்தார்கள் என்பது வரலாற்று அறிஞர்களின் கருத்தாகும்.

மிகவும் புகழ் பெற்ற இந்துத் தலமான சபரி மலையில், முதலில் ஐயப்பனின் சீடரான வாவர் சுவாமியின் சன்னதியே முதலில் வரும். இஸ்லாமிய நம்பிக்கையைக் கருத்தில் கொண்டு அங்கே விக்கிரகம் எதுவும் கிடையாது. ஒரு கல் பலகை, ஒரு கத்தி (வாவர் ஒரு படை வீரர்) மற்றும் இஸ்லாமிய நிறமான பச்சை வண்ணத் துணி ஒன்றுமே அங்கே இருக்கும். (மிகவும் அதிர்ச்சி தரக்கூடிய ஒரு வழிபாடு தென் ஆற்காட்டில் ஒரு கோயிலில் முட்டாள் ராவுத்தன் எனக் குங்குமப் பொட்டும் தாடியும் மற்றும் கள் பானை கையிலுமாக ஒரு தெய்வம் இருக்கிறது. அவரே திரௌபதியைக் காப்பாற்றியதற்காக வழிபடப்படுகிறார். மகாபாரத காலத்தில் இஸ்லாம் இருக்கவில்லை என்றாலும் பிற்காலத்தில் மகாபாரதக் கதையில் ராவுத்தரே திரௌபதியைக் காப்பாற்றுகிறார்.)

எல்லா இந்தியர்களுமே வெகு காலமாகவே ஒருவருக்கொருவர் பின்னிப் பிணைந்த வாழ்க்கையையே வாழ்ந்து வந்தார்கள். அந்த பிணைப்பில் இஸ்லாமிய இசைக் கலைஞர்கள் இந்து பக்திப் பாடல்களைப்

பாடினார்கள். இந்துக்கள் சூஃபி வழிபாட்டு இடங்களுக்குப் பெருமளவில் போனார்கள். அங்கே இருக்கும் இஸ்லாமியத் துறவிகளை வணங்கினார்கள். ‘கங்கா ஜமூனி தெஹ்சீப்’ என்னும் ஒரு விழாவை வட இந்தியா கொண்டாடியது. அது இரு மதங்களின் கலவையான பண்பாட்டை வெளிப்படுத்திய ஒன்று.

இஸ்லாமியராகப் பிறந்தாலும் இந்துக் கடவுள்களை வணங்கி மிகவும் ஆழ்ந்த பக்திப் பாடல்களை எழுதிய கவிஞர்கள் உண்டு. ரஸ்கான் என அழைக்கப்பட்ட சையது இப்ராஹீம். பதினாறாம் நூற்றாண்டில் கிருஷ்ணர் மீது அவர் எழுதிய குறட்பாக்களையும் பஜனைப் பாடல்களையும் மக்கள் பக்தியுடன் பாடினார்கள். ரொமிலா தாபர் பல சமஸ்கிருத நூல்கள், மகாபாரதம் (ரஸ்மனமாஹ்) உட்பட இஸ்லாமிய மன்னர்களால் பாரசீக மொழிக்கு மொழிபெயர்ப்பு செய்யப்பட்டன என்று குறிப்பிடுகிறார். பிராமணர்களும் பாரசீக அறிஞர்களும் இணைந்து பகவத் கீதையையும் மொழி பெயர்த்தார்கள்.

ஞானேந்திர பாண்டேவைப் பொருத்தவரை இந்தக் கதைகள் கூறும் இஸ்லாமிய அவைகளில் இந்துப் படைத்தலைவர்கள் மற்றும் சீக்கிய மன்னர் ரஞ்சித் சிங் அவையில் இந்து மற்றும் இஸ்லாமிய மந்திரிகள் இருந்தார்கள் என்பது, மதம், ஜாதி அல்லது வர்க்க அடிப்படையிலான பிரக்ஞையோ பிரிவினையோ அக்காலத்து இந்து மற்றும் முஸ்லிம் மக்களிடையே இருக்கவில்லை என்பதையே காட்டுகிறது. பரஸ்பரப் பகையோ அல்லது ஒத்துப் போகாத உணர்வோ இந்தக் கதைகள் மூலம் நாம் காணவில்லை.

பன்மதக் கலவையான ஒரு சமூக அமைப்பு மிக ஆழ்ந்தது. பல அதற்கு அடையாளங்கள்.

முஸ்லீம் கைவினைஞர்களே வாரணாசியில் தசராவின்போது தேவையான முகமூடிகளைச் செய்கிறார்கள். அவர்கள் பணியில்லாமல் தசரா கொண்டாட முடியாது. கதைகளைச் சித்திரமாக வரையும் முஸ்லீம் ஓவியர்கள் துணிச் சுருள்களில் இந்துப் புராணக் கதைகளைச் சித்திரங்களாக வரைகிறார்கள். இந்து தெய்வங்கள் பற்றிய பாடல்களுடன் அவர்களது ஓவியம் வளர்கிறது. இந்து பக்திப் பாடல்கள் பாடுகிறவர்களுள் மிகவும் புகழ் பெற்றவர்கள் முஸ்லீம்களான டாகர் சகோதரர்கள். சூஃபி பாரம் பரியத்தைச் சேர்ந்த பாவுல் பாடகர்கள், எப்போதும் பிரபஞ்சக் கடவுள் பற்றி நாட்டுப்புறப் பாடல்களை சூஃபி தத்துவங்களின் அடிப்படையில் பாடுகிறார்கள்.

இஸ்லாமிய சமூகவியலாளர்களும் மற்றும் பண்பாட்டியலாளர்களும் கிராமப்புற இஸ்லாமிய மக்களின் அன்றாட வாழ்க்கையிலும் மத வழக்கங்களிலும் இந்துத்தன்மையின் தாக்கம் அதிகம் உண்டு என்று வாதிடுகிறார்கள். வழிபடும்முறை தவிர முஸ்லீம்களை இந்துக்களிடம் இருந்து வேறுபடுத்திக் காண்பது கிராமப்புற இந்தியாவில் சாத்தியமில்லை. தவறான தகவல்களை நம்பியவர்கள் தவிர யாரும்

முஸ்லீம் மற்றும் இந்துக்களுக்கு இடையே இருக்கும் பண்பாட்டு ஒருமைப்பாட்டை மறுக்கவே முடியாது' என்றார் காலஞ்சென்ற முஸ்லீம் சீர்திருத்தவாதியும் அறிஞரும் ஆன அஸ்கர் அலி எஞ்ஜினியர்.

சமீபத்தில் சமூக ஊடகங்களில் பெரிதும் ரசிக்கப்பட்ட ஒரு புகைப்படம் இஸ்லாமியப் பெற்றோரோடு கிருஷ்ண ஜன்மாஷ்டமி தினத்தன்று ஒரு ஸ்கூட்டரில் பயணம் செய்யும் அவர்களது சின்னஞ்சிறு பாலகன் கையில் புல்லாங்குழல், தலையில் கொண்டையுடன் மயில் பீலி என கிருஷ்ணர் வேடத்தில் பள்ளிக் கூடத்தில் நடக்கும் கலை நிகழ்சிக்காகச் சென்றதே.

ஏற்கெனவே முன் பக்கங்களில் எடுத்துக்காட்டியதுபோல இந்து அறங்களுக்கு எதிரான வழியில் சில சக்திகள் தம் மதத்தை இஸ்லாமிய மற்றும் கிறித்துவ மதங்களுக்கு எதிரான ஒன்றுபோல நிலை நிறுத்துவதில் ஈடுபடுவது மிகவும் சோகமானது. இந்துத்துவம் பக்கம் சாயும் அரசியல் வாதிகள், மதத் தலைவர்கள் மற்றும் குழுக்களால் முன்னெடுக்கப்படும் உக்கிரமான இந்துத்துவம் மெல்ல மெல்ல மக்களின் ஆதரவைப் பெற்று வருகிறது. இந்த உக்கிரத்துக்கு எந்த இந்து மத நூலிலும் அங்கீகாரம் இல்லை. இந்து அறங்களுக்கு எதிரான கொடூரச் செயல்களுக்கான முதல் உதாரணம் 1991ல் பாபர் மசூதி இடிக்கப்பட்டது. இரண்டாவது 2002ல் குஜராத்தில் நிகழ்ந்த பெரிதும் முஸ்லீம்களைக் கொன்று குவித்த இனப் படுகொலை.

எங்கேயிருந்து இன்று எங்கே வந்திருக்கிறோம்? வரலாறு முழுதும் சிறுபான்மையினரிடம் சகிப்புத்தன்மை காட்டுவதில் ஈடு இணையற்ற ஒரு தேசம் இன்று எந்தக் கீழ்மைக்குப் போயிருக்கிறது! யூதர்கள், பார்சிக்கள் மற்றும் முஸ்லீம்கள் மற்றும் பலவகைக் கிறித்துவர்களுக்கெல்லாம் அடைக்கலமும், தம் மதத்தைப் பின்பற்றும் சுதந்திர சூழலையும் அன்புடன் ஏற்படுத்தித் தந்தது இந்த தேசம். புனித தாமஸ் அபோஸ்தலர் என்னும் கிறித்துவ மகான் கேரள கடற்கரைக்கு பொ.யு. 52ல் வந்தபோது ஒரு யூதப் பெண் அவரைப் புல்லாங்குழல் வாசித்து வரவேற்றார். அவர் பலருக்கும் மத மாற்றம் செய்து வைத்தார். எனவே இன்று இந்தியாவில் கிறித்துவ மூதாதையரின் சந்ததிகளாக இருப்போர் பலரும் ஐரோப்பா கிறித்துவம்பற்றி விழிப்புக் கொள்ளும் முன்பே கிறித்துவர்களாக ஆனவர்கள். (இன்று இந்து வெறியர்களாக இருப்போரின் முன்னோடிகளின் காலத்துக்கு மிக முன்பானது அது.) அரேபியாவுக்கு வெளியே உள்ள ஆகப் புராதனமான மசூதி கேரளாவின் கொடுங்கலூரில்தான் இருக்கிறது. பாங்கு ஓதித் தொழுகையை மசூதியில் துவங்கும் ஒலியும் கோயில் மணியோசையும் ஒன்றாகக் கலந்து காதுக்குள் விழும். இந்தியாவே நாம் கர்வம் கொள்ளக் கூடியதாகும்.

மறுபக்கம், கொலை வெறி பிடித்த கூட்டங்கள் கிறித்துவர்களைக் கொல்லவும் அவர்களது வீடுகள் மற்றும் வழிபாட்டு இடங்களை சேதப்படுத்தவும் ஒரிஸ்ஸாவில் அலைந்ததும், பாபர் மசூதியை இடித்ததும், திட்டமிட்டு முகம்மது அக்லாக் மற்றும் பெஹ்லூ கானைக் குஜராத்தில் கொன்றதையும் நாம் அறிவோம்.

புதிய தலைமுறைகளுக்குப் புதிய குற்றங்கள் வழியாக, பழி தீர்க்கும் விதமான துக்ககரமான வன்முறை புதிய பிணைக் கைதிகளை வரலாற்றில் உருவாக்குகிறது. அக்டேவியோ பாஜ் ஒருமுறை கூறியதுபோல நாம் கண்ணுக்கெட்டாமல் இருப்பதற்கும் நினைவுக்கும் இடைப்பட்டு இருக்கிறோம். ஒன்று மற்றதை நோக்கியும் அதே போலவே திரும்பி நினைவூட்டல்களுமான வற்றையே நான் என் எழுத்தில் மையப் படுத்துகிறேன். இன்று நாம் எதிர் கொள்ளும் கும்பல், நினைவுகளை அழித்துத் தாம் கண்டுபிடித்த நினைவுகளை அங்கே புகுத்த அலைகிறது. நான் என்னும் எனது நாவலின் இறுதியில் குறிப்பிட்டதுபோல சரித்திரம் வெகுளியானவர்களால் பின்னப்பட்ட வலை அல்ல.

இந்து மதம் பற்றியதே இந்த நூல். என் மனதை உறுத்துவதெல்லாம் இந்த வன்முறைகளை ஒரு கும்பல் என் மதத்தைக் காக்கும் பெயரில் செய்துகொண்டிருக்கிறது. ஆக உயர்ந்த உண்மையை அடையப் பல வழிகள் உண்டு என்றே இந்து மதம் கூறுகிறது. ஓர் ஆளின் ஆண் குறியில் முன் தோல் இல்லை அல்லது அவரது நெற்றியில் திலகம் இல்லை - எனவே அவரைக் கொல்கிறேன் என்னும் அளவு வெறி பிடித்த ஒரு மிருகக் கும்பல், இந்து அறங்களைத் திரித்துக் கூறி, மக்களின் உயிரைப் பறிப்பதையும், அவர்களது வழிபாட்டுத் தலங்களை அழிப்பதையும் இந்து மதத்தின் பெயரால் செய்வது எனக்கு மிகுந்த வருத்தத்தையும் அவமானத்தையும் அளிக்கிறது.

நான் இந்த நூல் முழுவதும் எடுத்துக் காட்டியதுபோல நேயமும், சகிப்புத் தன்மையும், அரவணைக்கும் தன்மையும் கொண்ட ஒரு மதத்தில் ‘அடிப்படை வாதத்துக்கு’ ஏது இடம்? மிக உயர்ந்த சகிப்புத் தன்மைக்குப் புகழ் பெற்ற இந்த மதத்தைச் சேர்ந்த சிலர், முஸ்லீம்களையும் கிறித்துவர் களையும் தாக்கினார்கள் என்பது மனதை மிகவும் கொதிப்புறச் செய்வதாகும். இந்து மதம் ஆரியர்கள், முகலாயர்கள் மற்றும் ஆங்கிலேயர்கள் இவர்கள் அனைவரின் ஊடுருவல் மற்றும் ஆட்சிக்குப் பின் அவர்களால் தனது பண்பாட்டை வளப்படுத்திக் கொண்டது. மொழி, கலை, உணவு மற்றும் கல்வி என உள்வாங்கி அவர்களை விடவும் சிறந்த ஒன்றாகப் பரிணமித்தது. முஸ்லீம் படைகள் கோயில்களை இடித்து அங்கே மசூதிகளைக் கட்டினர். ஆனால் அதனால் இந்தியா முஸ்லீம் நாடாக மாறி விடவில்லை. பெரிய அடியாக அது இந்து மதத்தை பாதிக்கவில்லை. திருப்பித் தாக்குவதை ஒப்பிட தாக்குப் பிடிப்பதே மிகப் பெரிய பழி வாங்கல் ஆகும். ஒரு காலத்தில் நடந்த தவறைச் சரி செய்ய, புதிய தவறுகளைச் செய்வது, முதலில் நடந்த குற்றங்களை நியாயப்படுத்தவே செய்யும். (‘கண்ணுக்குக் கண்’ என்னும் பழி வாங்கும் வெறி உலகையே குருடாக்கி விடும் என்றார் காந்தியடிகள்). பன்முகமானதும், அரவணைப்பதும், பிரம்மாண்ட மானதும், பிற மதங்களோடு சேர்ந்திருப்பதுமான இந்து மதமே நான் அறிந்தது. அது நம்பிக்கை என்பது மனங்கள் சம்பந்தப்பட்டது, செங்கல் மற்றும் கற்கள் பற்றியது அல்ல. ‘ராமரை உங்கள் மனங்களில் கட்டுங்கள்’ என்பதே இந்து மதத்தின்

செய்தியாக இருந்திருக்கிறது. அவர் உங்கள் மனதில் இருந்தால் அவர் வேறு எங்கே இருக்கிறார் அல்லது இல்லை என்பது ஒரு பொருட்டே அல்ல. எந்த செங்கற்களுக்குள்ளும் மற்றும் கற்களுக்குள்ளும் அவரைக் காணலாம் என்பதும்தான்.

வெவ்வேறு மத நம்பிக்கை உள்ள மக்களுடன் வாழ்ந்து வந்ததால், இந்துக்கள் வேறுபாடுகளை ஏற்கும் தமது பாரம்பரியத்தை வளர்த்துக் கொண்டார்கள். மதத்துக்கும் அரசியலுக்குமான விவாகரத்து நிரந்தர மானது என்பதையும் புரிந்துகொண்டார்கள். நமது தேசத்தை உருவாக்கிய நம் தந்தையர்களில் பெரும்பான்மையினர் இந்துக்களே. அவர்கள் இந்தியா ஒருக்காலும் ஓர் இந்து பாகிஸ்தானாக இருக்காது என்பதில் கர்வம் கொண்டார்கள். பெரும்பான்மை இந்தியர்களுக்கும் அதே கர்வம் இருந்தது. ஒரு பக்கம் பாகிஸ்தான் தமது அரசியல் அமைப்புச் சட்டத்தின் உயர்ந்த பதவிகளில் முஸ்லீம்கள் மட்டுமே இருப்பார்கள் என்று உறுதி செய்து, அவர்கள் நாட்டு 'பாஸ்போர்ட்' டில் முஸ்லீம் அல்லாதவர் என்னும் முத்திரையுடன் சிறுபான்மையினரின் இரண்டாம் தரக் குடிமை நிலையை உறுதி செய்யும்போது, இந்தியாவின் மக்கள் சிறுபான்மை யினருக்குப் பொது வாழ்க்கையில் தரப்படும் முக்கியத்துவம் கண்டு மகிழ்கிறார்கள். அரசியல், அரசாட்சி, பண்பாடு, விளையாட்டு மற்றும் பொழுது போக்கு எதுவுமே மதத் தத்துவங்களின் அடிப்படையில் இருக்கவில்லை. எந்தத் துறையிலும் வெற்றி வாய்ப்பும் மதம் என்னும் உறைகல்லின் முடிவை ஒட்டி இருக்கவில்லை.

சுதந்திரம் பெற்ற பின் கடந்த பல தசாப்தங்களில் இந்த தேசம் இந்த 'மதச்சார்பற்ற' அனுமானங்கள் மற்றும் அணுகுமுறையையே பிரதிபலித்தது. இந்தியாவின் மூன்று குடியரசுத் தலைவர்கள் இஸ்லாமியர்கள். எண்ணற்ற மாநில ஆளுநர்கள், மத்திய - மாநில அமைச்சர்கள், முதலமைச்சர்கள், தூதர்கள், ராணுவ உயரதிகாரிகள் மற்றும் உச்சநீதிமன்ற நீதிபதிகள் முஸ்லீம்கள் மற்றும் சிறுபான்மையினர். 80% ஜனத்தொகை இந்துக்கள் என்ற நிலையிலும், மத அடிப்படையில் பாகிஸ்தான் பிரிந்து சென்ற பின்னரும் இந்த அணுகுமுறை இருக்கிறது. 1971 இந்திய பாகிஸ்தான் யுத்தம் தொடங்கியபோது நாத்திக இந்துக்கள்மீது ஜிகாத் போர் என்று முட்டாள்தனமாக பாகிஸ்தான் அறைகூவல் விடுத்தபோது, இந்திய விமானப் படையின் வட இந்தியப் பகுதி தலைமையில் இருந்தவர் ஒரு முஸ்லீமே (Air Marshal, later Air Chief Marshal, I.H. Latif). ராணுவத்தின் தலைமையில் இருந்தவர் ஒரு பார்சி (General, later Field Marshal, S.H.F.J. Manekshaw). பங்களாதேஷுக்குள் வெற்றிக் கொடி நாட்டிய படைக்குத் தலைமை தாங்கியவர் ஒரு சீக்கியர் (General J.S. Aurora). விமானத்தில் பறந்து கிழக்கு வங்கத்தில் சரணடைந்த பாகிஸ்தானியப் படையுடன் பேச்சு நடத்தியவர் ஒரு யூதராவார் (Major-General J.F.R. Jacob). பெரும்பான்மை இந்துக்களின் நாட்டின் பாதுகாப்புப் படைகளுக்கு அவர்களே தலைமை தாங்கினார்கள். அதுவே இந்தியா.

இந்து தேசியம்

எனவே இந்தியா என்னும் கருத்து ஒரு தேசம் பலரையும் அணைத்துக் கொண்டிருப்பதாகும். இந்த நாடு ஜாதி, இனம், தோலின் நிறம், பண்பாடு, உணவு முறை, நம்பிக்கை, உடைகள் மற்றும் வழக்கங்களில் வேற்றுமை களைத் தாங்கிக்கொண்டாலும் ஒரு பொதுக் கருத்தைச் சுற்றியே மக்கள் வாழ்கிறார்கள். வேற்றுமைகள் நிறைந்த ஒரு நாட்டின் ஜனநாயகத்தில் நீங்கள் எல்லாவற்றிலும் கருத்து வேறுபாடே இல்லாமல் இருக்க வேண்டும் என்ற கட்டாயம் எதுவும் கிடையாது என்னும் எளிய தத்துவத்தை ஒட்டியதே அந்தப் பொதுக் கருத்து. எந்த இடத்தில் வேறுபட்டோம் என்பது மட்டுமே இங்கே விதிவிலக்காகிறது. சுதந்திரம் பெற்ற பின்னரான எழுபது ஆண்டுகளில் வந்த அழுத்தங்கள் மற்றும் இன்னல்கள் எல்லாவற்றையும் தாங்கி, பலரும் ஆருடம் கூறிய துண்டு துண்டாகும் நிலையைத் தவிர்த்து முன்னேற என்ன காரணம்? பொதுக் கருத்தே இல்லாத நிலையை எப்படி நிர்வகிக்கவேண்டும் என்பதில் இருந்த பொதுக் கருத்தைத் தக்க வைத்துக்கொண்டதே காரணம்.

இருபதாம் நூற்றாண்டின் இழப்பு அரசியல் இந்தப் பண்பாட்டின் தன்னம்பிக்கையையே தகர்த்து விட்டது. போட்டிகள் நிறைந்த ஒரு ஜனநாயகத்தில், வளங்களைத் தேடும் போட்டியே இந்து அடிப்படை வாதத்துக்கு வழி வகுத்தது. எல்லா மதங்களைச் சேர்ந்த அரசியல் வாதிகளும் குறுகிய அடையாளங்களைக் குறிப்பிட்டே வாக்காளர்களிடம் வாக்குக் கேட்கிறார்கள். மதம், ஜாதி அல்லது மாநில அடையாளத்தைக் கூறியே அவர்கள் வாக்காளர்களைத் தம்மை அவற்றோடு சேர்த்து அடையாளப்படுத்திக் கொள்ளத் தூண்டுகிறார்கள். இன்று மதம், ஜாதி மற்றும் மாநிலம் பொது வாழ்க்கையின் உரைகளில் நிறைந்திருப்பதால், சிலருக்கு இன்று ஒரு முஸ்லீம், ஒரு போடோ அல்லது யாதவாக இருப்பதே இந்தியனாக இருப்பதைவிடவும் முக்கியமானது.

இந்துத்துவவாதிகளுக்கோ, ஏற்றல் மற்றும் சகிப்புத்தன்மை என்னும் நெறிகள் கோழைத்தனம் மிகுந்தவையாகத் தென்படுகின்றன. ஃப்ராலீ 'மதச் சகிப்புத்தன்மையின் திருத்தூதர்களாக மட்டுமே இருப்பது இந்துக்களுக்குப் போதுமானதாக இல்லை. தெளிவான அற நெறிகளோ அல்லது சித்தாந்தங்களோ இல்லாததே அதற்குக் காரணம். அவர்கள் வெகுஜனங்கள் கொண்டாடா விட்டாலும் எது உண்மையோ அதை உணர வேண்டும். எல்லோரையும் சமன் செய்வது அல்ல அந்த உண்மை'. அந்த உண்மை எது? இந்துக்கள் பல ஆயிரம் ஆண்டுகளாக வாழ்ந்து காட்டிய உண்மையே அது.

இதனால்தான் இந்து அடிப்படைவாதமும் அதன் தாக்கத்தால் இந்தியன் என்பதுபற்றிய தவறான விளக்கங்கள் அரசியல் சொற்பொழிவுகளில் வந்திருப்பதும் மிகவும் ஆபத்தானவை. இந்து மட்டுமே, அதிலும் குறிப்பிட்ட வகையான இந்து மட்டுமே அசலான இந்தியன் என்னும்

அபத்தமான பேச்சு இந்திய தேசியத்தின்மீது எல்லாவிதத்திலுமான ஒரு தாக்குதல் ஆகும். நம்முள் சிலருக்கு மறுக்கப்படும் ஒரு இந்தியா நம் எல்லோருக்குமே மறுக்கப்படும் நிலையே உருவாகும்.

தமது மண்ணிலேயே இந்து அல்லாதவர்களுக்கு இரண்டாந்தரக் குடிமை என்பது நம்மால் எண்ணிப் பார்க்கவே இயலாத ஒன்று. அது இரண்டாம் தேசப் பிரிவினை. இந்திய மண்ணைப் பிரிப்பது இந்திய ஆன்மாவையே பிரிப்பது ஆகும். இந்துத்துவாவின் கொள்கையில் அது ஆழ வேர் விட்டிருக்கிறது. பொறுப்புணர்வு உள்ள எந்த இந்துவுக்கும் இது கவலை தருகிறது.

❈

இந்துத்துவா (அல்லது சங்கிவாத் என்னும் ஆர்.எஸ்.எஸ் வாதமாக அதைக் குறிப்பிட்டு அதில் இருக்கும் மதத் தொடர்பான பெயரை நீக்கி விடுவார்கள்) என்பது மக்களின் உண்மையான பிரச்னைகளில் இருந்து அவர்களை திசை திருப்பும் ஒன்றே. வறுமை, பொருளாதார வளர்ச்சி, ஒடுக்கப்படுதல் மற்றும் அநீதி மற்றும் பூரணம் அடையாத நமது ஜனநாயகத்தை வளர்த்தெடுப்பது ஆகியவையே உண்மையான பிரச்னைகள். இரண்டு வேளைச் சோறு என்னும் அடிப்படைப் பிரச்னையிலிருந்து இந்துக்களின் கவனத்தை அவர்களது அடையாளத்தை நோக்கி திசை திருப்புவதே அவர்களை எதிர்மறையாக பாதிக்கிறது. நான் ஐந்தாம் அத்தியாயத்தில் குறிப்பிட்டதுபோல இந்துத்துவா திட்டம் பரவலானதும் அரவணைப்பதுமான ஒரு மதத்தின் வழி நடப்போரை திசை திருப்ப மேலெழும் ஓர் அரசியல் கொள்கையாகும். இந்து தேசியம் என்பது மதம் மற்றும் பண்பாட்டை தேசம் மற்றும் ஆட்சிக்கு மறு பெயர் என்று திரிப்பதாகும்.

அடிப்படையில் தேசியம் என்பது பிரித்துப் பார்க்க முடியாதது. ஆனால் மதம் மற்றும் பண்பாடு இரண்டுக்கும் பல வடிவங்களாகும் தன்மை உண்டு. தேசிய அடையாளத்துக்குக் கண்டிப்பாகப் பண்பாடும் ஓர் அம்சமே. இந்தியா போன்ற பல வழக்கங்களும் நம்பிக்கைகளும் கொண்ட ஒரு நாட்டில் அது எப்படி சாத்தியம்? இந்தியப் பண்பாட்டை ஆங்கிலக் காலனி ஆட்சியின்போது மறு மலர்ச்சிக்கு உட்படுத்தியது ஒரு தேசிய எண்ணம் கொண்ட முயற்சியே. பரத நாட்டியம் மீண்டெழுந்தது. இந்தியாவில் இலக்கியம் நவீனத்துவத்துக்கு நகர்ந்தது. நவீன ஓவியம் (மேற்கத்திய எழில் முறைகளைத் தமது ஓவியத்தில் காட்டிய ராஜா ரவி வர்மாவில் தொடங்கி வங்காள ஓவியப் பள்ளியின் ஹுஸைன் வரை அது நீண்டதாகும்) பத்தாம் பசலித்தனமான சினிமாவிலிருந்து பாலிவுட் தேசியம் பேசும் பண்பாட்டைப் போற்றும் திரைப் படங்களை வெளியிட்டது.

தனது பன்முகப் பண்பாடு பற்றிய தன்னம்பிக்கை மிகுந்த இந்தியா தனது பண்பாடு பற்றிய வித்தியாசம் மிகுந்த வெளிப்பாடுகளையே செய்யும்.

இல்லையா? ஆனால் இந்துத்துவாவோ பண்பாட்டையே வித்தியாசமாகப் பார்க்கிறது: 'அனைத்தையும் உள்ளடக்கிய ஒரு மதத்தின் உற்பத்திப் பொருளே பண்பாடு. அது மதத்தின் உடலின் ஓர் அங்கம் போன்றது. அதைப் பிரித்துப் பார்க்க இயலாது' என்றார் கோல்வார்க்கர். பண்பாட்டு தேசியம் பன்முக இந்தியாவை ஒரே அடையாளத்துக்குள் அடைக்கவே முயல்கிறது. இந்துத்துவாவின் தேசியம் பற்றிய கண்ணோட்டம் பண்பாட்டை அரசியலுக்கு மேலதிகாரம் உள்ளதாகக் காட்டுகிறது. வரலாற்றறிஞரான பணிக்கர் சுட்டிக் காட்டியதுபோல, இந்துத்துவாவின் முயற்சி எல்லாமே இந்து மத அடையாளத்தைப் பண்பாட்டு அடையாளத்துடன் ஒன்றாக்கி விடுவதே.

டேவிட் ஃப்ராலி விளக்குவதுபோல மேற்கத்திய சிந்தனை கொண்ட இந்துக்களே சுதந்திரம் பெற்றுப் பல தசாப்தங்கள் இந்தியாவை ஆண்ட பின்புலத்தில், இன்று, இந்துக்கள் தமது வேர்களைக் கண்டுபிடிக்க முனைந்துள்ளார்கள். இந்துத்துவா இயக்கம் பிற்போக்கானது என்பது மிக எளிய விளக்கம். இந்துப் பண்பாடு மற்றும் ஆன்மீகத்தின் முக்கியத்துவம் மற்றும் செயல்திறனை இறந்த காலம் மற்றும் எதிர் காலத்துக்கென மீள் கண்டுபிடிப்புச் செய்வதே அந்த இயக்கத்தின் தன்மை. இந்து யோகா, வேதாந்தம், ஆயுர்வேதம், வேத ஜோதிடம், தொன்மை இந்தியக்கலை மற்றும் பண்பாடு இவற்றுடன் சமூகத்தை இந்துக் கருத்து மற்றும் இந்து ஆட்சி இவற்றை மீள்கண்டுபிடிப்பு செய்வது இதில் உள்ளடங்கியதே. ஃப்ராலி யோகா மற்றும் தியானத்தைப் புகழ்வதுடன் 'பாரதீய ஆன்மீக நாட்டம் என்பது மனிதனுக்குள் இருக்கும் பிற நாட்டங்களை அடக்கியதால் மேலெழவில்லை. அது கலை விஞ்ஞானம் உள்ளிட்ட எல்லாத் தளங்களிலும் மனித இயல்பு முழுமையாக மலர்ச்சி காணும் நிலையாகும். நாம் இவை ஏராளமாக இந்திய இசை, நாட்டியம், கணிதம் மற்றும் மருத்துவத்தில் நிறைந்திருக்கின்றன. இந்துக்கள் ஒன்றுபட்ட ஒரே முகமாக எழுச்சி பெற்று, இந்து தர்மத்தின் இன்னும் பிரம்மாண்டமான பரப்பை மீட்டெடுக்க வேண்டும்'.

அவரது இந்த அறைகூவல் பன்முகத்தை ஒரே மாதிரியானதென்னும் குறுகிய அடையாளத்துக்குள் கொண்டு வருவது. மறுத்துக் கூறும் உரிமை மிகுந்த பண்பாட்டை மதத் தடைகளுள்ளதாகத் திரிப்பது. 'வாழ்க்கையின் எல்லா அம்சங்களும் மற்றும் பண்பாட்டின் எல்லா அம்சங்களும் ஒன்றாகும்' தன்மை உடையதே இந்து தர்மம் என்றால் அதில் மாற்று சிந்தனைக்கும் மற்றும் பன்முகப் பண்பாட்டுக்கும் இடம் இல்லை என்றே பொருள். விலகிச் செல்வதை விட்டுவிட்டாலும் அதுவே பொருள்.

இந்து மதத்தின் அடையாளம் எது என்று இந்துத்துவவாதிகள் காட்டு கிறார்களோ அது குறுகியது. உள்ளடக்கி அரவணைக்கும் தன்மை கொண்ட இந்து மதம் பற்றி நான் இந்த நூலின் முதல் நான்கு அத்தியாயங்களில் விளக்கினேன். அது சங்க பரிவாரின் இந்துயிஸம் அல்ல. விவேகானந்தர், தயானந்த சரஸ்வதி, அரபிந்தோ மற்றும் மகாத்மா காந்தி

ஆகியோரை மதிப்பதாகக் கூறி அவர்கள் உயர்த்திப் பிடித்த உள்ளடக்கும் தன்மை மற்றும் சகிப்புத்தன்மையை உதறுவது எவ்வளவு பெரிய முரண்? பணிக்கர் 'இந்துத்துவாவின் சிந்தனைத் தடம் தன்வயமானவற்றை மீள் உரிமை கோரி, புறவயமானது எதையுமே நிராகரித்து, 'இதுதான் அசலான பண்பாடு' என நிலை நாட்டி, தேசியப் புத்துயிர்ப்பு மற்றும் புனர் எழுச்சிக்கு வழி வகுப்பதே. 'தேசியமயமாக்கு, ஆன்மீக மயமாக்கு' என்னும் கோஷங்களுடன் ஆன இந்துத்துவாவின் பண்பாட்டுத் திட்டம் இரு கட்டங்களானது: முதலில் 'பொற்கால' இந்துத் தொன்மையை மீட்டெடுத்துப் பரப்புவது, அடுத்து, இந்து மதம் உள்வாங்கிக் கொண்ட பிற பண்பாட்டு அறங்கள் அனைத்தையும் ஒழித்துக் கட்டுவது'.

திட்டத்தின் முதல் கட்டமான தொன்மைக்காலத்தின் பெருமைகளைத் தோண்டி எடுப்பது நடந்துகொண்டிருக்கிறது. அடுத்த கட்டம் அதோடு பொருந்துவதாகவும் தொடராக நிகழ்வதாகவும் முன்னெடுக்கப்பட்டு விட்டது. சரித்திர காலத்தை விளக்குவதில் நடக்கும் போர்களை ஒட்டி நாம் இந்த இரண்டு கட்டத் திட்ட நிறைவேற்றலை பின் வரும் பத்திகளில் அலசுவோம்.

மிகவும் வேடிக்கையானதும் ஆனால் முக்கியமானதுமான இந்துத்துவா இட்டுக் கட்டி இருக்கும் கோட்பாடான ஆரியர்களின் பூர்வீகம் பற்றிய புனைவு முதல் கட்ட முயற்சியை ஒட்டியது. மத்திய ஆசியாவிலிருந்தே ஆரியர்கள் பொ.யு.மு. 1500 கால கட்டத்தில் வட இந்தியாவுக்குள் நுழைந்தார்கள். மற்றும், இந்து மதத்தின் அடிப்படையான வேதங்களை உருவாக்கினார்கள் என்பது பொதுவாக ஏற்கப்பட்ட ஒன்று. இந்துத்துவாவின் புதிய அணுகுமுறை அதன்மீது தாக்கம் ஏற்படுத்தக் கூடியது. 'இது சாத்தியமே இல்லை' என்று மறுத்தார் கோல்வார்க்கர். இந்துயிஸம் இந்திய மண்ணில் உருவானதே. இந்தோ ஆரியர்கள் வேறு எங்கிருந்தும் வந்திருக்க முடியாது என்று அவர் வாதிட்டார். சாவர்க்கர் மற்றும் கோல்வார்க்கரைப் பொறுத்த அளவில் ஆரியர்கள் இங்கேயே இருந்தவர்கள். இந்திய முஸ்லீம்களின் மூதாதையர்கள்தான் அரேபியாவிலிருந்து வந்தவர்கள். ஒரு குடிசைத் தொழிலாக ஆர்.எஸ்.எஸ். சார்பான வரலாற்று ஆய்வாளர்கள் ஒன்று சேர்ந்து ஆரியர்கள், இந்து மதத்தின் நிறுவனர்களானவர்கள். அவர்கள் எப்போதுமே இந்தியாவில்தான் இருந்தார்கள் என்னும் கட்டுக் கதையை உருவாக்கினார்கள்.

கோட்பாடு சார்ந்து இயங்காத பல அறிஞர்கள் ரிக் வேதம் ஆர்யவர்த்தம் என்னும் வட இந்தியாவைத் தவிர்த்து வேறு எந்த நிலப்பரப்பையும் குறிப்பிடவே இல்லை என்பதைச் சுட்டிக் காட்டுகிறார்கள். டாக்டர் நந்திதா கிருஷ்ணா *Sacred Plants of India* என்னும் தமது நூலில் ரிக் வேதத்தில் குறிப்பிடப்படும் ஒவ்வொரு தாவர வகை அல்லது பிராணி எல்லாமே வட இந்தியாவைச் சேர்ந்தவையே என்பதைச் சுட்டிக் காட்டுகிறார். ஆனால் இதே பதிவு மற்றும் தாவரங்களின் ஆதாரம், ஆரியர்கள் வேறு

நிலத்திலிருந்து வந்திருந்தாலும், அவர்கள் இந்தோ கங்கைச் சமவெளியில் ஒரு பண்பாட்டை உருவாக்கிய பின்னரே வேதங்களைப் படைத்தார்கள் என்று நிறுவவும் பயன்படும்.

வரலாறு பற்றிய விவாதங்களில் வெற்றி பெற்ற இந்துத்துவ வாதிகளுக்கு மிகவுமே துரதிர்ஷ்டமாக ஓர் ஆராய்ச்சி முடிவு வெளியாகி உள்ளது. மரபணு அடிப்படையில் பேராசிரியர் மார்ட்டின் பி. ரிச்சர்ட்ஸ் மற்றும் பதினைந்து விஞ்ஞானிகள், 127 மரபணு மாதிரிகளை வைத்து, ஐரோப்பா மற்றும் ஆசியாவில் நடத்திய ஆய்வின் முடிவுகள் ஆய்வாளர்களுக்கான BMC Evolutionary Biology பத்திரிக்கையில் வெளியாகி உள்ளது. ஆய்வின் கண்டுபிடிப்பு என்ன? பொ.யு.மு. 2000 - பொ.யு.மு. 1500 கால கட்டத்தில் மத்திய ஆசியாவிலிருந்து இந்தியத் துணைக் கண்டத்துக்குள் புலம் பெயர்தல் நிகழ்ந்தது. இந்தியாவுக்குள் திராவிட மொழிகள் பேசுவோரை ஒப்பிட, இந்தோ - ஆரிய - இன - மொழிக் குழுக்களுக்குள்ளேதான் மத்திய ஆசிய மரபணு தென்படுகிறது. இந்தோ - ஆரிய மொழிகள் தம்மிலும் பெரிய இனங்களின் மொழியான இந்தோ - ஐரோப்பிய மொழிக் குடும்பத்துடன் நெருங்கிய ஒற்றுமைகள் உள்ளவை என்பதால், அவர்கள் அனைவருக்கும் பொதுவான ஒரு மொழி இருந்திருக்க வேண்டும் என்பது தெளிவாகிறது.

தேசத்தைத் துண்டாடும் உள் நோக்கம் உடைய தத்துவம் என்றாலும், சாவர்க்கர் - கோல்வார்க்கரின் வாதத்தை இங்கே நாம் பொருத்தினால் என்ன விடை கிடைக்கும்? வேதக் கலாச்சாரமும் இந்திய மண்ணுக்கு வெளியிலிருந்து, கிறித்துவ இஸ்லாமியப் பண்பாடுகளைப்போலவே இந்தியாவுக்கு அன்னியமானதே. 'நிச்சயமாக இதுதான் நடந்தது' என அறுதி இடும் அளவுக்கு ஆய்வின் முடிவுகள் இல்லை என்றாலும், கூர்மையான ஆய்வுக்குப் பின் அறிக்கை கூறுவது: R1a migration என அழைக்கப்படும் புலம் பெயர்வு, இந்தியாவுக்கு உள்ளே செல்வதானதாகவும் மற்றும் அங்கே இருந்து வெளியேறுவதாகவும் நடந்த திசையைத் திட்டவட்டமாக நிர்ணயிக்க முடியாவிட்டாலும் இந்தியாவுக்கும் மத்திய ஆசியா மற்றும் ஐரோப்பாவுக்கும் இடையே புலம் பெயர்வு நிகழ்ந்தது ஊர்ஜிதமாக உறுதியாகிறது. இந்துத்துவவாதிகள் இன்னும் கூட தொடர்ந்து இந்தோ - ஆரியர் மற்றும் அவர்களது மதம் இருவருக்குமே இந்தியாவுக்கு உள்ளேயே தொன்று தொட்டு இருந்தது என்னும் வாதத்தை வைத்தாலும், மரபணு ஆதாரத்தை அவர்கள் மறுக்கவே முடியாது. குழப்பமெல்லாம் பிற கண்டங்களில் இருந்து வந்தவர்கள் 12000 ஆண்டுகளுக்கு முன்பு வந்தார்களா இல்லை 4500-3500 ஆண்டுகள் முன்பா என்பதே. முதலாவதுதான் சரி என்றால் உள்ளே வந்தபின் வெகு காலம் கழித்தே இந்து கலாச்சாரம் உருவானது. இரண்டாவது சரி என்றால் அவர்கள் வந்ததற்கும் இந்து மதத்தின் துவக்கத்துக்கும் அதிக இடைவெளி இல்லை என்பதே.

இந்துத்துவவாதிகள் ஏற்காவிட்டாலும் புலம் பெயர்வது என்பது இந்தியத் துணைக் கண்டத்தில் நிரந்தரமான ஒன்றாகவே இருந்திருக்கிறது. இந்து

பல்லவ அரசு ஒரு மன்னரையே இறக்குமதி செய்தது. பொ.யு. 731ல் பரமேஸ்வரவர்மன் வாரிசே இல்லாமல் காலமானதும் ஒரு பல்லவ இளவரசி சான் வம்ச இளவரசனுக்குப் பல தலைமுறைகள் முன்பே மணம் முடிக்கப் பட்டிருந்தாள். அவளது வழியில் உள்ள வாரிசுகளுள் ஒருவரை மன்னராக்க முடிவு செய்தனர். தூதுவர்கள் கம்போடியா - வியட்நாம் பகுதிக்குச் சென்று ஒரு பதினான்கு வயதுச் சிறுவனை அழைத்து வந்தனர். அவரே பின்னர் 64 ஆண்டுகள் ஆட்சி செய்தார். பல பிரம்மாண்டமான கோயில்களை அவர் கட்டினார். காஞ்சிபுரத்தில் உள்ள வைகுந்தப் பெருமாள் கோயில் அவர் எழுப்பியதே. இந்து மதம் இறக்குமதிகளாலும் பலம் பெற்றதே.

இந்து மதமும் விஞ்ஞானமும்

அறிவுத் தளத்தில் முதலில் சரித்திரம் பற்றிய சண்டைகளைத் தொடங்கிய இந்துத்துவவாதிகள், விஞ்ஞானத்தில் முன்னோர்கள் செய்த சாதனைகளை அங்கீகரிக்கவேண்டும் என்று போர் செய்து வருகிறார்கள். கீழ் வரும் பக்கங்களில் முன்னோரின் அசலான விஞ்ஞான சாதனைகள் பற்றி நானும் குறிப்பிடுவேன். மேற்கத்திய சிந்தனையுடன், பிரிட்டிஷார் ஆட்சி காலத்தில் மட்டுமே விஞ்ஞானம் துவங்கியது என்னும் கருத்து தவறானதே. மறுபக்கம் தொன்மைக் காலத்தில் மிகவும் அற்புதங்கள் நிகழ்ந்தன என்னும் இந்துத்துவவாதிகளின் பிரச்சாரம் முன்னோரின் விஞ்ஞான அறிவுக்கு அவப் பெயரையே தேடித் தருகிறது.

மத்தியிலும் மாநிலங்களிலும் அதிகாரத்திலிருக்கும் பாஜகவின் செல்வாக்கு இந்துத்துவவாதிகளை Indian Council for Historical Research, The University Grants Commission போன்ற அமைப்புகளில் முக்கிய பொறுப்புகளில் வைத்தது. Indian Science Congress அமைப்பின் Vedic Aviation Technology என்னும் தலைப்பில் 2015ல் நடந்த விஞ்ஞானி களுக்கான கருத்தரங்கில் நகைப்புக்குரிய கட்டுரைகள் வாசிக்கப்பட்டு அது அந்த அறிஞர்கள் அரங்கிலேயே எதிர்க்குரல் கொடுக்கும் நிலைக்குச் சென்றது.

எந்தக் கல்வித் தகுதியும் இல்லாமல் அதிகாரத்தின் ஆதரவால் பல வீணர்களும் வாய்க்கு வந்ததை உளறுவதற்கு ஓர் அரங்கை பாஜக அமைத்துக் கொடுத்துவிட்டது. முதல் 'பிளாஸ்டிக் சர்ஜரி' விநாயகரின் யானைத் தலை அமைந்தபோது நிகழ்ந்தது என ஒரு மருத்துவமனையின் அரங்கில் பிரதம மந்திரியே பேசினார். விஞ்ஞான பூர்வமாக இதையெல்லாம் அலசினால் எவ்வளவு வேடிக்கையான பிதற்றல்கள் இவை என்பது புரியும். ஆனால் அதையெல்லாம் இந்துத்துவவாதிகள் எண்ணிப் பார்ப்பதே இல்லை.

எல்லா அறிவுத்தள அமைப்புக்களையும் இந்துத்துவவாதிகள் கைப்பற்றி விடவில்லை என்றாலும் அந்தக் காலத்திலேயே விண்வெளிக் கலன்கள்

இருந்தன, மரபணுவியலில் சாதனைகள் இருந்தன, பொ.யு.மு. முதல் நூற்றாண்டில் இருந்த கனடா என்னும் முனிவரே முதல் அணு விஞ்ஞானி என்னும் அபத்தப் பேச்சுக்கள் மூட நம்பிக்கை அடிப்படையிலான கர்வத்தை மட்டுமே வெளிப்படுத்துகின்றன.

மறுபக்கம் பகுத்தறிவாளர்கள் இந்துத்துவவாதிகளின் இந்த வேடிக்கை விளையாட்டுக்களை விமர்சிக்கும்போது, அந்தக் காலத்தில் எந்த விஞ்ஞான சாதனையும் நிகழவில்லை மற்றும் விஞ்ஞானம் பற்றிய அடிப்படை அறிவே முன்னோருக்கு இல்லை என்னும் அளவு பேசுவதும் தவறே.

யோகா மற்றும் ஆயுர்வேதம் நமது புராதன மருத்துவப் பொக்கிஷங்களே. இதை பாஜக தேசத்திலும் மற்றும் உலக அளவிலும் எடுத்துச் செல்வது நாம் ஏற்கக்கூடியதே. ஆனால் மக்களின் மருத்துவத் தேவைகளை தொன்மை வழி மற்றும் நவீன மருத்துவ சிகிச்சை இரண்டு வழியிலும் பாஜகவே பூர்த்தி செய்கிறது என்னும் பறை சாற்றலை ஏற்க முடியாது. அதே போல் 2009 தேர்தல் அறிக்கையில் தொன்மைக் காலத்தில் ஓர் ஏக்கருக்கு 20 டன் நெல் விளைந்தது என்னும் அபத்தமான பேச்சை எல்லாம் கண்டு நாம் விரக்தியே அடைந்தோம்.

விஞ்ஞான மற்றும் தொழில் நுட்ப அமைச்சரான ஹர்ஷ வர்த்தன் பித்தகோரஸ் தேற்றம் நம் முன்னோரால் முன்னெடுக்கப்பட்டதே என்பதை நாம் கிண்டல் அடித்ததும் தவறே. பித்தகோரஸ் மட்டுமல்ல, நியூட்டன், கோபர்னிகஸ் மற்றும் கலிலியோ ஆகியோரின் கண்டுபிடிப்புக்களை தொன்மைக் காலத்திலேயே இந்தியர்கள் கண்டறிந்து விட்டார்கள் என்பதையும் அவர் சொல்லி இருக்கலாம்.

நியூட்டனின் தலையில் ஆப்பிள் விழுவதற்கு இருபத்து நான்கு நூற்றாண்டு களுக்கு முன்பே ரிக் வேதம் அதைக் குறிப்பிட்டது. சமஸ்கிருதப் பண்டிதர்கள் 250 வருடங்களாக அவரது கால்குலஸ் கணக்கை எதிர் நோக்கியவர்களே.

பல சித்தாந்தங்கள் உலகின் முதன் முதலான வானியல் மற்றும் கணிதத்தின் பதிவுகளாகும். சூரிய சித்தாந்தம் பொ.யு. 400 கால கட்டத்தில் இயற்றப் பட்டது ஆகும். அது கோள்களின் நகர்வு மற்றும் தொலைவு பற்றிய தெளிவான பதிவுகளைச் செய்திருந்தன. மேற்கத்தியவர்கள் அல்லா தோரால் நிகழ்த்தப்பட்ட விஞ்ஞான சாதனைகள் பற்றிய *Lost Discoveries* என்னும் தமது நூலில் அமெரிக்க அறிஞரான டிக் டெரெசி 'பித்தகோரஸ் தேற்றம் உருவாவதற்கு இரு நூறு ஆண்டுகளுக்கு முன்பே, வட இந்தியத் தத்துவ ஞானிகள் புவி ஈர்ப்பு விசையே சூரிய குடும்பத்தை ஒன்றாக வைத்திருக்கிறது என்று அறிந்திருந்தார்கள். அதன் மையமானதும் மிகவும் சக்தி மிக்கதாகவும் சூரியன் இருந்தது என்பதையும்தான்' என்று குறிப்பிடுகிறார்.

பொ.யு.மு. 499ல் ஆர்யபட்டரே முதன் முதலாக பூமி ஒரு நாளில் தன்னைத்தானே சுற்றிக் கொள்கிறது என்பதையும் தினமும் ஏன் சூரியன்

உதயமாகி அஸ்தமிக்கிறது என்பதையும் விஞ்ஞானபூர்வமாக விளக்கியவர். (அவர் பல நூற்றாண்டுகளுக்கு முன்பே இவற்றைக் கூறியதை ஏற்றுக் கொள்ள முடியாத சிலர் அவரது காலத்துக்குப் பிற்பட்ட அறிஞர்கள் அவர் கூறியவற்றில் திருத்தங்கள் செய்தே அவர் பற்றிக் குறிப்பிட்டார்கள்). கேப்லர் கண்டுபிடிப்புக்கு ஆயிரம் ஆண்டுகள் முன்பே ஆரிய பட்டர், கோள்கள் நீள் வட்டப் பாதையில் சுற்றுகின்றன என்பதை அறிந்திருந்தார். கேப்லர் பிற மேற்கத்திய விஞ்ஞானிகளைப்போலவே தொடக்கத்தில் வட்டப் பாதையில் தான் கோள்கள் சுற்றும் என்னும் கருத்தில் இருந்தார். அவர் ஒரு வருடத்தின் அளவு என்பது 365 நாட்கள், ஆறு மணி நேரம், 12 நிமிடங்கள் மற்றும் 30 வினாடிகள் எனக் கணக்கிட்டிருந்தார். (சரியான கணக்கு 365 நாட்கள் மற்றும் ஆறு மணி நேரம்). பதிமூன்றாம் நூற்றாண்டில் ஆரிய பட்டரின் நூல்கள் லத்தீனுக்கு மொழியாக்கம் செய்யப்பட்டன. அப்போது ஐரோப்பியர்கள் தமது கண்டுபிடிப்புக்களை ஓர் இந்திய அறிஞர் ஆயிரம் ஆண்டுகளுக்கு முன்பே செய்திருந்ததைக் கண்டு வியந்தார்கள்.

உலகின் பிற பண்பாடுகள், கிரேக்கத்தையும் சேர்த்து, பூமி தட்டையானது என்றே நம்பிக் கொண்டிருந்தபோது, வேதகால நாகரிகம் பூமி உருண்டையானது என்னும் கோட்பாட்டை நம்பியது. ஐந்தாம் நூற்றாண்டிலேயே பூமியின் வயது 4.3 லட்சம் கோடி ஆண்டுகள் என்று கணக்கிட்டிருந்தனர்.

நவீன எண்களைக் கண்டுபிடித்ததே இந்தியா தான். (உலகம் அதை அரேபிய எண்கள் என அழைக்கக் காரணம் மேற்குக்கு அது அரேபியரிடமிருந்து கிடைத்ததே. அரேபியர் அதை நம்மிடமிருந்தே கற்றார்கள்). ஒன்று மில்லாதது, சூனியம் என்பது இந்து மற்றும் பௌத்த சிந்தனையின் உள்ளார்ந்த அம்சமாகும். பூஜ்ஜியமும் தசமப் பகுப்பும் இல்லாமல் நவீன கணிதம் சாத்தியமே ஆகி இருக்காது. ரோமானியர்களின் எண்களைப் பார்த்தாலே புரியும். அதில் பூஜ்ஜியமே இல்லை.

எதிர்மறை எண்களையும் இந்திய கணித மேதைகள் கண்டுபிடித்திருந் தார்கள். ஜைன அறிஞர்களுக்கு முடிவில்லாப் பகுக்கப்படக்கூடிய எண்கள் (infinite sets of rational numbers) பற்றிய புரிதல் இருந்தது. 'ஜியாமெட்ரி, டிரிக்னாமெட்ரி மற்றும் கால்குலஸ் என்னும் நவீன கணிதங்களுக்கு மூலம் நம் முன்னோரே. 'பக்ஷாலி தொகுப்பு' என அழைக்கப்படும் 70 ஓலைப் பதிவுகளில் பொ.யு. கால கட்டத்தின் ஆரம்ப நூற்றாண்டுகளிலேயே பின்னங்கள், பரஸ்பர சமன்கள், குவாடிராடிக் சமன்கள் என்னும் வரிசை சமன்கள், வட்டியுடன் லாப மற்றும் நஷ்டக் கணக்கிடும் முறை எல்லாமே இருக்கின்றன.

'சுலப சூத்ராஸ்' என்னும் கணித சூத்திரங்கள் பொ.யு.மு. 800-500 கால கட்டத்தில் எழுதப்பட்டவை. பித்தகோரஸ் தேற்றத்தை கிரேக்கம் உருவாகும் பல காலம் முன்பே இந்திய மேதைகள் அறிந்திருந்தனர். ஐந்து தசம இடங்கள் வரையான எண் இரண்டின் வர்க்க மூலத்தை வேத காலம் அறிந்திருந்தது. (வேத காலத்தில் பலி பீடத்தின் அளவைக் குறிப்பிட

எண்களின் வர்க்க மூலத்தைப் பயன்படுத்தினர்). நிலகாந்தர் என்னும் கேரள கணித மேதை 'பை' என்பதன் தருக்கமின்மையை மேற்கு உணரும் முன்பே கண்டு பிடித்தார். 'மயிலின் தோகைபோல, பாம்பின் தலையில் இருக்கும் மாணிக்கம்போல, கணிதமே அறிவின் தலைமையாகும்' என்றது வேதாந்த ஜோதிஷம் என்னும் பொ.யு.மு. 500களில் எழுதப்பட்ட நூல். நம் கணித மேதைகள் கவிஞர்களாகவும் இருந்தார்கள்!

இந்துக்களே கட்டப்பயடி என்னும் ஓர் அமைப்பைக் கண்டு பிடித்தார்கள். (பரியாப் பெரு என்று அதை மலையாளத்தில் குறிப்பிடுவார்கள்). காகிதம் இல்லாததும், தட்பவெட்ப மாற்றத்தால் பதிவுச் சுவடிகள் அழிந்து போவதும் ஆன கால கட்டதில் அவர்கள் எண்களைச் சொற்களாகவும் அல்லது செய்யுட் பாக்களாகவும் மாற்றும் கலையை அறிந்து வைத்திருந்தனர். கலிபா அல் மன்சூர் என்னும் அரேபிய மன்னருக்கு ஒரு தூதுவர் குழுவை பொ.யு.773 ஆண்டில் சிந்து மன்னர் அனுப்பியபோதே இந்திய எண்கள் அவர்களிடம் சென்று சேர்ந்தன. அல் கிவாரிஸ்மி என்னும் எண் கணிதப் பதிவுக்கு அரேபியாவில் வழி வகுத்தது. அது இந்திய கணித முறைகளை விளக்குவதுடன் பூஜ்ஜியத்தின் பயன்களையும் பதிவு செய்கிறது. அல்ஜீப்ரா கணிதத்தைக் கண்டவர் கிவாரிஸ்மி என்று உலகம் போற்றினாலும அவரோ அதை இந்திய கணிதம் என்றே குறிப்பிடுகிறார்.

சோகம் என்னவென்றால் நாம் இந்த அறிவைத் தொடர்ந்து செல்லவே இல்லை. பழம் பெருமை பேசியும் அதை விவாதித்தும் நாம் அடையப் போவதெல்லாம் நிகழ் காலத்தை வீணடிப்பதே. முன்னோர் பெருமை பேசும் அதே வேகத்தில் நாம் மேலே அவர்கள் வழியில் அவர்கள் தந்த ஊக்கத்தை மட்டுமே எடுத்துக்கொண்டு செல்லவேண்டும். அதை ஒரு தாவும் அடிப் பலகையாகக் கொண்டு மேற்செல்லவேண்டுமே ஒழிய யுத்த களமாகக் காணக்கூடாது. நாம் அப்போதுதான் பெருமை மிகு பழங்காலத்துடன் பொருந்தும் சாதனை மிகு எதிர்காலத்தைச் சென்றடைய முடியும்.

இந்துத்துவாவும் சரித்திரமும்

சரித்திரத்தின் இறுதிப் பகுதியான முஸ்லீம் மன்னர்கள் வட இந்தியாவை வென்றது பன்முகப் பண்பாட்டை ஆதரிப்போர் மற்றும் இந்துத்துவ வாதிகளுக்கு இடையே ஆன போருக்கான தொடக்கப்புள்ளியாக இருப்பதில் எந்த வியப்பும் இல்லை. 2016ல் வெளியான எனது *An Era of Darkness* என்னும் நூலில் நான் பிரிட்டிஷார் ஆண்ட காலத்தை மட்டுமே அன்னிய ஆட்சி என்று குறிப்பிட்டேன். ஆனால் இந்துத்துவாதிகள், பிரதமர் நரேந்திர மோடி உட்பட எப்போதும் 1200 ஆண்டு கால அன்னிய ஆட்சி என்றே பேசுகிறார்கள். அவர்களைப் பொருத்த அளவில் டெல்லி சுல்தான்களோ அல்லது தக்காண சுல்தான்களோ அல்லது முகலாயரோ (அல்லது நூற்றுக்கணக்கில் இந்தியாவின் சிறிய பெரிய ராஜ்ஜியங்களை

ஆண்ட வேறு முஸ்லீம்களோ) எல்லோருமே அன்னியரே. ஒரு முஸ்லீம் ராஜ வம்சத்தின் முதல் மன்னன் வெளியிலிருந்து வந்திருந்தாலும் பின்னாளில் அவரது வாரிசுகள் இங்கேயே தங்கி, சிலர் இந்துப் பெண்களையும் மணந்து இந்த மண்ணின் நல்லூழ் அல்லது பின்னடைவுகளுக்குள் தம்மை ஐக்கியப்படுத்திக் கொண்டவர்களே. அவர்கள் இந்தியாவில் எதைக் கொள்ளையடித்திருந்தாலும் அவை எல்லாம் இங்கேயேதான் செலவு செய்யப்பட்டன. பிரிட்டிஷார் காலம் போல வேறு நாட்டுக்கு அனுப்பப்படவில்லை. பெர்குனா பள்ளத்தாக்கில் இருந்து இஸ்லாமியர்கள் இவர்களைக் காண வந்தபோது அவர்களுக்கு தமது சிங்கிசித் பாரம்பரிய முன்னோர்களின் கல்லறைகளைப் பராமரிக்கும் பணம் மட்டும் தந்து, அவர்களை உபசரித்து வழியனுப்பிவிட்டார்கள் சுல்தான்கள். இரண்டாம் மூன்றாம் தலைமுறைக்குப் பின்னர் இருந்த இஸ்லாமியர் இந்துக்களுக்கு நிகரான இந்தியரே.

அறிஞர்களுக்கு இடையே கூட வி.எஸ். நய்பால் கண்ட 'காயம் பட்ட பண்பாடு' என்பதா அல்லது அரவணைத்துத் தன்னையும் காத்துக் கொண்ட பண்பாடு என்பதா எது சரியான அணுகுமுறை என்பது தொடர் விவாதங்களுக்கே வழி வகுத்தது. சரித்திர அறிஞர்களின் ஆதாரம் மிக்க கருத்துக்களைக் கீழே காண்போம்:

நய்பால் போன்றோரின் கண்ணோட்டம் பிரிட்டிஷாரிடமிருந்து விடுதலை பெற்ற காலத்தைத் தொடர்ந்து நாம் இஸ்லாமிய ஆக்கிரமிப்புக் காலத்தில் அடைந்த காயங்கள் இழப்புக்கள் பாலியல் வன்முறைகள் இவற்றையும் சேர்த்துக் கண்டு, நம் இழந்த பெருமையை மீண்டும் நிலை நாட்டிக் கொள்ள வேண்டும். ஆனால் ஆட்ரே ருஸ்கே போன்ற அறிஞர்கள் இதை ஏற்கவில்லை. ருஸ்கே அவுரங்கசீப் பற்றிய பரிவுடனான ஒரு வாழ்க்கை வரலாற்றை எழுதியவர். அவர் தொடர்ச்சியான நினைவுகளோ அல்லது ஆதாரங்களோ இல்லாமலேயே முகலாயர் ஆட்சி விமர்சிக்கப் பட்டது என்று கருதுகிறார். (இரு உதாரணங்கள். முதலாவது மிகவும் பக்திமானானவர் ஜெய்ப்பூரின் ராஜா ஜெய் சிங். அவரே அவுரங்கசீப்பின் படைக்குத் தலைமை வகித்து சத்திரபதி சிவாஜியின் படையை எதிர் கொண்டார். இரண்டாவது அக்பரின் படைத்தலைவர் மான் சிங் போரில் ராணா பிரதாப் சிங்கின் படைகளுடன் போரிட்டார். ராணா பிரதாப் சிங்கின் படையில் ஹகீம் கான் சுர் என்னும் இஸ்லாமியர் முக்கியமான படைத் தலைவர்களுள் ஒருவர்). ஆனால் இந்துத்துவவாதிகளுக்கோ இப்படிப் பட்ட ஆதார பூர்வமான சரித்திரம் நம்பகத் தன்மையற்றது அல்லது எரிச்சலூட்டுவது. அவர்களைப் பொருத்தவரை இஸ்லாமியர்கள் பல நூற்றாண்டுகளாகக் கொள்ளை அடித்துச் சித்திரவதை செய்துகொண்டே இருந்தார்கள்.

பேராசிரியர் ருஸ்கே அவுரங்கசீப் ஒரு கொடுங்கோலன் மற்றும் மத வெறியன் என்னும் சித்தரிப்பையே ஏற்கவில்லை. அவுரங்கசீப்பின் காலத்தில்தான் ஆயிரக்கணக்கில் கோயில்கள் இடிக்கப்பட்டு

லட்சக்கணக்கில் இந்துக்கள் கட்டாய மத மாற்றம் செய்யப் பட்டார்கள் என்பதையும்கூடத்தான். நேரு குறிப்பிட்டதுபோல் 'அவரங்கசீப்' கடும் பிடிவாதம் மிக்க ஒரு தூய்மையாளர்'. ருஸ்கே, அவரங்கசீப்மீது வைக்கப் படும் குற்றச்சாட்டுக்களான முஸ்லீம் அல்லாதோர்மீது ஜஸியா வரி விதிப்பு, இந்து சடங்குகளுக்கு அரண்மனையில் அனுமதியில்லை, இந்துக்களுக்குத் தரப்பட்ட நிலங்கள் திரும்பப் பெறப்பட்டு இஸ்லாமியருக்கே சலுகைகள் அளித்தார் என்பனவற்றை மட்டும் ஏற்கிறார். ஆனால் அவுரங்கசீப் இந்து மதத்தையே அழித்து இந்துக் களையும் அழித்துவிடவே வெறி பிடித்து அலைந்தார் என்பதை ஏற்க வில்லை. (இதைச் சொல்லித்தான் டெல்லியில் அவர் பெயரில் இருந்த சாலையின் பெயரை மாற்றினார்கள்).

வரலாற்று ஆதாரங்களின்படி அவுரங்கசீப் ஆயிரக்கணக்கான கோயில் களை இடிக்கவில்லை. அவர் இடித்த சில கோயில்களுக் குப் பின்னால் அரசியல் காரணங்களே இருந்தன. அவர் காலத்தில் மதமாற்றம் ஆனவர் எண்ணிக்கை மிக மிகக் குறைவு. இஸ்லாமிய ஆட்சிக்கு உட்பட்ட வர்களாகப் பல மராத்தா ஜமீன்தார்களை அவர் அங்கீகரித்தார். பல பிராமணர்களுக்கு அவர் நிலங்களை தானமாக வழங்கினார். அவர் ஆட்சியில் இந்துப் பெண்கள்மீது பாலியல் வன்முறை மிகவும் குறைவே. அவரது முன்னோர்களையோ, அல்லது எந்த சகோதரரை அவர் கொன்று அரியணை ஏறினாரோ அவர்களை ஒப்பிட அவர் மிகவும் கடுமையான இஸ்லாமிய மத நம்பிக்கை கொண்டவர்தான். மறுபக்கம் அவரைப் பல இந்துக்கள் நினைப்பதுபோல அவர் ஓர் இன அழிப்பாளரோ பெருங் கொலைகாரனோ அல்லர். இது ருஸ்கேயின் ஆய்வு.

நூற்றுக்கும் குறைவான கோயில்கள் அவுரங்கசீப்பால் இடிக்கப் பட்டவை என்பது அவர் கோயில்களை அழிப்பதை விடவும் அவற்றைப் பாதுகாப்பதையே விரும்பினார் என்னும் கருத்தை ருஸ்கே முன் வைக்கிறார். எண்ணிக்கையை வைத்துப் பார்க்கும் போது அவர் இடிக்க வாய்ப்பிருந்தும் இடிக்காமல் விட்ட கோயில்கள் அதிகம். அதுவே அவரது மனம் கொடூரமானது அல்ல என்பதற்கு ஆதாரம். ஆனால் இந்துத்துவ சார்புடைய கிரிஷ் சகானேயின் எதிர்க் கேள்வி இதுதான்: 'ஒரு விளையாட்டு வீரர் போட்டிகளை மாற்றி விடப் பணம் பெற்றதை விடவும் ஒழுங்காக விளையாடிய போட்டிகள் அதிகம் என்றால் அவரை விட்டு விடலாமா? பாலியல் வன்புணர்ச்சி செய்யும் கொடூரர்கள் பெரும்பாலும் பெண்களிடம் மரியாதையாக நடந்துகொண்ட தருணங்களே அதிகம் என்று அவர்களை மன்னித்து விடலாமா? ஒரு மனோ வக்கிரம் பிடித்த கொலை வெறியன் அவன் சந்தித்த நூற்றுக் கணக்கான மக்களில் சிலரையே கொன்றான் என்பதை அவனுக்குச் சாதகமாக எடுத்துக்கொள்ளலாமா? நாம் இந்துத்துவவாதிகள், முஸ்லீம் மன்னர்களை இனப் படுகொலை யாளர்கள் என்று சித்தரிப்பதை எதிர்க்கலாம். ஆனால் அதைச் செய்யும் போது அவர்களின் மதவெறியையும் சகிப்பின்மையையும் நீர்த்துக் காட்டி பரவாயில்லை என்று கூறி ஏற்குமளவு போய் விடக்கூடாது'.

எனது கருத்தில் அவரைப் பற்றிய ஒரு நடு நிலையான கணிப்பு இது தான்: தனது மத வெறியை இந்துக்கள்மீதே அதிகம் செலுத்துபவராக இருந்தாலும், அவரங்கசீப் தனது காலத்து மற்றும் இஸ்லாமிய மற்றும் இந்து அரசர்கள் இந்து மற்றும் முஸ்லீம்களுக்குச் செய்த கொடுமைகளை இந்து முஸ்லீம் இருவருக்குமே செய்தவரே. வரலாற்றைக் கருப்பு அல்லது வெள்ளை என்று பார்ப்போர்களுக்கு இதுபோன்ற மாறுபட்ட வண்ணச் சித்தரிப்புக்கள் உவப்பளிப்பதில்லை. 'அவுரங்கசீப் இன்று கொடூரமான வனாகச் சித்தரிக்கப்படுவது இந்தியாவின் வரலாற்றுக் காலத்தைவிடவும் சமகாலக் காரணங்களாலேயேதான். அவரது மதப் பற்றே விஷமயமான விவாதங்களில் முன் வைக்கப்படுகிறது. அது இன்றைய அரசியலின் அடிப்படையிலானது. அதுவே இன்று பெருகிவரும் சகிப்பின்மையின் அடையாளமுமாவது' என்று வாதிடுகிறார் ருஸ்கே.

இந்துத்துவா காட்டும் கண்ணோட்டமெல்லாம், வரலாற்றில் மத அடிப்படையிலான 0 அல்லது 1 என்னும் 'பைனரி' முறை. இஸ்லாமியர்கள் எல்லோருமே கொடுங்கோலர்கள், தீயோர். இந்து மன்னர்கள் மாவீரர்கள் மற்றும் அப்பழுக்கற்ற தேசீயவாதிகள். ருஸ்கேயின் கருத்தில் 'இந்துத்துவவாதிகளைப் பொருத்த அளவில் திரும்பத் திரும்ப நடந்த முஸ்லீம் படையெடுப்புகளால் இந்துக்கள் நசிந்து போனார்கள். அவர்களின் நிலம் கொள்ளையடிக்கப்பட்டது. இந்த அவமானகரமான இறந்த காலம் இந்துக்களின் மனதை வருத்துகிறது. அவர்களிடம் உள்ள நல்ல தன்மையையும் இந்துத்துவவாதிகளின் முஸ்லீம்களுக்கு எதிரான பிரச்சாரம் போக்கி விடுகிறது'. 'தாராள மனம் கொண்டவர்களாக இருந்த அசோகர், அக்பர், ஜைய் சிங் மற்றும் ஷஹு மஹாராஜ் மற்றும் வஜீத் அலி கான் ஆகியோர் இந்துத்துவாவின் தேசிய வீரர் பட்டியலில் இல்லை' என்று சரித்திர அறிஞர் கே.என்.பணிக்கர் சுட்டிக் காட்டுகிறார். (உண்மையில் பல தேசிய எண்ணம் கொண்ட வரலாற்றறிஞர்கள் அக்பர் அவுரங்கசீப்பை ஒப்பிடத் தாராள மனமும், சகிப்புத்தன்மையும் கொண்டவர் என்பதை ஏற்கிறார்கள். ஆனால் மத்திய கால மன்னர் பலரும் எதிரிகளைக் கொன்றதுபோல அக்பரும் சில மன்னர்களைப் போரில் கொன்றார். அவர்கள் இந்துக்கள்).

மதவெறி அரசியல் இஸ்லாமிய ஆட்சி முடிந்த பின்னரும் தொடர்கிறது. பிரிட்டிஷாரை எதிர்த்துப் போராடிய இஸ்லாமியர்களான பஹதூர் ஷா, சீனத் மஹல், மௌல்வி அஹமதுல்லா, படைத் தலைவர் பகத் கான் ஆகிய அனைத்து முஸ்லீம் வீரர்களின் பெயரும் இந்துத்துவா வரலாற்றுப் புத்தகங்களில் இடம் பெறவே இல்லை. பன்மத நம்பிக்கைகள் ஒன்றாயிருக்கும் பக்தி இயக்கம் அல்லது சீர்திருத்தவாதிகளான ராம் மோகன் ராய் மற்றும் கேஷுப் சந்திர சென் ஆகியோர் இந்துத்துவா வரிசைப்படுத்தும் வரலாற்றில் கவனம் பெறவில்லை. 'இந்து வீரர்களாக' விமர்சனத்துக்கு அப்பாற்பட்டு வணங்கப்படும் ராணா பிரதாப் (ராஜஸ்தான் மாநிலப் பாட நூல்களில் ஹல்தி காட்டி யுத்தத்தை அக்பருக்கு எதிராக அவர் வென்றதாகத் திரித்து எழுதப் பட்டுள்ளது. அதுதான்

உண்மை என்றால் அதன் பின் 30 ஆண்டுகள் ராணா ஆளாமல் அக்பர் ஏன் ஆண்டார் என்னும் கேள்வி எழும்). மகாராஷ்டிராவின் பாடப் புத்தகங்களில் சிவாஜிக்கு முந்தைய இஸ்லாமிய மன்னர்களின் வரலாறு இல்லை. ஏழாம் வகுப்புப் பாடப் புத்தகத்தில் இந்தியாவின் முகலாயர் ஆட்சிக்கு முந்தைய முஸ்லீம் அரசர்கள் பெயரும் இல்லை. ரசியா சுல்தானா என்னும் முதல் முஸ்லீம் ராணி, ஷெர் ஷா சுரி மற்றும் முகம்மது பின் துக்ளக் டெல்லியில் இருந்து தௌலதாபாதுக்குத் தலை நகரை மாற்றியது எந்த வரலாறுமே இல்லை. (பாடத் திட்டமே இந்துத்துவாவின் வீரனாகவும் மற்றும் அதை மாற்றுவதே ஆயுதமாகவும் இருக்கிறது).

சுதந்திரப் போராட்டம்

‘70 வருட சுதந்திரம்; தியாகத்தை நினைவு கூருங்கள்’ என்னும் கோஷத்தோடு 1942 நடந்த ‘வெள்ளையனே வெளியேறு’ போராட்டத்தின் 75 வருட நிறைவை ஒட்டி ஒரு பிரச்சாரத்தை பிரதமர் மோடியின் தலைமையில் பாஜக மேற்கொண்டது. சரித்திரம் பற்றிய சர்ச்சையை காலத்தில் முற்பட்ட வரலாற்றோடு நிறுத்தாமல் சமீப வரலாற்றையும் இழுத்து சொற் போர்களை நிகழ்த்துவதே பாஜகவின் நோக்கம். ஆனால் ‘வெள்ளையனே வெளியேறு’ போரை அவர்கள் ஏன் தேர்ந்தெடுத்தார்கள் என்பது வியப்பளிப்பதே. ஏனெனில் அதில் கொண்டாட எதுவுமே இல்லை. பல தலைவர்கள் சிறை சென்றார்கள். 1942 முதல்தான் பாகிஸ்தான் பிரிவினைக்கான கோரிக்கையும் எழுந்தது. ஏனெனில் 1937ல் நடந்த தேர்தலில் முஸ்லீம் லீகுக்குப் போதிய ஆதரவு கிடைக்கவில்லை.

ஆனால் மோடி அரசோ, ‘வெள்ளையனே வெளியேறு’ போராட்டத்தை காங்கிரஸின் கைவசமே முழுமையாக விட்டுவிட விரும்பவில்லை. ஆர்.எஸ்.எஸ், ஜன சங்கம் என்னும் வரிசையில் பாஜக வரையான இந்துத்துவா அமைப்புக்களில் எந்த முக்கியத் தலைவருமே சுதந்திரப் போரில் பெரிய பங்களிப்பு எதையும் செய்யாதபோது, முன்னுதாரணமான தலைவர் மற்றும் தியாகியை அவர்கள் வெளியில்தான் தேட வேண்டி உள்ளது.

எனவே அந்த வேலையை ஏற்கெனவே துவக்கி விட்டார்கள். 2014 தேர்தலுக்கு முன்பு முதல் அமைச்சராக இருந்த மோடி, குஜராத்தின் ஆகப் பெரிய தலைவரான சர்தார் வல்லபபாய் படேல் தமது முன்னோடி என்னும் வாரிசு உரிமை கோரும் தொனியில் பிரச்சாரத்தை நடத்தினார். மோடி இந்திய விவசாயிகளிடம், உலகிலேயே உயரமான அமெரிக்காவின் சுதந்திர தேவியின் சிலையை விஞ்சும் 550 அடி உயர படேல் திரு உருவ இரும்புச் சிலைக்காக இரும்பு நன்கொடை கோரினார். அந்தச் சிலை படேலின் நினைவைக் கொண்டாடுவதை விடவும் அதை வைத்து அரசியல் ஆதாயம் தேடும் மோடியின் பெயரையே கொண்டாடும்.

மோடியின் உள் நோக்கங்களை நாம் அறிவது கடினமல்ல. 2002ல் குஜராத்தில் நடந்த மதக்கலவரங்களில் முஸ்லீம்கள் பெருமளவில் படு கொலை செய்யப்பட்டபோது முதலமைச்சராயிருந்த கறையை அவர் துடைத்து விட முடியாது. மதவெறியாளர் என்று அவரை எதிர்ப்பாளர்கள் விமர்சித்தபோது அதை திசை திருப்பும் நோக்கிலேயே, 'படேல், இந்துக்களுக்காக சோமநாத் கோயிலை புனரமைத்து எழுப்பினார். காஷ்மீரை விட்டுக் கொடுத்த நேருவுடன் போராடினார். மற்றும் தேசத்தின் இந்துக்களுக்காக தேசப் பிரிவினையின்போது குரல் கொடுத்தார்' என்றெல்லாம் படேல் பற்றி ஒரு பிம்பம் எழுப்பப்பட்டது. அவரின் வாரிசாக இரும்புக் கரமும் நிர்வாகத் திறமையும் உள்ள மாபெரும் தலைவர் மோடி என்னும் பிம்பம் பின்னால் எழுப்பப்பட்டது.

இந்தியாவில் சிறு சிறு ராஜ்ஜியங்களாக இருந்த பகுதிகளை இணைத்து, ஒரே நாடாக உருவாக்கியதில் படேலின் தலைமை மிகவும் போற்றப் படுவது. இதை வசதியாகக் கையில் எடுத்துக் கொண்டது பாஜக. குஜராத் மக்கள் அவரைத் தம் மண்ணின் ஆகப் போற்றுதலுக்குரிய மாமனிதராகவே காண்கின்றனர். அந்த மாநிலத்தில் இருந்து படேலுக்கு அடுத்த இரும்பு மனிதராகவே மோடி சித்தரிக்கப்பட்டார். இந்திய ஜனநாயகத்தில் உள்ள குழப்பங்களைக் கடந்து தெளிவு மிகுந்த தலைமையைத் தரும் ஓர் இரும்பு மனிதராக மோடியை நடுத்தர மக்கள் காணத் துவங்கினர்.

2002ல் மோடி மதக் கலவரங்களைக் கையாண்டவிதம் படேல் தேசப் பிரிவினைக்குப் பின்னான கலவரங்களை எதிர்கொண்ட முறைக்கு நேர் எதிரானது. படேல் முதலில் முஸ்லீம்களின் பாதுகாப்பை உறுதி செய்தார். மிகவும் ஆபத்தான பகுதிகள் என்று அடையாளம் காணப்பட்ட பகுதிகளில் இருந்து சுமார் 10000 முஸ்லீம் மக்களை அவர் பாதுகாப்பாக செங்கோட்டையின் உள்ளே தங்க வைத்தார். உள்ளூர் காவல் துறையினருக்குள்ளும் மதவெறி நஞ்சு பரவி இருக்கலாம் என ஐயம் எழுந்ததால் அவர் வெகு தொலைவில் இருந்த புனே மற்றும் சென்னையின் காவல்துறையினரைப் பணியில் அமர்த்தினார். படேல் தாமே நிஸாமுத்தின் தர்காவில் நடந்த ஒரு தொழுகையில் கலந்துகொண்டு இந்திய மண்ணில் அவர்களது மதத்துக்கும் சமமான சொந்தம் உண்டு என்னும் செய்தியை தெள்ளத் தெளிவாக முஸ்லீம்களுக்குத் தந்தார். பாகிஸ்தானை ஒட்டிய இந்தியாவின் அமிர்தசரஸ் நகரில் பாகிஸ்தானில் இருந்து வெளியேறி இந்தியாவுக்கு வர முயன்ற முஸ்லீம் மக்களைத் தாக்கக் கூடாது என்று படேல் நேரில் சீக்கிய இந்து மக்களிடம் விளக்கி அந்த முஸ்லீம்களின் பாதுகாப்பை முன்னிறுத்தினார். அவரது குரலுக்குப் பயன் இருந்ததால் தான் அன்று லட்சக்கணக்கான முஸ்லீம்கள் உயிர் பிழைத்தனர்.

இதற்கு மாறாக 2002ல் குஜராத்தில் நடந்த மதக் கலவரங்கள் மிகவும் வேதனை அளிப்பன. மோடிமீது ஒருவர் நேரடியாகக் குற்றம் கூற முடியாமல் போகலாம்; ஆனால் படேலுக்கு இணையாக அந்தச் சூழலை அவர் எதிர்கொண்டதாக எப்போதுமே மோடி பெருமையுடன்

கூறிக்கொள்ள இயலவே இயலாது. உடனடியாகவும் மற்றும் நேரடியாகவும் மோடி அந்தக் கலவரங்களில் சிறுபான்மையினரின் உயிரைக் காக்க எந்த நடவடிக்கையையும் எடுக்கவில்லை. பாதிக்கப்பட்ட மக்களுடன் ஒரு பிரார்த்தனையில் அமரவும் அல்லது அவர்களுக்கு ஆறுதல் கூறவும் அவர் முன்வரவுமில்லை.

'மற்றொருவர் ஓட்டும் வாகனத்தில் நாம் பின்னிருக்கையில் இருக்கிறோம்; அப்போது ஒரு சிறு நாய்க் குட்டி குறுக்கே வந்து அடி பட்டால் நம் மனம் வருந்தவே செய்யும் இல்லையா?' என்னும் பதிலை, இந்தக் கலவரங்கள் பற்றிய ஊடகக் கேள்வி ஒன்றுக்கு பதிலாகத் தந்தார் மோடி. படேல் இப்படியா பதில் கூறி இருப்பார்? மோடியின் பல உரைகளில் இஸ்லாமியர்கள் பற்றிய வெறுப்பு வெளிப்படும். காந்தியவாதியான படேலின் தேசியத்துக்கு மத அடையாளம் குத்தி அவரது வாரிசாகும் இவரது கனவு ஒரு நாளும் நிறைவேறாது.

சர்தார் படேல் ஜாதி மதங்களுக்கு அப்பாற்பட்டு எல்லோருக்கும் சம உரிமை உண்டு என்பதில் உறுதியான நம்பிக்கை உள்ளவர். தேசப் பிரிவினையின்போது ஒரு மதத்தவர் எல்லோருமே பிரிவினைக்கு ஆதரவாயிருக்கிறார்கள் என அவர் நம்பினார். அதை நேருவிடம் எடுத்துரைத்தார் என்பதும் உண்மையே. எனது நூலான Nehru: The Invention of India (2003) என்னும் நேருவின் வாழ்க்கை வரலாற்றில் இதை நான் குறிப்பிட்டிருக்கிறேன். இதுபோன்ற பல உதாரணங்கள் இருவருக்கிடையே நடந்தன. ஆனால் இந்துக்களுக்கான ஒன்றா அல்லது அற நெறி சார்ந்த ஒன்றா என்னும் கேள்வி எழுந்தால் படேல் காந்திய அணுகு முறையையே தீர்வாகக் காண்பார்.

சங்க பரிவார் அமைப்புக்களால் திரித்துக் கூறப்பட்டு விமர்சிக்கப்படும் நேரு - லியாகத் அலி கான் உடன்படிக்கை என்பது அடுத்த உதாரணம். கிழக்கு வங்காளத்தில் (இப்போது பங்களாதேஷ்) சிறுபான்மையினரான இந்துக்கள் மதக் கலவரத்தால் மிகவும் அல்லலுற்று ஆயிரக் கணக்கானோர் உயிரிழந்த தருணத்தில் நேருவுக்கும் படேலுக்கும் இடையே இந்த உடன்படிக்கை குறித்துக் கருத்து வேறுபாடு எழுந்தது. ஆனால் நேரு தமது நிலைப்பாட்டில் உறுதியாக இருந்தபோது படேல் விட்டுக் கொடுத்துப் போனதற்கு ஒரு காரணம் இருந்தது. மேற்கு வங்கத்தில் முஸ்லீம்களுக்கு எதிராக இந்துக்களால் நிகழ்த்தப்பட்ட வன்முறைக்குப் பின் இந்தியாவுக்கு கிழக்கு வங்காளக் கொலைகளை எதிர்க்கும் தார்மீக உரிமை இல்லாமல் போனது. படேல் காந்திய சிந்தனையுள்ள தேசியவாதி, நிச்சயமாக இந்து சிந்தனையிலான தேசியவாதி அல்லர் என்பதற்கு இதுவே சான்று.

இந்தியாவில் சரித்திரம் என்பது சர்ச்சை பூமிதான். ஆனால் அது புத்துயிருடன் இருபத்தோராம் நூற்றாண்டின் இந்துத்துவா இயக்கத்தின் மீது கொண்டிருக்கும் பிடிமானம் நிகழ்கால வரலாறு. முகலாயர்களைக் கொடியவர்களாகக் காட்டுவதன் மூலம் முஸ்லீம்கள் மண்ணின் மைந்தர் அல்லர் என்னும் ஒரு தவறான சித்திரத்தை வரைவதே இந்துத்துவ

வாதிகளின் நோக்கம். (அவர்கள் 'பாபர் கே அவுலாத் - அதாவது பாபரின் பரம்பரையில் வந்தவர்கள், இந்தியர்கள் அல்லர் என்னும் பொருள்). தமது முன்னோடிகள் சுதந்திரப் போரில் எதுவுமே பங்காற்றாமல் போன வெற்றிடத்தை நிரப்பவே படேல் பற்றிய சர்ச்சைகளை உண்டாக்கி, அவரையும் பிற தேசியத் தலைவர்களையும் கடத்திக்கொண்டு போய் தம் கட்சியின் பிம்பத்தைப் பெருமைக்குரியதாகக் காட்டிக் கொள்வதே இந்த ஆளும் கட்சியின் முயற்சி.

இந்துத்துவாவும் பண்பாடும்

சரித்திரத்தைத் (திரித்து) மாற்றி எழுதுவதே இந்துத்துவா திட்டத்தின் முதல் மைல் கல். அதற்கு அடுத்த இலக்கு காலப் போக்கில் இந்து மதம் அடைந்திருக்கும் மேன்மைகளை நீக்கி விடுதல். தீவிர இந்துத்துவ வாதிகளைப் பொருத்த அளவில் இப்படி வந்த மேம்பாடுகளுள் சுவாமி விவேகானந்தர் மற்றும் சர்வப்பள்ளி ராதாகிருஷ்ணன் கொண்டாடிய வேற்றுமைகளை ஒப்புக்கொள்ளும் நல்லிணக்கமும் அடங்கும். இந்துக்கள் தமது பண்பாட்டின் பலம் எது என்று உலகுக்குக் காட்டினார்களோ அந்த வெவ்வேறு விதங்களில் பொருள் கொள்ளுதலும் மற்றும் வெவ்வேறு வகையான பிரதிநிதிப்படுத்துவதையும் நிராகரிப்பதே நேரு காட்டிய தேசியத்துக்கும் இந்துத்துவவாதிகள் காட்டும் தேசியத்துக்கும் உள்ள வித்தியாசம்.

மாற்றுக் கருத்துக்குத் தடை மற்றும் மதக்குற்றம் போன்றவை கொண்டதே இந்து மதம் என்னும் குதர்க்கமான விளக்கம் தரும் இந்துத்துவவாதிகளை எதிர்த்தே ஓர் ஓய்வில்லாப் போராட்டம் நிகழ்ந்து வருகிறது. ஜேம்ஸ் லேயின் என்பவர் செய்த சிவாஜியின் பெற்றோர் யார் என்னும் ஆராய்ச்சிக்கு ஒத்துழைப்புக் கொடுத்ததற்காக இந்துத்துவா கும்பல் புனேயில் உள்ள Bhandarkar Oriental Research Institute's library நூலகத்தைச் சூறையாடியது. இந்திய குற்றவியல் சட்டத்தின் 295(a) பிரிவைப் பயன்படுத்தி மத உணர்வு புண்பட்டது என்று நீதிமன்றத்தில் வழக்குத் தொடர்ந்தால் நீதிமன்றம் புத்தகங்களுக்குத் தடை விதிக்கும். அந்தச் சட்டப் பிரிவு மத உணர்வுகளைத் தூண்டும் பேச்சு மற்றும் எழுத்தைத் தடை செய்யவே கொண்டுவரப்பட்டிருந்தாலும் வெண்டி டாங்கியர் போல இந்து மதம் பற்றி ஆய்வின் அடிப்படையிலான அரிய நூல்களைத் தந்தவர் நூல்களுக்கும் தடையே நிகழ்ந்தது. அவருக்கு எழுந்த எதிர்ப்பைக் கண்டு அதை நீதிமன்றத்தில் செலவு செய்து சந்திக்க விரும்பாத அவரது பதிப்பாளர்கள் புதிய பிரதிகளையும் நிறுத்தி, பழைய பிரதிகளைத் திரும்பப் பெற்று அழித்தார்கள். இந்துத்துவவாதிகள் மனம் புண்படாமல் இருக்கவே இது.

புத்தகங்களை அழிப்பது என்னும் சட்டம் பிரிட்டிஷ் காலனி ஆதிக்கத்தில் உருவான சட்டத்தின் அடிப்படையில் ஆனது. இந்தியாவின் ஒரு நிலப்

பரப்பு அல்லது வரலாறு பற்றி ஆதார பூர்வமான ஓர் அறிவிப்பைச் செய்தாலும் அது இந்தியாவின் ஒரு சமூகத்தின் மனத்தைப் புண்படுத்துவ தாகவே காணப்படுகிறது. இந்து மதத்தின் பெயரால் இது போன்றவை செய்யப்படும்போது அது மிகவும் வருத்தத்தை அளிக்கிறது. நான் வளர்க்கப்பட்ட இந்துச் சூழலில் புத்தகங்கள் வணக்கத்துக்கு உரியவை. தவறிப் போய் கீழே விழுந்த காகிதம் அல்லது புத்தகத்தைக் காலால் எடுத்தால் அதைத் தொட்டு வணங்கிக் கண்ணில் ஒற்றிக்கொள்ள வேண்டும். ஏனெனில் புத்தகம் என்பது சரஸ்வதியின் ஒரு வடிவமே என்றே எனக்கு சொல்லித் தந்து வளர்த்தார்கள். அறுபதைக் கடந்த பின்பும் இன்றும் நான் அதைக் கடைப்பிடிக்கிறேன். இது நம் நாட்டின் எந்தப் பகுதியிலும் இந்துக்களிடம் தென்படும் ஒரு நம்பிக்கை. தம்மை இந்துக்கள் என்று அழைத்துக்கொள்வோர் புத்தகங்களை அவமதிக்கவோ அல்லது அழிக்கவோ எவ்வாறு முடியும்?

குறி வைத்த புத்தகங்களை ஒழித்து விடுவதைத் தொடர்ந்தே வேறு ஒரு புத்தகத்தை உயர்த்திப் பிடிப்பது வந்துவிடும் இல்லையா? சுஷ்மா சுவராஜ், ஆர்.எஸ்.எஸ் அனுதாபி இல்லை என்றாலும் அவர் இந்து தேசியம் பேசுபவர். அவர் பகவத் கீதைதான் இந்தியாவின் 'ராஷ்டிரிய கிரந்த்' அதாவது தேசியப் புனித நூலாக வேண்டும் என்கிறார். இதில் நான்கு பிரச்னைகள் இருக்கின்றன.

முதலாவது, நரேந்திர மோடியின் உரையிலிருந்தே நாம் மேற்கோள் எடுக்கக்கூடிய ஒன்று. ஏற்கெனவே தேசத்தின் புனித நூலாக நாம் அரசியல் சாசனத்தையே காண்கிறோம்.

இரண்டாவது பன்மதங்கள் ஒன்றாயிருக்கும் நம் நாட்டில் ஒவ்வொரு மதத்துக்கும் ஒரு புனித நூல் உண்டு. அதை விட்டுவிட்டு எதற்காக மற்றொன்றை எந்தக் குடிமகனும் மதிக்கவேண்டும். ஒரு சீக்கியர் குரு கிரந்த சாஹிப் நூலுக்கு மேலானதாக ஏன் பகவத் கீதையை ஏற்க வேண்டும்?

மூன்றாவது, இது பெரும்பான்மையினரின் நூல் இதைத்தான் திணிப்போம் என்று அவர் பிடிவாதம் பிடித்தால் எதற்காக பகவத் கீதை? இந்து மத நம்பிக்கையில் மற்றும் வாசிப்பில் ஆழ்ந்த ஈடுபாடுள்ள நான் கண்டது உபநிடதங்கள் மற்றும் புராணங்களில் உள்ள பலவும் பகவத் கீதையில் இல்லை. இந்து மதம் நிறைய புனித நூல்களைக் கொண்டது. கீதை ஓர் இதிகாசத்தின் முக்கியப் பகுதி மற்றும் ஸ்மிருதி (கேள்வி மற்றும் ஓதுவதால் மட்டுமே பரம்பரை பரம்பரையாக நினைவின் வழியே நின்றது) என்பதால் அது ச்ருதி எனப்படும் (ஓதப் பட்டு எழுதவும் பட்டவை) வேதங்கள் உபநிடதங்கள் இவற்றை ஒப்பிட இரண்டாம் தரமானதே நூலாக ஏற்கவேண்டும் என அறிஞர்கள் யாரேனும் கூறினால் அதை நாம் ஒப்புக்கொள்ள வேண்டிய அவசியமில்லை. பல புனித நூல்கள் பற்றி சர்ச்சைகள் உண்டு.

திருமதி சுவராஜ் (அவருக்கு வெகு காலம் முன்பு காந்தியடிகள், விவேகானந்தர் போல) கீதையால் மிகவும் ஈர்க்கப்பட்டிருக்கலாம். ஆனால் ஆழ்ந்த நம்பிக்கை உள்ள பல இந்துக்கள் வேறு புனித நூல்களைத் தேர்ந்தெடுத்தார்கள். சுவாமி தயானந்தருக்கு ரிக் வேதமே முக்கியமானது. ஸ்மிருதி நூலான பாகவதம் ஏன் கூடாது? பாகவத புராணம் வருடா வருடம் ஒரு வாரம் முழுவதும் வீடுகளிலும் கோயில்களிலும் ஓதப்படுவதாகும். ஒரு புனித நூலை அங்கீகரிக்கும் தேடல் இந்தியாவை மட்டுமல்ல, இந்துக்களைக் கூடத் துண்டாடி விடும்.

இந்தப் பிரச்னை பற்றிய அரசியல் பேச்சு வார்த்தையில் நான்காவதாக மிகவும் முக்கியமான ஒரு பிரச்னை உண்டு. ஓர் அமைச்சரின் இத்தகைய பேச்சு பெரும் அச்சத்தை, சர்ச்சையையும் தாண்டி உண்டாக்குகிறது. ஒரு பெரும்பான்மையினரின் திட்டம் இந்தியாவின் பன்முக (சட்டப்படி மதச் சார்பற்ற) அடையாளத்தை மாற்றி அதை இந்து அடையாளமாக்கி விடும் என்னும் அச்சமே அது.

பாஜக 2014ல் ஆட்சியைப் பிடித்ததில் இருந்தே இப்படிப்பட்ட ஓரஞ்சாரும் நடவடிக்கைகள் பற்றிய சூசகங்கள் தென்பட்டுக் கொண்டே இருக்கின்றன. ஆர்.எஸ்.எஸ் தலைவரான மோகன் பாகவத் 'எல்லா இந்தியருமே இந்துக்களே, தம்மை இந்துக்கள் என்று கருதாதோர் இந்தியர்களே அல்லர் மற்றும் அவர்கள் இந்த மண்ணின் சொந்தங்கள் அல்லர்' என்று பிரகடனப்படுத்தினார். கிரிராஜ் சிங் என்னும் மந்திரி, மோடிக்கு ஓட்டுப் போடாதவர்கள் பாகிஸ்தானுக்குப் போகலாம் என்று பேசினார். மற்றொரு மந்திரி சாத்வி நிரஞ்சனா ஜோதி ராம பக்தர்கள் அல்லாதோர் பாவ வழியில் பிறந்தோர் என்றார் (ராம்ஜாதே யா ஹராம்ஜாதே)/ இப்படிப் புண்படுத்திய இருவரையும் ராஜினாமா செய்ய வற்புறுத்தவில்லை இந்த அரசு.

ரமலான் நோன்பில் இருக்கும் ஓர் இஸ்லாமியரின் வாய்க்குள் உணவை அடைத்தார் ஒரு சிவ சேனா பாராளுமன்ற உறுப்பினர். ஆளும் கூட்டணியில் இருக்கும் அவர்மீது எந்த நடவடிக்கையும். இல்லை. எண்ணற்ற மத வன்முறைகள் தூண்டப்பட்டு அவை சிறுபான்மையினரின் மனதில் அச்சத்தை உண்டாக்குகின்றன. நகைப்புக்குரிய 'பெரும் மதமாற்றம்' ஆக்ராவில் ஐம்பத்து ஏழு முஸ்லீம்கள் இந்துக்களாகத் தாய் வீடு திரும்புவதில் நிகழ்ந்தது. (அவர்களில் பெரும்பான்மையினர் பங்களாதேஷ் நாட்டவர். அவர்கள் இதில் கையெழுத்துப் போட்டால் இந்தியாவில் குடியுரிமைப் பிரச்னை இருக்காது என்றே இதற்கு ஒப்பினர் அச்சத்துடன்.)

இந்தத் 'தாய் வீடு திரும்புதல்' முயற்சி பற்றிய எதிர்ப்புக் குரல்கள் தேய்ந்திருந்தாலும், ஆர்.எஸ்.எஸ். சார்ந்த மன் மோகன் வைத்தியா கூறுவதுபோல 'தாய் மதம் திரும்பும் இயல்பான உந்துதல் நம் வேர்களுடன் தொடர்புபடுத்திக் கொள்ளுதலாம்' என்பதே இந்துத்துவாவின் முக்கியத் திட்டம்.

இப்படிப் பல தலைவர்கள் கூறிய நீண்ட அறிக்கைகளின் பட்டியலில் மற்றொன்றே சுஷ்மா சுவராஜின் பேச்சாகும்.

இது விவேகமானதா? பிரதம மந்திரி மோடி பொருளாதார மாற்றம் மற்றும் வளர்ச்சி பற்றிப் பேசும்போது அவருடைய சகாக்களோ அவர் ஓரங்கட்ட நினைத்தவற்றையெல்லாம் எடுத்து விவாதித்துக் கொண்டிருக்கிறார்கள். 'அனைவரின் ஒற்றுமை மற்றும் அனைவரின் வளர்ச்சி' என்னும் கோஷத்தோடு பதவிக்கு வந்த பாஜகவின் அருகாமையை இந்துத்துவ வாதிகள் பிளவு மிக்க, தனிக் குழுவுக்கான வளர்ச்சித் திட்டங்களுக்குப் பயன்படுத்தி வருகிறார்கள். நான் குறிப்பிட்டதுபோல இந்துத்துவ சிந்தனை உள்ளவர்களே ஆய்வுப் பேராசிரியர்களாகவும் மற்றும் பல்கலைக் கழகத் துணை வேந்தர்களாகவும் நியமிக்கப்படுகிறார்கள். மூன்று வருடங்களாக Indian Council of Historical Research அமைப்பின் தலைமை சரித்திர அறிவை விடவும் இந்துத்துவா விசுவாசம் அதிக முள்ள ஒருவரிடம் தரப்பட்டது. மகாராஷ்டிரா மற்றும் ராஜஸ்தானில் புராதனப் பெருமை பேசும் விதமாகப் பாடத் திட்டங்கள் மாற்றி எழுதப்பட்டு வருகின்றன. சமஸ்கிருதமே தூக்கிப் பிடிக்கப்படுகிறது. ஜனநாயகத்தில் ஆட்சி மாற்றத்தின் விளைவுகள் இவை என்று சிலர் கூறலாம். ஆனால் பிரதம மந்திரி அறுதியிட்ட 'பொருளாதார வளர்ச்சியே என் நம்பிக்கை' மற்றும் 'அரசியல் சாசனமே என் புனித நூல்', மற்றும் 'பாராளுமன்றமே என் கோயில்' என்பனவற்றில் இருந்து பிறழ்ந்த நடவடிக்கைகள் இவை.

முதலீட்டாளர்கள் போர் நடக்கும் நாடுகளைத் தவிர்ப்பார்கள். அதனாலேயே நாம் தேசிய அளவில் நம் எல்லைகளின் பாதுகாப்பை உறுதி செய்கிறோம். அதேபோல முதலீட்டாளர்கள் எதிர்காலப் பிரக்ஞை மிகுந்த சமூகங்களையே நாடுவார்கள். வரலாற்றின் வழி இறந்த காலம் குறித்துப் பேசிப் பிரிவினை செய்யும் நாட்டை அல்ல. பாஜகவும் இந்த ஆட்சியும் ஆணையிட வேண்டியது: 'மதத்தை ஒருவரின் தனிப்பட்ட வாழ்க்கைக்கு விட்டுவிடுங்கள். நமக்கு தேசியப் புனித நூல் என்று ஒன்று வேண்டாம். ஏனெனில் நமது அரசியல் சாசனம் நமக்கு தேசிய மதம் ஒன்றை அனுமதிக்கவில்லை. நாம் ஏற்கெனவே மதத்தால் பிளவுபட்டோம். மறுபடி மதச் சண்டையால் பாகிஸ்தான் பிரிவினையைவிடவும் மோசமான ஒரு பிரிவினையை நாம் உண்டாக்கி விடக்கூடாது. 1947ன் போது எழுந்து பின்னர் உறங்கிக் கிடக்கும் அரக்கர்களை நாம் உசுப்பி விடக் கூடாது.

தூங்கும் மதவெறி அப்படியே படுத்துக் கிடக்கட்டும்.

குறுகிய மனங்களின் பிற மத வெறுப்பு

இந்தியாவின் பண்பாட்டுப் பாரம்பரியம் மற்றும் பிற நாடுகளின் செல்வாக்குக்கு எதிர் வினையாற்றவும் அதை உள்வாங்கிக் கொள்ளவும் இயலும் அதன் ஆற்றல் இரண்டு பற்றியும் ஓர் அசட்டையான

கண்ணோட்டத்தையே இந்துத்துவா வைத்திருக்கிறது. அந்தப் பண்பாட்டின் உள்ளார்ந்த செயற் திறனை இந்துத்துவா புறந்தள்ளுகிறது. புத்தகங்களை எதிர்த்ததைத் தவிர்த்து இந்துத்துவா பின் வரும் அராஜகங்களைச் செய்திருக்கிறது:

ஒரு ராஜபுத்திர இளவரசி மற்றும் முஸ்லீம் மன்னனுக்கும் இடைப்பட்ட காதல் காட்சியைப் படமாக்க இருந்த ஒரு படத் தயாரிப்பாளர் மிரட்டப்பட்டார். (பின்னர் இது பற்றி விரிவாகப் பார்ப்போம்).

இந்துப் பெண் தெய்வங்களை நிர்வாணமாக வரைந்தார் என்று கூறி எம்.எஃப். ஹுசைனின் ஓவியக் காட்சி அடித்து நாசமாக்கப் பட்டது.

இந்திய - கனடா கூட்டுத் தயாரிப்பான தீபா மெஹ்தாவின் படம் பனாரஸ் வாழ் விதவைகள் மையமானது. திரைப் படத்தின் படப்பிடிப்பில் தகராறு செய்து வன்முறையில் ஈடுபட்டனர் இந்துத்துவவாதிகள்.

கமலா சுரையா என்று இஸ்லாம் மதத்துக்கு மாறிய எழுத்தாளர் கமலா தாஸ் அவமதிக்கப்பட்டார்.

டெல்லிப் பல்கலைக் கழகப் பாடத் திட்டத்தில் இருந்து நூற்றுக்கணக்கான ராமாயணங்கள் பற்றிய ஏ.கே. ராமானுஜத்தின் புத்தகம் நீக்கப்பட்டது.

அயோத்தியா சர்ச்சை பற்றிய SAHMAT என்னும் அமைப்பின் கண்காட்சி தாக்கப்பட்டது.

இந்துத்துவா அரசின் காலத்தில் பண்பாட்டை அரசியலாக்கும் பணி நிறைவேறி விட்டது.

இவற்றுள் எம்.எஃப். ஹுசைன் தாக்கப்பட்டதும் மற்றும் அவரது ஓவியங்கள் அழிக்கப்பட்டதும் இந்துத்துவா வன்முறையின் உதாரணமான ஒன்றாகும். 1996ல் அஹமதாபாதில் அவரது கண்காட்சியை, ஒரு முஸ்லீம், இந்துப் பெண் கடவுளை நிர்வாணமாக வரைந்தார் என்று கூறித் தாக்கினார்கள். ஹுசைன் பெருமைமிகு இந்துப் பெண்களை வரைவது பல காலமாகவே இருந்ததே. அவர் இந்திரா காந்தியைத் துர்க்கையாகவும் நடிகை மாதுரி தீட்சித்தை ஓர் அப்சரஸாகவும் வரைந்தவர். அவர் கற்பனை ஆற்றலுடன் இந்துக் கதைகளை மற்றும் வீரர்கள் வீராங்கனைகளைத் தமது ஓவியத்தில் மறு உருவாக்கி வந்தார். ஒரு முஸ்லீம் ஓவியர் இந்து நம்பிக்கைகள் பற்றி ஓவியம் வரைவது கண்டு பெருமைப்படாமல், தன்னைத்தானே இந்துக் காவலர்களாகப் பணியில் அமர்த்திக் கொண்டவர்கள் அதை எப்படி ஒரு முஸ்லீம் ஓவியர் வரையலாம் என்று கொந்தளித்தார்கள். ஒரு தீவிரமான இந்துத்துவவாதி, எந்த முஸ்லீமுக்கும் இந்துக் கடவுள்களைத் தன் விருப்பப்படி வரைய உரிமையில்லை என்று கூறி, ஹுசைனின் எல்லா ஓவியங்களையும் கங்கையில் போட்டால் அது தூய்மையும் அடையும் மற்றும் அழிந்தும் போகும் என்றார்.

இது ஓர் இந்து செய்யும் தராதரமான ஒன்று அல்ல என யாரும் கூறியிருக்க முடியும். இருபது வருடங்களாகவே அந்த ஓவியங்கள் காட்சியில்

இருந்தவையே. ஆனால் அந்த வன்முறை இந்து மதம் பற்றியதல்ல, இந்துத்துவா அரசியல் பற்றியது. நானும் இந்துத்துவ அரசியலில் இருக்கிறேன் என பஜ்ரங் தள் செய்வதன் அடிப்படையான மதவெறி அது. சிறுபான்மையினர் மனம் புண்படுவதைப் பொருட்படுத்துவதைக் கண்டு தாங்களும் புண்படுவோம் என அவர்கள் காட்டிக்கொள்ள முயன்று சமூகத்தைத் தமது விருப்பத்துக்கு வளைக்க முற்பட்டார்கள்.

அரை நிர்வாணம் மற்றும் முழு நிர்வாணமாக இந்துப் பெண் தெய்வங்கள் ஓவியமாக்கப்பட்டதை எதிர்த்து ஹுஸைன்மீது வழக்குகள் தொடரப் பட்டன. முஸ்லீம் எதிர்ப்பு மதவெறியாளர் களின் இந்த எண்ணற்ற வழக்குகள் ஹுஸைனை சுயமாக மேற்கொண்ட நாட்டை நீங்கிச் செல்லும் முடிவுக்குத் தள்ளியது. இந்தியா ஒரு பொக்கிஷத்தை இழக்க, அவர் துபாய் மற்றும் லண்டனில் வாழத் தொடங்கினார். மோசமான பல வழக்குகளைக் கண்ட நீதிமன்றம் அவரது சொத்துக்களையும் வீட்டையும் முடக்கியது. இறுதியாக உச்ச நீதிமன்றமே அந்தத் தீர்ப்பை மாற்றியது. இருப்பினும் அத்துடன் இதெல்லாம் முடியாது, மும்பை அல்லது டெல்லியில் தான் கால் பதித்தாலே தன்னைக் கைது செய்து விடுவார்கள் என ஹுஸைன் அஞ்சினார். நாட்டைவிட்டு அவர் வெளியேறியபோது அவருக்கு வயது 91. அந்த வயதில் அவர் மிகவும் கொண்டாடப்பட்ட வராகத் தம் மண்ணில் வாழ்ந்திருக்க வேண்டும். ஆனால் அவரோ போலித்தனமானோரின் வழக்குகளைச் சந்திக்க விரும்பாதவராக அன்னிய மண்ணிலேயே உயிர் நீத்தார்.

டெல்லி உயர்நீதிமன்ற நீதிபதி சஞ்சய் கிஷன் கவுல் (பின்னாளில் உச்ச நீதிமன்றத்தில் நீதிபதியாக ஆனவர்) மிகவும் அறிவார்ந்த, அணுக்கமாய் விவாதித்த மற்றும் துல்லியமாக அடிக் குறிப்புகள் கொண்ட ஓர் அருமையான பாராட்டுக்குரிய தீர்ப்பை பல வழக்குகளை ஒன்றாக முடிக்கும் வண்ணம் எழுதினார். அவரது தீர்ப்பின் முக்கியப் பகுதி இது:

‘தொன்மையான இந்தியக் கலை உடலுறவு வழிபாடு மற்றும் ஆண் பெண் கலவியின் கலைப் படைப்புகள் இல்லாமல் இருந்ததில்லை. புவனேஸ்வர், கோனார்க் மற்றும் பூரி (150-1250 பொ.யு.), மத்தியப் பிரதேசத்தின் கஜுராஹோ (900-1050 பொ.யு.) டெல்மெல் மற்றும் மெஹசானா (பொ.யு. பத்தாம் நூற்றாண்டு), குப்கல்லு ஹில் பெல்லாரி மெட்ராஸ் மற்றும் பரோடாவின் சுனாக் அருகே நீலகண்ட கோயில் ஆகியவை முக்கியமான உதாரணங்கள். லிங்கம் என்பதே கடவுள் சிவன் யோனியில் ஓய்வெடுக்கும் நிலை, அது சிருஷ்டியின் செயற்பாடு; பிரகிருதி மற்றும் புருஷனின் கலப்பு. தொன்மையான இந்தியக் காமரூப முறையான கலைப் படைப்புகள் மதத்தை ஒட்டியவையே. அவை ஆனந்தத்தின் அதி உச்சமானதாக, ஆன்மாவால் மட்டுமே அனுபவிக்கப்படக் கூடியதாக இருந்தன.’

ஆனால் ஹுஸைனை எதிர்த்தவர்களுக்கு தொன்மையான இந்துப் பாரம்பரியம் பற்றி எதுவுமே தெரிந்திருக்கவில்லை. மாற்றாக, அவர்கள்

இந்து மதம் பற்றிய தமது புரிதலையும் மற்றும் தேசத்தின் கலாசார ஒருமைப்பாடு இவற்றையே காத்துக்கொள்ள முயன்றார்கள். (நிர்வாணத்தை ஓவியத்தில் கொண்டுவருவதை எதிர்த்த அவர்களது அணுகுமுறை இந்து மதத்ததாக இல்லாமல் கிறித்துவத் தூய்மை மிகுந்ததாக இருந்தது).

தமது மண்ணின் புராதன வீரர்கள் மற்றும் புனிதங்களிலிருந்தும் உந்துதல் பெறும் முடிவை எடுத்த ஒரு முஸ்லீம் ஓவியரைப் பாராட்டாமல், அவரை மத நிந்தனையாளர் என்று குற்றம் சாட்டினர். இந்தியப் பண்பாட்டின் வளம் மற்றும் விரிவை உலகமெங்கும் மறுமலர்ச்சிக்கு உள்ளாக்கிய அவருக்கு கௌரவம் தராமல் அவர் இந்தியப் பண்பாட்டை அவமதித்து விட்டார் என்றே சாடி, இந்தியத் தன்மை என்பது ஒரு குறுகிய மதவெறி என்பதாகக் காட்டி விட்டார்கள்.

நமது ஜனநாயகம் மிகவும் சகிப்புத்தன்மையே இல்லாத சில விஷமிகள், ஒரு மாபெரும் இந்தியக் கலைஞரின் வாழ்க்கை மற்றும் படைப்பைத் தடம் புரள வைக்க அனுமதித்தது அவமானகரமானது. தம்மை இந்துக்கள் எனக் கூறிக்கொள்ளும் இந்த ஆட்கள் எந்தக் கோயிலின் உள்ளேயும் உள்ள கலையை அவதானித்ததே இல்லை. கஜுராஹோவின் கலையின் நுட்பத்தையோ அல்லது கோனார்க்கில் சூரிய அஸ்தமனத்தின் அழகையோ கண்டு ரசித்ததே இல்லை. அசல் தன்மையே இல்லாத ஒரு 'பாரதீயப் பண்பாடு' ஒன்றையே மையப் படுத்துகிறார்கள். ஏனெனில் அது இஸ்லாமியரின் வெற்றியை ஒட்டிய தூய்மைவாதத்தைத் தாண்டி எங்கேயும் போகாது.

பொது வாழ்க்கையில் இருக்கவேண்டிய கண்ணியம் மற்றும் ஒழுக்கம் அவரது 'ஆபாச' ஓவியங்களால், குறிப்பாக இந்துப் பெண் தெய்வங்கள் மற்றும் பாரதமாதா மீதான ஓவியங்களால், பாதிக்கப் பட்டன எனத் தொடரப்பட்ட தம் மீதான வழக்குகளை பெரியவர் ஹுஸைன் தள்ளுபடி செய்யக் கோரினார். அதன் சட்ட நுணுக்கங்களை நீதிபதி கவுலின் தீர்ப்பு தெளிவாக்கியது. ஆனால் நீதிபதி கவுல் தமது தீர்ப்பில் பதிவு செய்திருக்கும் கருத்துக்கள் சிந்திக்கும் ஒவ்வொரு இந்தியரும் கவனிக்க வேண்டியது.

அவற்றுள் முக்கியமானது மிகவும் மெல்லிய தோலுள்ளவர்கள் (அல்லது கெடு நோக்கம் உள்ளவர்கள்) ஓர் எழுத்தாளர் அல்லது ஓவியரால் தாம் காயமுற்றோம் என்பதை நீதிபதி நிராகரித்ததே. நீங்கள் மிகவும் எளிதில் காயப்படுவீர் என்றால் அந்த நூலைப் படிக்காதீர்கள் அல்லது அந்த இணையதளத்தைப் பார்க்காதீர்கள் என்றார் நீதிபதி. எவ்விதத்திலும் அரசியல் நிர்ணய சட்டம் வழங்கி இருக்கும் கருத்துச் சுதந்திரத்தை ஓர் எழுத்தாளர் அல்லது கலைஞருக்கு மறுக்க நினைக்காதீர்கள். ஒரு படைப்பை அந்தக் கலைஞரின் கண்ணோட்டத்தில் அவர் கலையம்சத்தில் எதை வெளிப்படுத்தினார் என்பதை வைத்தே பார்க்கவேண்டும். பார்வையாளரின் மிதமிஞ்சிய காயப்பட்ட உணர்ச்சி மிக்க எதிர்வினையில்

இருந்து அல்ல. விவேகானந்தரின் கீழ்க்கண்ட சிந்தனையை நீதிபதி சுட்டுக் காட்டுகிறார்:

'நாம் நமது மனதால் ஆன பிரபஞ்சத்துக்குள் பிறர் ஒவ்வொருவரையும் சுருக்கி அடைத்து, நமது கட்டுப்பாடுகள், அறங்கள், கடமை உணர்வு மற்றும் பயன்பாட்டு உணர்வு எல்லாவற்றையும் திணிக்கும் உரிமை நமக்கு இருப்பதுபோல நடந்துகொள்கிறோம். பிறரை எடை போடும் முனைப்பினால் தான் எல்லா மதச் சண்டைகளும் எழுந்தன. நாம் பிறரை எடை போடும் பட்சத்தில் அது 'அவரது விழுமியங்களின்' அடிப்படை யிலேயே இருக்கவேண்டும். பிறருடையதன் அடிப்படையில் அல்ல'.

தொடர்ந்து தமது கருத்துக்களாக நீதிபதி, 'எனவே நம் கடமை பிறரை அவர்களது கண்கள் வழியே காண்பதே ஆகும். நாம் நமது தராதரங்களை வைத்துப் பிறரை எடை போடக்கூடாது' எனப் பதிவு செய்தார்.

ஆனால் நீதிபதி கவுல் அனுமதிக்கும் இந்தியாவின் எல்லைகளை விரித்து மேற் சென்றார். உடலுறவு அல்லது நிர்வாணம் என்பது மதிப்புக்குரிய ஓர் இடத்தை எப்போதும் இந்தியக் கலை மற்றும் இலக்கியத்தில் பெற்றிருந்தன. 'காம சூத்திரத்தின் நிலத்தில் ஏன் அதன் பெயரிலிருந்து நாம் வெட்கி விலகவேண்டும்?' என்ற கேள்வியை அவர் வியப்புடன் எழுப்பினார். எப்படி அழகு என்பது பார்ப்பவருடைய கண்ணோட்டத்தில் இருக்கிறதோ அதேபோல்தான் ஆபாசம் என ஒருவர் நினைப்பது. (இந்துப் பாரம்பரியத்தில் உடலின்பம் என்பது முழுமையான மற்றும் நிறைவான ஒரு வாழ்க்கையின் பிரிக்க முடியாத அங்கமாகவே இருந்தது. துரதிர்ஷ்ட வசமாகப் புதியதாகத் 'தூய்மை வாதம்' பண்பாட்டுத் தூய்மையின் பெயரில் செயற்படுத்தப்பட்டு, அறியாமையில் ஆழ்ந்த மக்கள், கலைப் படைப்புக்களைச் சேதப்படுத்தி 'மறுமலர்ச்சி'க்கு முற்பட்ட காலத்துக்கு நம்மைத் தள்ளிவிடுகிறார்கள்.

பல இந்துக்கள் ஹுசைனின் கலையை மதிக்கும் அதே சமயம், மதவெறி அற்றவர்களாக, அவர் பெண் கடவுள்களின் படத்தை நிர்வாணமாக வரைந்தது குறித்து மனம் வருந்தி, எனக்குக் கடிதம் எழுதினார்கள். அவர்களை நான் மட்டமாக நினைக்கவில்லை. சிலர் கடிதத்தில் ஹுசைன் ஏன் பிற மதங்களின் பெண்களை, அவரது இஸ்லாமையும் சேர்த்தே ஏன் இப்படி வரையவில்லை என்று கேள்வி எழுப்பினார்கள். (அவர் ஒருமுறை முகம்மது நபியின் துணைவியாரைப் [illegible] தலையைத் தலைப்பால் மூடிக் கொண்டிருப்பவர்போல வரைந்திருந்தார்). இந்துக்கள் என்றால் என்ன வேண்டுமானாலும் செய்யலாம்; பிற மதங்கள் தம்மைக் காத்துக்கொள்வதில் தீவீரமானவர், இந்துக்களோ அவமதிப்பைத் தாங்கிக்கொள்பவர்கள் என்று கருத்துக் கூறினார்கள்.

இதுபற்றி நிறையவே சொல்லிக்கொண்டே போகலாம். இந்த நூலின் கருத்து விளிம்புக்கு அப்பால் அது போய்விடும். முதலில், நான் இந்த ஓவியங்களால் காயப்படவில்லை. ஏனெனில் டச்சு நாட்டுக் கேலிச்

சித்திரக்காரர்கள் செய்ததுபோல இதில் அவமதிக்கும் உள் நோக்கம் இல்லை. இந்துத் தொன்மவியல் எப்போதுமே அவருக்கு ஓர் உந்துதலாயிருந்தது. மிகப் பெரிய ஒரு கலைஞரான அவர் இந்து வடிவங்களை மிக நீண்ட காலமாகவே உடையுடனோ இல்லாமலோ வரைந்தவரே. திருத்தலமான பந்தார்புர் என்னும் ஊரில்தான் அவர் பிறந்து வளர்ந்ததெல்லாம். அங்கே பல தீவிர பக்தி மிக்க இந்துக்களுடனேயே அவர் பழகினார். பல இந்து விழாக்களைக் கண்ட அவர் இந்துக் கடவுள் வடிவங்களால் மிகவும் ஈர்க்கப்பட்டார். இறைதூதரை விடவும், வேறு எந்த முஸ்லீம் வடிவத்தை விடவும் அவரது கற்பனையை இந்து இந்தியாவே தூண்டியது. அவர் தாம் வளர்ந்த இந்தியாவையே தனது கலையில் கொண்டாட விரும்பினார். நான் இந்தப் பின்புலத்தில்தான் அவரைப் பார்த்தேன். ஆனால் அவரை எதிர்த்தோர் அந்தக் கண்ணோட்டத்தையே கொள்ளவில்லை. (மேலும் நான் சில மின்னஞ்சல்கள், அந்த ஓவியங்கள்பற்றி அளவுக்கு அதிகமாகவே எதிர் வினை செய்வதையும் கண்ணுற்றேன்). ஹுசைன் பல ஆயிரம் ஆண்டுகளாக, கோயில் சுவர்கள் உட்பட, நிர்வாணம் கலைப் படைப்புகளில் இருந்து வந்த பாரம்பரியத்துக்கு உட்பட்டவையாகவே தமது ஓவியத்தைக் கண்டார். பெண் கடவுள்கள் நிர்வாணமாக இந்துப் புனிதச் சின்னங்களில் காட்டப்படுவதில்லை என்பதை நான் ஒப்புக் கொள்கிறேன். அதே சமயம் அது அனைவருக்கும் போதுமானதல்ல.

வடிவங்களைத் தாண்டிய பல கருத்துக்களை வெளிப்படுத்தவே வடிவங்களைப் பல காலமாக ஹுசைன் வரைந்து வந்தார். அவரது வடிவங்கள் படிமங்கள் மற்றும் குறியீடுகள். உடல் என்பதே உருவமே இல்லாத ஒன்றின் பிரதிநிதித்துவம் அதாவது மாயை என்றார் அவர். ஓர் இந்துவாக அவர் வரைந்த பெண் கடவுள்களின் சித்திரங்களில் நான் வழிபடும் தெய்வங்களை நான் பார்க்கவில்லை. உபநிடதங்களின் கருத்துப்படி தெய்வீகம் என்பது புரிந்து கொள்வதற்கு அப்பாற்பட்டதாம். மனிதர்கள் தம் கைகளால் எட்ட முடியாததை நோக்கியே கைகளை நீட்டுகிறார்கள். இந்தக் கருத்தில் எனக்கு உடன்பாடு உண்டு. மனிதர்கள் கற்பனைக்கு இன்னும் நிறையவே குறிப்பானவை தேவை என்பதால் நம்மால் எளிதில் புரிந்துகொள்ளக்கூடிய வடிவங்களில் நாம் கடவுள்களைக் காண்கிறோம். அதனால்தான் 3.33 லட்சம் அல்லது 3.33 கோடி தெய்வ வடிவங்களை நாம் வணங்கப் பெற்றிருக்கிறோம். ஒரு நாட்காட்டி ஓவியரின் படைப்பைத் தாண்டி ரவி வர்மாவின் சரஸ்வதி ஓவியத்தில் அசலான எதுவுமில்லை. ஓர் ஓவியக் கலைஞராக ஒவ்வொரு கலைஞரும் தமது வழியில் அந்தப் பெண் கடவுளைக் கற்பனை செய்கிறார். ஓர் இந்துவாக அதே உரிமையை ஹுசைனுக்கும் தருவதில் எனக்கு எந்தச் சிரமமும் இல்லை.

ஏன் முஸ்லீம் உருவங்களை ஹுசைன் நிர்வாணமாக வரையவில்லை என்னும் கேள்வி குதர்க்கமானது. இஸ்லாமியப் பாரம்பரியம் மேற்கத்திய மற்றும் இந்துப் பாரம்பரியங்களிலிருந்து வித்தியாசமானது. இஸ்லாம்

இறை தூதரின் உருவத்தை வரைவதைத் தடை செய்கிறது. ஆனால் இந்து வழக்கங்களின் மையமே ஆண் மற்றும் பெண் கடவுள்களின் உருவத்தைக் கற்பனை செய்து பார்ப்பதாகும்.

எல்லா இந்தியர்கள் - அவர்களில் குறிப்பாக இந்துக்கள் நம் பெயரால் நமது பாரம்பரியத்துக்கு நிகழ்த்தப்படுபவை பற்றி விழித்தெழ வேண்டிய நேரம் இது. மனித நேயம் மிகுந்ததாகவும், உள்ளடக்கி அரவணைப்பதில் என்றும் உயர்ந்து நிற்பதாகவும், பரந்ததாகவும், பிற பண்பாட்டுடன் ஐக்கியம் கொள்வதுமான ஒரு மதத்தை, மதவெறி கொண்ட தடை சிந்தனைக்குள் அடைப்பது எந்த ஓர் ஓவியரும் வரைய இயலும் ஏமாற்றின் தோற்றத்தை விடப் பெரிய ஏமாற்று.

கஜுராஹோவின் ஆண்-பெண் கலவிச் சிற்பங்கள் இந்துத்துவா படையின் ‘பாரதீயப் பண்பாட்டி’ல் எங்கே வருகின்றன? வெளிப்படையான உடலுறவுச் சிற்பங்கள் உடைக்கப்பட வேண்டுமா? சென்றமுறை ‘ஃபாஷன் டிவி’யின் ஒளிபரப்புக் கம்பிகள் பாஜக ஆட்சியில் வெட்டப் பட்டதுபோல? காமசூத்ரா, மற்றும் தேவதாசிமுறை, கிருஷ்ண லீலையின் காதல் கதைகள் - இவைகளும் இந்தியத் தன்மையற்றவையா? நோபல் பரிசு வென்ற மெக்ஸிகக் கவிஞர் ஆக்டோவியோ பாஜ் நம் பண்பாட்டுக்கு சமர்ப்பணமான *In Light of India* கவிதைத் தொகுதியை எழுதிய போது ஒரு பகுதி முழுவதையும் சமஸ்கிருதத்தின் காமதூரக் கவிதைகளுக்கே ஒதுக்கினார். அவர் தமது படைப்பின் ஆதாரமாக வித்யாகரா என்னும் பௌத்தத் துறவியின் மதங்களுக்கு அப்பாற்பட்ட படைப்பான பதினோறாம் நூற்றாண்டின் 1726 பாக்களால் ஆன காவியத்தையே கொண்டார்.

லாதககசந்திரர் அல்லது பாவகதேவியின் படைப்புகள் ஆயிரம் ஆண்டுகளுக்கு முன்பே பெண்ணின் முலைகளை மையமாகக்கொண்ட பல கவிதைகளை எழுதினர். அவர்களை ‘பாரதீயப் பண்பாடு’ என்பதன் சட்ட திட்டங்களுக்கு உட்படாமல் போகுமோ? எதிர்கால ஆக்டாவியோ பாஜ்களுக்கு நாம் தொலைகாட்சியில் வரும் ராமாயண மகாபாரதம் மட்டுமே நமது பண்பாடு, கோபிகைகள் கிருஷ்ணருக்காக ஏங்கிய காவியங்கள் அல்ல எனக் கூறலாமா?

இதற்கான பதிலை, தனக்கு முன் வந்த ராமாயணத் தொடரின் பார்வையாளர் எண்ணிக்கை சாதனையை முறியடித்த மகாபாரதத்தின் தொலைககாட்சித் தொடரே கூறவேண்டும். பாலிவுட் திரையுலகின் ‘பி’ ரகத் திரைப்படக் கதாநாயகன்போல ஒரு கச்சிதமாக வெட்டிய காகித அட்டை வடிவ ராமனின் கதாபாத்திரப் படைப்பில், உணர்ச்சிகரமான உரையாடல்கள் மற்றும் சுமாரான ‘விசேஷக் காட்சிப்படுத்தல்களுடன் ராமானந்த சாகரின் ராமாயணம் இந்துத்துவாவை மறுமலர்ச்சிக்கு எடுத்துச் சென்றதில் தந்த பங்களிப்பை நாம் குறைத்தே மதிப்பிடக் கூடாது. பி.ஆர். சோப்ரா அதே வழியில் மகாபாரதத்தின் தொடரை உருவாக்கினார். தூர்தர்ஷன் என்னும் அரசு தொலைக்காட்சி மட்டுமே இருந்த அந்த

நாட்களில் கிட்டத்தட்ட மொத்த தேசமும் தொலைக் காட்சிப் பெட்டி முன் கட்டுப்பட்டுக் கிடந்தது. புராண மாயக் கதைகளில் மொத்த வடிவான அந்தத் தொடர்களைக் காண்பதில் ஒன்றுபட்டது. சமகால இந்தியாவின் மிகப்பெரிய நகை முரண்களில் ஒன்று மதச் சார்பற்ற அரசும், வணிகப் படம் எடுக்கும் பாலிவுட்டும் ஒன்று பட்டு இந்துப் பண்பாட்டு தேசியத்தின் எழுச்சிக்கு வித்திட்டதே.

(அது இன்றைய காலத்துக்கும் தொடர்ச்சியாகியே வந்திருக்கிறது. இப்போது தொலைக்காட்சிகளின் எண்ணிக்கை மிக அதிகம். ஒவ்வொன்றும் பொழுது போக்குக்காக பல தொடர்களை ஒளிபரப்பு கின்றன. அவை அனைத்திலும் பழமைவாதம் மிகுந்த 'இந்து' விழுமியங்களே முன்னிறுத்தப்படுகின்றன. பல பாலிவுட் நடிகர்கள் முஸ்லீம்களே. அவர்களில் ஐவரின் பெயர்கள் கான் என்று முடிபவை. ஆனால் அவர்கள் தீவிர இந்துவாக, இந்து சிலைகள் முன்பு பாடி நடனமாடு பவர்களாகவே காட்டப்படுகிறார்கள். பரிவுள்ள முஸ்லீம் கதாபாத்திரங்கள் முன்னர் ஜன்ஜீர் (1972) - பதான் கதாபாத்திரம் மற்றும் அமர் அக்பர் ஆண்டனி (1977) ஆகிய படங்களில் இருந்தன. பூடகமாக இந்தியா இந்துக் கலாச்சாரம் மட்டுமே கொண்டது; பன்முகமாகப் பிற பண்பாடுகளுடன் ஒன்றாயிருப்பதல்ல என்னும் தொனியுடன்).

இந்துத்துவாவின் கபடம் மது பற்றிய அணுகுமுறையில் தெளிவாவது. இந்துப் பண்பாட்டுக்கு ஒவ்வாவதாகக் கருதப்படும் அது பிரதம மந்திரியின் சொந்த மாநிலமான குஜராத்தில் தடை செய்யப்பட்டது. (கள்ளச் சந்தையில் தாராளமாகக் கிடைப்பது). இந்தியா முழுவதுமே மதுவிலக்கு அமல்படுத்தப்பட வேண்டும் என்னும் கோரிக்கைகள் பல இடங்களிலும் எழுகின்றன. பொது வாழ்க்கையில் புகழ் பெற்ற யாருமே தனது கையில் மதுக் கோப்பையுடன் ஒரு புகைப்படம் வெளியாவதை விரும்ப மாட்டார். நான் ஏற்கெனவே குறிப்பிட்டபடி சோமம் அல்லது சோமரசம் வேத காலத்துக் கடவுளர்களின் விருப்பமான பானமாகவே இருந்தது. ரிக் வேதக் கடவுளர்களான இந்திரன், அக்கினி, வருணன் மற்றும் பிறருக்கு யாகங்களில் அர்ப்பணிக்கப் பட்டே வந்தது. வேத காலக் கடவுள்கள் போதைப் பழக்கமே இல்லாதவர்கள் அல்லர். அவர்களுக்கான யாகத்தில் மதுவுக்கு முக்கிய இடம் இருந்தது. உதாரணத்துக்கு ஒரு சடங்கில் (வாஜ்பாயி யாகத்தின் துவக்கத்தில் வருவது) பலரிணைந்து பொதுவாகக் குடிக்கும் பழக்கம் இருந்தது. பதினேழு கோப்பைகள் சோமம் மற்றும் சுரா பானங்கள் மொத்தம் முப்பத்து நான்கு கோப்பைகள் முப்பத்து நான்கு கடவுளர்களுக்கு அர்ப்பணிக்கப்பட்டன என்கிறார் டி.என்.ஜா. தொன்மையான இந்து மத நூல்கள் ஐம்பதுக்கும் மேற்பட்ட போதை தரும் மது வகைகளைக் குறிப்பிடுகின்றன. பெரிதும் எல்லா ஆண்களுமே மது அருந்தி வந்தனர் என்றே ஜா குறிப்பிடுகிறார். சில சமயங்களில் பிராமண ஆண்களுக்கு மட்டும் தடை இருந்தது. பெண்கள் மது அருந்துவதும் சகஜமான ஒன்றே. காளிதாஸர் மற்றும் பௌத்த ஜாதகக் கதைகள் உட்பட்ட சமஸ்கிருத இலக்கியங்கள் மதுவகைகள் பற்றிப் பல இடங்களில்

குறிப்பிடுகின்றன. இந்துப் பண்பாட்டின் காவலர்கள் என்று தம்மை அழைத்துக் கொள்வோரை விடவும் தொன்மைக்கால இந்துக்கள் தூய்மை வாதம் பேசுவோராக இருக்கவில்லை. இந்துத்துவ வாதிகளின் மதுவிலக்கு வாதிகளுக்கான கடுமையான கண்டனம் தொன்மை இந்துக்களிடம் நிறையவே இருக்கிறது.

தம்மைத் தாமே பாரதீயப் பண்பாட்டின் காவலர்களாக நியமித்துக் கொண்டிருப்போருக்கு மதுவை அனுமதிக்காதிருப்பது மதுவை பாவம் மிக்க மேற்கத்திய பழக்கமாகக் காட்டுவதும் அது ஒன்றும் இந்துப் பழக்கம் இல்லை என்று சொல்லிக்கொள்வதுமே வசதியானது. பிப்ரவரி 14 அன்று கரம் கோர்த்திருக்கும் இளம் ஜோடிகளைத் தாக்குவதைப் பல வருடங்களாக செய்து கொண்டிருக்கிறார்கள். காதலர் தின வாழ்த்து அட்டைகள் விற்கும் கடைகளைச் சூறையாடுகிறார்கள். இந்து மகா சபா புதிய ஒரு யுக்தியைக் கொண்டு வந்திருக்கிறது. திருமணமாகாத ஜோடிகளை அவர்கள் அருகில் உள்ள கோயிலுக்கு அழைத்துச் சென்று திருமணம் செய்து வைத்துவிடுவார்கள். (இந்துத்துவா பாராளுமன்ற உறுப்பினரும் கோட்சேயைக் கொண்டாடுபவருமான சாக்ஷி மகாராஜுக்கு வாய்ப்புக் கிடைத்தால் அவர்கள் நான்கைந்து குழந்தைகள் பெற்று இந்து ஓட்டு பெரும்பான்மை வரச் செய்ய வேண்டும் என்று அறிவுரை கூறுவார்.)

மிகவும் தீவிரமாக இயங்குகிறார்கள் சகிப்புத் தன்மை இல்லாதவர்கள். இல்லையென்றால் புதிய வடிவமெடுக்கும் சகிப்பின்மை வேடிக்கை யானது. மண்ணின் மைந்தர்கள் காதலர் தினம் என்பது இறக்குமதி ஆனது என்று வாதிடுகிறார்கள். உண்மை தான். (ஆனால் கிறிஸ்துமஸ், ஈத் - உல் - நபி, மகளிர் தினம் இவையும் தான். ஆனால் அவற்றை அவர்கள் எதிர்ப்பதில்லை). இது காதலைக் கொண்டாடுவதால் இந்தியத் தன்மை அற்றது என்கிறார்கள். அது முற்றிலும் தவறானதே. வரலாற்று அறிஞர்கள் கூறுவது காமதேவனை வழிபட்டுக் கொண்டாடும் பாரம்பரியம் தொன்மைக் காலத்தில் இருந்து வந்தது. இஸ்லாமியப் படையெடுப்பு நடந்த பிற்காலத்தில் அது நின்று போனது. இந்து மகாசபாவில் இருக்கும் யாருக்கும் இந்துப் பாரம்பரியம் பற்றிய அறிவு இல்லை. குறுகிய நோக்கும் காட்டுமிராண்டித்தனமுமே அந்த எதிர்ப்பில் இருக்கிறது. வரலாற்றுக்கு முரணான பாரம்பரியத்தை அவர்கள் முன் வைக்கிறார்கள்.

'பகிரங்க அன்பு காட்டுதல்' (PDA or public display of affection) தொன்மை இந்தியாவில் பெரிதும் வழக்கமாக இருக்கவே செய்தது. காதல் மற்றும் உடலுறவு சுதந்திரம் முஸ்லீம் உலகிலிருந்து இந்தியா வந்த பயணிகளுக்குப் பெரிய அதிர்ச்சியாக இருந்தது. இன்றைய இளைஞர்கள் காதலர் தினம் கொண்டாடுவதன் மூலம் இஸ்லாமியர் ஆட்சிக்கு முன்னால் இருந்த தொன்மையான இந்துப் பண்பாட்டை மீட்கிறார்கள். உண்மையில் கஜுராஹோவில் உள்ள சிற்பங்களை ஒப்பிட இது மென்மையான வடிவம் உள்ளது. தம்மைத் தாமே பாரதீயப் பண்பாட்டின் காவலர்களாக நியமித்துக் கொண்டிருப்போர் இதை ஏற்கவில்லை என்பது எவ்வளவு பெரிய நகை முரண்!

எனவே இளம் இந்துக்கள் காதல் உணர்வுடன் இந்துத்துவப் படைகளைத் தவிர்க்கும் எச்சரிக்கையையும் சேர்த்தே காதலர் தினம் கொண்டாடி னார்கள். ஆனால் காவல்துறை அவர்களுக்குத் தொல்லை தரும் குண்டர் களைக் கண்டுகொள்ளவே இல்லை (உத்திரப் பிரதேச முதலமைச்சர் யோகி ஆதித்ய நாத் 'ரோமியோ எதிர்ப்புப் படை'களுக்கு ஒப்புதலும் அளித்தார்). எதை எடுத்தாலும் சமஸ்கிருதத்தில் நாமகரணம் செய்து பெயர் மாற்றும் பாஜக காதலர் தினத்தைக் காமதேவன் தினம் என்று பெயர் மாற்றி இருந்தால் அது தொன்மையான இந்துப் பண்பாட்டுடன் தொடர்புபடுத்திக் கொள்வதாக ஆகி இருக்கும். எதிர்ப்பதற்கு இந்துத்துவவாதி களுக்கு இடமில்லாமல் போயிருக்கும்.

'சுய நியமிப்பு' தானே பெரிய பிரச்னை. இவையெல்லாமே இந்து கலாச்சாரம் என்ற பெயரில் நிகழ்த்தப்படுகிறது. இறந்த காலத்தின் உண்மைகளைப் புதைத்து விட்டே அது செயலாக்கப்படுகிறது. இந்தியப் பண்பாடு எப்போதுமே திறந்த மனதுடன் புதியவற்றை உள்வாங்கித் தன்வயமாக்கிக் கொள்வதாகவே இருந்திருக்கிறது. அவ்வாறு அது மென்மேலும் விரிவடைந்தே வந்துள்ளது. கிரேக்கரோ அல்லது பிரிட்டிஷாரோ, தொன்மைக் காலத்துப் பின்னால் வந்த பல பண்பாடுகளின் சேர்க்கையால் இந்தியப் பண்பாடு வளம் பெற்றது. வால்ட் விட்மன் குறிப்பிட்டதுபோல நாம் பரந்து விரிந்த பண்பாட்டைச் சேர்ந்தவர்கள். பன்முகமான மக்கள் நம்மவர். இவையே நம் வரலாறு நமக்குக் காட்டும் அனுபவம். ஆனால் இந்தப் பண்பாட்டை விளக்கும் பொறுப்பைத் தானே எடுத்துக்கொண்டு மென்மேலும் குறுகிய வழிகளில் இதுவே 'உண்மையான இந்தியத் தன்மை' என்கிறது ஒரு கும்பல்.

தாஜ் மஹாலை சேதத்துக்குள்ளாக்குவது

திரித்து விளக்கும் முயற்சியின் சமீபத்திய பலிகடா தாஜ் மஹால் ஆகும். சுற்றுச் சூழல் பேரழிவு அரசியல் தொடாததே இல்லை - விழாக்களின் வாண வேடிக்கை தொடங்கிப் பிராணிகள் நலம்வரை. (பசுப் பாதுகாப்பு இதற்குள் வரும். பின்னர் விரிவாகக் காண்போம்). மதவெறியின் வர்ணம் பூசப்பட்ட பின் இந்தியாவின் ஆகப் புகழ் பெற்ற கலை மாளிகையான தாஜ் மஹால் மற்றும் விதிவிலக்கு ஆகுமா என்ன?

இந்தியக் கட்டிடக் கலையின் ஆகச் சிறந்த வடிவம் தாஜ் மஹால் ஆகும்.

மொகலாயப் பேரரசர் ஷாஜஹானால், தனக்குப் பதின்மூன்று குழந்தைகள் தந்த தனது மனைவி மும்தாஜின் நினைவாக எழுப்பப் பட்டது. பதினான்காம் மகவைப் பெறும் வேளையில் அந்த அன்னை உயிர் நீத்தார். லட்சக்கணக்கான மக்களை எப்போதும் ஈர்க்கும் அந்தக் கலைச் சின்னம் இந்தியாவில் மிக அதிகமாகப் புகைப்படம் எடுக்கப்பட்ட மாளிகை. 'காலத்தின் கன்னத்தில் வீழ்ந்த ஒரு கண்ணீர்த் துளி' என அதை

இந்தியாவின் நோபல் பரிசு வென்ற ஒரே ஒரு கவிஞர் ஆன ரபிந்திரநாத் தாகூர் வர்ணித்தார்.

ஆனால் கண்ணீர் விடுவதற்குத் தாஜ் மஹால் விஷயத்தில் இப்போது நிறையவே இருக்கின்றன. மதுராவின் எண்ணெய் சுத்திகரிப்பு நிலையம் மற்றும் அதைச் சுற்றியுள்ள சிறு பெரு தொழிற்சாலை களின் நச்சுப் புகையால் தாஜ் மஹாலின் வெண் பளிங்கு இப்போது மஞ்சள் நிறமாகி வருகிறது. மிகவும் அடிக்கடி பழுது பார்க்கும் சூழலால் அதன் கூம்பு கோபுரங்கள், சுற்றிக் கட்டப்படும் சாரத்தால் மறைக்கப்பட்டு விடுகின்றன. இதனால் நாளுக்கு நாள் சுற்றுலாப் பயணிகளின் எண்ணிக்கையும் குறைந்து வருகிறது. 2012ல் 743000 ஆக இருந்தவர் எண்ணிக்கை 2015ல் 480000 ஆகச் சரிந்தது. பயணிகளை வரவேற்று உபசரிக்க வேண்டிய உத்திரப் பிரதேச மாநிலத்தின் பழமையான ஆக்ரா நகரம் அவர்களைத் தள்ளியே வைக்கிறது. கெவின் டியூரண்ட் என்னும் அமெரிக்கக் கூடைப் பந்து வீரர் தாஜ் மஹாலைச் சுற்றியுள்ள மாசுச் சூழலைப் படமெடுத்து வெளியிட்டது 2017ல் பெரிய சர்ச்சைக்கு வழி வகுத்தது.

இவற்றையெல்லாம் தூக்கி அடிக்கும் நாசகாரச் செயலாக, அது பற்றிப் பெருமை கொள்ளாமல் உத்திரப் பிரதேசத்தை ஆளும் பாஜக அரசு அது சம்பந்தமாக அதிகம் செயற்பட விரும்பாமல் ஒதுங்குகிறது.

வெளி நாட்டுத் தூதர்களுக்கு இதுவரை தாஜ் மஹாலின் ஒரு சிறிய வடிவமே உ.பி. அரசால் பரிசாக வழங்கப்பட்டு வந்தது. அதைக் கண்டித்த தற்போதைய முதலமைச்சர் யோகி ஆதித்ய நாத், அந்த வடிவம் 'இந்தியக் கலாச்சாரத்தைப்' பிரதிபலிக்காத காரணத்தால் அதற்கு பதில் பகவத் கீதையின் பிரதி ஒன்று அவர்களுக்கு நினைவுப் பரிசாகத் தரப்படும் என்று அறிவித்தார்.

நிலைமை இன்னும் மோசமானது. உ.பி. மாநிலத்தின் சுற்றுலாத் துறை தனது சுற்றுலாத் தலங்களின் பட்டியலில் தாஜ் மஹாலை சேர்த்துக்கொள்ளவே இல்லை. அந்த மாநிலத்தின் (மற்றும் இந்தியாவின்) ஆகப் புகழ் பெற்ற சுற்றுலாத் தலத்துக்கு நடப்பு நிதியாண்டில் பராமரிப்புக்கான நிதி ஒதுக்கப்படவில்லை.

உள் நாட்டுப் பயணிகளும் தாஜை விட்டு, உ.பி மாநிலத்திலேயே இருக்கும் புனிதத் தலமான வாரணாசியை நோக்கிச் செல்கிறார்கள். இவையெல்லாம் மாநில அரசின் பெரிய திட்டமான இந்து மதச் சுற்றுப் பயணத்துக்கு முக்கியத்துவம் தருவதையே காட்டுகிறது.

ஆனாலும் தாஜ் மஹாலுக்கு இவர்களது எதிர்ப்பு மிகவும் அடிப்படை யானது. ஒரு தீவிரவாத பாஜக சட்டமன்ற உறுப்பினர் அந்தக் கலைப் பொக்கிஷம் எதிரிகளால் கட்டப்பட்ட அவமானச் சின்னம் என்று கூறினார். அதற்கு இந்திய வரலாற்றில் இடமே இருக்கக்கூடாது. வரலாறு மாற்றி எழுதப்படவேண்டும் என்றார்.

ஆளும் கட்சியின் தாஜ் மஹாலுக்கு எதிரான பிரச்சாரம் கிறுக்குத் தனமாகத் தோன்றலாம். வருமானம் தருவதாகவும் உலகமே கொண்டாடுவதுமான ஒரு கட்டடக் கலையின் உன்னதத்தை ஏன் சிறுமைப்படுத்தவேண்டும்? சித்திரவதைத் தன்மை கொண்ட ஆளும் பாஜகவின் வெறுப்பு பற்றித் தெரிந்தவர்களுக்கு இது ஆச்சரியமே இல்லை. அவர்களின் வெறுப்பு அரசியலின் ஒரு பகுதியே முஸ்லீம் ஆட்சிக் காலத்துடன் தொடர்புடைய எதையும் தாக்குவது.

நாம் ஏற்கெனவே பார்த்ததுபோல, பல பாஜக அங்கத்தினர்களுக்கு, முஸ்லீம் ஆட்சிக் காலம் இந்து மக்களின் அடிமைக்காலம். வெளி நாட்டு ஆக்கிரமிப்பாளர்களால் இரண்டாந்தரக் குடிமக்களாக அவர்கள் நடத்தப்பட்ட காலம். இந்த வளமான நிலத்தைச் சூறையாடி, கோயில்கள் மற்றும் மாளிகைகளை அழித்து, இந்துப் பெண்களைத் தாக்கி மற்றும் பல லட்சம் இந்துக்களை மதம் மாற்றிய காலம். அவர்கள் கருத்தில் இந்தக் கொடுமையான காலம் 1947 பிரிட்டிஷாரால் இந்தத் தேசம் துண்டாடப்பட்டு பாகிஸ்தான் உதயமாவதில் போய் முடிந்தது.

மிகவும் சிக்கலான ஒரு வரலாற்றுக்கு, இது மிகவும் எளிமைப் படுத்தப்பட்ட கருப்பு வெள்ளையான விளக்கமாகும். அந்தக் காலத்தில் பல மதங்கள் ஒன்றாயிருந்தன. அவற்றின் பண்பாடுகளின் சங்கமமும் நிகழ்ந்தது. ஆனால் இந்து வெறியர்களுக்கோ அவையெல்லாம் ஒரு பொருட்டே அல்ல. பாஜகவின் மிகப் பெரிய ஆதரவுத் தளமான அவர்களுக்கு தாஜ் மஹால் காதலின் சின்னமல்ல. அன்னியரின் வெற்றியின் மற்றும் அவர் செய்த அவமானத்தின் சின்னமாகும்.

மிகவும் சொற்பமான ஒரு கும்பலின் கவனிக்கப்படாத ஓர் எதிர்ப்புக் குரலாகவே தாஜ் மஹால் மீதான வெறுப்பு சில காலம் முன்பு இருந்து வந்தது. இன்று அதன் மைய சக்தி டெல்லியில் ஆட்சியைப் பிடித்து விட்டதால் நிலைமை மோசமாகிவிட்டது.

முதலமைச்சர் ஆகும் முன்பு யோகி ஆதித்ய நாத் மிகவும் வெறுப்பும் முஸ்லீம் எதிர்ப்பும் கொண்ட சொற்பொழிவுகளுக்காகப் புகழ் பெற்றவர். அவர் ஒரு கும்பலுக்குத் தலைமை தாங்கி முஸ்லீம்களைத் தாக்கிய குற்றச்சாட்டுகள் உண்டு. 2007ல் மதத் துவேஷப் பேச்சுக்காகப் பதினோரு நாட்கள் சிறைவாசம் அனுபவித்தவர் அவர். இந்திய மக்களால் மிகவும் நேசிக்கப்படும் ஒரு சினிமா நட்சத்திரத்தை (ஷா ருக் கான்) அவர் பயங்கரவாதி என அழைத்தவர். அவர் மத்திய அரசிடம் அமெரிக்க அதிபர் டொனால்ட் ட்ரம்ப்பின் முன் மாதிரியை வைத்து, முஸ்லீம்கள் பயணிக்கத் தடை கோரியவர்.

ஆனால் இப்படிப்பட்ட ஒரு நபரே, தாஜ் பற்றிய கண்டனங்களை முதலில் புறந்தள்ளினாலும், பின்னர் நாடு முழுவதும் எழுந்த எதிர்ப்புக் குரல்களுக்குப் பணிந்து ஆக்ரா சென்று, பதட்டமான பொது மக்களுக்குத் தனது அரசு தாஜ் மஹாலைப் பாதுகாப்பதில் உறுதியானது என்னும்

ஆறுதல் வார்த்தைகளைக் கூறவேண்டி வந்தது. அவர் வெறுப்போடு 'அது இந்திய விவசாயிகளின் வியர்வையாலும் ரத்தத்தாலும் எழுப்பப்பட்டது' என்றார்.

மக்களின் உணர்வைப் புரிந்துகொண்ட இந்த வார்த்தைகள் பகுதியான உறுதி மொழிகளே. வேறு ஒரு கதவை இது திறந்து விட்டது. மதவெறி கொண்ட சரித்திர அறிஞரான பி.என். ஓக், தாஜ் மஹால் இருந்த இடத்தில் 'தேஜோ மகாலயா' என்னும் சிவன் கோயில் இருந்தது என்னும் கட்டுக் கதையைக் கிளப்பிவிட்டார். வழி தவறிய சில இந்துத்துவ ஆட்கள் அந்த சமாதியில் சிவ பூஜை செய்யவும் முயன்றார்கள். பாஜக மற்றும் பல இந்து அமைப்புகளுக்குத் தாய் அமைப்பான ஆர்.எஸ்.எஸ்., அங்கே முஸ்லீம்கள் தொழ அனுமதிக்கக்கூடாது என்னும் கோரிக்கையை எழுப்பியது.

பல இந்தியர்களுக்கு தாஜ் மஹால் மீது பாஜகவுக்கு உண்டாகி இருக்கும் இந்த திடீர் அன்பு அது காட்டிய வெறுப்புக்கு இணையான அச்சத்தைக் கொடுப்பதே. (இதற்கிடையில் யோகி ஆதித்ய நாத் தாஜ் மஹாலைச் சாடிக் கொண்டிருந்தபோது, வெகு தொலைவில் இருக்கும் கேரள மாநில அரசு ஒரு விளம்பரத்தில் தாஜ் மஹாலுக்கு இந்தியாவை சுற்றுலாப் பயணிகள் கண்டறிய உதவுவதற்காக வணக்கம் தெரிவித்தது.)

இந்திய சரித்திரத்தை அடிப்படையாக வைத்து இந்தியா தன்னைத் தானே மீள் கண்டுப்பிடிப்பு செய்துகொள்ள வேண்டும் என்னும் ஓர் அரசியல் பிரச்சாரத்தின் ஆக சமீபத்திய பலி ஆடு தாஜ் மஹால். இந்தியத் தன்மை என்பது அதன் பன்முகத்தைச் சார்ந்திருந்தது. இந்து வெறியரான பாஜகவின் எழுச்சி அதை நெடுங்காலமாக அன்னியர்களால் சுரண்டப்பட்ட ஒன்றாகக் காட்டும் முயற்சியையும் சேர்த்தே கொண்டுள்ளது. மிக ஆழமாக நாட்டைப் பிளவுபடுத்தும் தொனி கொண்டது மட்டுமல்ல இந்த 'பண்பாட்டு தேசியம்'. அது ஆழ்ந்து புதைந்துபோன வருத்தங்களைத் தோண்டி எடுத்து முஸ்லீம் சிறுபான்மை மக்கள்மீது வெறுப்பை வளர்ப்பது. இது உலக அரங்கில் இந்தியாவின் மென்மையான அதிகாரத்துக்குக் குழி பறிப்பது. இந்தியாவின் அரசியல் மற்றும் சமூக கருத்து வெளிப்பாடுகளைத் துண்டாடுவது.

எழுத்தாளர் நயன் தாரா சஹ்கல் கூறுகிறார்: 'பல மதங்கள் ஒன்றாயிருக்கும், பல பண்பாட்டுப் பூர்விகம் சங்கமித்திருக்கும் நமது பண்பாடு இலக்கியம், கட்டிடக் கலை, மொழி, உணவு, இசை, நாட்டியம் மற்றும் பழக்க வழக்கங்கள் அனைத்தின் மொத்த உருவாகும். அதன் பெரும் பகுதியைத் துண்டாக எடுத்து அதை அவமதித்து நிராகரித்து நம்மை ஓர் ஒற்றைப் பண்பாட்டுக்குள் அடைக்க முயல்கிறார்கள் இந்துத்துவவாதிகள். அது இந்து மதமே அல்ல. இந்தியா இதுவரை எதைக் காத்து வந்ததோ, எதற்காகப் பாடுபட்டதோ, எதை மிகவும் பெருமையுடன் அரவணைத்ததோ அந்தப் பூர்வீக சொத்துக்களுக்கு எதிரான கொள்கை களைக் கொண்டது'.

தாஜ் சர்ச்சையை ஒட்டியே பத்மாவதி என்னும் திரைப்படம் பற்றிய சர்ச்சை உருவானது. டெல்லி சுல்தான் அல்லாவுதீன் கில்ஜியால் கைப்பற்றப்படும் முன் தன்னுடன் சேர்த்து 16000 ராஜபுத்திரப் பெண்களுடன் சிதையில் குதித்து பத்மாவதி உயிரை விட்டார் என்று நம்பப்படுகிறது. அதன் சரித்திர பூர்வமான ஆதாரம் நம்ப முடியாத ஒன்றே. கில்ஜியின் படைகளுடன் சென்ற சரித்திர ஆய்வாளர்கள் அவர் சித்தோகட் என்னும் ராஜ்ஜியம் மீதோ அதன் ராணியின் மீதோ தாக்குதல் நடத்தியதாகப் பதிவு செய்யவே இல்லை. கில்ஜியின் காலத்துக்கு இரண்டு நூற்றாண்டுக்குப் பின்னர் சூஃபி கவிஞரான மாலிக் முகம்மது ஜயாஸி தமது காவியமான 'பத்மாவத்' என்ற படைப்பை அந்த ராணிக்கு அர்ப்பணித்தபோதே அந்த ராணி சரித்திர நாயகி ஆனார்.

ஜயாஸி தமது படைப்பை அதில் உள்ள ராஜ்ஜியத்தின் பெயர் அப்படியே எடுத்துக்கொள்ளப்பட வேண்டும் என்று காவியத்தை வடிக்கவில்லை. அவர் சித்தோகட் ராஜ்ஜியத்தின் மீதான கில்ஜியின் படையெடுப்பையும் மையப்படுத்தவில்லை. 'சித்' (பிரக்ஞை) என்னும் சொல் உள்ள ஒரு ராஜ்ஜியத்தின் பெயரை அவர் ஏன் பயன்படுத்த விரும்பினார் என்றால் அது மனமும் ஆன்மாவும் ஒன்றிணைவதைக் குறிப்பதாகும். பாரசீக மாயத் தன்மை கொண்ட கவிதை முறையில், அவர் ஆண்-பெண் ஓர் அன்னியத் தாக்குதலில் பின்னணியில் என அந்தக் காவியத்தை வடித்திருந்தார்.

ஆனால் ஒருமுறை ஓர் இலக்கியம் பிரசுரமானதும் அதற்கென ஒரு தனி உயிர் வந்துவிடுகிறது. அந்தக் கதை புது ஊக்கத்துடனே வங்காள மற்றும் ராஜஸ்தானின் நாட்டுப்புறக் கலைஞர்களால் பாடப்பட்டது. ஆங்கிலேயக் கர்னல் ஆன டோட் என்பவர் தமது *Annals and Antiquities of Rajputana* என்னும் இந்திய இலக்கியத் தொகுப்பில் அதைச் சேர்த்தபோது அது பலமுறை மறு உருவாக்கப்பட்ட கதை வடிவில்தான் இருந்தது. விரைவில் பத்மாவதி ராஜபுத்திரப் பெண்ணின் கண்ணியம் மற்றும் தூய்மையின் வடிவாய், காமவெறியரான முஸ்லீம்களை எதிர்கொள்ள தீக்குளித்தவராக (ஜவ்ஹார்) தெய்வீகப்படுத்தப்பட்டார். அவர் தீக்குளித்த இடமாகக் கருதப்படுவது சுற்றுலாத்தலமாக மாறியது. இந்த வீராங்கனையின் தொன்மைப் புகழ் மேலும் வண்ண மிகுந்ததாக வளர்ந்தது. ராஜபுத்திரர்களின் அமைப்பான கர்ணி சேனாவின் தலைவர் அந்த ராணியின் வம்சத்தவர் தாம் எனத் தம்மை அடையாளப்படுத்திக் கொண்டார். (அந்த ராணி ஒரு கற்பனைக் கதாபாத்திரம்தான் என்னும் சர்ச்சை வளர்ந்தபோது அவர் தந்த பதில்: நான் அவரது வம்சத்தின் 37வது தலைமுறை. நான் என்ன பேயா?)

இந்த சர்ச்சை ஒன்றை ஊர்ஜிதம் செய்தது. சில இந்துக்களுக்கு சரித்திர பூர்வமானதற்கும், கற்பனைக் காவியத்துக்கும் எந்த வித்தியாசமும் இல்லை. எது நினைவில் நின்று விட்டதோ மற்றும் நம்பப்படுகிறதோ அது ஆதாரத்தை சரிபார்க்க முடியும் உண்மைக்கு இணையான முக்கியத்துவம் உள்ளதே. எழுபது ஆண்டுகளுக்கு முன்பே, மதச்சார்பற்றோரில்

தலையானவரான ஜவஹர்லால் நேரு இதைப் பற்றிக் கீழ்க்கண்டவாறு குறிப்பிட்டார்:

‘நிஜமும் கற்பனையும் ஒன்றாய் நெய்யப் பட்டுப் பிரிக்க முடியாதவை களாகவே ஆகி விடுகின்றன. இவற்றின் சங்கமித்த வடிவமானது கற்பனையான வரலாறாக மாறி விடுகிறது. அந்த வரலாறு நமக்கு நிச்சயமாக இதுதான் நடந்தது என்று காட்டுவதில்லை. ஆனால் நடந்தது இது என மக்கள் எதை நம்புகிறார்களோ அந்த ஒன்று இணையான முக்கியத்துவத்தைப் பெற்றுவிடுகிறது. இவ்வாறாக, கற்பனையும் உண்மையும் கலவையான இந்தக் கற்பனை வரலாறு, அனேகமாக வெறும் கற்பனையாயிருந்தாலும் அது ஒரு குறியீடான உண்மையாகி நமக்கு மக்களின் மனங்கள், இதயங்கள் மற்றும் அவர்களின் நோக்கங்களைக் காட்டுகின்றன.’

இதுவே ராஜபுத்திரர்கள் தமது பண்பாட்டின் வீராங்கனை பற்றி உணர்ச்சி வசப்படக் காரணம். அந்த வீராங்கனை இருந்தாரோ இல்லையோ. இப்படி ஒரே உணர்ச்சிக் கொந்தளிப்பான சூழ்நிலையில் படத்தைத் தயாரித்தவர் மிகவும் போராட வேண்டி வந்தது. அவரது திரைப்பட அரங்கை கார்னிக் சேனா உடைத்தது. அது ஜெய்ப்பூரின் ஜெய்கர் கோட்டையில் நடந்த அட்டூழியம். கோலாபூரில் அவரது படப்பிடிப்பை நிறுத்தியது. (ஜெய்ப்பூரை விடப் பாதுகாப்பான இடமாக அது இல்லை.)

‘என்னைப் புண்படுத்தி விட்டார்கள்’ என்பதே இந்தப் புதிய விளையாட்டின் பெயர். ‘சமூகத்தின் உணர்வுகளைக் காயப்படுத்தினார்கள்’ என்பதே குற்றத்தின் பெயர். முன்காலத்தில் இந்து என்றால் அளவற்ற சகிப்புத்தன்மை உள்ளவர் என்னும் பேச்செல்லாம் இப்போது சுருதி மங்கிவிட்டது. (இருப்பினும் அந்தத் தயாரிப்பாளர் பத்து வருடம் முன்பு நடந்த ஒரு திரைப்பட எதிர்ப்பில் இருந்து பாடம் கற்றுக் கொண்டிருக்க வேண்டும். பில்லூ பார்பர் என்னும் திரைப்படத்தின் தலைப்பை ஒரு தயாரிப்பாளர் மாற்ற வேண்டி வந்தது. பார்பர் என்னும் சொல் தம் தொழிலை இழிவு செய்வதாக முடி திருத்துவோர் சமூகம் புகார் தெரிவித்தது.)

தேங்கிய மன நிலையில் உள்ள சக்திகள் பாலிவுட் சினிமாவோ அல்லது காதலர் தினமோ எதையும் எப்படிப் பார்க்கிறார்கள் என்பது இல்லை பிரச்னை. வெண்டி டாங்கியர் மிக அறிவு பூர்வமான ஆய்வின் வழி இந்து மதம் பற்றி வெளியிட்ட நூலும் குறுகிய மனத்துடன் அழிக்கப் பட்டதே. இப்படி சட்டத்துக்கு அப்பாற்பட்டவராக வெறிகொண்டு வன்முறை செய்யும் ஒரு கும்பலை நாம் அனுமதித்துக்கொண்டே இருந்தால் நாம் அவர்கள் நம் பண்பாடு நிலைப்பதற்கு அடிப்படையான ஒன்றை அவர்கள் அழிக்க அனுமதிக்கிறோம் என்பதே பொருள்.

பன்முகமும் ஜனநாயகமும் அதன் விளக்கத்தில் பொருள்படுவது போல பன்முக வெளிப்பாடுகள் மற்றும் அடையாளங்களை சகித்துப் பேண

வேண்டும். பாரதீயப் பண்பாட்டின் சுய நியமனப் பாதுகாவலர்கள் தமது போலித் தனங்களை நம் மீது சுமத்த அனுமதிப்பதன் மூலம் நாம் இந்தியத் தன்மையே தன் தன்மையை இழக்கும் அளவு அவர்கள் இந்தியத் தன்மைக்குப் புது விளக்கம் தர அனுமதிக்கிறோம்.

இந்த விபரீதத்தை மக்கள் உணர்வது இன்று சாத்தியமானதாகத் தெரியவில்லை. சந்திரன் தரூர், என் தந்தையார் என்னிடம் ‘இந்தியா மிகப் பெரிய ஜனநாயக நாடு மட்டுமல்ல, மிகப் பெரிய போலித்தனம் வாய்ந்த நாடு’ என்றார். அவரது முதிர்ச்சியும் ஞானமும் மிகுந்த கருத்து எனது பாராளுமன்ற அனுபவத்தில் தெளிவுபட்டது. இருமுறை தனி நபரின் இந்தியக் குற்றவியல் சட்டம் பகுதி 377 திருத்தப்பட வேண்டும் என்று கொண்டுவந்த மசோதா தோற்கடிக்கப்பட்டது. 377 என்பது ஒரு பாலாரின் உடலுறவைத் தண்டனைக்குரிய குற்றமாகக் காட்டும் சட்டமாகும். இந்துத்துவத்தின் பெயரால் செய்யப்பட்ட மிகப் பெரிய மதவெறிச் செயல் அது.

பாராளுமன்ற ஜனநாயகம் எந்த விவாதத்தையும் ஏற்க மறுத்த காட்சி அது. தனது மிருகப் பெரும்பான்மை பலத்தைக் காட்டி எந்த விவாதமுமின்றி ஒரு மசோதாவைத் தோற்கடித்தது. ஜனநாயகத்தின் கோயிலான பாராளு மன்றத்தில் எப்படி எந்த விவாதமும் இல்லாமல், சாதக அல்லது எதிர்ப்பான கருத்துக்கள் பகிரப்படாமல் எப்படி ஒரு மசோதா தோற்கடிக்கப்படலாம்?

இந்தப் போலித்தனத்துக்கு எந்த ஆதாரம் உண்டு? இரண்டாயிரம் வருட இந்து மத நூல்கள் எதிலுமே ஒரு பாலார் உடலுறவுக்கு எதிரான எந்தக் கருத்தும் இல்லை. மகாபாரத்தில் சிகண்டி வருகிறார். காஜுஹரோவில் இருபாலார் புணர்ச்சி சிற்பங்களுக்கு நடுவே ஒரு பாலாரின் உடலுறவுச் சிற்பங்களும் உண்டு. தெய்வீகத்தில் அர்த்த நாரீஸ்வரர் என ஆண் பாதி-பெண் பாதி என்னும் தத்துவம் இருக்கிறது. பிறழ்ந்து ஒரு பாலார் உடலுறவு கொண்டதைத் தண்டித்த எந்த வரலாற்றுப் பதிவுகளோ சான்றுகளோ இல்லை. தமது போலித்தனத்தை இந்துத்துவவாதிகள் பாரதீயப் பண்பாடு என்னும் பெயரில் ஒரு பிரிட்டிஷ் காலனி ஆதிக்கக் கால சட்டத்தைப் பாதுகாத்ததன் மூலம் நிரூபித்து விட்டார்கள்.

377 சட்டப் பிரிவு நீக்கப்படவேண்டும் என்னும் என்னுடைய மசோதாவில் அப்பாவி மக்கள் தமது சொந்த வாழ்க்கையை அந்தரங்கமாக வாழ்வதற்காக அவர்களைக் கொடுமைப்படுத்தக் கூடாது என்று என்று விளக்கி இருந்தேன். ஒருவர் மீது ஒருவருக்கான காதலை இருவர் வெளிப்படுத்திக் கொள்வது அவர்கள் இருவருக்கும் இடைப்பட்டே இருக்க வேண்டும். ஒருவரின் படுக்கை அறைக்குள் அரசுக்கு இடமே இல்லை.

நான் அந்த மசோதா உடலுறவு பற்றியது அல்ல - தனி நபர் சுதந்திரம் பற்றியது என்றே விளக்க முயன்றேன். (ஆனால் நான் பேசவே

அனுமதிக்கப்படவில்லை.) 377 சட்டப் பிரிவு அரசியல் அமைப்புச் சட்டம் உறுதி செய்யும் கண்ணியம், அந்தரங்கம் மற்றும் பாகுபாட்டுக்கு உட்படுத்தப்படாமை ஆகியவற்றுக்கான உரிமைகளைப் பறிக்கிறது. பிரிட்டிஷார் விட்டுச்சென்ற ஒரு நினைவுப் பொருள் அது. 1860 சட்டமாக்கப்பட்ட அது விக்டோரியா காலத்துப் பழமைவாத ஒழுக்க நெறிகள் மிக்கது. அது இந்திய விழுமியங்களின் அடிப்படையில் ஆனதே அல்ல. இருபத்தோராம் நூற்றாண்டில் அதற்கு இடமே இல்லை.

ஆனால் நகை முரணாக, அரை மணிக்குள்ளாக நான் திருநங்கையர் (அல்லது மூன்றாம் பாலினர்) உரிமைகள் மசோதா பற்றிப் பேசினேன். அது நாடாளுமன்ற மேலவையில் (ராஜ்ஜிய சபா) ஒப்புதல் பெற்று, பாராளு மன்றத்துக்கு விவாதத்துக்கு வந்தது. அந்த மசோதாவால் 377 சட்டப் பிரிவு மூன்றாம் பாலினர் உரிமைகளைப் பறிக்காது. ஆனால் மற்ற இருபாலாருக்கு ஓரினச் சேர்க்கைக்கு எதிரானதாக அது தொடர்ந்து குற்றவியல் சட்டமாகவே இருக்கும். இது ஜனநாயகம் மற்றும் போலித்தனத்தின் எல்லை இல்லையா?

முற்போக்கான ஒரு தீர்வு, இந்துப் பாரம்பரியத்துடன் ஒட்டிய ஒரு தீர்வு மதச்சார்பற்ற நிறுவனமான நீதிமன்றங்களில் இருந்து மட்டுமே வர முடியும். உச்ச நீதிமன்றம் மட்டுமே இந்தியரின் அந்தரங்க உரிமைய நிலை நாட்டி 377 சட்டப் பிரிவு செல்லாது என நிறுவ முடியும். அவர்கள் மட்டுமே காலத்தால் அளக்க முடியாத நம் பண்பாட்டு விழுமியங்களுக்கான நம்பிக்கை ஆவர்.

பசுப் பிரதேசமும் பசு மாமிச அரசியலும்

தனது எல்லா வடிவங்களிலும் நம்மை எப்போதும் வியப்பிலும் சிலிர்ப்பிலும் ஆழ்த்துவதே இந்திய அரசியல். ஆகச் சமீபத்திய உதாரணம் இந்தியாவுக்கே உரிய ஒரு போக்கு. அதுவும் இந்த அரசின் ஆட்சியில் வளர்ந்து வருவதே - பசுப் பாதுகாப்புக் கண்காணிப்பு.

மிகவும் பழமை நம்பிக்கையில் ஊறிய இந்துக்கள், குறிப்பாக வட இந்திய மாநிலங்களைச் சேர்ந்தவர்கள் ‘பசுப் பிரதேசத்’தைச் சேர்ந்தவர்கள் என்று பட்டப் பெயர் வைத்து அழைக்கப் படுகிறார்கள். அவர்கள் பசுவை கோமாதா என்றே வணங்குகிறார்கள். ஊட்டத்தையும் பலத்தையும் தருகிற தாய். பல இந்திய மாநிலங்கள் பசுவைக் கொல்லக்கூடாது என்று சட்டம் போட்டிருக்கிறார்கள். இன்னும் சில மாநிலங்களோ ஒரு படி மேலே போய் பசு மாமிசம் உண்பதோ அல்லது விற்பதோ அனுமதிக்கப் படாது என்று சட்டம் வைத்திருக்கிறார்கள். அனேகமாக இதை யாரும் கண்காணிப்பதில்லை. காவல்துறையினருக்கு ஒவ்வொருவரது சமையலறையில் வேவு பார்ப்பதை விடத் தலை போகிற வேலைகள் எவ்வளவோ உண்டு.

2014 தேர்தல் வெற்றிக்குப் பிறகு, இந்து வெற்றிவாகை அலை நாடு முழுவதும் வீசுகிறது. இதன் அடிப்படையில் புதிய சட்டங்கள் பசுவைப் பாதுகாக்க வந்தன. அவற்றை மிகவும் கடுமையாக அமல் படுத்த கலவரப்படுத்தும் கோரிக்கைகளும் நிறையவே எழுந்துள்ளன. 'கோரக்ஷக்' என அழைக்கப்படும் பசுக் குழுக்கள் மீள் உருக் கொண்டன. சட்டத்தை அமல்படுத்துவதைத் தம் கைகளில் இவர்கள் எடுத்துக்கொண்டது மட்டுமல்ல, அந்தவிதத்தில் பல குரூரமான குற்றங்களைப் புரிந்தார்கள். பசுவின் பெயரால் கொலைகள் செய்தார்கள். பசு தொடர்பான 70 வழக்குகள் கடந்த எட்டு ஆண்டுகளில் பதிவு செய்யப்பட்டன. அவற்றுள் 68 (அதாவது 97%) கடந்த மூன்று ஆண்டுகால பாஜக ஆட்சியில்தான் நடந்துள்ளன. பெரும்பான்மை வன்முறைக் குற்றங்கள் பாஜக ஆளும் மாநிலங்களில்தான் நடந்தன. 136 மக்கள் காயமுற்றார்கள் மற்றும் 28 பேர் கொல்லப்பட்டனர். இவர்களுள் 86% யூகிக்க முடியும் வகையில் முஸ்லீம்களே.

இந்தக் கோர வன்முறைகள் அனைவரும் அறிந்தவைகளே: 1.4.17 அன்று பெஹ்லூ கான் என்னும் விவசாயி, சட்டபூர்வமான அனுமதி வைத்திருந்தார். அவர் பசுக்களை வாகனத்தில் எடுத்துச் சென்றது சட்டத்துக்கு உட்பட்டதே. வெறியர்கள் அவரை வெட்டிக் கொன்று அதை கைபேசிகளில் காணொளியாகப் பதிவும் செய்துகொண்டது மிருகத்தனமானது. முஸ்தைன் அப்பாஸ் என்னும் மாடு மேய்ப்பவர் எந்தக் காரணமும் இன்றி கொல்லப்பட்டார். லாரி ஓட்டுனர்கள், உரிமையாளர்கள், விலங்கு விற்பவர்கள் மற்றும் பசு கடத்துவோர்கள் ஆகியோரும் 'பசுப் பாதுகாவலர் குழுக்களா'ல் கொல்லப்பட்டனர். பதினாறு வயது காஷ்மீரி முஸ்லீம் சிறுவன் விலங்குகளை ஏற்றிச் சென்ற வண்டியில் பயணித்ததற்காகக் கொல்லப்பட்டான்.

2015ல் மொஹம்மது அஷ்லாக் என்னும் முஸ்லீம், இந்திய விமானப் படையில் ஹவில்தாராகப் பணி புரிபவரது தந்தையுமானவர், உத்திரப் பிரதேசத்தில் ஒரு கும்பலால் அவர் ஒரு பசுவைக் கொன்றார் என்னும் ஐயப்பாட்டில் கொல்லப் பட்டார். அதிகாரிகள் அவர் தட்டில் இருந்தது பசு மாமிசமா என்று பரிசோதித்தனர். (அது பசு மாமிசம் இல்லை.) ஒரு தந்தையார் ஆதாரமில்லாத குற்றச்சாட்டில் கொல்லப்படுவதும் அவரது மகன் அடித்து நொறுக்கப்படுவதும் எத்தனை கொடூரமானவை. இதை விடவும் கேவலம் இந்த மிருகவெறிக் கும்பலில் இந்தக் கொடுமையைச் செய்த ஓர் ஆள் சில நாட்கள் கழித்து இயற்கையான முறையில் மரணிக்க அவரைப் புகழ்ந்து பேசிய மத்திய மந்திரி அவரது சவப் பெட்டிக்கு மூவர்ணக் கொடி போர்த்துவதையும் உறுதி செய்தார்.

பசுப் பாதுகாவலர்கள் முஸ்லீம்களை மட்டும் குறி வைக்கவில்லை. அவர்கள் இந்தியாவின்மீது படிந்த கறையான மற்றொரு குற்றத்தையும் செய்தார்கள். அதுதான் தலித்துகள் மீதான தாக்குதல். இன்றுகூட பிற இந்துக்கள் செய்ய இழிவானதாகக் கருதுபவற்றையே தலித்துகள் செய்து

வருகிறார்கள். மேல் ஜாதி இந்துக்கள் பசுவை தெய்வமாக வணங்கலாம் - ஆனால் அது அழியாததல்ல. அதற்கு மரணம் உண்டு (இயற்கையான காரணங்களால்). அந்தப் பசுவின் இறந்த உடலைக் கண்டிப்பாக அடக்கம் செய்தே தீரவேண்டும். இந்த வேலை பன்னெடுங் காலமாகவே தலித்துகளுக்கே தரப்பட்டது. அவர்கள் அந்த உடலில் உள்ள மாமிசத்தை (சட்டம் அனுமதிக்கும் மாநிலங்களில்) முஸ்லீம்களுக்கும், தோலைப் பதனிடுவதற்கும் கொடுத்துவிட்டு, எஞ்சிய பகுதியைப் புதைப்பார்கள் அல்லது எரிப்பார்கள். இந்த வேலை மேல் ஜாதி இந்துக்களுக்குப் பிடித்த ஒன்றே அல்ல. எனவே இறந்த பசுக்கள் சில தலித் குடும்பங்களுக்கு ஒரு வருவாய் தரும் ஆதாரமாகும்.

சில சமீபத்திய வன்முறைச் சம்பவங்கள் இந்த ஏற்பாட்டின் அஸ்திவாரத்தையே அசைத்துவிட்டன. குஜராத்தில் பசுப் பாதுகாவலர்கள், நான்கு தலித் ஆண்களை நிர்வாணமாக்கி அடித்துத் துன்புறுத்தினர். அந்த நால்வர் ஒரு பசுவைக் கொன்று அதன் தோலை எடுத்தனர் என்பது குற்றச்சாட்டு. (அவர்கள் கொல்லவே இல்லை.) ஒரு தலித் பெண் பாஜக ஆளும் மத்தியப் பிரதேச மாநிலத்தில் பசு மாமிசத்தைக் கையில் வைத்திருக்கிறார் என்று தாக்கப்பட்டார். (சோதித்ததில் அது எருமை மாமிசம் என்றே தெரிய வந்தது. அது தடை செய்யப்படாததே).

இது போன்ற சம்பவங்கள் பசுப் பாதுகாவலர்கள் போலப் பசு உணர்வு இல்லாதவர்களை பாதிப்புக்கு உள்ளாக்கி இருக்கிறது. இருப்பினும் இந்தியாவில் முதன் முதலாகப் பசுக் கண்காணிப்பை அனுமதி மறுக்காத அரசு ஆட்சியில் இருக்கிறது. சமூக நீதிக்கான மத்திய மந்திரி இது குறித்து வருத்தம் தெரிவித்தாரே ஒழிய, வன்முறைகளைத் தூண்டிவிட்ட வதந்தி பரப்பிய கும்பல்கள் பற்றி எதுவும் கூறவில்லை. அவர்களது இலக்கு பசு மாமிசம் உண்டிருந்தால் அனைத்தையும் கடந்து அவர்களது வன்முறை நியாயமாகி விடும் என்பதாகவே நாம் புரிந்துகொள்ளவேண்டும்.

பசுப் பாதுகாவலர்கள் கட்டாயப் படுத்தும் பசு அடிப்படைவாதம் உருவாக்கிய சூழலால் பெரிய பொருளாதாரச் சிக்கல்கள் உருவாகி உள்ளன. வயோதிகத்தால் பால் வற்றிப் போன மாட்டை அவர்களால் பராமரிக்க இயலாது. எனவே அவற்றை அவர்கள் கசாப்புக் கடைக் காரர்களுக்கு (அனுமதிக்கப்பட்ட மாநிலங்களில் உள்ளவர்) விற்று விடுவார்கள். இந்தப் பாதை இப்போது அடைக்கப் பட்டதால் பாலும் தராது செலவும் வைக்கும் பசுக்களைப் பராமரித்துப் பல விவசாயிகள் கடனில் தள்ளப்பட்டிருக்கிறார்கள். உத்திரப் பிரதேசம், பிகார், ராஜஸ்தான் மற்றும் மத்தியப் பிரதேசம் இந்த நான்கு மாநிலங்களிலும் அற்பமான ஜாதி வெறிக்கும், இந்து வெறி அரசின் கட்டுப்படுத்துதல் இன்றி வழிவகுத்து வருகிறது.

புதிய உத்வேகம் தலித்துகளிடம் ஏற்பட, குஜராத்தில் சில தலித்துகள் ‘இனிப் பசுவின் சவத்தை நாங்கள் அடக்கம் செய்ய மாட்டோம். அது

உங்களுக்குத் தாய் போல் என்றால், நீங்களே ஏன் புதைக்கக் கூடாது? 'என்று மேல் ஜாதியினரைக் கேட்டார்கள்.

ஓர் ஆய்வாளர் குறிப்பிடுவது போல் வேத காலத்தில் பசு புனிதமாக இருந்தாலும், அந்தப் புனிதமே பசு உண்ணப் படவும் காரணமானது. தர்ம சாஸ்திர இலக்கியங்களுள் ரிக் வேதத்தில் சில குறிப்புகள் பசு உணவு பற்றி உண்டு. தைத்திரிய பிராமணம் என்னும் நூலில் 'பசுவே உணவு' என்று குறிப்புண்டு. வஜசனேகி சம்ஹிதம் என்ற நூலில் அந்தக் காலத்தில் பசு உண்ணப்பட்டதை ஆதரிக்கும் குறிப்புகள் உள்ளன. சரித்திர அறிஞரான டி.என்.ஜா, ரிக் வேதத்தில் இருந்து பத்துப் பதினைந்து உதாரணங்களைப் பசுவை வெட்டுவதற்கும் உண்பதற்கும் நாம் எடுக்கமுடியும் என்கிறார். புராதன சட்ட உருவாக்குவோர்களுள் மனு பசு வதை மற்றும் உணவுக்கு தண்டனை வழங்கவேண்டும் என்றார். மறு பக்கம் பெரிய முனிவரும் சட்ட உருவாக்கம் தந்தவருமான யாக்யவல்கியர் 'நான் அதை உண்ணலாம் என்பேன் ஆனால் சாப்பிட மிருதுவாயிருந்தால்' என்றதாகக் கூறப்படுகிறது.

பௌத்தத்துவத்துக்கும் பிராமணீயத்துக்கும் இடைப்பட்ட போராட்டத்தில்தான் பசு வழிபாடே உதயமானது என்றே அம்பேத்கர் கருதினார். பசு வழிபாட்டை ஒரு பெரு நெறியாகவும் மற்றும் பசு மாமிசம் உண்பதை ஒரு தெய்வக் குற்றமாகவும் ஆக்கி பௌத்தத்தை விஞ்சிய மகத்துவத்தை அடையவே பிராமணீயம் முயன்றது என்பது அவரது வாதம். தற்போதைய ஆளும் கட்சி, தனது கோட்பாடான இந்துத்துவத்தை மேலெடுக்க அதற்குக் கையில் கிடைத்தது பசு. பசுவதை எதிர்ப்பு என்பது ஒரு பெரிய திட்டமான கட்டிடத்தின் முன் வாயிலே. அதனாலேயே அதை விமர்சிப்போருக்கு இத்தனை எதிர்ப்பு.

பசு வழிபடப்படுவது இந்தியா முழுவதும் காணப்படும் நம்பிக்கையே. ஊட்டத்துக்குப் பாலையும், தன் மரணத்துக்குப் பின் மாமிசத்தையும் அது தருகிறது. அரசியல் அமைப்பை விவாதிக்க என அமைக்கப்பட்ட சபையில் பெரும்பான்மை பசுவதைத் தடுப்புக்கு ஆதரவாக இருந்தாலும் சிறுபான்மைக் குரல் வலுக்கவே, அது சட்டமாக்கப்படாமல், வழி காட்டு நெறிகளுள் ஒன்றாக ஆனது. அது பொருளாதாரத்தின் அடிப்படையில் அமைந்ததே ஒழிய மதத்தின் மீது அல்ல: அரசியல் சாசனத்தின் பிரிவு 48 கூறுகிறது: 'அரசு விவசாயத்தையும் கால்நடை வளர்ப்பையும், நவீன மற்றும் விஞ்ஞான பூர்வ முறையில் அமைப்புப்படுத்த முயல வேண்டும். கறவை மற்றும் பாரமிழுக்கும் விலங்குகளை, பசு மற்றும் காளைகள் உட்பட்டு, பராமரித்துப் பெருக்கம் செய்யவும், கசாப்புக்காக வெட்டப்படுவதைத் தடுப்பதற்கும் முயல வேண்டும்'. எனவே இந்த முயற்சி (தடையைவிட மிக மிகச் சிறியது), விவசாயம் மற்றும் கால்நடை வளர்ப்பை ஒட்டி இருந்தது வழிபாட்டை ஒட்டி அல்ல.

தனிப்பட்ட முறையில் பசு வதைக்கு எதிரானவராக இருந்தாலும், சைவம் மட்டுமே உண்பவராக இருந்தாலும், பன்முகமான பல மதங்கள் சங்கமித்த

இந்தியாவில் தமது இந்துக் கருத்தை எல்லோர் மீதும் திணிக்க முடியாது என்றே காந்தியடிகள் கூறினார். 'எனக்கு எந்த விலங்கையும் கொல்வது பிடிக்காது என்றாலும், பண்பாட்டு அடிப்படையிலோ அல்லது பிற காரணங்களாலேயோ யாரேனும் மாமிசம் உண்பாரே ஆனால் அவர்களை நான் எடை போடுவதில்லை. ஆனாலும் மிருகங்களை குரூரம் காட்டாமல் அன்பாகவும் கண்ணியமாகவும் நடத்துங்கள் என்றே நான் வேண்டிக் கொள்வோம். உணவுக்காக அவை வெட்டப்படக் கூடுமென்றால் கூட குறைந்த வலியுடன் துன்பமும் குறைவாக இருக்கும்படி அவற்றை நடத்துங்கள் என்றே நான் வேண்டுகிறேன்.'

விலங்குகளுக்கு எதிரான குரூரத்தை விலக்கும் சட்டம் 2016ல் வந்த போது (Regulation of Livestock Markets Rules, 2016, rolled out by the Ministry of Environmental Affairs at the centre) அது நாடு முழுவதும் சார்பாக எதிர்ப்பாக நிற்போரின் இரு அணிகளை உருவாக்கியது - குறிப்பாகப் பசு மாமிசம் உண்ணும் கேரளா போன்ற மாநிலங்களில். மத்திய அரசின் இந்த சட்டத்தை எதிர்த்துப் பல மாநில அரசுகள் நீதிமன்றத்தை அணுகின. களத்தில் குதித்த பல மாணவர் அமைப்புகள் பசு மாமிச விருந்துகளை நடத்தினர். டிவிட்டராட்டிகள் கேரளாவை சோமாலியாவோடு ஒப்பிட்ட போது ஆங்கிலத்தில் '#PoMoneModi (Go Away Modi)' என டிவிட்டரில் பதிவு செய்தனர்.

புதிய சட்ட திட்டங்கள் நேரடியாகப் பசுமாமிசத் தடையைக் கொண்டு வராவிட்டாலும், பின் வாயில் வழியாகத் தடையைக் கொண்டு வர முயல்கிறார்கள். பசுக்களை கசாப்புக்காக இடம் விட்டு இடம் அனுப்ப இயலாத மற்றும் விற்க இயலாத வழிகளைச் செய்கிறார்கள். தவறான வழி காட்டுதலால் சில இளைஞர்கள் பகிரங்கமாகப் பசுவை வெட்டியதை சுட்டிக் காட்டிய மத்திய அரசு எப்படி இருந்தாலும் தனது பொறுப்பில் இருந்து நழுவ முடியாது.

முதல் பிரச்னை அரசியலமைப்பு தொடர்பானது - பசுமாமிசம் என்னும் விஷயம் மாநில அரசுகளின் அதிகாரத்துக்கு உட்பட்டதே ஒழிய மத்திய அரசிடம் இல்லை. அரசியலமைப்புச் சட்டத்தின் ஏழாம் பட்டியலின் 15வது மாநிலங்களின் அதிகாரங்கள் பற்றிய பட்டியலில் அரசியலமைப்புச் சட்டம் 'விலங்குப் பராமரிப்பு, பாதுகாப்பு மற்றும் உயிர் சரக்குகளை மேம்படுத்துவது, விலங்குகளை நோயிலிருந்தும் பாதுகாப்பது, கால்நடை மருத்துவப் பயிற்சி மற்றும் மருந்துவத் தொழில்' இவை அனைத்தையும் மாநிலங்களின் அதிகாரத்துக்குள் கொண்டு வருகிறது. சட்டங்களை இயற்றுவது மாநிலங்களின் வரம்புக்கு உட்பட்டதே. வெவ்வேறு மாநிலங்கள் பசு நலனுக்கு வித்தியாசமான அணுகு முறைகளைக் கொண்டிருக்கின்றன. உத்திரப் பிரதேசம், மத்தியப் பிரதேசம் மற்றும் டெல்லியில் மிகவும் கடுமையான சட்டங்கள் உள்ளன. கேரளா, தமிழ் நாடு, மேற்கு வங்கம் மற்றும் நாகாலாந்து ஆகிய மாநிலங்கள் மிக மென்மையான சட்டமோ அல்லது சட்டமே இல்லை என்னும் நிலையில்

இருக்கின்றன. 2016ன் புதிய சட்டம் ஒட்டு மொத்தமாக மா நிலங்களின் உரிமைகளைப் பறித்து அரசியல் அமைப்புத் தந்திருக்கும் கூட்டாட்சித் தத்துவத்துக்கே வேட்டு வைப்பதாகும்.

இரண்டாவது ஆட்சேபணை நடைமுறைகள் சம்பந்தப்பட்டது. அரசியலமைப்பு தெளிவாகப் பால் தரும் மற்றும் பாரம் இழுக்கும் விலங்குகள் என்று குறிப்பிடுகிறது. பசு சுமார் எட்டு வருடங்கள் பால் தரும். பின்னர் எட்டு வருட ஆயுளில் அதால் பால் தரவோ பாரம் இழுக்கவோ இயலாது. ஒரு நாளைக்கு 60 ரூபாய் செலவு செய்தால்தான் ஒரு விவசாயியால் பால் வற்றிய ஒரு பசுவைப் பராமரிக்க இயலும். அது ஒரு வருடத்துக்கு 22000 ரூபாய். எட்டு வருடத்தில் ஒரு லட்சத்து எழுபத்தைந்தாயிரம் ரூபாய். வறியோராகப் பெரும் பகுதி வருவாய்க்கும் செலவுக்கும் ஈடு கட்ட முடியாத நிலையில் உள்ள விவசாயிகளுக்கு அது கட்டுபடியாகவே ஆகாது. அதனால்தான் அவர்கள் மாடுகளைக் கசாப்புக்கு விற்று விடுகின்றனர். நமது மேல் நீதிமன்றங்கள் பலரும் பொருளாதார நெருக்கடிகளால் ஒருவரால் பசு, காளை அல்லது எருமைகளைப் பராமரிக்க இயலாது என்பதை ஏற்றுக் கொண்டிருக்கின்றனர். அது சமூகத்தின் மீது ஒரு சுமையே. பொது நன்மைக்கு எதிரானதே என்றே தீர்ப்புகளில் பதிவு செய்திருக்கின்றனர்.

இந்தியாவின் பசுக்களின் எண்ணிக்கை ஐந்து கோடியே பன்னிரண்டு லட்சம் என்கிறது 2012 கணக்கெடுப்பு. (19th National Livestock Census 2012). அவற்றைப் பராமரிப்பதைத் தவிரவும், காடு அழிப்பு செய்து தீவனங்களில் புல் வளர்ப்பு செய்யும் பிரச்னையை எதிர் கொள்ள வேண்டி இருக்கிறது. தெருக்களில் அனாதையாகத் திரியும் மாடுகள், சத்துணவு இல்லாமல் மடிகின்றன. விவசாயிகளால் பயனற்ற கால் நடைகளைப் பராமரிக்க இயலாது என்பதை முந்தைய சட்டம் அங்கீகரித்தது. அதனால்தான் நாம் எருமை மாமிச ஏற்றுமதியால் பல ஆயிரம் அன்னியச் செலாவணியை ஈட்டுகிறோம்.

விலங்குகளை விற்பதும் இடம் மாற்றுவதும் புதிய சட்டத்தால் சிக்கலானதால் நமக்கு வருவாய் இழப்பே ஏற்படுகிறது. சிறுபான்மை யினரே பெரும்பாலோரான, தோல் பதனிடும் தொழில் மாமிச வாணிகத்துடன் இணைந்தது. அதில் பத்து லட்சம் பேருக்கு மேல் நாடு முழுவதும் வேலையில் இருக்கிறார்கள். அவர்கள் வாழ்வாதாரம் கேள்விக்குறியாகிறது. மகாராஷ்டிராவில் 2015ல் கொண்டு வரப்பட்ட பசுவதைத் தடையால் பத்து லட்சத்துக்கும் மேற்பட்ட கசாப்புக் கடைக்காரர்கள், லாரி ஓட்டுனர்கள் வேலை இழந்தனர். இப்போது பொருளாதாரத்தில் நல்ல நிலையில் இருக்கும் பலரும் ஏழ்மைக்கு, தேசம் முழுவதும் தடை கொண்டு வந்தால், தள்ளப்படுவார்கள்.

பசுமாமிசம் கிடைக்கும் இடங்களில் அதை உண்டு வந்தவர்கள் முஸ்லீம்கள் மட்டுமல்லர். பல இந்துக்களும்தான். பிற மாமிசம் வாங்கக் கட்டுபடி ஆகாதவருக்கு அது புரோட்டீனுக்கு நல்ல உணவு. மொத்த இந்து

மக்கட் தொகையில் இரண்டு சதவிகிதம் மட்டுமே பசு மாமிசம் உண்போர். ஆனால் அவர்களது எண்ணிக்கை 1.25 கோடி. எனவே அவர்கள் பசுமாமிசம் உண்போர் எண்ணிக்கை வரிசையில் இரண்டாவது இடத்தைப் பிடிக்கிறார்கள். ஒப்புக் கொள்ளாமல் உண்டு வருவோர் பலர். பட்டியலிட்ட ஜாதிகள் மற்றும் பழங்குடியினரே பசுமாமிசம் சாப்பிடு வோரில் பெரும்பான்மை (70%). மீதியில் 21% மிகப் பிற்படுத்தப்பட்டோர் ஜாதியினர். எனவே சமூக ரீதியாக அரசின் அணுகுமுறை பாரபட்சம் காட்டும் செயல். இது சமூகத்தில் ஜாதியில் தாழ்த்தப்பட மற்றும் நலிந்த பிரிவினரை மிகவும் பாதிக்கிறது.

அரசின் சட்டத்தால் நமக்கு ஏற்படும் உண்மையான கவலை பசுவின் நலன் அல்லது பசுமாமிசம் பற்றியது அல்ல. அது சுதந்திரம் பற்றியது. 'வாழு - வாழ விடு' என்னும் அணுகுமுறையே இந்தியாவின் இருப்பில் பெரிதும் முக்கியமானது. 'பசுமாமிசம் பற்றி உங்கள் தனிப்பட்ட முடிவை எடுங்கள். பிறரையும் அவ்வாறே செய்ய விடுங்கள்' என்பதே சுதந்திரம். பல இந்துக்களைப்போலவே பிறர் என்ன உண்கிறார்கள் என்பதில் தலையிடுவதை நான் விரும்புவதே இல்லை. நமது மாற்றங்களை ஏற்கும் பன்முகமான சமூகத்தில் தான் தானாக இருக்கும் சுதந்திரமானவர்களாகவே இந்தியர்கள் இருந்து வந்திருக்கிறார்கள். இந்த சுதந்திரத்துக்குத்தான் பாஜக அனுதாபிகள் சவால் விடுகிறார்கள்.

இந்துத்துவவாதிகள், பாஜகவின் அறுதிப் பெரும்பான்மையால் மிகவும் தைரியம் கூடியவர்களாக இந்தியா இப்படித்தான் இருக்க வேண்டும் என்னும் தம் கருத்தைப் பிறர்மீது திணிக்கிறார்கள். அதனால்தான் என் போன்ற பசுமாமிசம் சாப்பிடாதவர்கள்கூட ஆழ்ந்த வருத்தத்துடன் இதை எதிர்க்கிறார்கள். எங்கள் எதிர்ப்பெல்லாம் இந்தியா முன் எப்போதுமே இல்லாத உருவத்துக்கு மாற்றப்படுவது பற்றி - பெரும்பான்மை ஆதிக்கமும் சகிப்பின்மையானதுமான இந்தியா.

மத மாற்றம் பற்றிய கேள்வி

கடந்த காலத்தில் இறுதியாக எழுந்து வெடிக்கக் காத்திருக்கும் ஒரு பிரச்னை இந்துக்கள் மற்ற மதங்களுக்கு, குறிப்பாக இஸ்லாம் மற்றும் கிறித்துவ மதங்களுக்கு மாற்றப்பட்டார்கள் என்னும் பிரச்னையாகும். இஸ்லாம் மத மாற்றத்தைப் பொருத்தவரை அது 'காதல் ஜிஹாத்' என்னும் குற்றச்சாட்டால் சிக்கலாகி இருக்கிறது. அப்பாவி இந்துப் பெண்களை காதல் என்னும் வலையில் வீழ்த்தி மதம் மாற்றும் ஒரே நோக்குடன் முஸ்லீம் இளைஞர் மணப்பது என்னும் புகார்கள் இருக்கின்றன. கிறித்துவத்தைப் பொருத்தவரை 'மிஷனரி' என்னும் மதப் பிரச்சார அமைப்புகள் இந்துக்களின் மனத்தில் ஐயத்தை விதைத்துள்ளன. சில மாநிலங்கள் மத மாற்றத்தைத் தடை செய்துள்ளன. அரசின் அனுமதி இருந்தால் மட்டுமே மத மாற்றம் செய்ய முடியும். நாட்டின்

பெரும்பான்மைப் பகுதிகளில் ஆசை காட்டியோ மிரட்டியோ மதம் மாற்றுவது சட்டத்துக்குப் புறம்பானது.

தமது தாராள மனப்பாங்குக்குப் புகழ் பெற்ற இந்துத் தலைவர்கள் கூட மத மாற்றத்தைப் பொருத்த அளவில் விட்டுக் கொடுக்காத நிலைப் பாட்டையே கொண்டிருந்தார்கள். நூற்று இருபத்தைந்து வருடத்துக்கு முன்பு தம் உரையைக் கேட்கும் அமெரிக்க மக்களைப் பார்த்து சுவாமி விவேகானந்தர் கூறியது நினைவு கூரத் தக்கது:

‘அமெரிக்காவின் கிறித்துவச் சகோதரர்களே, நம்பிக்கை இல்லாதவர் களின் ஆன்மாக்களைக் காப்பாற்ற நீங்கள் பிரச்சாரகர்களை அனுப்புவதில் இவ்வளவு ஆர்வமாக இருக்கிறீர்கள். அவர்களைப் பசியிலிருந்து காப்பாற்ற நீங்கள் என்ன செய்திருக்கிறீர்கள். மாதம் வருமானம் 50 செண்ட்டை ஒட்டியே இருக்கும் மக்கள் இந்தியாவில் 30 கோடி. காட்டுப் பூக்களை உண்டே பல வருடம் காலம் தள்ளுவோரை நான் பார்த்திருக்கிறேன். மிகப் பெரிய பஞ்சத்தில் ஆயிரக்கணக்கானோர் பசியால் மாண்டனர். ஆனால் அவர்களைக் காப்பாற்ற பிரச்சாரகர்கள் எதுவும் செய்யவில்லை. அவர்கள் உயிர் தர முன் வந்தால் அது, அந்த இந்து, தமது மூதாதையரின் மதத்தை விட்டுவிட்டு கிறித்துவராக மதம் மாற வேண்டும் என்னும் நிபந்தனையின் அடிப்படையில் மட்டுமே. இது சரிதானா? நூற்றுக்கணக்கில் கிறித்துவக் காப்பகங்கள் உண்டு. அங்கே இந்துவோ முஸ்லீமோ போனால் அவர்கள் துரத்தி அடிக்கவே படுகிறார்கள். ஆனால் இந்துக்களால் அமைக்கப்பட்ட காப்பகங்கள் ஆயிரக்கணக்கில் உண்டு. அங்கே யாருக்கும் அனுமதி உண்டு. நூற்றுக் கணக்கான சர்ச்சுகள் இந்துக்களின் ஆதரவுடன் கட்டப்பட்டன. ஆனால் ஒரு பென்னி கூட கிறித்துவரால் இந்துக் கோயில் கட்டத் தரப்பட்ட தில்லை.

விவேகானந்தரின் கருத்தில் இவை தொலைக்கப்பட்ட முன்னுரிமை களே. ‘அமெரிக்க சகோதரர்களே. நீங்கள் இந்தியா முழுவதும் சர்ச்சுகளை அமையுங்கள். ஆனால் கீழை நாடுகளில் அழும் கெடுதி மதம் ஆகாது. அவர்களுக்கு நிறையவே மதம் இருக்கிறது. ஆனால் துன்புறும் கோடிக்கணக்கானோர் தொண்டை வறளக் கத்துவதெல்லாம் ரொட்டிக்காகத்தான். ரொட்டியைக் கேட்கும் அவர்களுக்கு ஒரு கல்தான் தரப்படுகிறது. பட்டினி கிடக்கும் ஒருவருக்கு மதத்தைத் தர முன் வருவது அவருக்கு செய்யும் அவமதிப்பாகும். எனவே நீங்கள் ‘சகோதரத்துவத்தை’ உலகுக்குக் காட்ட விரும்பினால், அவர்கள் தம் மதத்துக்கே விசுவாசமாக இருந்தாலும், அவர்கள் இந்துக்களானாலும், இந்துக்களை இன்னும் அன்புடன் நடத்துங்கள். ரொட்டியை எப்படி இன்னும் மேலாகச் சம்பாதிப்பது என்று கற்றுத் தர அவர்களுக்குப் பிரச்சாரகர்களை அனுப்புங்கள். மெய்ப் பொருளியலைக் கற்றுத் தர அல்ல’

விவேகானந்தர், ஒரு மதத்தை மட்டுமே பேசாத தம் மதத்தின் உள்ளுணர்வை வெளிப்படுத்தும் விதமாக மேலும் கூறினார்: ‘நான் ஒரு

கிறித்துவர் இந்துவாக மாறவேண்டும் என்று விரும்புகிறேனா? அல்லது ஓர் இந்து அல்லது பௌத்தர் கிறித்துவராக வேண்டும் என்று விரும்புகிறேனா? ஒரு கிறித்துவர் இந்துவாகவோ அல்லது பௌத்தராகவோ ஆக வேண்டிய தில்லை. இந்து அல்லது பௌத்தர் கிறித்துவராக வேண்டியதும் இல்லை. இருப்பினும் ஒவ்வொருவரும் பிறரது ஆன்மாவை உள் வாங்கித் தமது தனித்தன்மையைப் பேணி அவரது வளர்ச்சிச் சட்டம் கூறும் விதத்தில் வளரவேண்டும்'.

அதேபோல் மகாத்மா காந்தியும் மத மாற்றம் கெடுதலானது என்றே கருதினார். 'எனக்குச் சட்டம் இயற்றும் அதிகாரம் இருந்தால் நான் எல்லா மத மாற்றங்களையுமே தடை செய்வேன். இந்து வீடுகளுக்குள் ஒரு பிரச்சாரகர் காலை வைத்தால் அது அந்தக் குடும்பத்தையே தடம் புரளச் செய்து விடுகிறது. அவர்கள் உடை, உணவு, பழக்க வழக்கம், மொழி மற்றும் பானம் எல்லாமே சீர்கெட்டு விடுகின்றன' என்றார் காந்தியடிகள்.

அதே சமயத்தில், என்னைப்போலவே பல இந்துக்களும் ஒவ்வொரு மனிதரின் ஆன்மீகத் தேவைகள் வித்தியாசமானவை, மற்றும் ஒருவர் தமது முக்தியை மற்றொரு மதத்தின் வழியாக அடைய விரும்பினால் அது அவரது விருப்பம் என்றே நம்புகிறோம். சில வருடங்களுக்கு முன்பு மதப் பிரச்சாரகர்களுக்கு எதிராக குஜராத் மற்றும் ஒடிஸாவில் நடந்த வன்முறைகள் அவற்றைப் புரிந்தவர்கள் பற்றிய நம் மதிப்பை ஏற்படுத்தாது: தன்னம்பிக்கையுள்ள, பாதுகாப்பும், தாராளத் தன்மையும் மற்றும் சுதந்திரம் வழங்கும் தன்மையும் கொண்ட மதமான இந்து மதத்துக்குத் தன்னைப் பாதுகாத்துக்கொள்ள குண்டர்களின் வன்முறை தேவையே இல்லை. 1999ல் ஆஸ்திரேலிய மத போதகரான கிரஹாம் ஸ்டெயின்ஸ் மற்றும் அவரது இரு மகன்கள் கொடூரமான முறையில் கொலை செய்யப்பட்டபோது உணர்ச்சி பூர்வமான ஒரு கண்டனக் கட்டுரையை நான் எழுதினேன். இந்து மதத்தில் தீவிர நம்பிக்கை கொண்ட பெரும் எண்ணிக்கையிலான இந்துக்கள் உட்படப் பலரும் என் கருத்தோடு ஒத்து எனக்குக் கடிதங்கள் எழுதினார்கள். கிறித்துவத்துக்கு எதிரான மத வெறி இந்து மதத்தின் பெயரால் வளர்த்து விடப்பட்டிருக்கிறது. தமது மதத்தைக் காக்கவென இவற்றைச் செய்ததாக அந்தக் கொலை பாதகர்கள் கூறினாலும், குழந்தைகளைக் கொல்லும் ஆட்களுக்கு இந்து மதத்தின் பெயரைச் சொல்லும் அருகதை இல்லை. மதத்தை சாக்காக வைத்துக்கொண்டாலும் கொலைக்கு மதமே இல்லை.

இந்தியாவின் பிம்பத்தை பாதிக்கிறது மற்றும் கிறித்துவ எதிர்ப்பு வன்முறை என்பது வன்முறை என்னும் அடிப்படைகளில் இவற்றைக் கண்டிப்பது எளிதானதே. ஆனால் வேறு சில வாதங்களை இந்த இடத்தில் நாம் பார்க்க வேண்டும். ஒரு நிருபர் கூறினார்: 'இந்த வன்முறை 'அந்த மதங்கள் செய்த ஆத்திரமூட்டும் கொள்கையான அவர்களது பாதை மட்டுமே சரியானது; பிறர் நம்பிக்கையற்றவர்' என்பதற்கான எதிர் வினைதானே?' அவர் மேலும் 'அமெரிக்காவின் சில கிறித்துவப் பிரச்சார

அமைப்புகள் நியாயமற்ற வழியிலும் இந்தியாவின் கோடிக்கணக்கான மக்களை கிறித்துவத்துக்கு மாற்ற முயலும்' முனைப்பைக் கண்டித்தார்.

அவர் கருத்தில் 'அதி தீவிரமான மதப் பிரச்சாரத்தை அமெரிக்காவின் பெரிய பண பலத்துடன் இந்தியாவில் செய்யும் கிறித்துவ அமைப்புகள் இந்தியாவையே கிறித்துவமயமாக்கும் முயற்சியில் இருக்கின்றன. தென் கொரியாவிலும் மற்றும் இப்போது மங்கோலியாவிலும் இது வெற்றி பெற்றுவிட்டது. அவர்கள் குறி வைப்பது படிப்பறிவில்லாதோர், அதிகம் படிக்காதோர் மற்றும் கடுமையான வறுமையில் வாடுவோர் ஆகியோரையே. பண பலமும் அதிகார பலமும் உள்ள வெளி நாட்டு மதப் பிரச்சார அமைப்புகள் இந்து மதத்தை நிலை குலையச் செய்ய முயல்வதால் வன்முறை மிக்க எதிர் வினை உண்டாகிவிடுகிறது'.

அரசு அலுவலர்கள் உட்படப் பலரின் இந்தக் கவலை கவனத்துக்கு உரியதே; அதே சமயம் ஒருக்காலும் என்னால் குண்டர்களின் செயல்களை ஏற்கவே இயலாது. என்னால் இவற்றுக்குப் பின்னால் உள்ள 'இந்து எழுச்சி'யையும் ஒப்புக்கொள்ள இயலாது. எளிய மொழியில் கூறவேண்டு மென்றால் ஓர் அஹிம்சையான எந்தச் செயலும், அது எவ்வளவு ஆத்திரமூட்டுவதாக இருந்தாலும், வன்முறையை நியாயப்படுத்தவே முடியாது. நாம் தாக்குதல்களையும் வன்முறையையும், எதற்கு அவை எதிர் வினை என்றாலும் கண்டிக்கவே வேண்டும். தமது இலக்கை அடைய வன்முறையை நாடுவோரை நாம் ஆதரித்தால் நம் நாட்டில் ஜனநாயகம் இருக்கவே முடியாது. நம் ஆட்சிமுறையின் முக்கிய அம்சமே அது சட்டத்துக்கு உட்பட்ட வழிகளில் மக்கள் தமது வேறுபாடுகளைத் தீர்த்துக் கொள்வதை முன் வைப்பதே. அரசியல் மாற்றம் அல்லது நீதிமன்றத்தை அணுகுதல் ஆகியவையே தீர்வுகள். வன்முறை அல்ல.

இந்தியாவின் முந்தைய ஆட்சியில் ஸ்டெயின்ஸ், பன்னெடுங் காலமாக குஷ்டரோக நோயாளிகளுக்குச் சேவை செய்ததற்காகப் பத்மஸ்ரீ விருதால் கௌரவிக்கப்பட்டவர். ஒரு வாதத்துக்காக நாம் கிறித்துவ மதப் பிரச்சாரகர்கள் பல்வேறு வழி முறைகளை (வளர்ச்சிக்கு உதவி, உடல் நலம், கல்வி, சுகாதாரம் ஏன்? தந்திரமான வழிகளை - தந்திர வழிகளுக்கு சில செவி வழி ஆதாரங்களே உண்டு.) தமது மதத்துக்கு மாற்றுவதற்காகச் செய்யட்டுமே. அதனால் என்ன? ஓர் இந்தியக் குடிமகனுக்குத் தனது மதத்தின் வாயிலாக மன நிம்மதியும் மற்றும் பொருளாதாரத் தேவை பூர்த்தியாவதும் கிடைக்காமல் போகுமேயானால் அவர் ஆன்மீக உணவுப் பட்டியலில் மற்றொன்றை ஏன் தேர்வு செய்யக்கூடாது? இந்தியர்களின் அடிப்படை உரிமைகளில் மத நம்பிக்கைச் சுதந்திரம் கட்டாயம் உண்டு. நம் அரசியல் அமைப்பில் அவரது மத நம்பிக்கை எந்த அளவு தவறான அடிப்படை கொண்டிருப்பினும், அவருக்கு அந்த உரிமை உண்டு. அப்படித் தம் மதத்தவர்கள் ஆசை காட்டி ஏமாற்றி மதம் மாற்றும் வழியில் ஈர்க்கப்படுகிறார்கள் என அவர்களுக்குத் தோன்றினால் அவர்கள் அதற்கு மாற்றான ஆசைகளைக் காட்டி ஏன் அதை எதிர்கொள்ளக் கூடாது?

வன்முறையை ஏன் நாட வேண்டும்? இந்து அமைப்புகள் நிதி தந்து கட்டிய ஒரு சாக்கடையோ அல்லது பள்ளிக் கூடமோ எளிதில் ஏமாறி விடுவோர் கண்களைத் திறக்கும்.

மனசாட்சியின் சுதந்திரம் பேரத்துக்குட்பட்ட உரிமை அல்ல. தமது மதத்தை மாற்றிக் கொள்ளும் சுதந்திரமில்லாத இந்தியாவை நாம் நினைத்தே பார்க்க இயலாது. சிலர் காந்தியடிகள் மத மாற்றத்தை எதிர்த்தார் என்னும் ஆதாரத்தை மேற்கோளிடுவார்கள். ஆனால் அவரது கூற்று பன்முக மானதும் அனைத்தையும் ஆரத் தழுவிக் கொள்வதுமான அறம் மிகுந்த ஒரு மதத்தைப் பற்றியது. இன்று மதவெறியுடன் அவரை மேற்கோள் காட்டுவோரின் கொள்கைக்கு அது வெகு தூரமானது. அவர் யாருமே எந்த ஒரு மதத்தை விட்டும் மாற வேண்டாம், எல்லா மதங்களும் ஒரே உண்மையின் அடிப்படையில் ஆனவை என்னும் கருத்தையே கூறி வந்தார்.

பல மதங்களும் தம் வழி மட்டுமே முக்திக்கு ஒரே மெய் வழி என்று காண்கிறார்கள். அவர்களது மதத் தலைவர்கள் தம் மதத்தை அதிர்ஷ்ட மில்லாதவர்களுக்கு போதித்து அவர்களைக் கடவுள் பற்றிய மேம்பட்ட புரிதலுக்குக் கொண்டு செல்வதையே பரவலாக்குவதைத் தம் கடமையாகக் கருதுகிறார்கள். காந்தியவாதி களாகவோ அல்லது பகுத்தறிவாளர் களாகவோ அவர்களது கருத்தை நாம் எதிர்க்கலாம். ஆனால் அரசியலமைப்புச் சட்டம் இந்தியர் ஒவ்வொருவருக்கும் தமது மதத்தைப் 'பரப்பும்' உரிமையைத் தந்திருப்பதால், அதை எதிர்ப்பது அரசியலமைப்புக்கு முரணானதாகும்.

எனவே ஒவ்வொரு மதமும் தம் பணியைச் செய்யட்டும். ஒவ்வொரு இந்தியருக்கும் தம் தேர்வைச் செய்யும் சுதந்திரம் உண்டு. கொள்கை அடிப்படையில், சட்டசபைகளும் பாராளுமன்றமும் தனி மனிதன் அரசியலமைப்பால் வழங்கப்பட்ட, உத்திரவாதம் செய்யப்பட்ட மதம் மாறும் உரிமையைத் தனி மனிதன் மட்டுமே செய்யலாம் - ஒரு கிராமம் முழுதும் அல்லது ஓர் இனக்குழு முழுவதும் செய்யக் கூடாது என்னும் சட்டம் பற்றிச் சிந்திக்கலாம் என்றே கருதுகிறேன். இது பெரு எண்ணிக்கை மதமாற்றச் சடங்குகளுக்கு (ஆசை காட்டி செய்யப்படுவதாக அனேகமாக சந்தேகிக்கப்படுவது) ஒரு முடிவு கட்டும்: ஒவ்வொரு தனி மனிதரும் தான் ஒளியைக் கண்டதாக நம்பும் போது, தனி நபர் செயலாக மதம் மாறலாம். ஆனால் அவர்கள் தாம் என்ன செய்கிறோம் எதைச் சென்றடைகிறோம் என்பதைத் தெளிவாக விளக்கவேண்டும்.

ஆனால் இந்த விவாதம் மதம் சம்பந்தப்பட்டது மட்டுமல்ல - இது அரசியல். இந்துத்துவவாதத்தின் பக்தர்கள் எனது இந்தக் கருத்துக்களை நான் மூன்று பத்திகளில் செப்டம்பர் மற்றும் அக்டோபர் 2008ல் எழுதியபோது, தமது எதிர் வினைகளை எனக்கு அனுப்பினார்கள். அவர்கள் எல்லா இந்துக்களையோ அல்லது பெரும்பான்மை இந்துக்

களையோ பிரதிநிதித்துவம் செய்தே பேசுகிறார்கள் என்னும் அவர்கள் தரப்பை நான் முழுமையாகவே நிராகரிக்கிறேன். இந்து மதம் ஒரு சகிப்புத்தன்மையுள்ள ஒரு மதம் என்பதையே நமக்கு மீண்டும் மீண்டும் சொல்கிறார்கள். சகிப்புத்தன்மையின் முக்கிய அம்சம் என்ன? விருப்பமற்றோர்மீது திணிக்கப்படாதவரையில், சகிப்புத்தன்மை உள்ள ஒரு சமூகம் தனக்குப் புரியாததை ஏற்கிறது, தனக்குப் பிடிக்காததைக் கூடத்தான். ஒரு மதமாக சகிப்புத்தன்மை இந்து மதத்தின் சிறப்பே. இதற்கான பொருள் எல்லா இந்துக்களும் சகிப்புத் தன்மையுடன் நடந்து கொள்கிறார்கள் என்பதல்ல. மறுபக்கம் ஒருவர் இந்து மதத்தின் சகிப்புத் தன்மையைப் புகழ்ந்தபடியே கிறித்துவ மதத் தலங்களைத் தாக்க இயலாது.

அந்தப் பத்திகளுள் ஒன்றில் நான் மத மாற்றங்களுக்கான எதிர்ப்பு மிகவும் கவலையளிக்கக் காரணம், அந்த வாதங்களின் பின்னணியில் மத மாற்றம் என்பது தேசியத்துக்கு எதிரானது என்னும் கருத்து முன் வைக்கப்படுவதே என்று எழுதியிருந்தேன். மதம் தேசியத்தை நிர்ணயிப்பது என்னும் கருத்தை நிராகரிக்க வேண்டும் என்பதே என் கட்டுரையின் மையக் கருத்து. இந்து தேசியத்துக்கும் இந்திய தேசியத்துக்கும் வேறுபாடு உண்டு. இரண்டும் ஒன்றல்ல. இதைப் புதைத்து விட முடியாது. இந்தியத்தன்மை என்பது நீங்கள் கும்பிடத் தேர்வு செய்யும் அல்லது தேர்வு செய்யாத, கடவுளுடன் எந்த சம்பந்தமும் உடையது அல்ல என்பதே என் கருத்து.

எவ்வாறாயினும் நாம் இந்தப் புத்தகத்தில் முன்பே பார்த்ததுபோல இந்து மதம் போதிப்பது 'ஏகம் சத் பஹுதா வதந்தி'. அவ்வாறாயின் ஏன் சில பழங்குடியினர் கிறித்துவர் ஆனால் நம் மதத்தவர்கள் கொதித்துப் போகிறார்கள்? கடவுளை நோக்கித் தன் கைகளை நீட்ட மற்றொரு வழியை ஓர் இந்து தேர்வு செய்தால் அது என்ன பிரச்னையைக் கொடுக்கப் போகிறது? ஓர் இந்து உண்மை ஒன்றே என நம்புகிறார். அதைச் சென்றடையப் பல வழிகள் உண்டு.

நாம் ஏற்கெனவே பார்த்ததுபோல இந்து மதம் ஆன்மீக ஞானத்துக்கு ஏகபோக உரிமை கொண்டாடவே இல்லை. எனவே பிற வழிபாட்டு முறைகளை நிராகரிப்பதோ அல்லது பிற வழிகளில் உண்மையைத் தேடுவதை நிராகரிப்பதோ இந்துத்தன்மையோ அல்லது இந்தியத் தன்மையோ கொண்டதே அல்ல. பாகிஸ்தான் உருவாகக் காரணம் காந்தி, நேரு மற்றும் ஆசாத் நம்பிய தேசியமே என்றும், இந்தியத் தன்மை என்பது இந்துவாக இருப்பதே அசலான இந்தியனாக இருப்பது என்றும் விவாதிப்பது எவ்வளவு மோசமான அணுகுமுறை? சில இஸ்லாமிய நாடுகளில் ஒரு முஸ்லீம் பிற மதத்துக்கு மாறுவது மதக் குற்றமும் சட்டப்படியும் குற்றமும் ஆகும். அதற்கு மரண தண்டனைவரை உண்டு. இந்தியாவில் இப்படிப்பட்ட மதவெறிக்கு இடமே இல்லை. இந்து மதத்தில் மதக் குற்றம் என்று ஒன்றே கிடையாது. இஸ்லாமியரது இந்தப் பழக்கத்தை அப்படியே இந்து மதத்துக்குள் இந்துத்துவவாதிகள் கொண்டு வர முயல்வதே நகை முரண்.

எனவே இந்துத்துவவாதிகள் இந்து மதத்துக்கும் மற்றும் இந்திய தேசீயத்துக்கும் உண்மையற்றவர்களாகவே இருக்கிறார்கள். தேசிய இயக்கம் மதமே அரசியல் அடையாளத்தை உருவாக்குவதில் முக்கியப் பங்கு வகிப்பது என்னும் கருத்தை நிராகரித்து. இந்தியாவில் மக்களுக்கு நம் அமைப்பு ஒருவர் சார்ந்துள்ள மதம் அவருக்கு ஊனமுமல்ல மாறாக சாதகமானதும் அல்ல என்றே பன்முகத்தன்மை கொண்டு விளங்குகிறது. அதற்கே சவால் விடுவதன் மூலம் இந்துத்துவவாதிகள் இந்தியக் குடிமையின் அடிப்படைக்கும் மற்றும் இந்திய நாட்டின் அரசியல் சாசன அஸ்திவாரத்துக்கும் குழி தோண்டுகிறார்கள்.

உள்ளார்ந்தே மத மாற்றங்கள் தவறானவை என்பது, இந்து மதத்தில் இருந்து வேறு மதத்துக்கு மாறுவது தேச விரோதமானது என்னும் பஜ்ரங் தள் போன்ற அமைப்புகளின் பிதற்றலுக்கு அங்கீகாரம் கொடுப்பதுபோல ஆகிவிடும். இந்துவாயிருப்பதே அசல் இந்தியனாயிருப்பது. வேறு எதுவாகவும் இருப்பது தனது தாய் நாட்டுடன் தன்னை அடையாளப் படுத்திக்கொள்வதை நீர்க்க அடிப்பதுபோல என்பதே அந்தப் பிதற்றல்.

ஓர் இந்துவாக நான் இந்தக் கருத்தை முற்றிலுமாக நிராகரிக்கிறேன். ஓர் இந்து இந்தியர் கிறித்துவராவது தேச விரோதமானது என்பது பல லட்சம் தேச பக்தி மிகுந்த இந்தியர்களை அவமதிப்பது மட்டுமல்ல. புனித தாமஸ் காலத்தில் கிறித்துவரான பல லட்சம் கேரள கிறித்துவரையும் அவமதிப்பதாகும். இன்றைய இந்து வெறியர்கள் தம்மை இந்து என நினைத்துக் கொள்வதற்குப் பல நூற்றாண்டுகள் முற்பட்டதாகும் அந்தக் காலம். பல தேசத் தலைவர்கள், சுதந்திரப் போராளிகள், கல்வியாளர்கள், விஞ்ஞானிகள், ராணுவ வீரர்கள், பத்திரிகையாளர் மற்றும் விளையாட்டு வீரர்கள் கிறித்துவர்களாவர். அவர்கள் தம் செயலாலும் தியாகங்களாலும் நம் நாட்டுக்கு அரிய புகழைத் தேடித் தந்தவர்கள். இது இந்தியா என்னும் கருத்துக்கே அவமதிப்பு. இதை விட தேச விரோதமான ஒன்றே இருக்க முடியாது.

ராஜு ராஜ கோபால் என்னும் ஒரு வாசகர், ஒரு சக இந்துவாகத் தமது கருத்தை எழுதும்போது 'பயங்கரவாதம்' மற்றும் 'மதக் கலவரம்' இரண்டுமே ஒரே நாணயத்தின் இரண்டு பக்கங்களே என்று எழுதினார். இந்தியா என்னும் கருத்துக்கு விசுவாசமில்லாதோரால் முதல் வகை 'பயங்கரவாதம் நிகழ்த்தப்படுகிறது. இரண்டாவது வகையோ இந்தியாவை உங்களையும் என்னையும்விட அதிகம் நேசிப்பதாகக் கூறிக்கொள்வோரால் நிகழ்த்தப்படுகிறது. அவர்களின் செயல்களின் விளைவு சமூகங்களுக்கு நடுவே மிகப் பெரிய பிளவை ஏற்படுத்தி விடுகிறது. உலகம் அதன் கொடூரமான பின் விளைவுகளை சமீபத்திய தசாப்தங்களில் கண்டது.' என்று குறிப்பிட்டார்.

அதுவே இங்கே உண்மையான பிரச்னையாகும். நேரு, 'பெரும்பான்மையினரின் மதவாதம் மிகவும் ஆபத்தானது. ஏனெனில், அது தன்னை தேசியமென்றே அடையாளப்படுத்திக் கொள்ளும்' என்றார்.

இருப்பினும் இந்து தேசியம் என்பது இந்திய தேசியமல்ல. கிறித்துவப் பெயருடன் ஒருவர் எனக்கு எழுதிய கடிதத்தில் தமது சகோதரர் ஓர் இந்துப் பெண்ணை மணந்தபோது அதன் சடங்குகளைச் செய்து வைத்த புரோகிதர் 'நான் கடவுள் என்று இங்கே குறிப்பிடுவது ஒரு குறிப்பிட்ட கடவுளையே அல்ல' என்றார் என்று குறிப்பிட்டு 'நான் ஒரு நாத்திகன். இருப்பினும் இதுபோன்ற தருணங்களில் இந்தியனாக இருப்பதற்குப் பெருமைப் படுகிறேன் மற்றும் அதன் மத நம்பிக்கையைப் பற்றியும் கர்வம் கொள்கிறேன்' என்றார்.

உண்மையில் இருவகை மக்களை நாம் மாற்றி மாற்றிக் காண்கிறோம். ஒருவகையினர் பிறப்பினால், மொழியினால் மற்றும் வழிபாட்டு முறையினால் இருக்கும் வேறுபாடு அல்லது உணவில் இருக்கும் வேறுபாடு இவைகள் ஒருவரின் இந்தியத் தன்மையை முடிவு செய்யக் கூடாது என்பவர்கள். மற்றவர்கள் இந்த வேறுபாடுகளின் அடிப்படையில் இந்தியத் தன்மையை விளக்குபவர்கள். உண்மையில் முக்கியமான விவாதம் மத மாற்றங்கள் பற்றியவை அல்ல. அவை 'நாம் அனைவரும் இந்தியர்' என நம்புவோருக்கும் இந்தியாவைப் பிளவுபடுத்துவோருக்கு மான விவாதமாகும்.

இந்துக்கள் அனைவரும் இந்தப் பிளவுபடுத்தும் அரசியலை நிறுத்துங்கள் என்று கூறவேண்டிய கால கட்டம் இது. நாம் அனைவரும் இந்தியர்கள்.

பகுதி மூன்று

~

இந்து மதத்தைத் திரும்பப் பெறுவது

அத்தியாயம் 7

❀

இந்து மதத்தைத் திரும்பப் பெறுவது

இந்துத்துவாவை தாராள மனதுள்ள இந்துக்களில் பெரும்பான்மையினர் எதிர்க்கிறார்கள் என்றால், மிகவும் முரண் வழியாக, ஒரு பரிந்துரை நாம் செய்யலாம். இந்தியாவிலேயே வளர்ந்த நம்பிக்கையான புராதனமான இந்த மதம் இந்தியத் தன்மையை மேலும் உறுதியாக்க இயலும். ஆனால் இந்துத்துவவாதிகள் புரிந்து கொள்ளாத வழி ஆகும் அது. ஒரு விதத்தில் இந்துத்துவமே இருபத்தோராம் நூற்றாண்டுக்கான மதம். மதத் தலைவர்களின் கட்டுப்பாட்டில் இல்லாத மதம் அது. மதத்தால் தள்ளி வைக்கப்பட வேண்டிய பிறழ்வு ஆனவர் என யாருமில்லை இங்கே. மதக் குற்றம் என எதுவும் கிடையாது. தத்துவத்தை கட்டாயப்படுத்தாததும், மற்றும் பிற தத்துவங்களைத் தழுவிக் கொள்வதுமான இதுவே, பின் நவீனத்துவ உலகின் தேவைகளுக்கு பதிலளிப்பது.

எனவே தனது தாராளமான பாரம்பரியத்தில் பெருமைகொள்ளும் இந்துவுக்கு பரக் ஒபாமா, அப்போதைய அமெரிக்க அதிபர், தமது 2015 விஜயத்திலும், மற்றும் அவர் பதவியிலில்லாமல் 2017ல் வந்த போதும் கூறியவை மன வருத்தத்தை ஏற்படுத்தவே செய்தன. இந்திய அரசை அவர், இந்தியா தனது விழுமியங்களுக்கு ஒப்ப உயர வைக்க வேண்டும் என அவர் வலியுறுத்தினார். அவர் கூறியது கீழே:

(2015) 'மத வேறுபாடுகளால் பிளவுபடாதவரையில் இந்தியா வெற்றி பெறும் நாடாகத்தான் இருக்கும். என்னை அறியாதவர்கள் என் மத நம்பிக்கை பற்றிக் கேள்விகள் எழுப்பிய தருணங்கள் உண்டு... நான்

வேற்று மதத்தைப் பின்பற்றுகிறேன் என்று அது ஏதோ ஒரு குற்றம்போலப் பேசினார்கள்.'

(2017) 'பாகுபடும் வழிகளில் ஒரு நாடு பிளவுபட்டு விடக்கூடாது. நான் அதையே தனிப்பட்ட முறையில் பிரதம மந்திரி மோடிக்கும் மற்றும் அமெரிக்க மக்களுக்கும் கூறினேன். பிற நாடுகளில் காணாத படி இந்தியாவில் மட்டும் மிகவும் வெற்றிகரமாகச் செயற்படுவோராகவும், ஒன்று பட்டும் தம்மை இந்தியராக அடையாளம் காணுவோராகவும் இருக்கும் முஸ்லீம் மக்கள் இந்தியாவில் இருக்கிறார்கள். இதைப் பேணி வளர்க்கவேண்டும்'.

இந்துத்துவாவில் மூழ்கிய பிரதம மந்திரி இவர் என்பதையும் மற்றும் அவர் தனது வெற்றிக்கு, பிற மதத்தினர் இந்துவாக மத மாற்றம் ஆக வேண்டும் என்று வலியுறுத்துவோரைச் சார்ந்தவர் என்பதும் ஒபாமா அறியாதவை அல்ல. தமது உரையில் இந்தியா மற்றும் அமெரிக்கா இரு நாடுகளிலுமே பல்வேறு மதம், பண்பாடு உள்ள மக்கள் ஒன்றாக வாழ்வதை அவர் பாராட்டியே பேசினார். தமது நடுப் பெயர் ஹுஸைன் என்பதைச் சுட்டிக்காட்டி, தன்னை இஸ்லாமியர் என்று விமர்சித்த அமெரிக்கர்கள் பற்றியும் அவர் குறிப்பிட்டார்.

இரண்டு பயணங்களின் போதுமே ஒபாமாவின் உரைகள் தெளிவான செய்தியைத் தந்தன: மோடி பேராவலுடன் குறிப்பிடும் வளர்ச்சிப் பணிகள் இந்தியா தன்னுள் எழுந்திருக்கும் மத வெறியைக் கட்டுப் படுத்தாவிட்டால் நிறைவேறுவது கடினம். எதிர்க் கட்சியிலுள்ள நாங்கள் பலரும் இதை மோடிக்குக் கூறி வந்தாலும், அமெரிக்க அதிபர் வார்த்தைகளாக அவை வந்தபோது, இரு நாட்டு நல்லுறவில் வெற்றி எனக் கொண்டாடப்பட்ட அவரது பயணத்தில் அவர் அதை எடுத்துக் கூறியபோது, அது தெள்ளத் தெளிவாக மோடியின் ஆட்சியின் மையத்தில் உள்ள அடிப்படை முரணைக் கேள்விக்குள்ளாக்கியது.

நான் 2014ல் வெளியான எனது *India Shastra* நூலில் குறிப்பிட்டது போல மோடியின் உரைகள் மற்றும் பேச்சாற்றல் இவை இந்திய அரசியல் அடையாள அரசியலில் இருந்து சாதனை அரசியலுக்கு மாறிவிட்டதைப் புரிந்துகொண்டவையாகத் தோன்றின. இருப்பினும் அவர் பாஜக என்னும் கட்சியின் தலைவராக இருப்பது இந்தியாவின் அரசியலையும் மத அடையாளத்தை வைத்து வளர்ந்த அந்தக் கட்சியையும் அடையாள அரசியலில் இருந்து பிரிக்கத் தோதானவைகளாக இல்லை.

நமது அரசியல் சாசனம் பன்மையைப் பிரதிபலிக்கும்போது, நமது சரித்திரம் பலரும் ஒன்றுபட்டிருப்பதுபற்றி இருக்கும்போது, பல மதங்கள் ஒன்றாக இருப்பது நமது பண்பாட்டில் ஆழ்ந்து இருக்கும் போது, கண்டிப்பாக நமக்கு அறிவுரை கூற ஒருவர் அமெரிக்காவில் இருந்து வரவேண்டிய அவசியம் இல்லைதான். நான் பல காலமாக முன் வைத்த

வாதம் இந்திய ஜன நாயகம் என்பதே வேற்றுமைகளை மேலாண்மை செய்வதே. நாம் நம் வேற்றுமைகளை மதிக்கா விட்டால் காந்தி எந்த இந்தியாவின் சுதந்திரத்துக்காகப் பாடுபட்டாரோ அதுவாக அது இருக்காது.

முதன் முதலாக இந்தியா 'கடுமையாக மதச் சுதந்திரத்துக்கு எதிராகச் செயல்பட்டவர்' என அமெரிக்க மாகாண நிர்வாகம் 2002ல் இருந்து குறிப்பிட்டவரைப் பிரதம மந்திரியாகத் தேர்ந்தெடுத்தது. ஆனால் மோடி சிறுபான்மையினருக்கு எதிரான வன்முறையைக் கண்டு கொள்ளாததற்காகத் தேர்ந்தெடுக்கப்படவில்லை. விழைவு மிகுந்த வளர்ச்சிக்கான அவரது கனவை அவர் முன் வைத்த விதத்திற்காகவே அவர் தேர்ந்தெடுக்கப்பட்டார். ஒபாமாவின் உரை அவருக்கு ஒரு விதத்தில் அவற்றைத் தமது மத சகிப்பின்மையைக் கை விடாமற் செய்ய இயலாது என்று அறிவுரை கூறும் விதத்தில் இருந்தது.

பிரச்னை ஆளும் கட்சியின் ஆதிக்கம் மிக்க சக்திகள் தமது இந்து வெறியை நிலை நாட்டுவதிலேயே கவனமாயிருக்கிறார்கள். மோடி உறுதி கூறிய பொருளாதாரச் சீர்திருத்தம் அல்லது முதலீடுகள் மேல் அல்ல. ஆனால் வளர்ச்சி பற்றிய மோடியின் வாக்குறுதிகளே அவருக்கு அவரது இந்துத்துவா திட்டத்தின்மீது நம்பிக்கை இல்லாதவர்களின் ஓட்டையும் பெற்றுத் தந்தது. இந்துப் பெண்களை நான்கு குழந்தைகள் பெற்றுக்கொள்ளச் சொல்லுகிறவர்களை நம்பி இருக்கும் கட்சி அது. ஒரு படி மேலே போய் பத்ரிகாசிரமத்தின் சங்கராச்சாரியார் ஒவ்வொருவரும் பத்து பிள்ளைகள் பெற்றுக்கொள்ளவேண்டும் என்றார். இது அவர்களுக்கு இந்துப் பெண்கள்மீது மரியாதை இல்லை என்பதையே காட்டுகிறது. (அவர்கள் சிரமப்பட்டு இந்துத்துவாப் படையின் விருப்பத்துக்காக பிள்ளைகள் பெறவேண்டும்.) அவர்கள் இந்து மக்களின் முன்னுரிமைகள் மற்றும் உண்மையான விழுமியங்களிலிருந்து விலகிவிட்டவர்கள். ஆனால் அவர்கள் பெயரையே அரசியலில் எடுத்துக்கொள்பவர்கள்.

சமூகத்தின் மிகவும் பிற்போக்கான ஆட்கள் சுதந்திரமாக இயங்க அனுமதித்திருக்கிறார்கள் மோடி ஆட்சியில். இவர்கள் பாடப் புத்தகங்களை இந்துத் தலைவர்கள் புகழ் பாடும்படி மாற்றி எழுது கிறார்கள். அவர்கள் நவீனத் தொழில் நுட்பத்தை விடவும் உயர்ந்ததாகத் தொன்மைக் கால நெறிகளைக் கொண்டாடுகிறார்கள். 'லவ் ஜிஹாத்' என எச்சரித்து மேளம் அடிக்கிறார்கள். தாய் மதம் திரும்புங்கள் என பிற மதத்தினருக்கு மிரட்டல் விடுக்கிறார்கள். இந்தியாவின் அடையாளம் முழுவதும் இந்துவாகவே இருக்க வேண்டும் என அறுதியிடுகிறார்கள். 'பெரும்பான்மை மதவாதம் நம் நாட்டின் பன்முகத்தன்மைக்கு ஆபத்து என அன்றே நேரு கூறியிருந்தார். ஆர்.எஸ்.எஸ். பிரசாரகராக மோடி இந்தியாவின் நல்லிணக்கத்துக்குக் குழி தோண்டும் அந்தக் கொள்கைக் காகவே உழைத்தவர்.

சகிப்புத்தன்மையும் ஏற்றுக் கொள்ளுதலும்

நம்பிக்கையுள்ள ஓர் இந்துவாக என்னால் இந்துத்துவவாதிகள் செய்வதை ஒருக்காலும் ஏற்க முடியாது. அவர்கள் மதத்தின் பெயரால் செய்வதாகக் கூறிக்கொள்பவைபற்றி நான் அவமானம் கொள்கிறேன். வன்முறை மிகவும் மனதை சங்கடப் படுத்துவதாகும். இது பல ஆயிரம் இந்துக்களைக் கையில் பதாகை ஏந்தி என் பெயரில் இதைச் செய்யாதே எனப் போராட வைத்து விட்டது. இந்தப் புத்தகம் முழுவதும் நான் விளக்கியதுபோலவே, நான் எப்போதுமே அதன் வியத்தகு அகல நீளமான பெரு உரு பற்றி பெருமையே கொண்டிருக்கிறேன். எல்லாக் கடவுள்களுமே சமமான அங்கீகாரம் உள்ளவர்கள் என்னும் மதம் அது. தானே உண்மையான மதம் எனப் பறை சாற்றாத உலகின் ஒரே ஒரு பெரு மதம் இதுதான். நான் பலமுறை எழுப்பிய கேள்வி இதுதான்: மிளிரும் வேதம் மற்றும் உபநிடதங்களின் பெருமையை எப்படி சில குண்டர்கள் எந்தத் தயக்கமுமின்றி தமது அடையாள அரசியலுக்குள் சுருக்க முடியும்? ஒரு கால் பந்தாட்டத்தில் நடக்கும் ரவுடித் தனத்தைப்போலத் தன்னைப் பெருமைப்படுத்திக் கொள்ளும் முயற்சியில், சகிப்புத் தன்மையில் அசர வைக்கும் ஒரு மதத்தை ஒரு வெறி பிடித்த நம்பிக்கையாகக் காட்டுவதை ஏன் எந்த ஓர் இந்துவும் ஏற்க வேண்டும்?

யாரையும் அச்சுறுத்தாமலேயே, தன்னை ஸ்திரப்படுத்திக்கொண்ட மதமே இந்து மதம். அதற்குக் காரணம் அதன் திறந்த அணுகுமுறையும், அதன் வகைகளும் மற்றும் பிற மதங்களை ஏற்கும் அதன் தாராளத் தன்மை ஆகியவையே. ஆனால் பாபர் மசூதியை இடித்த இந்துத்துவம் இது அல்ல. மதவாத அரசியல் தலைவர்களின் வெறுப்பை உமிழும் பேச்சுக்களை உருவாக்கிய மதமும் இதுவல்ல. மாறாக அது சுவாமி விவேகானந்தர் நமக்கு உணர்ந்து காட்டிய இந்து மதமாகும். அவரது சிந்தனைகளை இந்த நூல் முழுவதுமே நான் பகிர்ந்திருக்கிறேன். நாம் மீண்டும் அவர் அறுதியிட்டுக் கூறிய சில கருத்துக்களைக் கீழே நினைவு கூர்வோம்:

அவரது முதலாவது உறுதியான கூற்று இந்து மதம் சகிப்புத் தன்மையையும் மற்றும் உலகளாவிய ஏற்றலையும் வலியுறுத்துகிறது என்பதே. 'நாங்கள் சகிப்புத் தன்மையை மட்டும் வலியுறுத்தவில்லை. எல்லா மதங்களையும் ஏற்கவும் செய்கிறோம்' என்றார் அவர்.

நான் ஏற்கெனவே இந்த நூலில் அவர் வெவ்வேறு நதிகள் ஒரே கடலில் சென்று சேர்கின்றன என்னும் சுலோகத்தைத் தமது சிகாகோ உரையில் மேற்கோளிட்டார் என்பதைக் குறிப்பிட்டேன். அதே போல் எல்லா வழிகளும் ஒரே இறைத்தன்மையிடமே சென்று சங்கமிக்கின்றன. வெவ்வேறு முனிவர்கள் வெவ்வேறு பெயர்களில் அழைத்தாலும் இறைவன் ஒருவரே என்கிறது அத்வைதம்.

'விவேகானந்தரின் பொன் மொழிகள் 'சர்வ மத சம பாவா' என்னும் தலைப்பில் தொகுக்கப்பட்டுள்ளன. அது உண்மையில் பெரும்பான்மை

இந்துக்களால் கடைப்பிடிக்கப்படும் இந்து மதமே. பிற மதங்களை ஏற்பதும் மற்றும் அவர்களது வழிபாட்டு முறைகளை ஏற்பதும் நம் பண்பாட்டின் முக்கியமான அம்சமாகும்.

இந்து மதம் என்னும் மதம் சகிப்புத்தன்மைக்கு மிகுந்த முக்கியத்துவம் கொடுத்தாலும் எல்லா இந்துக்களும் சகிப்புத்தன்மை உள்ளவர் என அதற்குப் பொருளில்லை. மதத்தை ஓர் அடையாளமாகப் பயன்படுத்தி ஆட்களை ஓர் அணியாகத் திரட்டும் முயற்சி நடக்கும்போது அந்த அணியில் இருப்போர் அந்த மதத்தின் அறங்கள் படி நடப்பார்கள் என நாம் எதிர்பார்க்க இயலாது. மராட்டிய மன்னரான சிவாஜியின் பெயரால்தான் மத வெறி மிகுந்த சிவசேனா கட்சி இயங்குகிறது. ஆனால் அவரே பிற மதங்களை மதிப்பதற்குச் சிறந்த முன்னுதாரணமாவார். மொகலாய சரித்திர அறிஞரான காஃபி கான், சத்திரபதி சிவாஜி தம் மக்களுக்குத் தந்த சட்டங்களில் தம் வழி நடப்போர் மசூதிகளுக்கு, குரானுக்கு மற்றும் பெண்களுக்கு எந்த ஊறும் விளைவிக்கக்கூடாது என்று கட்டளை இட்டிருந்தார். 'தம் கைக்கு எப்போது குரானின் ஒரு பிரதி வந்தாலும் சிவாஜி அதைத் தமது முஸ்லீம் ஆதரவாளர்களுள் ஒருவருக்கே தருவார். அதை மதிப்புடன் வைத்திருப்பார்' என்கிறார் கான். பலரின் பதிவுகளில் சிவாஜி தம் படையினருக்கு அவர்கள் கையில் குரான் அல்லது பைபிள் கிடைத்தால் அதைப் பத்திரமாக வைத்து, முஸ்லீம் அல்லது கிறித்துவருக்கே தரவேண்டும் என்று கட்டளை இட்டது பற்றிக் காண்கிறோம்.

இந்த உலகளாவிய ஏற்றலைத்தான் இந்துத்துவாவின் படையினர் கேள்விக்குள்ளாக்குகிறார்கள். விவேகானந்தர் தமது சக இந்துக்களுக்கு ஒரு நற்சான்றிதழ் தந்திருந்தார். அவர்களில் பலருக்கும் இப்போது அது பொருந்தாது. 'இந்துக்களிடம் குறைகள் இருக்கலாம். ஆனால் அவர்களோ தமது உடலைத் தாமே வருத்திக் கொள்பவர்கள். ஆனால் அண்டை வீட்டுக்காரரின் தொண்டையைச் சீவி விட மாட்டார்கள். ஓர் இந்து தீக்குளித்து மடியும்போது, அவன் கேள்வி என்னும் நெருப்பை தன்னுள் ஏற்றாமல் விட்டுவிடுகிறான்' என்றார். ஆனால் மிகவும் சோகமானது 125 வருடங்கள் கழித்து இந்தியாவில் இந்து மதவெறி அதிகரித்து, ஓர் இந்துவாக விவேகானந்தர் என்றுமே ஏற்க முடியாத இந்து மதத்தின் வடிவத்தை முன் வைக்கிறது.

இதனுடன் தொடர்புடைய ஒரு கருத்து நோபல் பரிசு பெற்ற பொருளாதார அறிஞரான அமர்தியா சென் இந்துத்துவவாதிகள் பற்றிக் கூறியதாகும். தொன்மையான இந்து கலாச்சாரத்தின் மாபெரும் சாதனைகளை இவர்கள் கொண்டாடுவதே, சந்தேகத்துக்குரிய தமது தன்மைகளை மூடி மறைக்கவே. அவர் இந்து தீவிரவாதிகள்பற்றி இப்படி எழுதினார்: 'அவர்களுக்கு உபநிடதங்கள் மற்றும் பகவத் கீதையின் செம்மையோ, பிரம்மகுப்தர், சங்கரர் அல்லது காளிதாஸர் அல்லது சுத்ரகர் பற்றி அக்கறை எதுவுமே கிடையாது. அவர்களுக்கு ராமரது மற்றும் அனுமனது

விக்கிரகங்களே வேண்டும். அவர்களது தேசியம் இந்தியாவின் விஞ்ஞானம் மற்றும் பகுத்தறிவு மிகுந்த சரித்திரத்தை மையமாகக் கொண்டதே அல்ல.

'அல்ஜீப்ரா மற்றும் ஜியாமெட்ரி' கணிதம், வானியல் இவற்றின் துவக்கம் முதன் முதலாக இந்த தேசத்தில்தான் நடந்தது. தசமங்கள் கணிதத்தில் இங்குதான் கண்டறியப்பட்டன. ஆகத் தொன்மையான மற்றும் மிகுந்த செம்மையான மதச்சார்பற்ற மற்றும் மத சம்பந்தமான தத்துவங்கள் இங்கே தோன்றின. மக்கள் இங்கேதான் சதுரங்கம், பாலியல் கல்வி இவை இந்தியாவில்தான் முன்னெடுக்கப் பட்டன. முறைப்படுத்தப்பட்ட அரசியல் பொருளாதாரம் இங்கே தான் முதன் முதலில் உருவானது. ஆனால் இந்துத் தீவிரவாதியோ இந்தியாவை கேள்வி கேட்காமல் உருவ வழிபாடு செய்வோரின் நாடாக, பயங்கரமான மத வெறி கொண்டோரின் நாடாக, பலவீனமான பக்தர்களின் நாடாக மற்றும் மதத்தின் பெயரால் இயங்கும் கொலைகாரர்களின் நாடாக - நேரடியாகவும் மற்றும் மறை முகமாகவும்- காட்டுகிறார்கள்.'

பிறரிடம் பாரபட்சம் காட்டவும், பிறரைத் தாக்கவும், கொல்லவும், பிறரது வழிபாட்டுத் தலத்தை அழிக்கவும் செய்யப்படுபவை எதுவும் விவேகானந்தர் போதித்த இந்து மதம் ஆகாது. இருபத்தோராம் நூற்றாண்டின் ஆன்மீக ஆசான்களான ஸ்ரீஸ்ரீ ரவிசங்கர் (வாழ்க்கைக் கலை நிறுவனர்) மற்றும் ஜக்கி வாசுதேவ் (ஈஷா ஆசிரம நிறுவனர்) ஆகியோரும் மனித நேயம் மிக்க நடைமுறை மத நம்பிக்கை பற்றியே போதிக்கின்றனர். தியானம், யோகா என்னும் பயிற்சிகள் வாயிலாக அவர்கள் தொன்மையான ஆன்மீக நூல்களில் உள்ள போதனைகளை நமக்குத் தருகின்றனர். இந்து மதத்தின் அடிப்படைத் தத்துவங்களை போதிக்கும் இவர்களைவிட்டு, இந்துத் தலைவர்கள் ஏன் வக்கிரமான இந்து மத விளக்கத்துடன் திரியும் வன்முறையாளர்களை ஆதரிக்கிறார்கள்?

வெறுப்பை விதைப்போர் பெரும்பான்மை இந்துக்களுக்காகத் தானே பேசுகிறார்கள் என்னும் கூற்றை நான் நிராகரிக்கிறேன். இந்துத்துவா சித்தாந்தம் சிதைக்கப்பட்ட இந்து மதத்தின் வடிவமாகும். சுதந்திர இந்தியாவில் 'லிபரல் பார்ட்டி' மற்றும் 'ஸ்வதந்திரா பார்ட்டி' என்னும் இரண்டு கட்சிகள் இந்து மதத்தின் மீது தமக்கிருக்கும் நம்பிக்கையை வெளிப்படுத்தியவர்களே. லிபரல் கட்சியின் ஸ்ரீனிவாச சாஸ்திரி ராமாயணம் பற்றிய விளக்க நூல்களை எழுதியவர். ஸ்வதந்திரா கட்சியின் நிறுவனர், சி.ராஜகோபாலாச்சாரி (ராஜாஜி), ஒரு பெரிய சமஸ்கிருத அறிஞர். அவர் இதிகாசங்களின் மொழி பெயர்ப்புகளைப் படைத்தார். அவரது அந்த நூல்களும் மற்றும் உரைகளும் அவரது காலத்துக்குப் பின் பல தசாப்தங்களாக இன்றும் வாசிக்கப்பட்டே வருகின்றன. அவர்கள் மிகவும் நேசித்த தமது இந்து மதத்தை, இப்படி மத வெறி மிகுந்ததாகப் பிரதிநிதித்துவப்படுத்தும் இந்துத்துவவாதிகளின் செயல்களை ஒருக்காலும் ஏற்றிருக்க மாட்டார்கள்.

காங்கிரஸ் கட்சியில் பல தலைவர்களுக்கும் தமது இந்துமத நம்பிக்கையில் பிடிமானம் உண்டு. ஆனால் அதை அரசியலாகக் கட்டமைக்கும் இந்துத்துவத்தை அவர்கள் நிராகரிக்கிறார்கள். இந்துத்துவவாதிகள் தந்திரமாக, கடவுள் நம்பிக்கையற்ற மேற்கத்திய சிந்தனையுள்ளவர்கள் 'போலி மதச்சார்பற்றோராக' ஒரு பக்கமும், தாம் மறுபக்கம் ஆக்ரோஷமான இந்து மதம் பற்றிய விளக்கத்தோடு மறு பக்கமும் இருப்பதாகக் காட்டிக் கொள்கிறார்கள். ஸ்ரீனிவாச சாஸ்திரி மற்றும் ராஜாஜி வெளிப்படையாக இந்து மத நம்பிக்கையுடனும் மற்றும் தாராள மனம் கொண்டவராகவும் இருக்க இயலும் என்பதை நமக்குக் காட்டினார்கள். அரசியலாக்கப்பட்ட இந்து மதத்தில் அப்படி ஒரு வழி இருப்பதை மறைத்து, நம்பிக்கை உள்ள இந்துக்களுக்குத் தமது வழி மட்டுமே ஒரே வழி என்பதாக இந்தக் கும்பல் காட்டுகிறது.

இந்தக் கருத்தை நான் முற்றிலும் நிராகரிக்கிறேன். நான் என்னை ஒரு தாராள எண்ணம் கொண்டவனாகவும் மற்றும் இந்துவாகவும் காண்கிறேன். அந்த தாராள சிந்தனை மட்டுமே அரசியல் சித்தாந்தமாக விரிந்ததும் திறந்த மனமுள்ளதுமான எனது மதத்துடன் பொருந்தும்.

பத்திரமின்மையின் ஒரு பிரதிபலிப்பு

இந்துத்துவா மீள் எழுச்சி தன்னம்பிக்கையை அல்லாமல் ஒரு பத்திரமின்மை மிக்க மனநிலையைப் பிரதிபலிப்பதே நகை முரண். இடையறாது அவமானப்படுத்தப்பட்ட மற்றும் தோற்கடிக்கப்பட்ட தருணங்களை நினைவுபடுத்துவதன் மீதே அது கட்டமைக்கப் பட்டிருக்கிறது. முஸ்லீம் வெற்றி, அவர்களது ஆட்சிக் காலம், அவர்கள் இடித்த கோயில்கள், அவர்கள் கொள்ளையடித்த பொக்கிஷங்கள் இவற்றைக் காட்டிக் காட்டி, சுய சிந்தனையில்லாத இந்துக்களை பாதிக்கப் பட்ட மன நிலையிலேயே இருத்தி விடுவதே இவர்களது வழிமுறை. தாராள மனமும் தன்னம்பிக்கையும் உள்ள ஓர் இனமாக உலகில் நிமிர்ந்து நிற்பது அல்ல இவர்கள் காட்டுவது. இது தோல்வி மற்றும் வீழ்ச்சி என்னும் கருத்தியலின்மீது இயங்குபவர்கள். இறந்த காலத்தின் தோல்விகளையே பேசும் இவரோ எதிர் காலத்தில் வெற்றியோடு இருப்பதற்கான நம்பிக்கையை விதைப்பதே இல்லை.

சமகால இந்துத்துவம் பற்றிய குரல்களுள், இதே கருத்தை முன் வைக்கிறார் அமெரிக்க அறிஞரான டேவிட் ஃப்ராலி, *Arise Arjuna!* (1995) என்னும் தமது நூலின் அறிமுகக் கட்டுரையில் கீழ்க் கண்டவாறு:

'இந்துக்கள் பொதுவாகவே சுய மதிப்புக் குறைந்தவராக, தமது மதம்பற்றி எதையும் பகிரத் தயங்கும் அளவு தாழ்வுணர்ச்சி மிக்கவர்களாக இருக்கின்றனர். அவர்கள் நூற்றாண்டுகளான அன்னிய ஆட்சியாலும் மற்றும் அவர்களை மதம் மாற்றும் முயற்சிகளாலும் தளர்ந்து

போய்விட்டனர்'. ஃப்ராலி, இந்துக்கள் தம் கர்வத்தை மீட்டெடுக்க வேண்டும் என்றே கூறுகிறார். ஆனால் எந்த விதத்தில் என்பதே கேள்வி.

ஓர் இந்துவாகவும் இந்தியனாகவும், குடிமையை மதம் முடிவு செய்வதை நிராகரிப்பதே இந்தியாவைப் பற்றிய முழு கருத்து என வாதிடுவேன். நமது தேசியத் தலைவர்கள் எப்போதுமே அதை ஏற்று விடும் பொறிக்குள் சிக்கிக்கொள்ளவே இல்லை. முஸ்லீம்களுக் காகப் பாகிஸ்தான் பிரிக்கப்பட்ட பின் எஞ்சியது இந்துக்களுடைய நாடு என்பதை அவர்கள் ஏற்கவே இல்லை. இந்தியா என்னும் கருத்தை ஏற்பதற்கு நீங்கள் எந்தத் தருக்கம் நம் நாட்டை 1947ல் பிளவு படுத்தியதோ அதை நிராகரிக்க வேண்டும். உங்கள் இந்தியத் தன்மை நீங்கள் எந்தக் கடவுளை வணங்குகிறீர்கள் அல்லது இல்லை என்பதை வைத்து முடிவாவதில்லை. நாம் ஓர் இந்து பாகிஸ்தானாக நம்மையே ஒருக்காலும் குறுக்கிக்கொள்ள முடியாது.

ஆனால் இங்கே பிரச்னையே அதுதான். நான் ஏற்கெனவே குறிப்பிட்டபடி நேரு பெரும்பான்மையினரின் மதவாதம் ஆபத்தானது என எச்சரித்திருந்தார். ஏனெனில் அதை தேசியமாக அவர்களால் காட்டிக்கொள்ள இயலும். இந்து தேசியம் என்பது இந்திய தேசியம் அல்ல. அதற்கும் மெய்யான இந்து மதத்துக்கும் எந்த சம்பந்தமும் கிடையாது.

எனது இந்து மதம் பற்றி எனக்குப் பெருமை உண்டு. ஆனால் நான் அதன் மேன்மைகளை வெறியர்கள் கையில் கொடுத்துவிடத் தயாராயில்லை. பிறரிடம் மத அடிப்படையில் பாரபட்சம் காட்டுதல், அவரைத் தாக்குதல், அவரது வழிபாட்டுத் தலத்தை அழித்தல் இவை இந்து தர்மத்தின் ஓர் அங்கமாக ஆக முடியாது. ஏனெனில் அது விவேகானந்தர் கண்ட இந்து தர்மத்தின் பகுதி அல்ல. இந்து மதத்தின் மூல நெறிகளை நினைவு கூரும் தருணம் இது. இது மத அடிப்படைவாதிகளிடமிருந்து இந்து மதத்தைத் திரும்ப பெறும் தருணமுமாகும்.

❀

சிறுபான்மையினரைத் தாக்குவதற்காக, ஓர் அழிவு நோக்கத்துக்காக இந்து மதத்தின் பெயரைத் தவறாகப் பயன்படுத்துவதை நாம் ஏற்கவே இயலாது. அமீஷ் திரிபாதி போன்றவர்கள் இந்துப் புராணக் கதைகளில் இருந்து பல கதாபாத்திரங்களை மீள் உருச் செய்து நல்ல இலக்கியங்களைத் தந்திருக்கிறார்கள். அந்தக் கதைகள் நவீன வாசகர்களிடம் சென்றடைந்தன. மத வெறியர் பற்றி திரிபாதி கவலை கொள்ளவே இல்லை. முக்கியமான பண்டிகைகளான ஹோலி, தீபாவளி மற்றும் கேரளாவின் ஓணம் இவை தமது மத அடையாளங்களைக் கடந்து எல்லா இந்தியர்களையும் ஒன்று படுத்தும், அனைவரின் பகிரப்படும் அனுபவங்களாக ஆகி விட்டன. (ஹோலியின் கொண்டாட்டம், மிகவும் கொண்டாடப்படும் ஓணத்தின் பரிசுகள், விளக்குகள், வெடிகள் மற்றும்

இனிப்புகள் என சமூகத்தின் ஒரு சூதாட்டம் போன்ற தீபாவளி இவையெல்லாம் இந்த மூன்று பண்டிகைகளையும் 'மதச் சார்பற்றவை' ஆக்கி விட்டன. விழாக்கள் - உற்சவங்களோ, மேளாக்களோ அல்லது லீலாக்களோ இவை யாவும் மூலத்தில் இந்துவாக இருப்பினும், எல்லாப் பின்னணிகளிலிருந்துமான சாதாரண இந்தியர்கள் சந்தித்துக்கொள்ளும் ஒரு சந்தர்ப்பமாகிவிட்டன. முஸ்லீம் கைவினைஞர்களே வாரணாசியில் ராம லீலாவுக்குத் தேவையான முகமூடிகளைச் செய்கிறார்கள். மதம் என்பது இந்தியப் பண்பாட்டின் இதயத்தில் இருப்பதே. ஆனால் அது அவசியம் பிளவு படுத்தும் ஒன்றாக இருப்பதில்லை.

மதத் தொன்மை நூல்களான ராமாயணமும் மகாபாரதமும் ஒரு பொது வழக்காடலை நமக்குத் தந்திருக்கின்றன. மேற்கோளிட ஒரு சமன் புதிரை நமக்குத் தந்திருக்கின்றன. தூர்தர்ஷன் ஐம்பத்து இரண்டு வாரத் தொடராக மகாபாரதத்தை ஒளிபரப்ப முடிவு செய்த போது அதன் திரைக்கதையை டாக்டர் ரஹி மசூம் ராஜா என்னும் ஒரு முஸ்லீம் எழுதியதில் வியப்பு ஏதுமில்லை. இந்து மதமும் இஸ்லாமும் இந்தியாவில் பின்னிப் பிணைந்துள்ளன. இரு மதங்களுமே பொது வரலாறு மற்றும் பொதுவான இடத்தைப் பகிர்ந்தன. அவர்களது ஒன்றிணைந்த இருப்பு ஒரு தேவையாகவும் உண்மையாகவும் இருக்கிறது.

ஒரு குறிப்பிட்ட அளவுக்கு இந்தியச் சிறுபான்மையினர் இந்துக் கலாச்சாரத்தின் அடிப்படை அம்சங்களைத் தாம் தேசிய நீரோட்டத்துடன் இணைந்ததற்கான நிரூபணமாகவே எடுத்துக் கொண்டிருக்கின்றனர். ஆனந்த், விஜய் மற்றும் அசோக் அமிர்தராஜ் என்னும் டென்னிஸ் வீரர்கள் பெயர் இந்துப் பெயர்கள் போலிருந்தாலும் அவர்கள் கிறித்துவரே. அவர்கள் பெற்றோர் ராபர்ட் மற்றும் மாக்கி அமிர்தராஜ். கழுத்தில் சிலுவை தொங்கியபடியே அவர்கள் விளையாடினார்கள். அவர்கள் தேசப் பற்று அப்பழுக்கற்றது. அவர்கள் தாம் வளர்க்கப்பட்ட மதத்தின் அடிப்படையில் எந்த தேசியத்தையும் நாடவில்லை. ஆனால் முஸ்லீம்கள் அரேபியப் பெயர்களையே வைத்துக்கொள்கிறார்கள். ஆனால் அமிர்தராஜ் குடும்பம் போன்ற பல கிறித்துவக் குடும்பங்கள் இந்து மதத்தின் பண்பாட்டுடன் ஒன்றிணைந்ததற்கு உதாரணங்கள். கட்டாயம் அல்லது மத மாற்றம் ஏதும் இல்லாதவர்கள் அவர்கள்.

கேரள மாநில மக்கள் கிட்டத்தட்ட அனைவருமே கிறித்துவப் பாடகரான யேசுதாஸ் (ஏசு என்னும் பெயரில் இருந்தே அவர் பெயர் வந்தது!) தான் மலையாளத்தின் ஆகச் சிறந்த பாடகர் எனக் கருதுகிறார்கள். மலையாள பக்திப் பாடல்கள் மற்றும் பஜன்கள் அவர் குரலில் குருவாயூர் முழுவதும் பல தசாப்தங்களாகக் கேட்கப் பட்டு வரும்போது, ஒரு கிறித்துவர் என்பதால் அவர் குருவாயூர் கோயிலுக்குள் அனுமதிக்கப்படவில்லை. (செப்டம்பர் 2017ல் கோயில் சார்பில் அவர் தாம் கிருஷ்ண பக்தர் என உறுதி கூறி வேண்டினால் கோயிலுக்குள் அனுமதிக்கப்படுவார் என ஓர் அறிவிப்பு வெளியிடப் பட்டது).

கலாச்சாரமாக இந்து மதம்

ஒரு மதமாக அல்லாமல் பண்பாடாக, இந்துயிசம் பற்றி நிறையவே பேசுவது சாத்தியம் ஆகும். (சாவர்க்கரின் கருத்துக்களைக் கூறி, மதத்துக்கும் பண்பாட்டுக்கும் உண்டான வேற்றுமையை சிதைக்க முயல்வார்கள் இந்துத்துவவாதிகள்.) ஓர் அரசுத் திட்டம் முடிந்து ஒரு புதிய கட்டிடமோ அல்லது பாலமோ திறக்கப்படும்பொழுது ஒரு தேங்காய் உடைப்பது வழக்கம். இது ஒரு மங்களகரமான வழக்கமாகப் பெரும்பான்மையான இந்துக்களாலும் பல சிறுபான்மையினராலும் ஏற்கப்பட்ட ஒன்றே. இது மதுப் பழக்கம் இல்லாத ஒருவர் மேற்கத்திய நாடுகளில் உள்ள ஒரு ஷாம்பெயின் விருந்தை ஏற்பதற்கு இணையானது. நம் வியப்பைத் தூண்டுவது பல இஸ்லாமிய மற்றும் பௌத்த நாடுகளில் இன்னும் இந்த இந்து நம்பிக்கையின் வழக்கம் செயல்படுத்தப்படுவதே. இப்போது முஸ்லீம் நாடான ஜாவா மற்றும் பௌத்த நாடான தாய்லாந்து ஆகியவற்றில் இது உண்டு. இஸ்லாமிய நாடான இந்தோனேசிய மக்கள் ராமாயண மாவீரர்களை நினைவு கூர்பவர்களே. சமகாலத்தில் அதன் மத சம்பந்தமான அம்சங்களால் அவர்களுக்கு அது பழைய அளவு முக்கியப் படுத்தப்படவில்லை. ஜாவா நாட்டு முஸ்லீம்களுக்கு சமஸ்கிருதப் பெயர்கள் உண்டு. மத நம்பிக்கையிலிருந்து தனித்ததாக இருக்கும் பட்சத்தில் இந்து அல்லாதவர்களால் இந்துக் கலாச்சாரத்தைத் தழுவிக்கொள்ள இயலும். அந்தப் பூர்வீகத்தின்மீது எல்லோருமே உரிமை கொண்டாட இயலும். பல சந்தர்ப்பங்களில் நான் ராமாயணமும் மகாபாரதமும் பள்ளிக்கூடங்களில் பாடங்களாகக் கற்பிக்கப்பட வேண்டும் என வலியுறுத்தியிருக்கிறேன். மேற்கில் ஒடிசி மற்றும் இலியாட் ஆகியவை பாடமாக்கப்படவில்லையா? ஆனால் நாம் அவற்றை மத நூல்களாகக் கற்பிக்காமல் நம் பண்பாட்டின் மிக உயர்ந்த சாதனைகளாகவே மாணவர் களுக்குத் தரப்படவேண்டும். பல மாவீரர்கள் பற்றிய மற்றும் பண்பாட்டுக் குறியீடுகள் பற்றிய ஓர் ஆதாரமாகவே அவை கற்பிக்கப்படவேண்டும்.

அமர்த்தியா சென், 'இந்து மதம் என்பது அயோத்தியா அல்லது குஜராத்தின் இந்துத்துவம் அல்ல' என்றது மிகவும் சரியானது. எல்லா இந்தியருக்குமே இந்து மதம் மதமாக, தத்துவங்கள் மற்றும் ஆன்மீகம் மற்றும் வரலாற்றுப் பெருமிதம் மிக்க பூர்வீகமாக இருக்கிறது. அதுவே மதச்சார்பற்ற இந்திய தேசியத்துக்கு ஒரு நாகரீகத்தின் சாரத்தைக் கொடுக்கிறது. உண்மையான இந்தியப் பாரம்பரியம் உள்ள தேசத்தை நாம் நிர்மாணிக்க வேண்டும் என்றால், நம் தேசிய இயக்கத்தின் பன்முகத்துக்கே நாம் திரும்ப வேண்டும். சிறுபான்மையினரை பாதித்து இந்து மேன்மை பேசும் இந்துத்துவவாதிகளின் அறைகூவல்கள் மிகுந்த சித்தாந்தத்தில் இருந்து தள்ளி இருந்தால் மட்டுமே அது சாத்தியம். ஏனெனில் இந்த அறை கூவல்கள் விவேகானந்தர் நமக்குக் காட்டிய இந்து மதத்தின் சாரத்தை நாம் இழக்கச் செய்துவிடும். நான் இதை இறை நம்பிக்கையே அற்ற ஒரு

மதச்சார்பற்றவனாகக் கூறவில்லை. நான் இதை கர்வம் மிக்க ஓர் இந்துவாக, தனது மதம் வெறியர்களின் கைப்பிடிக்குள் சுருங்கி விடும் நிலைக்குத் தள்ளப்படும்பொழுது அவர்களுக்கு அதன் பாரம்பரியமும் வரலாறும் தெரியாது என்பதால் எடுத்துரைக்கிறேன். பன்மைப் பண்பாடு களை அரவணைக்குமொரு மதத் தத்துவத்தை அவர்கள் வக்கிரமாகத் திரித்துத் தமது அரசியல் தத்துவத்தை நிலை நிறுத்த முயல்கிறார்கள்.

சமகால மனோபாவங்களை நாம் வரலாறு மற்றும் பண்பாட்டு நினைவு கூர்தல் வழி எப்படிக் காண்கிறோம் என்பது குடும்பத்துக்குக் குடும்பம் வேறுபடலாம். பாலக்காட்டின் என் அம்மா வழி முன்னோர் திப்பு சுல்தான் எந்த நேரத்திலும் தாக்கலாம் என அஞ்சி, விலை மதிப்பான பொருள்களை எங்கோ புதைத்து வைத்தார்கள். பின்னர் அதை அவர்களாலேயே கண்டுபிடிக்க இயலவில்லை! இருநூறு ஆண்டுகளாக இந்தக் கதை திரும்பத் திரும்பக் கூறப்பட்டாலும் 'முஸ்லீம்' என்பதையே முழுமையாக வும் மற்றும் திப்புவை நிராகரிக்கும் வெறுப்பை நானோ அல்லது எனது குடும்பத்தினரோ இன்றைய முஸ்லீம்களுக்குத் தரவே இல்லை. கோயில்கள்மீது முஸ்லீம் ஆக்கிரமிப்பாளர்கள் செய்த தாக்குதல்கள்பற்றி சந்தேகமே இல்லை எங்களுக்கு. ஆனால் நாங்கள் எங்கள் குழந்தைகளை மதவெறிக்கு சமகாலத்தில் தள்ளவில்லை. வரலாறை உள்வாங்கி அது எந்த இடத்தில் நின்றதோ அதையே அதன் சொந்த இடமென்று விட்டு மேற் செல்ல வேண்டும்.

இன்று இந்தியர்களுக்கு முன்னால் ஒரு பன்மைக் கலாச்சார நாட்டை நடத்துவதில் உள்ள இருமுனைப் பிரச்னைகள் உள்ளன. தேசியவாதிகள் தம் நாடு உணர்வால் ஒன்றுபட்டோரை பொது எதிரிகள் ஒன்றாய் வைத்திருந்த நாடு என வர்ணிக்கிறார்கள். ஆனால் அந்தப் பொது எதிரி இந்துத்துவவாதிகள் மற்றும் அவரது கூட்டாளிகள் அடையாளப் படுத்துவோர் அல்லர். அந்தப் பொது எதிரி யார்? கட்டுக்குள் கொண்டு வராமல் விட்டுவிட்டால் நாட்டைத் துண்டாடி விடக்கூடிய சக்திகளே. அவர்கள் தன்மானம் மிக்க ஓர் இந்து எந்த வடிவத்தில் அதை அடையாளம் காண மறுப்பார்களோ அந்த உருவத்துக்கு அதைக் கொண்டு செல்ல வல்லவர்கள். தற்காலத்தில் நாம் காண்பது இரண்டு பண்பாடுகளுக்கு இடையிலான யுத்தம் அல்ல. இரண்டு சித்தாந்தங்களுக்கு இடையிலான யுத்தமே இது. ஒருபக்கம் மதச்சார்பற்ற மற்றும் நுகர்வோர் முதலாளித்துவமான சித்தாந்திகள். மறுபக்கம் பூர்வீகம் மற்றும் மத அடிப்படையிலானோர். ஒரு முரணுக்கு இடைப்பட்டு இந்த யுத்தம் நிகழ்ந்து கொண்டிருக்கிறது.

உலகமயமாக்கத்தினால் உலகம் ஒரே பன்னாட்டுச் சந்தையாகி வருகிறது. அதேசமயம் அது உள் நாட்டுப் போராலும், பயங்கர வாதத்தினாலும் நாடுகள் பிளவுபடுவதாலும் துன்புறுகிறார்கள். இன்று இருவகை பதிலடியை நாம் காண்கிறோம். ஒன்று விரிவாகக் காணப்படும் உலகமய மாக்கத்துக்கு எதிர்ப்பு. தோற்பவர்கள் விற்பன்னர்களை எதிர்க்கிறார்கள்.

அந்த விற்பன்னர்கள் தம் நாட்டு வேலை வாய்ப்புகளைக் கண்காணாத நாடுகளுக்கு ஏற்றுமதி செய்து விடுகிறார்கள். இதை எதிர்ப்பது தவிர மற்றொரு எதிர்ப்பு பண்பாட்டு ரீதியான உலகமயமாக்க எதிர்ப்பு. அந்த எதிர்ப்பாளர்கள் தம் பாரம்பரிய அடையாளத்தில் நிம்மதி காண்கிறார்கள். மேற்கின் பல நாடுகளில் இந்த இருவிதமான பதிலடிகளுமே ஒரே சமயத்தில் வெளிப்படுகின்றன.

இந்தியாவில் ஒரேசமயத்தில் இரண்டு பதிலடிகள் நிகழா விட்டாலும், இந்திய அரசு ஒரு பக்கம் உலகமயமாக்கம் முன் வைக்கும் பண்பாட்டு வேற்றுமைகளை ஏற்பதை விட்டுவிட்டு, உலகமயமாக்கத்தில் அங்கம் வகிக்க விரும்புகிறது. இந்துத்துவ வாதிகள் நாம் மேலே குறிப்பிட்ட இரண்டாம் வகையான எதிர்ப்பில் இருக்கிறார்கள். பல இன மக்கள் ஒன்றாயிருப்பதையும், பன்முகப் பண்பாட்டையும் மற்றும் மதச்சார் பின்மையையும் பண்பாட்டு வேருடனிருத்தல், பூர்வீக அல்லது மத அடையாளம் மற்றும் தேசியத்தின் அசல்தன்மையையும் மையமாக்கி எதிர்க்கிறார்கள்.

அடையாளம் இந்தியாவில் இந்த வேருடனிருத்தல் மற்றும் அசல் தன்மை மீதான உரிமை கோரல் இந்துப் பெரும்பான்மையினரின் வண்ணத்தை பாஜகவின் தலைமையின் கீழ் அடைந்துள்ளன. அது இந்தியர்களைத் தம் மதத்தின் அடிப்படையில் மட்டுமே ஆன அடையாளத்தில் காட்ட முயல்கிறது. 1997ல் வெளியான *India: From Midnight to the Millennium* என்னும் என் நூலில் நான் குறிப்பிட்டது போல, நம் ஒவ்வொருவருக்குமே பல அடையாளங்கள் உண்டு. சில சமயங்களில் மதம் நம் பல அடையாளங் களின் சிக்கலான வடிவத்தை நிராகரித்து நம்மை உண்மையை மறக்கச் சொல்கிறது. மத அடிப்படைவாதம் குறிப்பாக, இவ்வாறு செய்யக் காரணம் பேரலைகள்போல உலகமயமாக்கமும், பக்தர்களின் அரசியலும் மதத்தை மூழ்கடித்து விடக்கூடும். காயப்படும் உணர்வையே மத அடிப்படைவாதம் தனது ஆதரவாளர்மீது வைக்கிறது. அது கற்பனையானதோ உண்மை யானதோ என்பது வேறு. எனவே இந்துத்துவ மத வெறி இஸ்லாமிய மத வெறி போன்றதே. வெள்ளை தேசியம் பேசும் கிறித்துவ வெறியையும் ஒத்ததே.

இப்போது நாம் செய்யவேண்டியது என்ன? நாம் எல்லா மதங்களையும் தடை செய்ய முடியாது. ஒவ்வொரு மதத்திலும் மிகவும் விலை மதிப்பான ஒன்று ஒவ்வொரு மனிதனையும தனனையும் பிறரையும் ஒன்றாகக் கண்டு கடவுளை நோக்கித் தன் கரங்களை நீட்ட அதுவே வழியாக உலகெங்கும் இருக்கிறது. ஆனால் நாம் மதத்தை ஒருவரது அடையாளத்தில் இருந்து பிரிக்க முடியுமா? மதத்துக்கு ஒரு மதிப்பான இடம் இருந்தாலும், ஆன்மீகமும் மதத்துடன் அடையாளப் படுத்திக் கொள்வதும் சேர்ந்திருக்காத சூழலை நாம் உருவாக்க இயலுமா? பூர்வீகத்தின் அடிப்படையில் நிகழும் சண்டைகளை நாம் நிறுத்த விரும்பினால், மதத்தால் உருவாகும் பயங்கரவாதம் மற்றும் வெறியை நாம் தடுக்க

விரும்பினால் குடிமையே அடையாளமாகக் கொள்ளப்பட வேண்டும். தத்துவத்தைவிட்டு மண்ணே அடையாளமாக ஆக வேண்டும். அந்த அடையாளம் மட்டுமே ஒற்றுமைக்கு வழி வகுக்கும். அப்போதுதான் நாம் அழிவை அனுமானிப்போர் சொல்லும் ஆரூடங்களிலிருந்து தப்பிக்க இயலும். (சாமுவேல் ஹான்டிங்டன் இரு தசாப்தங்களுக்கு முன் 'நாகரீகங்களின் போர் நிகழும்' என்றார்.) உள் நாட்டுக்குள் நடக்கும் 'நாகரீகங்களின் போர்' இந்தியாவையே அழித்துவிடும். ஒரு பண்பாட்டு அதிசயமாகத் தன்னை தக்க வைத்திருக்கும் இந்தியாவுக்கு அது நிகழக் கூடாது.

இந்து மதத்தின் அரவணைக்கும் தன்மையால் இந்தியாவில் எதுவுமே எண்ணற்ற வகைகளில்தான் காணப்படுகிறது. இந்தப் பன்முகத் தன்மை இந்த நாட்டின் இயல்பிலிருந்து வந்ததே. ஒரே ஒரு தராதரம், ஒரேமுறையில் வழிபாடு அல்லது 'இது மட்டும்தான் வழி' என எதுவுமே இருக்கவில்லை. அது இந்தியாவின் பூகோள அமைப்பால் தவிர்க்க முடியாத ஒன்றாக உண்டானது. சரித்திரம் அதையே உறுதி செய்தது. ஒரே ஒரு தேசியம் என்று ஒன்றை அனுமதிக்க முடியாத அளவு நிறையவே செறிவு மிகுந்த பண்பாடு அது. தேசியத்துக்கான பரிட்சை எல்லோரும் 'பாரத் மாதா கீ ஜை' என்று கூறவேண்டும் என இந்துத்துவவாதிகள் கோரிக்கை வைத்த போது, தனது மனதார நம்பாத ஒரு கோஷத்தை எந்த ஒருவரும் கூற வேண்டும் என நிர்பந்திக்கக்கூடாது எனவே நாம் அனைவரும் எதிர் வினை புரிந்தோம். உதாரணத்துக்கு, தமது மதத்தின் விதிமுறைகள் படி, ஒரு முஸ்லீம் தனது தேசத்தைப் பெண் தெய்வமாக வணங்க அனுமதிக்காது என்றால், இந்தியா அவர்களுக்கு அவ்வாறு இருக்க அனுமதி அளிக்கிறது. இந்துத்துவா அவர்களுக்கு அந்த உரிமையைத் தவறான வழியில் மறுக்க முயல்கிறது.

கூடி வாழும் குணத்தோடேயேதான் நாம் பயிற்றுவித்து வளர்க்கப் பட்டோம். என் பள்ளித் தோழர்களின் ஜாதி மதம் எனக்குத் தெரியாததே. பிரிட்டிஷார் கிளம்பிய பின் இருந்த பிரிவினை மன நிலையை நாம் நிராகரித்தோம். மதப் பிரிவினைகளைத் தாண்டிய ஒரு தேசியத்தில் நம்புவோராகவே நாம் வளர்க்கப்பட்டோம். (அடிக்கடி வலியுறுத்தி அதில் நிலை நிறுத்தப்பட்டோம்). இது மேல் குடியின் பெருமிதமான போக்காகத் தோன்றலாம். ஆனால் இவை மெத்தப் படித்தவர்களின் மன நிலை மட்டுமல்ல. கிராமங்களில்கூட பெரும்பான்மை இந்தியர்கள் வாழ்ந்த விதம் இது. சுதந்திர இந்தியா ஒரு தேசியப் போராட்டத்தில் இருந்து உருவானது. ஒருவரை ஒருவரை ஏற்பதை நாம் யோசனை இல்லாமல் மதச் சார்பின்மை என அழைத்துவிட்டோம். அதுவே தேசிய ஒருமைப்பாட்டின் அடிப்படையாக இருந்தது.

வேறு சில மத வெறிக்கு எதிர் வினையாக இந்து எழுச்சி, பல முரண் களைத் தன்னகத்தே கொண்டு நிகழ்ந்திருப்பது உண்மை தான். நான் முன்பே குறிப்பிட்டதுபோல, ஆழ்ந்த சிந்தனையின்றி தான் பின் பற்றும்

மதச்சார்பின்மை பற்றிய உறுதியுடன் பேசும் சில இந்துக்கள் பிற இந்துக்களின் கண்டனத்துக்கு உள்ளாகிறார்கள். மெக்காலே புத்திரர்கள் அல்லது பாபரின் வாரிசுகள் என அவர்களை இவர்கள் கிண்டலடிக்கவும் செய்கிறார்கள். மதச்சார்பின்மை பேசுவோரை அவர்கள் தமது பண்பாடு மற்றும் பாரம்பரியத்திலிருந்து துண்டித்துக் கொண்டவர்களாகக் காண்கிறார்கள். அவர்களை இந்துத்துவாதிகள் தமது வேர்களைக் கண்டறிந்து, தம் தரப்பை ஏற்கச் சொல்கிறார்கள்.

இந்து மதம் ஒற்றைக்கூறு மதம் அல்ல

இந்து மதம் ஒற்றை மத நம்பிக்கையை வலியுறுத்துவதே அல்ல. அது ஒவ்வொரு தனித்தனி இந்துக்கு உள்ளேயும் காணப்படுவது. அது மொத்தமாகக் காணப்படுவது அல்ல. 'இந்து இலக்கு' என ஒன்றை விளக்க முற்படுவது பல 'இந்து அல்லாதோரின் திட்டங்க'ளுக்குத் தரப்படும் அரசியல் எதிர் வினையாகவே இருக்கும். இருபதாம் நூற்றாண்டின் துவக்கத்தில் முஸ்லீம் விழிப்பு என ஒன்று எழுந்த அதே கால கட்டத்தில் துவங்கியதே இந்துத்துவா கருத்து. அதன் இறுதி தசாப்தத்தில், ஏற்கெனவே விதைக்கப்பட்ட வெறுப்புக் கருக்கள் நிகழ்த்திய பாபர் மசூதி இடிப்பு, கற்பனையான 'முஸ்லீம் திருப்திப்படுத்தல்' என்னும் கருத்தை எதிர்த்து செய்யப்பட்டதே. இந்துக் கும்பல்களின் ஆக்ரோஷம், அடையாளங்களின் போட்டியுடன் தன்னை அடையாளப்படுத்திக் கொண்டோரின் வெறியே ஆகும். அவர்கள் இந்த நாட்டைப் பின்னோக்கி அழைத்துப்போய் அந்தக் காலத்தில் இதைக் கொள்ளையடித் தோரிடமிருந்தும் இதை விடுவிக்கிறோம் என்று பேசுகிறார்கள். அவர்கள் சரித்திரத்தைப் பழி வாங்க விரும்புகிறார்கள். ஆனால் சரித்திரமே தனக்குத்தானே பழி வாங்கிக்கொள்கிறது என்பதை உணர்வதே இல்லை.

இந்துத்துவா திட்டம் இந்து அடையாளத்தை மீள் கண்டுபிடிப்பு செய்து, அதற்குப் புதிய நம்பிக்கை வடிவையும் கட்டமைப்பையும் புதிய சொல்லாடலில் தர முயல்கிறது. தாம் வெறுக்கும் ஆனால் நகலெடுக்க விரும்பும் 'செமெடிக்' மதங்களை ஒட்டிய இந்து மதம் ஒன்றையே அவர்கள் முன் வைக்கிறார்கள். புனித நூல்களின் எண்ணிக்கையை எல்லாம் குறைத்து, பகவத் கீதை மட்டுமே மறை நூல் எனக் காட்ட முயற்சி செய்கிறார்கள். அதேபோல் குறைவான கடவுள்களாக, கணபதி, ராமர், கிருஷ்ணர் மற்றும் தேவியர்களின் பல வடிவங்களை நிலை நிறுத்த முயல்கிறார்கள். இதன் மூலம் மதம் பற்றிய விழிப்பு கூர்மையாகும் என எதிர்பார்க்கிறார்கள். மதத்தின் வழக்கங்களை ஒரே மாதிரியான ஒரு தளத்தில் நிறுத்தி, குறைவான மத விழாக்கள், புகழ் பெற்ற விழாக்கள் எனக் குறுக்கி, ஒரே சமுதாயம் என்னும் உணர்வை உண்டாக்க முற்படு கிறார்கள். அவர்களின் இந்த முயற்சியும் விருப்பமும் எதை இலக்காக வைத்திருக்கிறது?

இந்துக்கள் தாம் சொல்வதையே உண்ண வேண்டும். பசு மாமிசத்தை முற்றிலும் தவிர்க்கவேண்டும். (முன்னாளில் பலரும் உண்டு வந்தாலும்.) அதுவே அடையாளத்தின் முக்கியக் குறியீடு. இந்தியையே தேசிய மொழியாகக்கொள்ளவேண்டும். (ஜனத் தொகையில் பாதி பேருக்கு அது அன்னிய மொழி). அப்படி இந்தி தேசிய மொழி ஆனால் வாய் மொழியாகவே இந்து முறை என்று ஒன்றைப் புதிதாகப் பரப்பலாம். ஒரே கோஷத்தைப் பரப்பலாம். (பாரத் மாதா கீ ஜே). ஒரே பாடலைப் பாட வைக்கலாம். (வந்தே மாதரம் கட்டாயப்படுத்தப்படும்.) அதில் பல முஸ்லீம்களுக்குத் தடைகள் உண்டு. என்றாலும் ஒத்துப் போவதற்காக அவர்கள் அதற்கு இசையவே நேரிடும். வேதங்கள், புராணங்கள் மற்றும் பக்தி இயக்கத்துக்கும் இந்த இந்து மதத்துக்கும் சம்பந்தமே கிடையாது. இது பண்பாட்டு மற்றும் அரசியல் பாதுகாப்பின்மையின் கால கட்டத்தைப் பிரதிபலிப்பதாகும். அது வாழ்ந்த இந்து சரித்திரத்தை மறுக்கிறது. ஆனால் அதன் பெயரை மட்டும் பயன்படுத்திக் கொள்கிறது.

பல்வேறு குழுக்களின் கனவைத் தேசியக் கனவுக்குள் ஏற்பதே இந்தியா எதிர்கொள்ளும் முக்கியமான சவால். உள்ளடக்கிக் கொள்தல், மாற்றிக் கொள்ளத் தயாராயிருத்தல் மற்றும் பன்மதங்களை ஒன்றாக ஏற்றல் இவை இந்து மதத்தின் அறங்கள் ஆகும். இந்த அறங்களே தேசம் அந்த முக்கியச் சவாலை சந்திக்க உதவின. இந்தியாவின் ஆன்மாவை மீட்கும் போராட்டத்தில் நாம் இரண்டு இந்து மதங்களைக் காண்கிறோம். ஒன்று 'மதச்சார்பற்ற, தேசியப் போராட்ட காலத்து 'இந்தியத் தன்மை' மற்றதோ குறிவைத்த வெறிகொண்ட அயோத்தியா கும்பலின் இந்து மதம். நான் இந்த வரிகளை எழுதும்போதும் அந்தப் போராட்டம் தொடர்ந்து கொண்டுதான் இருக்கிறது.

தவிர்க்க முடியாத விதத்தில், பாபர் மசூதி இடிப்பு மற்றும் குஜராத் கலவரங்களைக் கண்டித்து நான் எழுதிய பதிவுகளுக்கு நிறையவே காட்டமான விமர்சனத்துடன் மின்னஞ்சல் மற்றும் பிற சமூக ஊடகங்கள் வழி எதிர் வினைகள் வந்த வண்ணமே இருந்தன. அதிகம் சிந்திக்காத இந்துத்துவா படையினரிடமிருந்தே வந்திருந்தன. நான் இந்து எதிரி மற்றும் 'ஊரரிந்த இடதுசாரி' என முத்திரை குத்தப்பட்டேன். என்னை கல்லூரி நாட்களிலிருந்து முப்பது ஆண்டுகளாக அறிந்த என் நண்பர்களுக்கு இவை வேடிக்கையான ஒன்றே. ஏனெனில் ராஜாஜியின் சுதந்திரா கட்சியின் மிகக் குறைந்த ஆதரவாளர்களுள் நானும் ஒருவன். ஓர் இந்துத்துவவாதி மீண்டும் மீண்டும் பிறப்பான். நான் இந்து என்பதை எனக்கு நினைவுபடுத்திக்கொண்டே இருந்தார். 'கர்வ் சே கஹோ கி ஹம் இந்து ஹைன்'.

சரி. அதையே எடுத்துக்கொள்வோம். நான் உண்மையில் இந்துவாக இருப்பதில் கர்வமேகொள்கிறேன். நான் எதுவாக இருந்தாலும் அதில் கர்வமில்லாமலிருக்கிறேனா என்ன?

நான் என் சக இந்துக்கள் முஸ்லீம் வீடுகள் மற்றும் கடைகளைத் தாக்குவதையும் குறித்து பெருமை கொள்ளவில்லை. இந்துக்கள் முஸ்லீம் பெண்களை பலாத்காரம் செய்வதில் எனக்குப் கர்வம் இல்லை. அந்தப் பெண்களின் கருப்பையை வெட்டுவதில் எனக்குப் பெருமிதம் இல்லை. சைவ உணவுக்காரரான இந்துக்கள் பிணங்களை வறுத்து அவற்றைக் கண்டு கொண்டாடுவதில் எனக்கு பெருமை இல்லை. தெய்வீகத்தின் தத்துவ விவாதங்களான உபநிடதங்களைக் கேவலமான மத வெறிக்கு, தமது அடையாளத்துக்கு ஏற்றதாகச் சிதைப்பதிலும் எனக்குக் கர்வமில்லை. அதை அவர்கள் பிறரை வெளியேற்றவே பயன்படுத்துகிறார்கள். அரவணைக்க அல்ல.

தலைகீழ் தருக்கம்போல, இந்துக்கள் பெரும்பான்மையினராக இந்த நாட்டில் இருப்பதால்தான் இங்கே பன்முக, பன்மதக் கலாச்சாரம் தழைக்கிறது. ஏனெனில் இந்து மதம் பலவகைப்பட்ட அடையாளங் களுடன் ஒன்றி வாழக் கற்றுத் தந்திருக்கிறது.

காஞ்சி சங்கராச்சாரியார்போல இந்துக்களும் முஸ்லீம்களும் ராம லட்சுமணர்களைப்போல ஒற்றுமையாக இருக்கவேண்டும் என்னும் இந்துக்கள் பற்றி நான் கர்வம்கொள்கிறேன். சாத்வி ரிதம்பரா போல 'முஸ்லீம்கள் பால் போன்ற இந்திய இந்துக்கள் திரிய வந்திருக்கும் எலுமிச்சை' என்று பேசுவோர் பற்றி அல்ல.

ஓர் இந்து மட்டுமே, அதுவும் ஒரு வகையான இந்து மட்டுமே உண்மையான இந்தியனாக இருக்கமுடியும் என்போர் பற்றி எனக்குப் பெருமையில்லை. இந்த மண்ணுக்குச் சொந்தக்காரர் என்பதால் அல்ல, தம் துன்பத்தின்மீதே பிற மதங்கள் இந்தியாவில் இருக்கின்றன என்னும் இந்துக்கள் பற்றி எனக்குக் கர்வமில்லை. நம்முள் சிலருக்கு மறுக்கப்படும் இந்தியா நம் எல்லோருக்குமே மறுக்கப்படும் என்னும் புரிதல் உள்ள இந்துக்கள் பற்றி எனக்குப் பெருமை உண்டு.

இந்து மதவாதத்தை நிராகரிக்கும் இந்துக்கள் பற்றி எனக்குப் பெருமை. இந்து மதவாதம் பெரும்பான்மையின் மதவாதம் தன்னை தேசியமாகக் காட்டிக்கொள்ளும் என அறிந்த இந்துக்கள் பற்றி எனக்குப் பெருமை. தெளிவாக எப்போதும் பெரும்பான்மையின் மதவாதம் 'பிரிவினை' வாதமாகக் காணப் படுவதில்லை. அது சிறுபான்மையினருக்கு மட்டுமே பொருந்தும் என்னும் எண்ணம் இருக்கிறது. உண்மையில் பெரும் பான்மையின் மதவாதமே பிரிவினை வாதம். ஏனெனில் அது நம் நாட்டின் அங்கமான பிற இந்தியர்களைப் பிரித்து இந்தியாவையே பிரிக்க முயல்வதாகும். இந்தியக் கொடியில் பச்சை நிறமும் காவி நிறமும் சமமே என உணரும் இந்துக்கள் பற்றி எனக்குப் பெருமை.

இந்து அல்லாதவர்களை இரண்டாம் தரக் குடி மக்களாக ஆக்குவதை என்னால் நினைத்துக்கூடப் பார்க்க இயலாது. அது இரண்டாம் தேசப் பிரிவினையாகும் என நான் பலமுறை எழுதியும் பேசியும்

வந்திருக்கிறேன். இந்திய ஆன்மாவைப் பிரிப்பது இந்திய மண்ணைப் பிரிப்பதற்குச் சமமே. என்னைப் போன்ற இந்தியருக்கு ஒட்டு மொத்த இந்தியாவின் மதிப்பு அதன் பகுதிகளைக் கூட்டினால் வருவதைவிடவும் பன்மடங்கு அதிகம். அந்த இந்தியாவே நம்மை நான் வங்காளன், பிராமணன், இந்து என்றெல்லாம் பேச விடாமல், இந்தி பேசுவோர் என்று அடையாளம் கொள்ளாமல் இந்தியன் மட்டுமே என்று பேச வைக்கும்.

என்னைப் போன்ற இந்துக்களுக்காக ஒரு கோஷம் உண்டாக்கினால் என்ன?

‘கர்வ் சே கஹோ கி ஹம் இந்தியன் ஹைன்’... பெருமையுடன் சொல் நாம் இந்தியர்கள் என்று.

உண்மையைப் பற்றிப் புராணக் கதை ஒன்று உண்டு. ஓர் இளம் போர் வீரன் ஓர் அழகிய இளவரசியைத் திருமணம் செய்ய விரும்பினான். அவளுடைய தந்தையான அரசருக்கு அந்த இளைஞன் பயந்தவன் என்று தோன்றியது. அவர் அவனிடம் உண்மையை அவன் முழுதாக உணர்ந்த பிறகே அவர் திருமணம் செய்விக்க இயலும் என்று கூறினார்.

அந்த வீரனும் உண்மையை உணர எனப் புறப்பட்டான். அவன் பல கோயில்கள் மற்றும் மடாலயங்கள் முனிவர்கள் தவம் செய்யும் மலை முகடுகள் இவை எல்லாவற்றையும் கடந்து பயணித்தான். அவனால் எங்குமே உண்மையைக் காண இயலவில்லை.

ஒரு நாள் கடும் மழைக்கு அஞ்சி, ஒரு குகைக்குள் அவன் தஞ்சம் புகுந்தான். அங்கே விகாரமான தோற்றம் கொண்ட ஒரு மூதாட்டி அமர்ந்திருந்தார். முகமெல்லாம் மரு, சிக்கான தலை முடி, எலும்பும் தோலுமான உடலில் அங்கங்கே தொங்கும் சதைகள் என அச்சுறுத்தும்படி அவரது தோற்றம் இருந்தாலும் அவரிடம் பேசப் பேச தான் தேடிய உண்மையே அவர்தான் என அறிந்தான். இரவு முழுவதும் அவரிடம் பேசிக்கொண்டிருந்தான். காலையில் அவன் மனம் தெளிவாகி இருந்தது. அவன் திரும்பவும் அரண்மனைக்குப் போய் மன்னனிடம் இளவரசியை தனக்கு மணம்முடித்துத் தரும்படிக் கேட்க விரும்பினான்.

குகையிலிருந்து கிளம்பும் முன் அவன் அந்த மூதாட்டியிடம் ‘அவர்களிடம் உங்களைப்பற்றி நான் என்ன கூறட்டும்?’ என்று கேட்டான்.

ஞானம் மிகுந்த அந்த மூதாட்டி ‘நானே நீ பார்த்த இளமையான அழகிய பெண் என்று கூறுவாய்!’ என்றார்.

எனவே உண்மை என்பது இருக்கிறது. ஆனால் அது எப்போதும் உண்மையில்லை. அந்த நுட்பமான உள் நோக்கும் கூர்மையானது, தொன்மைக்கால இந்துக்களிடம் இருந்தது. அது பொய்யை மத வெறியர்களிடம் இன்றைய இந்துத்துவவாதிகளிடம் தந்து விடுகிறது.

சோகம் என்னவென்றால், பக்தர் என்றே விமர்சகர்கள் பல இந்துக்கள் மற்றும் இந்துத்துவவாதிகளை அழைக்கிறார்கள். தாம் எந்த மதத்தின் அறங்கள்மீது பற்று வைத்திருக்கிறார்களோ அதற்கே அவர்கள் துரோகம் செய்கிறார்கள். தமிழ் நாட்டில் அசல் பக்தி இயக்கம் ஆறாம் நூற்றாண்டில் துவங்கியது. அதிலிருந்து இந்து சிந்தனை மதத்தின் தனி மனித அந்தரங்க மாகும் குணங்கள் பற்றி பேசத் துவங்கியது. அது இந்து மதத்தின் பிறரை அரவணைக்கும் தன்மை, மற்றும் அனைத்தையும் உள்ளடக்கும் தாராளம் ஆகிய எவற்றை உலகுக்கு ஆதி சங்கரரும் விவேகானந்தரும் இந்து மதம் என்று காட்டினார்களோ அதை அடையாளப்படுத்தியது. தொன்மையான இந்து நூல்கள், வேதங்களில் இருந்து துவங்கி, தத்துவ வியப்புகளின் அணுகு முறையுடன் சிருஷ்டி பற்றி, உயிர் பற்றி மற்றும் வாழ்க்கையின் உண்மை பற்றி வினாக்களை எழுப்பின. கேள்வி எழுப்ப முடியாத புனிதம் எதுவுமே இல்லை என்றே அவை தமது விசாரணைகளைச் செய்தன. இதை மதத் தடைகள் செய்யும் ஒன்றாகவும் மற்றும் மதக் குற்றங்கள் பேசுவதாகவும் காட்டுவது மிகப் பெரிய தேச விரோதச் செயல்.

இந்து மதத்தைத் தாக்குவதே இந்துத்துவத்தின் அரசியல் திட்டம் ஆகும். பல்லாயிரம் ஆண்டுகளாக வெளியில் இருந்துவந்த தாக்குதல்களைத் தாண்டி வந்த இந்த தேசம் உள்ளுக்குள்ளே இருந்து தாக்குவோரால் நிலை குலைவதைக் காண முடிகிறது. அதனாலேயே இந்துத்துவ அரசியலை நாம் எதிர்க்கவேண்டும். அது இந்து மதம் எதை எதையெல்லாம் காத்து நின்றதோ அவற்றை மறு வடிவமைத்து இதுவரை இருந்திருக்காத இந்து மதமாகக் காட்டுகிறார்கள். காவுசிக் பாசு என்னும் பொருளாதார அறிஞரும் பேச்சாளரும் குறிப்பிட்டதுபோல, இந்துத்துவவாதிகளின் பத்திரமின்மையையே இது காட்டுகிறது. அவர்கள் எந்த நாடுகள் மற்றும் அவற்றின் மதங்களை வெறுத்தார்களோ அவற்றின் நகலாகவே இதை வடிவமைக்கிறார்கள்.

இந்து மதம் பிரமாணத்துக்கு (நிரூபணமாக நம்மால் காணப்படும் கருவிகள்) ஞானத்தைத் தேடும் பாதையில் முக்கியத்துவம் தருகிறது. உங்களால் உங்கள் பிரமாணத்தின் அசல் தன்மை மற்றும் தீவிரத்தை உலகுக்கு எடுத்துக் காட்டும் அளவுக்கு நீங்கள் விரும்பும் உங்கள் நம்பிக்கையின் கட்டமைப்பை அடையும் தகுதி உள்ளவர். பிற மதங்களில் உண்மை பற்றிய எதுவும் ஏற்கெனவே மத நூல்களில் வெளிப்பட்டிருக்க வேண்டும். ஆனால் இந்து மதத்தில் அவ்வாறில்லை. அது வித்தியாசமான நம்பிக்கைகளைத் திறந்த மனத்துடன் வரவேற்கிறது. இருபத்து நூற்றாண்டின் சூழலில், இந்து மதம், கணிப்பொறிகளுக்கு 'ஓப்பன் ஸோர்ஸ்' எனப்படும் இயங்கு அமைப்பு போன்றது. இதன் அடிப்படையில் எந்த ஒரு மூளை என்னும் வன் பொருள் மீதும் எந்த ஒரு நம்பிக்கையையும் கட்டமைக்கலாம். எந்த ஒரு நம்பிக்கையை உருவாக்கும் முன்னும் இந்து மதம் கேட்பதெல்லாம் ஆய்கிற மற்றும் தருக்க ரீதியான சீர்தன்மை மட்டுமே. கடவுள் இருக்கிறார் என்பதுகூடப்

பரிசோதனைக்கு உட்பட்டதே. நீட்ஸே 'கடவுள் மனிதனைப் படைத்தார். அதை மனிதன் திரும்பப் பரிசாக அளித்தான்' என்னும் கருத்து ஓர் ஆயிரம் ஆண்டுகளுக்கு முன்பே உதயணாசாரியார் என்பவரின் இந்த சுலோகத்தில் உள்ளது. அது புரி ஜெகன்னாதர் மீது எழுதப்பட்டதாகும்:

பணத்தையும் அதிகாரத்தையும் பருகிப் பருகி நீ
என் இருப்பை மறக்கும் அளவு போதையாகி விட்டாய்
கொஞ்சம் பொறு; பௌத்தர்கள் வரும்போது,
உன் முழு இருப்பும்
என்னையே சார்ந்திருக்கும்

(பலத்த கட்டமைப்பை இருப்பினும் உதயணாச்சாரியாரே மீண்டும் எழ முடியாதபடி பௌத்தர்களை வாதத்தில் வென்றவர். அதன் பின் பௌத்தம் இந்தியாவில் இந்து மதத்தை எதிர்க்கவே இல்லை).

☸ அடிப்படைகள் இல்லாத ஒரு மதம் ☸

இந்தியாவில் முதல் முதலான முறையான போட்டியாளராக நான் உலக நாடுகள் சபையின் பொதுச் செயலாளர் பதவிக்கு 2006ல் போட்டியிட்ட போது, சில பத்திரிக்கையாளர்கள் உலகம் பற்றிய எனது கண்ணோட்டத்தில் இந்து மதம் என்ன பங்கு வகித்தது என்று கேட்டார்கள். மத நம்பிக்கையானது ஒருவரது பணியின் மீது மற்றும் வாழ்க்கையின் மீது தாக்கத்தை ஏற்படுத்தக் கூடும் என்பதை நான் ஒப்புக்கொண்டேன். சிலருக்கு அது தன் மீது மட்டுமே இருக்கும் நம்பிக்கை. வேறு சிலருக்கோ, என்னையும் சேர்த்து, அது நம்மை விடப் பெரிய சக்தியின் மீது வைக்கும் நம்பிக்கையாகும்.

ஒரு நிலையில் மதம் என்பது, நீங்கள் எடுக்கவேண்டிய சாகசச் செயல் களுக்கான சக்தியை உங்களுக்குத் தருவது. உலகில் ஒரு வித்தியாசமான சாதனையை நீங்கள் செய்ய முயலும்போது, உங்களுக்குள்ளே நீங்கள் சாந்தம் காண அது உதவுகிறது. பல தவிர்க்க இயலாத பின்னடைவு களையும் சவால்களையும் நீங்கள் சந்திக்கும்போது அது உங்களை நிலை நிறுத்துகிறது. எனவே நான் நம்பிக்கையுள்ள ஓர் இந்து என்று கூறிக் கொள்வதில் எனக்கு எந்த சிரமும் இருக்கவில்லை. ஆனால் அந்தக் குறிப்பின் மூலம் நான் எதைக் கூற வந்தேன் என்பதையும் நான் உடனடியாக விளக்கி விட்டேன். 'நான் இந்து அடிப்படைவாதி அல்லேன்' என விளக்கினேன்.

நான் இந்தப் புத்தகத்தில் பதிவு செய்தது மற்றும் பல காலமாகக் கூறி வருவது இந்து மதம் எந்த அடிப்படைகளும் இல்லாத ஒரு மதமாகும். உலகின் பரந்த வேற்றுமைகளில் நான் வைத்திருக்கும் எனது நம்பிக்கையின் மூலம் எனது மதமான இந்து மதமே. ஏனெனில் இந்து

மதத்துக்குள் வெவ்வேறு விதமான அசாதாரணமான மத வழக்கங்கள் உள்ளன. ஒரே ஒரு புனித நூல் என்றில்லாமல் பல நூல்களைக் கொண்டது அது. கடவுளை நோக்கி ஒவ்வொரு நம்பிக்கை உள்ளவரும் தன் கைகளை உயர்த்த அனுமதிக்கும் மதம் எனது மதம். நான் எல்லா மதங்களையும் மதிக்க வேண்டும் என்று வளர்ப்பிலேயே கற்றேன். என் தந்தை பக்தியுடன் வழிபடுவதை நான் தினசரி பார்த்திருக்கிறேன். ஆனால் அவர் என்னைத் தனது வழிபாட்டில் என்னைச் சேர்ந்துகொள்ளும்படி வற்புறுத்தியதே இல்லை. இந்து வழிமுறையில் நான் எனது உண்மையைத் தானே கண்டறிய வேண்டும் என்றே அவர் விரும்பினார். அதே வழியில் தான் நானும் என் மகன்களை வளர்த்தேன்.

எனது உண்மையைக் கண்டறியும் முயற்சியில் நான் பிற உண்மைகளும் இருக்கும் சாத்தியம் இருக்கிறது என்பதை உணர்ந்தேன். எனவே நான் உலகுக்கு திறந்த மனோபாவம் ஒன்றைக் காட்டுகிறேன். பிறரின் நம்பிக்கைகளை சகிப்புத் தன்மையுடன் ஏற்று, அவற்றுக்கு இடம் தரும் மனப்பாங்கு. கேள்வியே கேட்காது மதக் கட்டளைக்கு அடி பணிய விரும்புவோருக்கு என் மதம் பொருந்தாது. நம்பிக்கை வழி முறைகளில், சந்தேகமும் நம்பிக்கையும் மாறி மாறி இருக்கும் கால கட்டத்தில், அவை இரண்டுக்குமே இடம் தரும் மதத்துக்கு இணையானது எதுவுமில்லை.

சமகால உண்மைகளுள் சோகமான ஒன்று மதத்தை அரசியலுக்காகப் பயன்படுத்துவது ஆகும். ஐக்கிய நாடுகள் சபையின் முன்னாள் பொதுச் செயலர் கோஃபி அன்னான் கூறியதுபோல மதத்தின்மீது குற்றமில்லை. மதத்தின் வழி நடப்போரே இதற்குக் காரணமானவர். எல்லா மதங்களுமே நமக்குள் உள்ள தெய்வீகப் பொறிக்கு உயிர் தரவே முயல்கின்றன. ஆனால் மதங்களின் வழி நடப்பவர்களுள் சிலர் மிகவும் துரதிர்ஷ்ட வசமாக அதைப் பிறரைத் தாக்கி வீழ்த்தும் கம்பாகவே பயன்படுத்த விரும்பு கிறார்கள். தெய்வீகம் நோக்கித் தன்னை உயர்த்தும் ஒரு மேடையாக அல்ல. அறுதி உண்மையைச் சென்றடையப் பல மார்க்கங்கள் உண்டு என இந்து மதம் நம்புவதால், ஓர் இந்துவாகப் பிற நம்பிக்கை வழி முறைகள் என்னுடையதற்கு இணையானவை என்றே நான் ஏற்கிறேன். எனவேதான் என்னால் என் மதத்தின் அறம் மற்றும் நம்பிக்கை இது தான் என இந்துத்துவவாதிகள் முன் வைப்பவற்றை ஏற்க இயலவில்லை.

ஒரு நம்பிக்கையுள்ள இந்துவாக இருப்பது என்பது என்னைப் பொருத்த அளவில் என்ன? நான் முன்பே குறிப்பிட்டபடி நான் அடிக்கடி கோயிலுக்குப் போவதில்லை. தினசரி நான் பிரார்த்தனை செய்வேன் என்றாலும் அது ஓரிரு நிமிடங்களே. தனது வீட்டில் பூஜைக்கென இடம் வைக்க இயலும் இந்துக்கள் பலர் ஒரு சிறு விக்கிரகத்துக்கோ அல்லது படத்துக்கோ அல்லது பலவற்றுக்கோ இடம் செய்து வழிபடுவார்கள். மன்ஹாட்டனில் உள்ள எனது வீட்டில் நான் ஒரு சிறிய மாடத்தைப் பூஜைக்கென ஒதுக்கி இருந்தேன். எனது டெல்லி மற்றும் திருவனந்தபுரம்

வீடுகளில் இன்னும் பெரிய பூஜை அறைகள் உண்டு. இருப்பினும் நான் உபநிடதத்தின் கோட்பாடான 'தெய்வீகம் என்பது சாதாரண மனிதர்கள் அறியப்படவோ அடையப்படவோ சாத்தியமானதல்ல' என்பதை ஏற்கிறேன். நம்மால் தொட முடியாத ஒன்றை அடையச் செய்யும் முயற்சிகளே எல்லாப் பிரார்த்தனைகளும். ஒருவருக்கும் அவரது தெய்வீக நம்பிக்கை பற்றிய புரிதலுக்கும் இடைப்பட்டு மற்றொருவர் தேவையில்லை என்றே நான் கூறுவேன். நான் அவ்வப்போது கோயில்களுக்கு விஜயம் செய்தாலும், என் தாயார் மற்றும் பல பக்தி மிக்க இந்துக்களுக்கு அது எந்த அளவு முக்கியமானது என்பதை நான் அறிவேன். கடவுள் உங்கள் இதயத்தில் இருக்கும் பட்சத்தில் அவர் வேறு எங்கே இருக்கிறார் என்பது அவ்வளவு முக்கியமான ஒன்றல்ல.

எனவே இதன் பரந்த, வேற்றுமைகள் நிறைந்த, திறந்த தன்மையான மற்றும் பல் நிலையான வேதாந்தத் தத்துவத்தின் லட்சிய தாகத்தில் நான் பெருமைகொள்கிறேன். நெகிழ்ந்த தன்மையுடன் இந்து மதம் பல்வேறு வழிகளில் கடைப்பிடிக்கப்படும் வளம் மிக்க பாரம்பரியத்தை நான் போற்றுகிறேன். நாகரீக அடிப்படையிலான மதச்சகிப்புத் தன்மையால் தான் இந்து சமூகங்கள் தம் இரு கரம் விரித்துப் பிற பண்பாடுகளை வரவேற்கின்றனர். உலகிலேயே யூதர்களுக்கு அடைக்கலம் அளித்த ஒரே நாடு இந்தியா என்பது குறிப்பிடத்தக்கதாகும். பல நூற்றாண்டுகளில் 'செமெடிக்' மதத்துக்கு எதிரான எந்த நிகழ்வையும் அவர்கள் இந்தியாவில் எதிர்கொள்ளவில்லை. அந்த இந்து மதம் பற்றியே நான் பெருமை கொள்கிறேன்.

நிச்சயமின்மையை அங்கீகரிப்பதன் காரணத்தால் நவீன உலகுக்கு இந்து மதம் பொருத்தமான ஒன்றாகிறது. 'ஒருவேளை அவருக்குத் தெரியாதோ என்னவோ' எனப் பரிவுடன் நோக்கும் இந்த மதம் மதத் தடைகள் அல்லது மதக் குற்ற அச்சுறுத்தல் எதுவும் இல்லாதது. அது கருப்பு-வெள்ளைகளைத் தாண்டி, கீழான ஜீவன்களின் இழி நிலையை உணர்ந்து, சந்தேகத்துக்கு இடமுண்டு என்பதை அங்கீகரித்து, மற்றும் வாழ்வா சாவா பிரச்னையில் பலவிதமான கருத்துகள் இருக்கலாம் என ஒப்புக்கொள்ளும் மதம் ஆகும்.' நாங்கள் சகிப்புத் தன்மையில் மட்டும் நம்பிக்கை உள்ளவர்கள் அல்லர். நாங்கள் எல்லா மதங்களும் உண்மையானவை என்பதை ஏற்பவர்கள்' என்னும் விவேகானந்தரின் பிரகடனம் என்றும் அழியாத வாக்காகும். அதுவே மதத் தடைகளும் மதக் குற்ற அச்சுறுத்தல்களும் நிறைந்திருக்கும் உலகத்தில் போட்டி போடும் மதத் தடை மிக்க மதங்களுக்கு இதுவே சிறந்த மருந்தாகவும் இருக்கும். அதனால்தான் இந்த மதம் ஓர் ஐக்கிய நாடுகள் சபைப் பொதுச் செயலாளர் பதவி தேடும் போட்டியாளருக்கு உகந்த மதமாக இருக்க முடியும். (நான் அந்தப் போட்டியில் தோற்றபோதும் என் மதமே எனக்கு ஆறுதலும் அளித்தது. ஏனெனில் பகவத் கீதை, பலனை எதிர்பார்க்காமல் தன் தர்மத்தை அதாவது கடமையை நிறைவேற்றும்படியே கூறுகிறது).

இந்து மதம் இவ்வுலகை முழுமைகளின் உலகமாகக் காணவில்லை. அதன் அறங்களில் கருப்பு - வெள்ளை என்பவை அனேகமாகத் தென்படா. போட்டியிடும் நன்மை மற்றும் தீமை, கடமை மற்றும் துரோகம் இவற்றை அது எங்கெங்குமே காண்கிறது. அது எந்த ஒரு சூழலுக்கும் உகந்த சரியான அணுகு முறையைத் தேடுகிறது. விவேகானந்தர் கிணறு மற்றும் தவளை பற்றிய ஒரு நீதிக் கதையைக் கீழ்க் கண்டவாறு கூறினார்:

'நான் ஓர் இந்து. நான் என்னுடைய குறுகிய கிணற்றின் உள்ளே வசதியாக அமர்ந்திருக்கிறேன். எனது சிறிய கிணறே முழு உலகு என நான் நம்புகிறேன். கிறித்துவர்கள் தமது கிணறே முழு உலகென அதன் உள்ளே அமர்ந்து நினைத்துக்கொள்கிறார்கள். அதே போலவே முஸ்லீம்களும்'. விவேகானந்தரைப் பொருத்தவரை உலகம் என்பது ஒன்றே. அதிலிருந்து எல்லாத் தவளைகளுக்கும் கற்றுக்கொள்ள நிறையவே உண்டு. ஆனால் அதற்குத் தன் கிணற்றைத் தாண்டிப் பார்க்க வேண்டும்.

இந்து மதம் பொதுமைப்படுத்தும் நம்பிக்கை முறை அல்ல; அது உலகின் சிக்கலுடன் தன்னை ஐக்கியப்படுத்திக்கொள்ள ஒரு வழியைக் காட்டுகிறது. அது உண்மை பன்மையானது என ஏற்றுக் கொள்கிறது. சிருஷ்டி பற்றிய பெரிய கேள்விகளுக்கு ஒன்றே ஒன்றான சரியான விடை எதுவும் கிடையாது. ரிஷி முனிவர்கள் மீதுள்ள தனது மரியாதையால் அது அறிவு என்பது இரண்டு அல்லது அதற்கும் மேற்பட்ட பார்வைகளைப் பகிர்வதில் இருந்து கிடைக்கும் என்றும் அவற்றுள் எந்தப் பார்வையும் தனதே உண்மைக்கு ஒரே வழி எனக் கூற முடியாது என்பதையும் ஏற்கிறது. பிற உண்மைகளின் இருப்பை அங்கீகரிக்கும் உண்மையே ஆகச் சிறந்தது.

இந்து மதம் வாழ்க்கையை உருவாகி வரும் ஒரு விரைவியக்கம் மிகுந்த ஒன்றாகவே காண்கிறது. ஒரே ஒரு முறை நிரந்தரமாக முடித்துவிடக்கூடிய போட்டியாகக் காணவில்லை. அது சடங்கு சம்பிரதாயங்களை முன் வைத்தாலும் ஒவ்வொரு தனி மனிதனுக்கும் அதனுள் எதைக் கடைப் பிடிக்க விரும்புகிறான் என்னும் தேர்வுக்கான சுதந்திரத்தை வழங்குகிறது. இருப்பதிலும் நம்பிக்கையிலும் பேச்சு வார்த்தைக்கு அது அனுமதி அளிக்கிறது. கடவுளுடன்கூட பேச்சு வார்த்தை உண்டு.

அதே சமயம் இந்து மதம் நிஜ உலகில் நங்கூரமிட்டுள்ளது. மேம்போக்கான ஒரு பார்வையில் அது மறு உலகில் காலத்துக்கு அப்பாற்பட்டு இருப்பதாகத் தோன்றலாம். ஆனால் அது ஆனம்கததை மறுக்கும் உலகில்தான் நங்கூரமிட்டுள்ளது. ராய்மன் பணிக்கர் குறிப்பிடுவது 'அது காலத்துக்கு அப்பாற்பட்டதல்ல. காலத்தால் நிறைக்கப்பட்டிருப்பது'. இதற்கு வேதங்களில் ஆதாரம் உண்டு. அதர்வண வேதம் காலத்தை எடுக்க எடுக்கக் குறையாத ஒரு பாத்திரமாக உருவகப்படுத்துகிறது. அது காலத்துக்கும் அப்பாற் பட்டு என்றும் நிலையாய் இருக்கிறது. ஒருவிதத்தில் அது கடவுள் போலவே இருக்கிறது. 'நானே காலம் என்கிறார் கிருஷ்ணர் பகவத் கீதையில். 'நானே அழியாத காலம்' என்கிறார்.

மைத்திரேய உபநிடதம் கூறுகிறது:

> காலத்தில் இருந்தே எல்லா உயிர்களும் தோன்றும்
> காலத்தாலேயே அவை முன்னகரும் வளரும்
> காலத்தில்தான் அவை ஓய்வெடுக்க வரும்
> காலமே வடிவம். வடிவமற்றதும் அதுவே

மிகவும் தீவிரமான வேட்கையுடன் ஒரு மதம் சுய அற உணர்வுடன் இருக்கையில் அதனால் ஏற்படும் போர்கள், மத வன்முறை, ஜிஹாத் இவை அதனால் வரும் நன்மைகளைக் காட்டிலும் பன் மடங்கு அதிகமே. (நன்மைகள் - அறம் போதித்தல், பிரார்த்தனைகள் நிறைவேற்றல், துன்பப்பட்ட ஆன்மாக்களுக்கு ஆறுதல்). தனது மிக நீண்ட வரலாற்றில் இந்து மதம் எப்போதுமே மத அடிப்படையிலான போரை யார் மீதும் தொடுத்ததில்லை. அல்லது தனது விடையே சரியானது என யார் மீதும் சுமத்த முயன்றதில்லை. அது தன்னை சாந்தத்தின் மதம் என்றே கூறும். பிற மதங்களின் நிலைப்பாடும் அதுவே. இருந்தும் இந்து மத நூல்கள் சாந்தத்தின் சுலோகங்களால் நிறைந்திருக்கின்றன. அவற்றில் ஒவ்வொரு மனித ஜீவனும் தனக்குள்ளும் மற்றும் பிற ஜீவிகளுடனும் சாந்தத்தைக் காண வேண்டும் என்ற செய்தியே உண்டு. பல வேத மந்திரங்கள் இந்த முடிவை எட்டும் வழி கூறுபவை. சாந்தி மந்திரம் அவற்றுள் மிகவும் பிரபலமானது. அது பூமி மற்றும் மேலுலகம் மற்றும் மனித மனம் எங்கும் சாந்தியை பிரார்த்திப்பது. 'ஓம் சாந்தி சாந்தி சாந்திஹி' என மூன்று முறை உச்சரிப்பது ஒவ்வொரு புனித கிரியையின் முடிவிலும் உண்டு. மூவுலகிலும் இந்து சாந்தியை விரும்புவதே அதற்குக் காரணம். பூமியில் சாந்தம் இல்லாதபோது தான் தனிப்பட்ட முறையில் அமைதி காண்பது இந்துவுக்கு இயலாத ஒன்று. மறுபக்கம் மனிதர்கள் ஒவ்வொருவருக்கும் உள்ளே அமைதி நிலைக்காதவரை உலகிலும் அமைதி நிலைக்க வாய்ப்பில்லை. யஜுர் வேதத்தின் ஒரு சுலோகம் (XXXVI, 17) கூறுகிறது:

> வானுலகிலும் மற்றும் வானம் பூமி எங்கும் சாந்தம் நிறைந்திருக்கட்டும்
> நீர் நிலைகளிலும் செடி கொடி மரங்களிலும் சாந்தம் நிறைந்திருக்கட்டும்
> கடவுளர்களுக்கும் பிரம்மனுக்கும் சாந்தம் நிறைந்திருக்கட்டும்
> எல்லா மனிதருக்கும், மீண்டும் மீண்டும் - சாந்தம் எனக்கும்கூட

பாராளுமன்றங்களின் கீழவையான லோக் சபாவில், சபா நாயகவராக முதன் முதலாக பாஜகவால் தேர்ந்தெடுக்கப்பட்டவர் எல்லா தாக்கீது களையும் பார்த்த பின் 'ஓ சாந்தி! சாந்தி! சாந்திஹி' என்று கூறும் பழக்கத்தைக் கொண்டு வந்தார். அதற்கு முன் அஞ்சலி செலுத்தும் தாக்கீதுகளை வாசிக்கும் வழக்கமான சடங்கு இருந்தது. மதம் சார்ந்த ஒரு மொழியை மதச் சார்பற்ற பாராளுமன்றத்தில் கொண்டுவந்த ஒருமுறையாக இருந்தாலும், அவரது கட்சியைச் சாராத பல உறுப்பினர்களும் அதைத் திரும்பக் கூறினர். தாராளமான மனப்பாங்கு உள்ள எனக்கு ஆரம்பத்தில் அது சரியென்று படவில்லை. ஆனால் யாரையும் கட்டாயப்படுத்தாத பட்சத்தில் அமைதி வேண்டி இதைக்

கூறுவதில் தவறில்லை என்றே எனக்குப் பட்டது. பிற நம்பிக்கை உள்ளவர்களைக் கட்டாயப்படுத்தாத பட்சத்தில் இரு இந்து, வெளிப்படையாகவே இந்துவாக இருக்கலாம் என்று எனக்குத் தோன்றியது.

இந்து மதம் வாழ்க்கையை உறுதி செய்யும் மகிழ்ச்சியும் விளையாட்டு மான (லீலை) ஒரு மதமாகும். அது உலகை பிரகாசம் மிகுந்ததாகவே காண்கிறது. இருளில் ஆழ்ந்த ஒன்றாக அல்ல. 'பகவத் கீதை கூறுவதுபோல, 'சூரியனிலிருந்து வரும் பிரகாசம், உலகம் முழுவதையும் ஒளிமயமாக்கும், அதுவே நிலவிலும் நெருப்பிலும் இருப்பது - அந்தப் பிரகாசமே என்னுடையது என அறிவாயாக'. மனிதனுக்கும் அந்தப் பிரகாசம் கிடைக்கிறது. ஏனெனில் உப நிடதங்கள் ஒருவரைத் தன்னில் அனைத்தையும், அனைத்திலும் தன்னையும் காணும்படி உபதேசிக்கின்றன; எனவே அவர் பிரபஞ்சத்தின் பிரகாசத்தைப் பிரதிபலிக்கிறார். ஆம், இந்து மத நூல்கள் துன்பமும் துக்கமும் இருப்பதை ஏற்கின்றன. ஆனால் அவற்றை மாறி வரும் ஒன்று பற்றிய விழிப்பின் பகுதியாகவே காண்கின்றன.

வேதங்கள் நாம் ஏன் துன்பமுறுகிறோம் என்று கேட்பதில்லை. அவை மனிதத் துன்பத்தை வழங்கப்பட்டதாகவே ஏற்கின்றன. நம் மேல் படியும் அவற்றை நாம் எதிர்கொண்டு சமாளிக்க வேண்டும். உபநிடதங்கள் துன்பத்தின்மீது பல விசாரணைகளை மேற் கொள்கின்றன. 'துக்க' என்னும் வருத்தம் மற்றும் வாழ்க்கைப் போராட்டத்தைப் பிரதிபலிக்கும் ஒரு சொல்லை அவை பயன்படுத்தும். ஆனால் அந்தச் சொல் வேதங்களில் இல்லை. தத்துவ நெறிப்படி ஒருவர் தம் துன்பத்தின்மீது பற்றற்றே இருக்க வேண்டும். தன்னை உணர்வதன் மூலம் ஒருவர் துன்பத்தைப் போக்கி விட இயலும் என்கிறது பகவத் கீதை. பிறரிடமிருந்தும் அதை நீக்க உதவும் முடியும். சாதாரண மக்களுக்கு இது இயலாத ஒன்றாகவே தோன்றுகிறது. எனவே மாற்று இறைவனிடம் சரணடைவது.

அதேபோல் இந்து நூல்கள் வாழ்க்கை பற்றிய மர்மங்களை அலசுகின்றன. ஆனால் அவை மரணத்தின்மீது பித்தாயிருப்பதில்லை. ராய்மன் பணிக்கர் அழுத்தமாகக் கூறியது போல், 'அவை வாழ்க்கையின் போராட்ட மனோபாவத்தை, அது மரணத்தைக் கருத்தில் கொள்வதை விளக்கு கின்றன. ஆனால் அதுவே இறுதியானது என்று கூறுவதில்லை. இப்படி மரணம் பற்றிய நிஜத்தை வாழ்க்கையுடன் ஒருமைப்படுத்துவதால், அதை மீள் உள்வாங்கி, மரணத்தை வாழ்க்கைக்குள் ஐக்கியப்படுத்தி விடுகின்றன. மரணத்துக்கும், வாழ்க்கைக்கும் பொதுவான வெளியை அடையாளம் காண்பதால் நாம் வேதம் உணர்த்திய தடத்தில் அதை அறிய இயலும்... தொலைவில் உள்ளது நம் கண்ணில் அகப்படாத பெருங்கடலே. அதுவே இந்தப் பக்கம் உள்ள கரையை நாம் நடக்க மற்றும் விளையாட உகந்ததாக ஆக்குகிறது'. வாழ்க்கைக்கும் மரணத்துக்கும் உள்ள தொடர்ச்சியே குறிப்பான இந்துக் கருத்தாகும். அது மரணம் வாழ்க்கைக்குள் ஒன்று பட்டுக் கட்டமைக்கப்பட்டதாகக் காண்கிறது.

அழகிய விஷயங்களை ஓர் அழகிய மேடையாக தன் மீது மதம் வைத்துத் தமக்குத் தரும் என்றே இந்துக்கள் நம்புகிறார்கள். ஊழ், அறிவு மற்றும் இறை நினைவும் பிரார்த்தனையும், பூரணம் அடைவதற்கு உங்களைத் தயார் செய்யும். இந்து ஆன்மீகத் தேடல் உள்ளவரே. ஆனால் அவர் தேடும் புனிதத் தட்டு அவருக்கு உள்ளேயேதான் இருக்கிறது. இந்து மதம் உங்களது மனம் மற்றும் இதயத்தில் தேடி, வாழ்க்கையின் உண்மைகளைக் கற்றுக் கொள்ளும்படி கூறுகிறது. தேடலுக்குச் சிறந்த முன்னுதாரணமாக நாரத முனிவரே குறிப்பிடப்படுகிறார். அவரைப்பற்றி வால்மீகி ராமாயணம் 'தானே கற்றுக் கொள்வதில் அர்ப்பணிப்பு உள்ளவர், தமது புலன்களை அடக்கியவர், உண்மையைத் தேடுபவர்' என்று குறிப்பிடுகிறது.

'யோகா, தியானம், பிரார்த்தனை மற்றும் சமூக சேவை இவை அனைத்துமே ஒரு முடிவுக்கான பாதைகளே. ஆனால் அவை மட்டுமே பாதைகள் ஆகா. சாதிக்க வேண்டிய பெரிய இலக்குகளை அடைய நாம் கடுமையாகப் பாடுபட வேண்டும். மகாத்மா காந்தி மற்றும் விவேகானந்தர் போதித்த கர்ம யோகத் தத்துவம், செயற் படுதலின் தத்துவமாகும். சும்மாயிருத்தல் அல்லது எல்லாம் விதிப்படி என்னும் தத்துவம் அல்ல. புருஷார்த்தங்களைத் தேடுவதில் எந்தவிதமான சோம்பலுக்கும் இடமில்லை.

ஓர் ஞானமுள்ள இந்துவால் எதிரும் புதிருமான இரண்டு அல்லது அதற்கு மேற்பட்ட கருத்துகளை ஒரே சமயத்தில் மனதில் வைத்திருக்க முடியும். இந்து மத நூல்கள் ஓர் ஐயப்பாட்டின் தளத்தில் இருந்தே மிகவும் தனித்தன்மையோடு இயங்குபவை. அதிகத் தன்னம்பிக்கை மிகுந்த தாவு பலகை மீதிருந்தல்ல. ரிக் வேதத்தின் ஒரு சுலோகம் 'அவருக்கும் தெரியாமலிருக்கலாம்' என்கிறது. யாரைப்பற்றி? சிருஷ்டிக் கடவுள் பற்றி. இது பின் நவீனத்துவத்தின் ஒரு கண்டுபிடிப்பல்ல. ஆனால் காலத்தால் அழியாத ஒரு நூலின் சாரம். மூவாயிரத்து ஐநூறு ஆண்டுகளைக் கடந்த இது என்றும் நிலைத்திருப்பது.

பெரும்பான்மை மதங்கள் ஒரே அடையாளம், ஒரே மந்திரம் மற்றும் ஒரே புனித நூலைக் கொண்டவை. ஆனால் இந்து மதம் ஒவ்வொருவருக்கும் பல்வேறு அடையாளங்கள் இருக்கும் என ஏற்று, வேறுபட்ட உச்சாடனங்கள் மற்றும் புனித நூல்களை ஏற்கிறது. உண்மையில் இந்து மதத்தின் அங்கத்தினரான பல்வேறு நம்பிக்கைகளை ஒரே ஒரு ஆபிரஹாமிய வரையறை கொண்ட ஒரே நூல், ஒரே கடவுள் மற்றும் ஒரே மாதிரித் தொழுகை என்பதற்குள் அடைத்துவிட முடியாது. பெரிய கேள்விகளுடன் இந்து போராடும் போது, அவர் நமது புரிதலுக்கு அப்பாற்பட்டவை எத்தனை என்பதைப் புரிந்துகொள்கிறார்.

இருப்பினும் இந்த நொடி, இந்த இடம் என அவர் நிஜத்தில்தான் வாழ்கிறார். உலகைத் துறந்து உலகிலிருந்து விடுதலை பெறச் செல்லும் பாதையில், தமக்கு குடும்பத்துக்கான கடமைகளும் பொறுப்புகளும்

உண்டு என்பதையும், சமூகம் மற்றும் தேசத்துக்குமான கடமை இவை அனைத்தையும் செய்து முடிக்க வேண்டுமென்பதையும், அதற்கான பலனை எதிர்பார்க்கக் கூடாது என்பதையும் அறிவார். தன்னைப் பிடிக்க வரும் வாழ்க்கையின் சக்திகளிடமிருந்து தப்பித்துத் தத்துவப் போர், எங்கும் நிறைந்திருக்கும் மதத்தடைகள் அல்லது அவர்களது மதத் தலைவர்கள் வைத்திருக்கும் ஃபத்வா என்னும் கட்டுப்பாடு இவற்றுக்குள் ஓர் இந்துகொள்வதில்லை. அவர்கள் எதிர்ப்படும் வெள்ளங்களை எதிர் கொள்ள அஞ்சுவதில்லை. தமக்கு எதுவும் தெரியாது என்பதையும் அவர் ஒப்புக்கொள்கிறார். உண்மையில் இந்துக்கள் உலகின் சிக்கல்களைக் கண்டு அஞ்சுவதில்லை. ஏனெனில் அவர்கள் உலகம் சிக்கலானது என்பதை ஏற்கிறார்கள். பலவும் தமது புரிதலை மீறியது என்றே காண்கிறார்கள்.

இருபத்தோராம் நூற்றாண்டுக்கான ஒரு மதம்

இருபத்தோராம் நூற்றாண்டில் உலகப் பொது மதமாக விளங்கத் தேவையான பல அம்சங்கள் இந்து மதத்தில் இருக்கின்றன. ஒரு தனி நபருக்குத் தனித்துவம் மிக்கதான அந்தரங்கமான ஒன்றாக இருக்கவல்லது. ஒரு குழுமிய கூட்டத்துக்கு ஒரு தனி நபரை அது அடி பணிய வைப்பதில்லை. நம்புபவருக்கு முழு சுதந்திரம் தந்து, தனது கேள்விக்கான விடைகளை மற்றும் வாழ்க்கையின் அர்த்தத்தை அறிந்துகொள்ள அனுமதிக்கிறது. விரிவான வழிபாடு முறைகளுள் ஒன்றைத் தேர்வு செய்துகொள்ள அது வகைகளை வைத்திருக்கிறது. கடவுள்கூட வடிவமுள்ளவரோ அல்லது வடிவமற்றவரோ என்னும் எவ்வகையிலும் இருக்கலாம். ஒருவரது மனத்துக்கு மிகவும் முக்கியத்துவம் கொடுக்கும் மதம் இது. அவரது அறிவு பூர்வமான விசாரணை, சுயமாகப் பயின்று தெளிதல் இவற்றுக்கு அது முன்னுரிமை தருகிறது.

மதத் தடைகள், மதக் குற்றங்கள், புனித எல்லைக் கோடுகள் இவற்றிலிருந்து இது தள்ளியே இருப்பது. தான் முன் வைக்கும் கட்டளைகள் குறைந்த பட்சமானவை. ஆனால், தான் தரும் தேர்வு செய்வதற்கான வழிகள் எண்ணற்றவை என்னும் மதம் இது. எண்ணற்ற மதத் தத்துவ நூல்கள் மற்றும் சமூக - பண்பாட்டு வழக்கங்களில் இருந்து ஒன்றைத் தேர்வு செய்துகொள்ளலாம். அதிகாரங்களுக்கு எதிர்ப்புகள் அதிகரித்துக்கொண்டே வரும் ஓர் உலகில், இந்து மதம் எந்த அதிகார நிர்ப்பந்தமும் செய்வதில்லை. ஒருவரோடு ஒருவர் தொடர்புள்ள தனி நபர்களால் ஆன உலகில், இந்து மதம் மத நிறுவன அடிப்படையிலான அதிகார அடுக்குகளை முன் வைக்கவில்லை. வேகமாய் மாறி வரும் உலகில், மாற்றத்தின் விரைவு மிகுந்துகொண்டே போகும் சூழலில், இந்து மதம் அதனுடன் தன்னைப் பொருத்திக்கொள்ளவும் தன்னை மாற்றிக்கொள்ளவும் உடன்படுகிறது. இந்த ஒரே ஒரு காரணத்தினால் மட்டுமே இது கிட்டத்தட்ட 4000 வருடங்கள் தாக்குப் பிடித்தது.

1926ல் பேராசிரியர் கிளமெண்ட் வெப் இந்து மதம் தனது பாரம்பரிய திறந்த மனப்பான்மை, சகிப்புத் தன்மை, மற்றும் தெய்வீகத்தை கற்பனைக் கெட்டும் எல்லாவித வடிவங்களில் காணுதல் இவற்றால் பிற எந்த மதங்களையும்விட, தனது அசல் தன்மையை இழக்காமல், உலகத்தின் பொது மதமாக வளரும்' என்றார். ஏறத்தாழ ஒரு நூற்றாண்டு கடந்தும் அது உண்மையாகவே இருக்கிறது. உலகப் பொதுமை மிக இயல்பாகவே இந்து மதத்துக்கு வருகிறது. சுற்றுச் சூழலை இந்துக்கள் மதிக்கக் காரணம் அது எல்லாப் படைப்புகளின் ஒருமைப்பாட்டைக் காட்டுகிறது. இதிலும் அது இருபத்து ஓராம் நூற்றாண்டின் மதமாகவே இருக்கிறது.

காஷ்மீரின் முன்னாள் மகாராஜாவும், அரசியல்வாதியுமான டாக்டர் கரண் சிங், நாம் மிகவும் நம்மை வாசித்து வளப்படுத்திக் கொள்ளும் இந்துத் தத்துவப் பண்டிதரும் ஆவார். அவர் இந்து மதத்தின் நான்கு முக்கிய அறங்களை இன்றைக்கான மதத்துக்குப் பொருத்தமானதாகக் காண்கிறார். சரியான வார்த்தைகளில் அவற்றை விளக்க இயலாது என்பதால், அவர் எல்லா மதங்களின் ஒருமைப்பாட்டாக அதை ரிக் வேதத்தின் 'வசுதைவ குடும்பகம்' என்பது பொருந்தும் என அவர் கருதுகிறார். உலகமே ஒரே குடும்பம். எல்லா மதங்களின் ஒற்றுமை அதில் வெளிப்படுவதால் அது விவேகானந்தருக்கு விருப்பமான ஒன்றாக இருந்தது. 'ஏகம் சத், விப்ரா பகுதா வதந்தி' என்பதையும் அவர் மேற்கோள் இடுவார். ஒவ்வொரு மனிதனுக்குள்ளும் உள்ளார்ந்து இருக்கும் தெய்வீகம் சமூக அடுக்கு களையும் தடைகளையும் கடந்து செல்லக் கூடியது. இந்தத் தடைகளே இந்து சமூகத்தின் லட்சியத்தை சிதைத்தவை. நிஜ உலக செயற்பாடு மற்றும் ஆழ்ந்து சிந்தித்து அடையும் அறிவு இரண்டையும், மற்றும் விஞ்ஞானம் - மதம், தியானம் - சமூக சேவை இவற்றை கற்பனை வளத்துடன் ஒருங்கமைத்து சங்கமிக்க வைத்த மதம் இது. இறுதியாக இந்துத் தத்துவத்தின் பிரபஞ்சப் பார்வை. எல்லையற்ற பிரபஞ்சத்தில் மிகவும் சின்னஞ் சிறிய துளியே பூமி என்பதை இந்து மதம் அந்தக் காலத்திலேயே அறிந்திருந்தது. கரண் சிங் கூறுவது கீழே:

'ஆத்மனின் பெரு வடிவும் மற்றும் புதிர் வடிவும் பேராற்றலுடன் வார்த்தையால் விவரிக்க முடியாத இருப்பின் வடிவத்தை நோக்கி நகரக் கூடியவை. நாம் இறந்த காலம் மற்றும் எதிர் காலத்தின் குழந்தைகள் ஆவோம். பூமி மற்றும் சுவர்க்கம், ஒளி மற்றும் இருள், மானுடம் மற்றும் தெய்வீகம் இவற்றின் வாரிசுகள் ஆவோம். ஒரே சமயத்தில் தற்காலிக மாகவும் மற்றும் நிரந்தரமானவராகவும் இருக்கிறோம். உலகுக்குள்ளும் அதற்கு அப்பாற் பட்டும் வாழ்கிறோம். கால அளவுக்கு உட்பட்டும், என்றும் அழிவின்மையுடன் ஒன்று பட்டும் இருக்கிறோம். இருப்பினும் நம் நிலையை உணர்ந்து காணும் ஆற்றல் பெற்றிருக்கிறோம். பூகோள எல்லைகளைத் தாண்டி உயரும் ஆற்றலையும். இறுதியாக உயிர்த் துடிப்புள்ள அண்டம் மற்றும் காலத்தின் விளிம்பில்லாப் பெரு வெளியையும் கடக்கும் ஆற்றலையும்'. இதுவே இந்து மதத்தின் செய்தி

என்கிறார் கரண் சிங். இது உலகெங்கும் எதிரொலிக்க வல்ல செய்தி. எதிரொலிக்க வேண்டும்.

இருப்பினும் இப்படி ஓர் உலக இனம் என்பது இந்த நூலில் விவரித்த இந்து மதமாகத்தான் இருக்க முடியுமே தவிர, சகிப்புத் தன்மை அற்ற மதவெறியர்கள் முன் வைக்கும் இந்துத்துவாவில் அல்ல. அவர்கள் இந்துத்துவா தமது மதத்தை வக்கிரமாகத் திரித்ததன் வடிவம். எப்போதும் போல, சுவாமி விவேகானந்தர் அதை சிறப்பாகக் கூறினார். அது கீழே:

'உலகப் பொது மதம் ஒன்று என்றாவது எழும். ஆனால், அது இடம் மற்றும் காலத்தில் எந்தப் புள்ளியிலும் அடைபடாத ஒன்றாகவே இருக்க வேண்டும். தான் உபதேசத்தில் குறிப்பிடும் கடவுள் போலவே அதுவும் இருக்கவேண்டும். அதன் சூரியன் கிருஷ்ணர் மற்றும் கிறிஸ்து இருவரின் வழி நடப்போர் மீதும் ஒளி சிந்தும். அந்த சூரியம் புனிதமானவர் மற்றும் பாவிகள்மீதும் ஒரே ஒளியையே சிந்தும். அந்த மதம் பிராமண மதமாகவோ அல்லது பௌத்த மதமாகவோ இருக்காது. அவை இரண்டின் ஒட்டு மொத்தக் கூட்டாக இருக்கும். இருப்பினும் அதும் மேலும் வளரக் கூடியதாகவே இருக்கும். அது தனது கத்தோலிக்கத்தன்மையுடன் எல்லையற்று விரியும் தோள்களால் எல்லோரையும் அணைக்கும். அது மிகவும் தாழ்ந்த நிலையில் வாழும் மனித ஜீவனில் தொடங்கி, காட்டுமிராண்டியானவரிடமிருந்து அதிகத் தொலைவில் இல்லாமல், லட்சியங்களில் ஆக உயர்வாய் மனதால் இதயத்தால் மானுடத்தை விஞ்சி உயரும் மனிதன் வரைக்கும் அது விரியும். அந்த மாமனிதன் சமூகம் மதிப்பும் அவர் மனிதனா தேவனா என அஞ்சும் உயர்வும் கொண்டவராக இருப்பார். அந்த மதத்தில் அவமதிப்புக்கோ அல்லது சகிப்பின்மைக்கோ இடம் இருக்காது. எல்லா ஆண் மற்றும் பெண்களில் அது தெய்வீகத்தையே காணும். அந்த மதத்தின் விரிவு மற்றும் ஆற்றல் மானுடத்தைத் தனது உண்மையான தெய்வீக இயல்பை உணர உதவும். அப்படி ஒரு மதத்தை நாம் கொடுத்தால் நம் வழியில் உலகமே நடக்கும்'

ஓர் இந்துவாக உலகுக்கு அப்படிப்பட்ட ஒரு மதத்தை முன் வைப்பதில் நான் பெருமை கொள்கிறேன். அது ஒரு முன்னுதாரணத்தைத் தன்னில் தருகிறது. அதைப் பின்பற்றுவதும் விட்டு விடுவதும் பிறர் விருப்பம். அதைக் கூறும்போது இந்து மதத்துக்கு மத மாற்றம் செய்வதில் ஆர்வமில்லை என்பதை நினைவில்கொள்கிறேன். அது ஆபிரஹாமிய மதங்களைப்போல் தன்னை உலகம் முழுதும் கொண்டு செல்ல விரும்புவதில்லை. ஆனால் அதன் அறங்கள் பிரபஞ்சம் முழுமைக்கும் பொருந்துபவை. ஆனால் முதலில் அது மீண்டும் துடிப்புடனாக்கப்பட வேண்டும். அதன் அரவணைக்கும் தன்மையுடன், உலகப் பொதுத் தன்மையுடன், அதன் புகழ் பெற்ற தாராளத் தன்மையுடன், அதன் திறந்த மனத் தன்மை மற்றும் ஏற்றுக்கொள்ளும் தன்மையுடன் தான் பிறந்த மண்ணிலேயே மீட்டெடுக்கப்பட வேண்டும். இந்து சுலோகப் பாடல் (பிருகதாரண்யக உபநிடதத்தில் இருந்து) கீழ்க்காணும் வரிகளின்

ஒவ்வொரு சொல்லும் உலகின் ஒவ்வொரு மனிதனுக்கும் தேவையான பொருளுடன் ஓங்கி ஒலிக்கும்:

அஸதோமா சத்கமய!
தமஸோமா ஜோதிர்கமய!
ம்ரித்யோர் மா அம்ரிதம் கமய!!

என்னைப் பொய்யிலிருந்து உண்மைக்கு இட்டுச் செல்வீராக!
என்னை இருளிலிருந்து வெளிச்சத்துக்கு இட்டுச் செல்வீராக!
என்னை மரணத்திலிருந்து அமரத்துவத்துக்கு இட்டுச் செல்வீராக!

❀

Bibliography

Agrawala, Vasudev Sharan, *Padmavat: Malik Muhammad Jayasi krit Mahakavya (Mool Aur Sanjeevani Vyakhya)*, Jhansi: Sahitya Sadan, 1955.

Ananthamurthy, U. R., *Hindutva or Hind Swaraj*, New Delhi: HarperCollins, 2016.

Andersen, Walter K. and Damle, Shridhar D., *The Brotherhood in Saffron: The Rashtriya Swayamsevak Sangh and Hindu Revivalism*, New Delhi: Vistaar Publications, 1987.

Basham, A. L., *The Wonder That Was India*, London: Picador, 2004.

Chinmayananda, Swami, *The Holy Geeta*, Mumbai: Chinmaya Mission Trust, 1992.

Coomaraswamy, Ananda, *A New Approach to the Vedas: An Essay in Translation and Exegesis*, New Delhi: South Asia Books, 1994.

Deshpande, C. R., *Transmission of the Mahabharata Tradition*, Simla: Indian Institute of Advanced Study, 1978.

Doniger, Wendy, *On Hinduism*, New Delhi: Aleph Book Company, 2013.

— — —, *The Hindus: An Alternative History*, New Delhi: Penguin Books, 2009.

Eck, Diana, *India: A Sacred Geography*, New York: Harmony Books, 2013.

Elst, Koenraad, *Bharatiya Janata Party Vis-a-vis Hindu Resurgence*, New Delhi: Voice of India, 1997.

Embree, Ainslie T., *Sources of Indian Tradition, Vol. 1: From the Beginning to 1800*, New York: Columbia University Press, 1958.

Gambhirananda, Swami, trans., *Eight Upanishads with the Commentary of Sankaracarya*, Second Revised Edition, Volumes I and II, Kolkata: Advaita Ashrama, 1989 and reprinted 2006.

Ganeri, Jonardon, *Artha: Meaning (Foundations of Philosophy in India)*, New Delhi: Oxford University Press, 2011.

Golwalkar, M. S., *Bunch of Thoughts*, Fourth Impression, Bangalore: Vikram Prakashan, 1968.

———, *We, or Our Nation Defined*, Third Edition, Nagpur: Bharat Publications, 1945.

Guru, Nataraja, *The Word of the Guru: The Life and Teaching of Guru Narayana*, New Delhi: DK Printworld, 2003.

Jaffrelot, Christophe, *Hindu Nationalism: A Reader*, Princeton: Princeton University Press, 2007.

———, *The Hindu Nationalist Movement and Indian Politics: 1925 to the 1990s*, London: C. Hurst & Co. Publishers, 1996.

Jagannathan, Shakunthala, *Hinduism*, Bombay: Vakil, Feffer and Simons, 1984.

Jha, D. N., *The Myth of the Holy Cow*, New Delhi: Navayana Books, 2009.

———, 'What the gods drank', *Indian Express*, 29 July 2017.

Khan, Ansar Hussain, *The Rediscovery of India: A New Subcontinent*, Hyderabad: Orient Longman, 1995.

Krishna, Nanditha and Jagannathan, Shakunthala, *Ganesha: The Auspicious...The Beginning*, Bombay: Vakil, Feffer And Simons, 1992.

Kumaran, Murkkoth, *The Biography of Sree Narayana Guru*, Sivagiri: Sivagiri Madom, 2011.

Lannoy, Richard, *The Speaking Tree: A Study of Indian Culture and Society*, New York & London: Oxford University Press, 1971.

Mandeville, John, *The Travels of Sir John Mandeville*, Moseley, C. (trans.), London: Penguin Books, 2005.

Mascaro, Juan, *The Upanishads*, London: Penguin Books, 1965.

Menon, Ramesh, *Bhagavata Purana*, New Delhi: Rupa Publications, 2007.

Nehru, Jawaharlal, *The Discovery of India*, Calcutta: The Signet Press, 1946.

Pandey, Gyanendra, 'Which of Us are Hindus?' in *Hindus and Others: The Question of Identity in India Today*, New Delhi: Viking, 1993.

Panikkar, Raimon, *The Vedic Experience: Mantramañjari: An Anthology of the Vedas for Modern Man*, Berkeley: University of California Press, 1977.

Parthasarathy, Swami A., *Vedanta Treatise: The Eternities*, Bombay: Vakil & Sons, 1978.

Prakashan, Bharat, *Shri Guruji: The Man and His Mission, On the Occasion of His 51st Birthday*. Delhi: Bharat Prakashan, 1955.

Prasad, Swami Muni Narayana *The Philosophy of Narayana Guru*, New Delhi: DK Printworld, 2003.

Radhakrishnan, S., *The Hindu View of Life*, London: George Allen & Unwin Ltd., 1927.

Ramachandran, R., *A History of Hinduism: From the Origins to the Present* (unpublished manuscript), 2017.

Saraswati, Swami Satyananda, *Four Chapters on Freedom: Commentary on the Yoga Sutras of Patanjali*, Munger: Yoga Publications Trust, 1976.

Savarkar, V. D., *Essentials of Hindutva* (available only on PDF) & *Hindutva: Who Is a Hindu?*, 1928, reprint Gorakhpur: Gita Press, 1993.

———, *Hindutva: Who is a Hindu?*, Bombay: Veer Savarkar Prakashan, 1923.

Sen, K. M., *Hinduism*, London: Penguin Books, 1978.

Singh, Dr Karan, *Essays on Hinduism*, Delhi: Ratna Sagar, 1989.

Singh, Upinder, *The Idea of Ancient India: Essays on Religion, Politics, and Archaeology*, New Delhi: Sage Publications, 2016.

Swami, Shri Purohit, *The Geeta: The Gospel of Lord Shri Krishna*, London: Faber and Faber, 1935.

Thapar, Romila: *The Penguin History of Early India from the Origins to AD 1300*, New Delhi: Penguin Books India, 2003.

Tharoor, Shashi, *India: From Midnight to the Millenium and Beyond*, New Delhi: Penguin Books, 2012.

———, *An Era of Darkness: The British Empire in India*, New Delhi: Aleph Book Company, 2016.

———, *India Shastra: Reflections on the Nation in our Time*, New Delhi: Aleph Book Company, 2015.

———, *The Great Indian Novel*, New Delhi: Penguin Books, 1989.

The Life of Swami Vivekananda by his Eastern and Western Disciples, 2 vols., Kolkata: Advaita Ashrama Trust, 1999.

Upadhyaya, Deendayal, *Rashtra Jeevan Ki Disha*, Lucknow: Lokhit Prakashan, 1976, 2010.

Viswanathan, Ed, *Am I a Hindu?*, New Delhi: Rupa Publications, 1993.

Vivekananda, Swami, *The Complete Works of Swami Vivekananda*, Chennai: Manonmani Publishers, 2015.

Zaehner, R. C., *Hinduism*, London: Oxford University Press, 1962.